दृष्टि

सहवास आणि सन्मान

संपादन
डॉ. श्यामला मुजुमदार

डायमंड पब्लिकेशन्स

द.भि. सहवास आणि सन्मान
डॉ. श्यामला मुजुमदार

Da.Bhi. Sahawas Ani Sanman
Dr. Shyamala Mujumdar

प्रथम आवृत्ती : २०१२

ISBN - 978-81-8483-447-5

मुखपृष्ठ
शाम भालेकर

प्रकाशक
डायमंड पब्लिकेशन्स
१२५५ सदाशिव पेठ
लेले संकुल, पहिला मजला
निंबाळकर तालमीसमोर, पुणे ४११ ०३०.
☎ ०२० – २४४५२३८७, २४४६६६४२
diamondpublications@vsnl.net
www.diamondbookspune.com

प्रमुख वितरक
डायमंड बुक डेपो
६६१ नारायण पेठ, अप्पा बळवंत चौक
पुणे ४११ ०३०. ☎ ०२० – २४४८०६७७

कै. ती. बाबांना,

बाबा,
तुम्ही आणखी थोडे,
थोडेच थांबायला हवे होते......
तुमच्या विमनस्क स्मृतीस,

–सौ. श्यामा

तिसऱ्यांदा दभि

दभिसर अखिल भारतीय साहित्य संमेलनाचे अध्यक्ष झाले त्यावेळेला म्हणजे मार्च २०१० मध्ये श्री.नितीन हिरवे यांच्या संवेदना प्रकाशनाने 'साहित्यऋषी दभि' हा ग्रंथ प्रकाशित केला. तशी तर मी संपादित केलेल्या दभिसरांच्या सन्मानग्रंथाची मालिका जुलै २००८ पासून म्हणजे त्यांच्या अमृतमहोत्सवापासूनच सुरू झाली होती. 'समीक्षेची क्षितिजे' या त्यांच्या पंचाहत्तरीच्या ग्रंथासाठी आवाहन करताच संपूर्ण महाराष्ट्रातून अनेकविध लेखांचा जणू काही धुवांधार पाऊसच मला चिंब करीत राहिला; मात्र त्या ग्रंथाचे स्वरूप अभ्यासपूर्ण समीक्षालेखांचे असल्यामुळे अनेक अनौपचारिक लेखांना त्यात स्थान देता आले नाही. नंतर जेव्हा दभिसरांची अखिल भारतीय साहित्यसंमेलनाचे अध्यक्ष म्हणून निवड झाली तेव्हा संवेदना प्रकाशनाने काढलेला 'साहित्यऋषी दभि' हा ग्रंथ अनौपचारिक सद्भावनापूर्ण लेखांनीच सजलेला होता. त्यातून दभिसरांचा चिंतनमग्न व्यक्ती, व्यासंगी प्राध्यापक, सृजनशील समीक्षक, सहृदय मार्गदर्शक, जिव्हाळ्याचा स्नेही, उच्चपदस्थ प्रोफेसर, जबाबदार विभागप्रमुख अशा अनेक अंगांनी वेध घेतला गेला आणि तरीही पृष्ठसंख्येच्या मर्यादेमुळे अनेक दर्जेदार लेख त्याहीवेळेला बाजूलाच ठेवावे लागले.

या ग्रंथातील बरेचसे लेख सरांची अखिल भारतीय साहित्यसंमेलनाध्यक्षपदी निवड झाल्याबद्दलचा आनंद व्यक्त करणारे आहेत. त्याचप्रमाणे त्यांच्या समवयस्कांना, स्निग्धजनांना वाटत असलेला त्यांच्याबद्दलचा असीम जिव्हाळा आणि विद्यार्थ्यांना जाणवत असलेली आस्था, गुरूबद्दलची कृतज्ञता यांनीदेखील ओतप्रोत आहेत. त्यांच्या एकदोन पुस्तकांची परीक्षणेही त्यात आहेत. मागच्या वेळेला बरेचसे लेख अगदी वेळेवर म्हणजे संमेलनाध्यक्षपदी त्यांची निवड झाल्यानंतर माझ्या हातात पडले, त्यामुळे तेव्हा ते बाजूला ठेवावे लागले होते. त्यांचा समावेशही या ग्रंथात केला आहे. दभिसरांच्या अध्यक्षपदाच्या कारकिर्दीला आता दोन वर्षे पूर्ण झाली आहेत. तसे एरवीही त्यांच्यावर जे काही लिहिले गेले आहे त्याचे औचित्य नेहेमीसाठीच कायम राहणार आहे, अशी १९६७ सालापासूनची त्यांची एक विद्यार्थिनी म्हणून, माझी भावना आहे. जिव्हाळ्याने लिहिल्या गेलेल्या या ग्रंथातील लेखांमध्ये क्वचित पुनरावृत्ती आढळेल; परंतु लेखकाच्या प्रामाणिक भावना जाणून घेऊन ही पुनरावृत्ती मी कायम ठेवलेली आहे. अध्यात्म, संगीत, नृत्य, क्रीडा इत्यादी क्षेत्रांमधील शुद्ध आणि गौरवास्पद गुरुशिष्यसंबंधांची जाणीव ठेवून त्या क्षेत्रांमधील अतीव निरपेक्ष माया आणि अतीव निष्कलंक श्रद्धा मनोमनी जोपासून माझ्या या भावनेला या

ग्रंथरूपाने मूर्त स्वरूप देण्याचा इथे मी प्रयत्न करीत आहे.

डायमंड प्रकाशनचे श्री पाष्टे, मानसी जोशी व त्यांच्या सर्व सहकाऱ्यांचे मी यानिमित्ताने मन:पूर्वक आभार मानते,

तैसा पुढतपुढती तोचि।
मिया अभिवंदिला श्रीगुरूचि।
जो अभिलाषित मनोरथुचि
पुरविता।।
म्हणोति जाणतेन गुरु भजिजे।
तेणे कृतकार्य होइजे।
जैसे मूळसिंचने सहजे।
शाखापल्लव संतोषती।।

वाङ्मयाच्या क्षेत्रातही, या ग्रंथातील शाखापल्लवांनी गायिलेला गुरुमहिमा, माझ्या या भावनेला आज अधिक डोळस करीत आहे.

आषाढ पौर्णिमा
गुरुपौर्णिमा
३ जुलै २०१२

डॉ. श्यामला मुजुमदार
'दुर्गा निवास' ६७ रामबाग ले आऊट
नागपूर - ४४० ००३
दूरध्वनी - ०७१२-२७४६९०३
भ्रमणध्वनी - ८४२११४७४२५
७३८७२८५०७०

डॉ. द.भि. कुलकर्णी : जीवनवृत्त

पूर्ण नाव - दत्तात्रेय भिकाजी कुलकर्णी
जन्म दिनांक - २५ जुलै १९३४, गुरुपौर्णिमा, नागपूर

शिक्षण

शालेय - हम्पयार्ड रेल्वे प्राथमिक शाळा, अजनी, नागपूर, कुर्वेज न्यु मॉडेल हायस्कूल, सीताबर्डी, नागपूर - १९४० ते १९५१
महाविद्यालयीन - धनवटे नॅशनल कॉलेज, धनतोली, मॉरिस कॉलेज (स्नातकोत्तर मराठी विभाग) सिव्हील लाईन्स, नागपूर - १९५१-५९
विश्वविद्यालयीन - नागपूर विद्यापीठ विदेश भाषा विभाग- १९७५ ते ७६
विदर्भ साहित्य संघ, परीक्षा विभाग - १९८३

शैक्षणिक पात्रता

बी.ए. नागपूर विद्यापीठ - १९५५, एम.ए. (मराठी)- १९५९, पीएच.डी. (महाकाव्य) नागपूर विद्यापीठ - १९६८, सर्टिफिकेट इन रशियन लॅन्गवेज, नागपूर विद्यापीठ - १९७७, डिप्लोमा इन रशियन लॅन्गवेज, नागपूर विद्यापीठ - १९७७, साहित्य वाचस्पती (डी.लीट, समकक्ष पदवी) विदर्भ साहित्य संघ, नागपूर - १९८३

अध्यापन

विकास विद्यालय व विकास दिनान्त महाविद्यालय, नागपूर-१९५७-५९
बनारस हिंदू विश्वविद्यालय, बनारस, अधिव्याख्याता, १९५९-६0
ना. गो.कृ. गोखले महाविद्यालय, कोल्हापूर
असिस्टंट प्रोफेसर व विभागप्रमुख-१९६0-६४
नागपूर विद्यापीठ, अधिव्याख्याता - प्रपाठक, प्रोफेसर-विभागप्रमुख -१९६४-९४
ललित कला केंद्र, गुरुदेव टागोर अध्यासन, नागपूर विद्यापीठ, १९९0-९३
नॅशनल कॉलेज, पदव्युत्तर विभाग, नागपूर विद्यापीठ, नागपूर-१९९३-९४
सांदीपनी विद्यालय, नागपूर, सन्माननीय अध्यापक, १९९४-९५
आय.ए.एस शासकीय मार्गदर्शन केंद्र, नागपूर, सन्माननीय प्राध्यापक-१९९५-९७
पंडित भीमसेन जोशी अध्यासन, ललित कला केंद्र, पुणे विद्यापीठ, सन्माननीय अध्यापक, पुणे - २0१0-११.

विशेष अध्यापन विषय - साहित्यशास्त्र

अध्यापनक्षेत्रातील प्रकल्प
अध्यापनकार्यात टेप-रेकॉर्डरचे उपयोजन - ज्ञानेश्वर, तुकाराम या विशेष संदर्भासह.

संशोधनात्मक, समीक्षात्मक प्रकाशित ग्रंथ
रेक्वीयम १९५९, नवेलेखन प्रकाशन, नागपूर
दुसरी परंपरा १९७४, प्रभा प्रकाशन, नागपूर
महाकाव्य : स्वरूप व समीक्षा (प्रबंध) १९७५, विजय प्रकाशन, नागपूर
ज्ञानेश्वरांचे श्रोतृसंवाद १९७६, अमेय प्रकाशन, नागपूर
पहिली परंपरा १९७६, अमेय प्रकाशन, नागपूर
तिसऱ्यांदा रणांगण १९७६, विजय प्रकाशन, नागपूर
चार शोध निबंध १९७७, नागपूर विद्यापीठ प्रकाशन, नागपूर
पार्थिवतेचे उदयास्त १९७७, पॉप्युलर प्रकाशन, मुंबई
नाट्यवेध १९७८, नूतन प्रकाशन, पुणे
मर्ढेकरांचे सौंदर्यशास्त्र : पुनःस्थापना १९८२, अमेय प्रकाशन, नागपूर
प्रतीतिविश्रांती १९९२, विजय प्रकाशन, नागपूर
दोन परंपरा १९९३, विजय प्रकाशन, नागपूर
युगास्त्र १९९३, लोकवाङ्मय गृह, मुंबई
द्विदल १९९४, आंध्रप्रदेश मराठी साहित्य परिषद, हैद्राबाद
हिमवंतीची सरोवरे १९९६, पॉप्युलर प्रकाशन, मुंबई
मराठी वाङ्मयाचा इतिहास, खंड-४ (सहलेखन) १९६५, म.सा.प., पुणे
श्री.ना.रा. शेंडे : व्यक्ती आणि साधना (सहकार्य) १९७५, सुधा प्रकाशन,नागपूर
मराठी वाङ्मय कोश-प्राचीन खंड, (सहकार्य) १९७५, नागपूर विद्यापीठ
देवदास *आणि कोसला* (प्रा. मृणालिनी पाटील यांचा शोधनिबंध - मार्गदर्शन व संपादन) १९८५, विजय प्रकाशन, नागपूर
चौदावे *रत्न* (पत्रकार टी.जी. देशमुख यांच्या विदर्भविषयक अग्रलेखांचासंग्रह) १९९७ म.पां. बनहट्टी प्रकाशन, नागपूर
पहिल्यांदा रणांगण १९९९, पॉप्युलर प्रकाशन, मुंबई
अपार्थिवाचे चांदणे १९९९, पद्मगंधा प्रकाशन, पुणे
महाकाव्य : स्वरूप व समीक्षा (प्रबंध) २००१, नवी परिष्कृत आवृत्ती, पद्मगंधा प्रकाशन, पुणे
पस्तुरी २००२, पद्मगंधा प्रकाशन, पुणे

कादंबरी : स्वरूप व समीक्षा २००३, पद्मगंधा प्रकाशन, पुणे
मेरसोलचा सूर्य (कवितासंग्रह), २००४, आकांक्षा प्रकाशन, नागपूर
सुरेश भट: नवे आकलन २००५, आकांक्षा प्रकाशन, नागपूर
समीक्षेची सरहद्द २००५, आकांक्षा प्रकाशन, नागपूर
प्रतीतिभेद २००७, आकांक्षा प्रकाशन, नागपूर
अंतरिक्ष फिरलो पण... २००६, पद्मगंधा प्रकाशन, पुणे
जीएंची महाकथा २००८, आकांक्षा प्रकाशन, नागपूर
ज्ञानेश्वरांची प्रतीतिविश्रांती (ज्ञानेश्वरी : नवे आकलन), २००८, विश्वमोहिनी-ब्लू बर्ड (इंडिया) पुणे
स्फटिकगृहीचे दीप २००८, पॉप्युलर प्रकाशन, मुंबई
मर्ढेकरांचे सौंदर्यशास्त्र : पुन:स्थापना २००९, पद्मगंधा प्रकाशन, पुणे
अनन्यता मर्ढेकरांची २००९, पद्मगंधा प्रकाशन, पुणे
नाटक : स्वरूप व समीक्षा २०१०, पद्मगंधा प्रकाशन, पुणे
अपार्थिवाचा यात्री २०१०, गोदा प्रकाशन, औरंगाबाद
समीक्षेची चित्रलिपी २०११, स्वरूप प्रकाशन, औरंगाबाद
जुने दिवे, नवे दिवे २०११, पद्मगंधा प्रकाशन, पुणे

संशोधन मार्गदर्शन

२९ संशोधकांना पीएच.डी.पदवी प्राप्त.
एम.ए. व एम्.फिल पदव्यांसाठी पन्नासहून अधिक विद्यार्थ्यांचे शोधप्रबंध सादर व मंजूर. सौ. शुभांगी आगलावे यांना वि.सा. संघाच्या साहित्याचार्य या पीएच.डी. समकक्ष पदवीसाठी यशस्वी मार्गदर्शन

शैक्षणिक व वाङ्मयीन सन्मान

कै. ना.के. बेहरे सुवर्णपदक - नागपूर विद्यापीठ, १९५९
विदर्भ साहित्य संघ, नागपूर या संस्थेतर्फे डी.लीट. समकक्ष पदवी साहित्यवाचस्पती, १९८३
समकालीन साहित्य- प्रवृत्ती आणि प्रवाह (डॉ. द.भि. कुलकर्णी अभिनंदन ग्रंथ) संपादक - प्रा. मृणालिनी पाटील, डॉ. ज्योती लांजेवार, प्रा. मदन धनकर, विजय प्रकाशन, नागपूर १९८५
अमरावती विद्यापीठ, मराठी प्राध्यापक परिषद- अध्यक्षपद, कारंजा (लाड),१९९१
नागपूर विद्यापीठ - मराठी प्राध्यापक परिषद, अध्यक्षपद, नागपूर, १९९१
अ. भा. मराठी उद्‌बोधन वर्गाचे प्रवर्तक, आयोजक व समन्वयक, १९८८
मुंबई, पुणे, शिवाजी, मराठवाडा इत्यादी विद्यापीठात व्याख्यानमाला.

मुंबई, पुणे, शिवाजी, मराठवाडा इत्यादी विद्यापीठांतील पीएच.डी. प्रबंधांचे परीक्षक.
विद्यापीठ अनुदान आयोगातर्फे आयोजित विविध चर्चासत्रे व परिसंवाद यांत सहभाग, त्यांचे आयोजन. महाराष्ट्र शासनातर्फे उत्कृष्ट शिक्षक पुरस्कार-१९९१
नागपूर, पुणे, उस्मानिया इत्यादी विद्यापीठांच्या अभ्यासक्रमांत पाठ्यग्रंथ, संदर्भग्रंथ म्हणून अनेक ग्रंथांचा समावेश. मंगेशकर वाग्विलासिनी पुरस्कार-रुपये पन्नास हजार
मर्ढेकरांचे सौंदर्यशास्त्र : पुन:स्थापना, १९८२, हिमवंतीची सरोवरे-१९९६, पहिल्यांदा रणांगण - १९९९, कादंबरी : स्वरूप व समीक्षा २००३, अंतरिक्ष फिरलो २००७ ग्रंथास महाराष्ट्र शासनाचे उत्कृष्ट वाङ्मय पुरस्कार.
प्रतीतिविश्रांती १९९३ ग्रंथास महाराष्ट्र ग्रंथोत्तेजक पुणे या संस्थेचा पुरस्कार.
कादंबरी - स्वरूप व समीक्षा, २००३ या ग्रंथास महाराष्ट्र साहित्य परिषद, पुणे या संस्थेचा श्रेष्ठता ग्रंथ पुरस्कार.
न्यूयॉर्क हेरॉल्ड ट्रिब्युन, न्यूयॉर्क या वृत्तपत्रातर्फे आयोजित प्रौढांच्या खुल्या कथा स्पर्धेत वयाच्या १९व्या वर्षी पुरस्कार,मुंबई.
पु.भा. भावे पुरस्कार, २००७
दर्यापूर, कविवर्य बापूसाहेब ठाकरे वाङ्मय पुरस्कार, २००८
अमृत महोत्सवी सत्कार, जुलै २००८-नागपूर
यशवंतराव चव्हाण प्रतिष्ठान, धरमपेठ, राजाराम वाचनालय,नागपूर
पुणे, म.सा.परिषद, सातारा सत्कार, अक्षरधारा.
पुणे मराठी ग्रंथालय पुरस्कार, २००९
साहित्यऋषी : दभि (सन्मान ग्रंथ) संपादक : डॉ. श्यामला मुजुमदार, संवेदना प्रकाशन, चिंचवड, पुणे, २५ मार्च २०१०.
'कविता सखी ही-काव्यमग्न दभि' सी.डी., प्रेरणा आर्ट, पुणे, मार्च २०१०
'पस्तुरी'सी.डी. - अनंदयात्री, पुणे, मार्च २०१०
अध्यक्ष - ८३वे अ.भा. मराठी साहित्यसंमेलन मार्च २०१०.
१ लाख रुपयांचा सन्मान निधी.
सत्कार आर्ट फौंडेशन, मुंबई, मे २०१० (दभि अमृत महोत्सवी ग्रंथ)
समीक्षेची क्षितिजे - संपादक : डॉ. श्यामला मुजुमदार, विजय प्रकाशन, नागपूर, २००८ (दभि अमृतमहोत्सवी ग्रंथ)
निर्मल पुरस्कार, पुणे. २०११, शारदा पुरस्कार, पुणे, २०११, जीवनगौरव पुरस्कार, नागपूर २०११.
दभि दर्शन - संपादक : सौ. स्मिता लाळे, कीर्ती प्रकाशन, औरंगाबाद, २०११

संपादक संक्षिप्त परिचय

नाव :- डॉ. सौ. श्यामला लक्ष्मीकांत मुजुमदार

जन्म तारीख :- १६ ऑगस्ट १९४८

शैक्षणिक पात्रता :- एम.ए. (मराठी) १९६९
एम.फिल. (मराठी) १९८७
पीएच.डी. (मराठी) १९९४
सर्वशिक्षण राष्ट्रसंत तुकडोजी महाराज
नागपूर विद्यापीठ येथे.

प्रकाशित साहित्य :- आतापर्यंत पाच ग्रंथ प्रकाशित

- 'ज्ञानेश्वरांचा चिद्विलास' (१९९०)
  ज्ञानदेवोपासक जन्मशताब्दीपूर्ती व ज्ञानेश्वरी सप्तशताब्दी निमित्त प्रसिद्ध झालेला संपादित ग्रंथ.
- 'ज्ञानेश्वरांचा अलौकिकतावाद' (१९९५)
  पीएच.डीचा प्रकाशित ग्रंथ, सदर ग्रंथाला दोन पुरस्कार : महाराष्ट्र साहित्य परिषद, पुणे या संस्थेचा १९९५ मधील उत्कृष्ट संतवाङ्मयविषयक ग्रंथ पुरस्कार. महाराष्ट्र ग्रंथोत्तेजकसंस्था, पुणे या संस्थेचे दोन पुरस्कार
- 'धुंधुरमार' (२००१)
  विदर्भ साहित्य संघ नागपूर या संस्थेचा गो.रा. दोडके ललित गद्य पुरस्कार.
- 'समिक्षेची क्षितिजे' डॉ. द.भि.कुलर्णी अमृतमहोत्सवी गौरवग्रंथ (संपादित -२००८)
- 'लावण्ययोग' समीक्षाविषयक लेखसंकलन - (२००८)
- अलौकिक ज्ञानयोगी (२०१०) डॉ. ग.त्र्यं. देशपांडे स्मृतिग्रंथ (संपादन)
- साहित्यऋषी दभि - डॉ. द.भि.कुलकर्णी गौरवग्रंथ (संपादन) याशिवाय विविध वाङ्मयीन नियतकालिकां-मधून नियमित लेखन व वाङ्मयीन संस्थांच्या व्यासपिठांवरून व्याख्याने.

अनुक्रम

पाच भाग्ययोग,एक कुयोग

आद्यायनी धर्माधिकारी

जन्मकुंडली

दत्तात्रेय भिकाजी कुलकर्णी २५ जुलै १९३४, सकाळी ९.१० मि. नागपूर

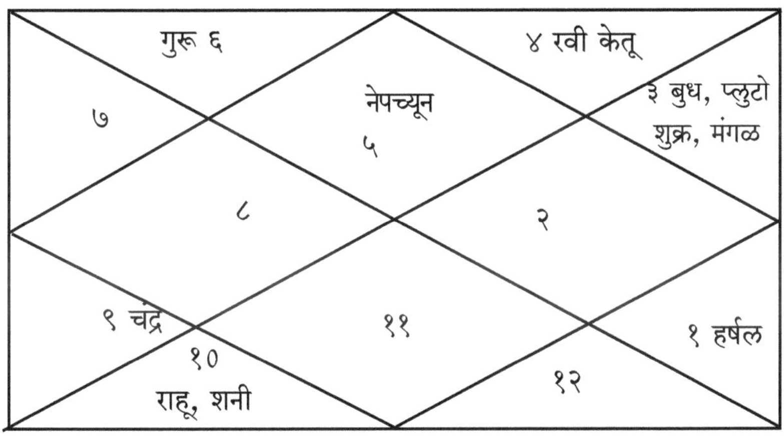

सिंह- लग्न, धनु- रास, मंगळ-बुध युती, मंगळ-शुक्र युती, बुध-प्ल्यूटो युती

डॉ. द.भि. कुलकर्णी यांच्या पत्रिकेतील काही ठळक योग पुढीलप्रमाणे

१. गजकेसरी योग : चंद्राहून गुरू दशमस्थानी असणे

२. भद्रयोग : बुध मूल त्रिकोणस्थानी, उच्चीचा, स्वक्षेत्री असणे

३. पुष्कर योग : लाभेश लाभस्थानी असणे

४. कलानिधी योग : गुरू द्वितीयस्थानी, गुरू पंचमेश असा द्वितीय व पंचमस्थानाचा संबंध असणे

५. संगीत विद्यायोग : द्वितीय स्थान व द्वितीयेशाचा संबंध पंचमस्थानाशी व शुक्राशी; मंगळाची पंचमस्थानावर सातवी शुभ दृष्टी

लग्नी नेपच्यून आहे. सिंह लग्न आहे. त्यामुळे दभिसरांच्या स्वभावात धडाडी, धीटपणा आणि आत्मसन्मान आहे. शिवाय सिंह लग्नामुळे अधिकारपदांची प्राप्तीही लवकर होते. वयाच्या अवघ्या विसाव्या वर्षी दभिंना मुंबई सरकार प्रकाशनविभागाचा सहसंपादक हे महत्त्वाचे पद मिळाले. अवघ्या पंचविसाव्या वर्षी कोल्हापूरच्या गोखले कॉलेजमध्ये मराठी विभागप्रमुख हे पद व प्रोफेसर ही ग्रेड मिळाली. शिवाय नागपूर विद्यापीठाचे विभागप्रमुख म्हणून त्यांनी निवृत्तीपर्यंत कार्यभार सांभाळला.

लग्नी नेपच्यून हा 'टेलिपथी' चांगली देतो. विरहाची व्याकुळता व अस्वस्थता नेपच्यूनमुळे भोगावी लागते. शिवाय हा नेपच्यून अनामिक हूरहूर देतो. एक लेखक, समीक्षक, साहित्यप्रेमी म्हणून या सर्व भावावस्थांची दभिंची जाणीव तीव्र व सूक्ष्म आहे. हा नेपच्यून ज्योतिषविद्येची आवड व यश देतो. स्वत: दभि ज्योतिषविद्या जाणतात. या नेपच्यूनमुळे सूचकस्वप्ने, दृष्टान्त आणि आध्यात्मिक अनुभव येतो. तसे अनुभव दभिंना येतातच.

द्वितीय स्थानाचा स्वामी म्हणजे धनेश बुध असून तो गुरू या शुभग्रहाने युक्त आहे. कन्येचा गुरू धनस्थानी असल्यामुळे विद्याक्षेत्र, विद्यादान, बौद्धिक क्षेत्र यांतून आर्थिक उत्पन्न मिळवण्याचे योग आले; शिवाय धनेश लाभात असल्याने शारीरिक, काबाडकष्ट उपसावे लागले नाहीत तर बौद्धिक भांडवलावर, शैक्षणिक पदव्यांमुळे शिक्षण व साहित्यक्षेत्रातच पूर्ण यशस्वी कारकीर्द घडली.

तृतीय स्थानाचा स्वामी शुक्र लाभस्थानी आहे. त्यामुळे दभिंना भावंडांकडून त्रास झाला नाहीच; उलट त्यांना बहिणींचे भरपूर प्रेम मिळाले. दभिंनी आपल्या मोठ्या बहिणींबद्दल 'एक होती जिजी' आणि 'शरुताई' हे दोन ललितनिबंध लिहिले आहेत. दभिंच्या बालपणीचा काळ सुखाचा करण्यात त्यांच्या बहिणींचे योगदान लक्षणीय असल्याचे दभि आदराने व कृतज्ञतेने सांगतात.

तृतीयेश शुक्रामुळे दभिंचे हस्ताक्षर चांगले आहे. त्यांच्या लेखनात टापटीप आणि कोरबंदपणा असतो. दभि स्वत:चा विचार नीट मांडणी करून त्याचे मंडन-मंथन करून तो शिस्तबद्धतेने प्रस्थापित करतात. त्यांची ही लेखनशैली त्यांच्या समीक्षालेखनाची खासियत आहे.

चतुर्थेश मंगळ लाभस्थानात लाभी झाला आहेच; शिवाय तो बुध व शुक्र या दोन शुभ ग्रहांबरोबर आहे. मंगळ-बुध आणि मंगळ-शुक्र युती आहे. शुक्र-मंगळ युतीमुळे दभि. सरांचा प्रेमविवाह झाला तर मंगळ-बुध युतीमुळे त्यांची वाणी व लेखणी शुद्ध व विदग्ध झाली.

मंगळ-शुक्र युती लाभात असणे आणि बुधासारखा शुभ ग्रह लाभेश असून उच्चीचा असणे यामुळे दभिंचा संगीतक्षेत्राशी प्रत्यक्ष-अप्रत्यक्ष संबंध आला. प्रसिद्ध गायिका मालिनी राजूरकर यांच्याशी दभिंचे मातृघराण्याकडून नाते आहे.

चतुर्थेश मंगळ लाभात असल्यामुळे दभिंना स्वकर्तृत्वाने स्वतःच्या मालकीची वास्तू आणि वाहनसौख्य मिळण्याचे योग आले. सध्याही ते वाहनसौख्य उपभोगत आहेतच. दभिंनी नागपुरातही घर घेतले होते. आता पुण्यातही त्यांच्या मालकीची दोन घरे आहेत.

पंचमेश गुरू धनस्थानी आहे आणि लग्नेशाशी म्हणजे रवीबरोबर त्यांचा लाभयोग आहे. पंचमस्थानावर शुक्र-मंगळ-बुध या ग्रहांची शुभ अशी सातवी दृष्टी आहे. त्यामुळे शिक्षणातील सर्वोच्च पदवी डॉक्टरेट तर मिळालीच; शिवाय त्यांना विदर्भ साहित्य संघाची 'साहित्य वाचस्पती' ही डी.लिट् समकक्ष पदवीही मिळाली आहे. विशेष म्हणजे त्यांना हा मिळालेला सर्वोच्च सन्मान ॲकॅडमिक आहे. श्री. ग.त्र्यं. देशपांडे यांच्या हस्ते दभिंना ही पदवी बहाल करण्यात आली.

विद्याक्षेत्राशी, शिक्षणक्षेत्राशी त्यांचा सतत संपर्क राहिला आहे. विद्यार्थिवर्गात ते नेहमीच उत्तम प्राध्यापक, उत्कृष्ट मार्गदर्शक म्हणून प्रिय राहिले आहेत. त्यांच्या विद्यार्थ्यांनी दभिंच्या एक्कावन्नाव्या वर्षीच दभि.कुलकर्णी अभिनंदन ग्रंथ काढला. त्यांच्या पंचाहत्तराव्या वर्षी त्यांच्या विद्यार्थ्यांनी व चाहत्यांनी 'समीक्षेची क्षितिजे' हा गौरवग्रंथ काढला; तर आता 'दभि : सहवास आणि सन्मान' हा दभि. कुलकर्णी गौरवग्रंथ प्रकाशित होत आहे. पंचमस्थानातील गुरूच्या राशीतील चंद्रामुळे दभि सरांचा स्वभाव हळवा रसिक आहे. चंद्र हा मनाचा, भावनांचा कारक आहे. गुरू या शुभग्रहाच्या राशीच्या चंद्रामुळे दभिंना उच्च अभिरुची आणि तीव्र संवेदनशीलता मिळाली आहे.

दभिंच्या कुंडलीत षष्ठेश शनी षष्ठातच आहे. तो स्वक्षेत्रीचा म्हणून उच्चीचा आहे; पण राहू या पापग्रहाने व शत्रुग्रहाने युक्त असल्याने दूषित झाला आहे.

सप्तमेश शनी हा परिचित स्त्रीबरोबर विवाहयोग देणारा आहे. दभिंचा प्रेमविवाह त्यांच्या विद्यार्थिनीशीच (पूर्वाश्रमीच्या रजनी गाडगीळ) झाला आहे हे सर्वश्रुतच आहे; तसेच दभिंच्या कुंडलीतील शनी केवळ तीन अंश षष्ठस्थानी व उरलेले सर्व अंश सप्तमस्थानी आहेत. त्यात शनीची सातवी दृष्टी लग्नावर आहे त्यामुळे दभिंचा वर्ण काळा आहे; पण निरोगी, धष्टपुष्ट व काटक अशी देहयष्टी त्यांना लाभली आहे. त्यामुळे या वयातही ते उत्साही व आनंदी जीवन जगताहेत; लेखन करत आहेत; वाचनाचा व्यासंग जराही कमी झालेला नाही. पुण्यासारख्या गर्दीच्या

कॉस्मोपॉलिटीनसिटीमध्ये ते सफाईने कार ड्रायव्हिंग करतात!

अष्टमेश गुरू दभिंना दीर्घायुषी बनविणारा आहे. हा गुरू धनस्थानी आहे. त्यामुळे त्यांना अगदी मृत्यूपर्यंत चांगले आर्थिक स्थैर्य लाभणार आहे. पैशासाठी त्यांना कुणाकडेच हात पसरावे लागणार नाहीत.

भाग्यातील हर्षल दभिंना अगदी अनपेक्षित, अचानक आणि चमत्कारिकरीत्या परदेशगमनाची संधी देणार आहे. तशा संधी दभिंसमोर आल्याही; पण अशा संधी पकडायच्या की नाही हे दभिंच्या त्या त्या वेळच्या मूडवर अवलंबून राहील; कारण हर्षल हा मंगळाच्या राशीतील असल्याने असे घडते.

हर्षल हा ग्रह नवसंशोधनाचा कारक आहे. समूहाचे, सामूहिक जीवनाचे तो सूचन करतो. दभिंची समीक्षा नेहमीच कलाकृतीतील नवनवे आकलन आणि नव्या जाणिवा शोधणारी आहे.त्यांच्या बऱ्याचशा लेखांची नावेही तशीच आहेत. उदा. केशवसुत : नवे आकलन, तांबे : नवे आकलन, मर्ढेकर: नवे आकलन, सुरेश भट : नवे आकलन इत्यादी. हिमवंतीची सरोवरे हे त्यांचे दर्जेदार समीक्षालेखांचे पुस्तक. या हिमवंतीच्या सरोवराचा तळ गाठून त्यांनी विविध साहित्यिक व साहित्यकृती यांचे नवे मूल्यमापन केले आहे. दभिंनी समीक्षेसाठी निवडलेल्या कलाकृती आणि कलावंत हे दर्जेदार, उत्तुंग प्रतिभेचे आहेत.

दशमेश शुक्र लाभात आहे. तो प्ल्यूटोने युक्त आहे. त्याची शुक्राबरोबर युती आहे. ही युती ललितलेखनात खूपच चांगली फळे देणारी असते. दभिंची समर्थ व सिद्धहस्त लेखणी कथा, ललित निबंध, समीक्षात्मक व संशोधनात्मक लेखन सहजतेने करते. ग्रंथलेखन, संपादन, संशोधन यांतून दभिंना भरपूर प्रसिद्धी, मानसन्मान, अर्थप्राप्ती यांचे योग आले आणि यापुढेही ते येत राहतील.

दभिंच्या पत्रिकेतील सर्वांत शुभयोग म्हणजे लाभेश बुध लाभातच आहे. यालाच 'पुष्करयोग', तसेच 'भद्रयोग' असेही म्हणतात. या पुष्करयोगामुळे कुंडलीतील अशुभ योगांची तीव्रता कमी कमी होऊन जातकाच्या सर्व इच्छा आकांक्षा पूर्ण होतात.

बुध हा जर आपल्या मूळ त्रिकोण, उच्च किंवा स्वक्षेत्रात असेल तर भद्र नामक योग होतो. असा योग कुंडलीत असलेला जातक बुद्धिमान, प्रखर मेधावी, सहेतुक कृती करणारा आणि शास्त्रज्ञ असतो, परोपकारी असतो. दभिंचे लेखन हे समीक्षाशास्त्राच्या आधारे कलाकृतीचा शोध घेणारेच आहे. स्वत: दभि प्रखर मेधावी आणि बुद्धिमान आहेतच.

विचारातील विदग्धता, लेखणीतील विद्वत्ता, वाचनातील सर्वस्पर्शित्व, विषयातील व्यासंग, विविधांगी रसिकता, विद्याक्षेत्रातील उदंड अनुभव, साक्षेपी समीक्षक असलेल्या

दभिंना साहित्याविषयी अपर्यायी प्रेम आणि निष्ठा आहे. ज्ञानेश्वर आणि ज्ञानेश्वरीवर दभिंची अतूट श्रद्धा आहे.

बुध हा बुद्धीचा कारक, तो स्वराशीचा, उच्चीचा, लाभात लाभी झालेला तसेच तो शुक्र या शुभ ग्रहाबरोबर आणि मंगळ या पराक्रमी ग्रहाबरोबर युतीत आहे. हा योग म्हणजे 'दुग्धशर्करायोग' आहे म्हणण्यापेक्षा 'सुगंधदुग्धशर्करायोग' म्हणावा लागेल.

व्ययातील रवी लग्नेश आहे. लग्नेश व्ययात असणाऱ्या व्यक्ती सार्वजनिक क्षेत्रात (मग ते क्षेत्र साहित्यिक, सामाजिक, आर्थिक इत्यादी कोणतेही असो) भरीव योगदान देतात. त्यांना प्रसिद्धीही मिळते. अशा व्यक्तींकडून लोकसेवा घडते. लोकसंग्रहही चांगला असतो. आयुष्यभर दभिंनी ज्ञानदानाचे आणि ज्ञानदानातून विद्यार्थ्यांची एक संपूर्ण पिढी घडविण्याचे कार्य केले. आजसुद्धा निवृत्तीनंतरही दभिंच्याकडे मार्गदर्शनाची अपेक्षा धरून येणारे शेकडो विद्यार्थी, नवोदित लेखक, कवी, समीक्षक, पत्रकार यांची गर्दी असते. दभिसर प्रत्येकाचे स्मितवदनाने, अगत्याने स्वागत करतात. येणाऱ्यांच्या अपेक्षांची पूर्ती झाली की दभि समाधान पावतात.

व्ययस्थानात केतू आहे. व्ययातील केतू व्यक्तीला अध्यात्माची आवड आणि आध्यात्मिक अनुभूती देतो; ज्योतिष्यविद्येची आवडही देतो. दभिंना ज्योतिषशास्त्राची आवडही आहे. ज्योतिषविद्या ते जाणतातही. अनेक थोर, महान व्यक्तींच्या कुंडल्यांचा संग्रह दभिंकडे आहे. दभिंना आध्यात्मिक क्षेत्रातही रुची आणि ओढही आहे. त्यात त्यांची अधिक अधिक प्रगती होऊन त्यांना आध्यात्मिक अनुभूतीही येईल.

आता दभिंच्या पत्रिकेतील काही कुयोगांचा विचार ओघानेच येतो :

दभिंच्या कुडलीत चतुर्थेश मंगळ हा पापग्रह आहे. चतुर्थस्थान हे हृदयाशी संबंधित स्थान आहे आणि मंगळ हा रक्ताभिसरण संस्थेचा कारक व चतुर्थेश असल्याने तो दभिंना हृदयाचा विकार देणारा आहे. याचा अनुभव दभिंनी घेतला आहेच.

दभिंच्या कुंडलीत षष्ठस्थानात शनी व राहू यांची जवळ जवळ युतीच आहे. दोन्ही पापग्रह; शिवाय परस्परांचे शत्रू. या कुयोगाचा दभिंना त्रास सोसावा लागला आहे व पुढेही सोसावा लागणार आहे. या कुयोगामुळे दभिंवर खोटे आळ येणे, आप्त व मित्रवर्गाकडूनच गंभीर आरोप होऊन बदनामी होणे, मत्सरी मित्रांकडून त्रास होणे, मित्राचेच शत्रूत रूपांतर होणे असे त्रास सोसावे लागतात; अर्थात लाभस्थानातील मंगळाची आठवी दृष्टी षष्ठस्थानावर असल्यामुळे दभिंचा मत्सरी शत्रुवर्ग निष्प्रभ होतो. शिवाय दभिही त्या आरोपांतून सहीसलामत निर्दोष सुटतात.

दभिंची समीक्षा काळावर आपली प्रतिभा उमटवेल का? त्यांच्या समीक्षेच्या पाऊलखुणा साहित्यक्षेत्रात अमिट राहतील का? त्यांच्या समीक्षेचे मोल आणि महत्त्व

काय? अशा प्रश्नांची उत्तरेही दभिंच्या कुंडलीत मिळतात. सध्या त्यांचा गुरू चांगला आहे. तो लेखनकार्य करवून घेणार आहे. विद्यार्थ्यांकडून त्यांना मानसन्मान मिळवून देणारा आहे. शिवाय प्ल्यूटोही त्यांच्या धनु राशीत आहे. तोही दभिंच्या हातून दर्जेदार लेखन करवून घेईल. शिवाय २०१२ पर्यंत दभिंना वाङ्मयक्षेत्रातील काही उच्च बहुमानही मिळण्याचे योग आहेत.

आत्तापर्यंत दभि बुलढाणा येथे १९८६ साली भरलेल्या 'विदर्भ साहित्यसंमेलना'च्या आणि सातारा येथे १९९४ साली भरलेल्या 'अभिजात साहित्यसंमेलना'च्या अध्यक्षपदी विराजमान झाले होते. मार्च २०१० मध्ये पुणे येथे झालेल्या ८३ व्या अखिल भारतीय साहित्यसंमेलनाच्या अध्यक्षपदी ते विराजमान झाले आहेत; पण पुढील काळातही दभिंना असे सन्मान मिळणार आहेत. त्यांचा राशीस्वामी ' गुरू ' धनस्थानी आहे आणि बुद्धिकारक बुध लाभात पुष्कर योगात आहे. हे दोन ग्रह त्यांना असे मानसन्मान मिळवून देतील. व्ययातील लग्नेश रवीही त्यांना ख्याती मिळवून देईल. दभिंच्या समीक्षेला डावलणे आणि विसरणे मराठी साहित्याला अशक्य आहे. मराठीत जोपर्यंत ज्ञानेश्वर आहेत, जोपर्यंत केशवसुत-तांबे आहेत, बालकवी-रेगे आहेत, मर्ढेकर-बेडेकर आहेत, जी.ए आणि सुरेश भट आहेत तोपर्यंत दभिंची समीक्षा तळपत राहणार आहे.

भ्रमणध्वनी : ९३२५०६३६०६

समीक्षेतील ‘दभि’स्पर्श

राजेंद्र नाईकवाडे

आधुनिक मराठी साहित्याच्या उण्यापुऱ्या शे-दीडशे वर्षांच्या इतिहासातील समीक्षेची महत्त्वाची पृष्ठे ज्या काही मोजक्या प्रतिभावंतांनी आपल्या पृथगात्म शैलीने व्यापली आहेत त्यात नव्या शतकाच्या उंबरठ्यावर जे एकमात्र नाव डोळ्यांपुढे येते ते म्हणजे डॉ. द.भि. कुलकर्णी यांचे! प्राचीन ते अर्वाचीन अशा दीर्घ पटावर पसरलेल्या मराठी वाङ्मयप्रवाहाचे एक मर्मज्ञ आणि विचारवंत भाष्यकार, मराठी भाषा व साहित्याचे व्रतस्थ आणि निष्ठावान अध्यापक-शिक्षक, मराठीच्या दालनात नवी पावले उमटवण्याचे धाडस करू इच्छिणाऱ्यांचे आधारू मार्गदर्शक, व्याख्याते आणि नितांतसुंदर वक्ते म्हणून दभि. ख्यातनाम आहेत. १९६० नंतरची गेली जवळजवळ ५ दशके म्हणजे सुवर्णमहोत्सवी ५० वर्षे मराठी वाङ्मयाची मर्मग्राही समीक्षा आणि मराठी वाङ्मयाचे अध्यापन-मार्गदर्शन करणारे डॉ. कुलकर्णी वाङ्मयविश्वात दभि या आद्याक्षरांनी ओळखले जातात. पन्नास वर्षांच्या अखंड वाङ्मयनिष्ठेचा आणि साधनेचा जिव्हाळा दभि या शब्दात सामावलेला आहे.

मराठी वाङ्मयातील या ‘दत्तात्रेया’चा जन्म २५ जुलै १९३४ च्या गुरुपौर्णिमेला नागपुरात झाला. १९५९ मध्ये नागपूर विद्यापीठाची एम.ए. (मराठी) ही पदवी बेहरे सुवर्णपदकासह प्राप्त करून लागलीच त्यांनी आपल्या अध्यापनसेवेला १९६० मध्ये काशी हिंदू विश्व विद्यालय, बनारस येथे प्रारंभ केला. ‘महाकाव्य’ या विषयावर प्रा. भ.श्री. पंडित यांच्या मार्गदर्शनाखाली १९६७ मध्ये पीएच्.डी.ची उपाधी प्राप्त करणाऱ्या दभिंनी आपली मराठी साहित्यविश्वातील सुरुवातीची पावले नागपूरच्याच भूमीत कथा, कविता, ललित निबंध, समीक्षा इत्यादींच्या रूपाने उमटवण्यास प्रारंभ केला.

१९६४ ते १९९४ अशी एकूण ३१ वर्षे नागपूर विद्यापीठाच्या पदव्युत्तर मराठी विभागात दभिंनी अक्षरश: व्रतस्थपणे मराठी भाषेच्या आणि साहित्याच्या अध्यापनाचे कार्य केले आणि अध्यापननिष्ठेचा एक मानदंडच स्थापित केला. तत्पूर्वीच खरेतर

त्यांच्या अध्यापनसेवेला प्रारंभ १९५५ मध्ये झाला होता. सुरुवातीला काही काळ नागपूर व मुंबईच्या शासकीय प्रकाशन विभागात सहसंपादक म्हणून व नागपूरच्या विकास नाईट कॉलेजमध्ये शिक्षकपदावर काम केल्यावर कोल्हापूरच्या गोखले महाविद्यालयातून त्यांनी अध्यापनसेवा रूजू केली. तिथून नागपूरच्या मराठी विभागात वयाच्या तिसाव्या वर्षी ते आले ते थेट निवृत्तीपर्यंत! एक अखंड ज्ञानयज्ञच; नव्हे एक अखंड ज्ञानदानाची धुनीच त्यांनी अनेक विद्यार्थ्यांच्या संगतीने एखाद्या अवलियाच्या व्रतस्थतेने, विरक्ततेने आणि मनस्वीपणाने पेटत ठेवली. ज्याची धग आणि ऊब अनेकांनी अनुभवली अन् ज्ञानाचा प्रकाश स्वत:च्या उरात भरभरून भरून घेतला. दभिंच्या या मठाची-आश्रमाची दारे शुद्ध, निर्लेप वाङ्मयप्रेमींसाठी सदैव खुली होती. आज सर्वत्र बोकाळलेले जातिपातीवरून वाङ्मयगुणांची पारख करणारे संकुचित 'मंबाजी' पाहिल्यावर दभिंच्या जात-पंथ-धर्म-विचारधारानिरपेक्ष आचार्यकुलाने केवढे महनीय अन् उदात्त कार्य मराठी साहित्याच्या सेवार्थ केले याची कल्पना येते. निरपेक्ष वाङ्मयप्रेम हाच दभिंच्या अध्यापनसेवेचा अन् आचार्यकुलाचा धर्म होता. दभि नागपूर सोडून पुण्याला गेले याची खंत करण्याचे एकमेव कारण म्हणजे हे आचार्यकुल स्थलांतरित झाले.

दभिंचे अध्यापनकार्य आणि त्यांनी आधुनिक काळात आपल्यापरीने जिवंत ठेवलेली गुरुकुल परंपरा इतक्या अगत्याने आठवण्याचे महत्त्वाचे कारण म्हणजे त्यांच्या अध्यापनकार्याचा आणि त्यांच्या समीक्षालेखनाचा घनिष्ठ आणि परस्परानुकूल अनुबंध आपल्याला दिसतो. यासंदर्भात त्यांचे नाते वा.ल. कुळकर्णी या मान्यताप्राप्त दुसऱ्या अध्यापक-समीक्षकाशी जुळले. दभिंच्या साहित्यप्रवासात जो सतत जिवंतपणा, ताजेपणा, नवेपणा, नव्या-जुन्याशी सारख्याच आस्थेने समरसून जाण्याची वृत्ती दिसते तो जीवनरस त्यांना या अध्यापनपरंपरेने आणि गुरु-शिष्य परंपरेने पुरवत ठेवला.

ग्रेसांपासून प्रभा गणोरकर,सुलभा हेर्लेकर, श्यामला मुजुमदार, ज्योती लांजेवार, श्याम धोंड यांच्यापर्यंत आणि डॉ. अक्षयकुमार काळे, डॉ. यशवंत मनोहर यांच्यापासून ते स.त्र्यं. कुळ्ळी, डॉ. श्रीकांत तिडके, डॉ. राजन जयस्वाल, डॉ. प्रमोद मुनघाटे, डॉ. विनायक तुमराम इत्यादींपर्यंत विविध पंथोपपंथांचे, साहित्याच्या आणि समीक्षेच्या क्षेत्रात स्वयंप्रतिभेने चमकलेले शिष्य दभिंना लाभले. वाङ्मयीन क्षेत्रातले हे अध्यापन-मार्गदर्शनाचे आणि या परस्परजीवी अनुबंधाचे अधिष्ठान त्यांच्या समीक्षालेखनास व एकूण व्यक्तिमत्त्वाच्या जडणघडणीस व विकासास लाभलेले दिसते. १९५५ च्या सुमारास मराठी कवींच्या आईविषयक कवितांवरील 'आई: दोन कविता' हे तुलनात्मक टिपण त्यांनी वयाच्या विशीतच लिहिले; जे पुढे पु.शि. रेग्यांच्या 'छंद' मध्ये प्रकाशित

झाले. दभिंचा हा पहिला प्रकाशित समीक्षालेख मानला जातो. ते समीक्षक असले आणि समीक्षक म्हणून ओळखले जात असले तरी समीक्षालेखनापूर्वी शालेय जीवनातच त्यांनी कथा, कविता आणि लघुनिबंध यांच्या रूपाने सृजनशील लेखक म्हणून साहित्याच्या दालनात गाज्यावाज्यासह प्रवेश केला होता. १९५२ ला आकाशवाणी काव्यस्पर्धेत 'बारा आणि तासशलाका' कविता, १९५३ ला साप्ताहिक विवेक कथास्पर्धेत 'कृष्णाकाकू' ही कथा, १९५३लाच न्यूयॉर्क हेरॉल्ड ट्रिब्यूनतर्फे आयोजित आंतरराष्ट्रीय कथा स्पर्धेत 'रेक्वियम' ही कथा व १९५६ मध्ये 'स्वराज्य' साप्ताहिक कथास्पर्धेतली 'आत्मनस्तुकामाय' कथा या सर्व पारितोषिकप्राप्त कलाकृतींनी जी सुरुवातीची पाऊलचिन्हे उमटवली त्यातूनच दभिंच्या लालित्यपूर्ण समीक्षाशैलीचा पाया रचला जात होता. ही दभिंची सगळी वाङ्मयीन जडणघडण नागपुरात होत होती तेव्हा शेवाळकर, वाबगावकर हे त्यांचे साथीदारही प्रारंभीच्या काळात 'कवी' म्हणून वावरत होते. या मंडळींच्या त्या भारलेल्या जडणघडणीच्या काळातील मैत्रीचे चांदणे आणि शुक्रवारी तलावात पडलेली त्यांची प्रतिबिंबे दभिंनी आपल्या 'अपार्थिवाचे चांदणे' या ललितनिबंध संग्रहात मोठ्या हळुवारपणाने आणि उत्कटतेने टिपली आहेत. दभिंच्या एकूणच समीक्षाव्यापाराला असलेला लालित्याचा परिसस्पर्श त्यांच्या व्यक्तिमत्त्वाचीच स्वाभाविक दिव्य प्रस्फुरणे होत. ललित निबंधकार अणि समीक्षक यांच्या सीमारेषेवर आणि या दोन्ही टोकांकडे दभिंच्या प्रतिभेचा लंबक सदैव झुलत राहिलेला दिसतो.

दभिंचे वाङ्मयीन कर्तृत्व ललितसाहित्य आणि समीक्षा या दोन धारांनी वाहत विकसित झालेले दिसते. विशेषत: १९६०च्या सुमारास महाराष्ट्रनिर्मितीच्या धामधुमीच्या काळाच्या पार्श्वभूमीवर नागपूर शहरातच दभिंच्या वाङ्मयीन व्यक्तिमत्त्वाची जडणघडण झाली. सुरुवातीला कथा आणि कविता यांत दभिंचे तरुण मन आणि उमलती प्रतिभा रममाण झाली होती. या सर्व जडणघडणीच्या काळाचा आणि स्वप्नभारल्या मन:स्थितीचा सुंदर आलेख दभिंनी 'अपार्थिवाचे चांदणे', 'पस्तुरी', इत्यादी ललितनिबंधसंग्रहातील लेखांतून काढला आहे. दभिंचे पहिले वाङ्मयीन प्रकाशन १९५९ मध्ये 'रेक्वियम' या कथासंग्रहाच्या रूपाने (नवलेखन प्रकाशन, नागपूर)सिद्ध झाले. त्यानंतर मात्र त्यांची ललितसाहित्याची पुस्तके अपवादानेच प्रकाशित झाली. त्यांच्या ललितसाहित्यात 'मेघ, मोर आणि मैथिली' (१९७८) 'अपार्थिवाचे चांदणे' (१९९९) 'पस्तुरी' (२००२) 'स्फटिकगृहीचे दीप' (२००८) 'समीक्षेची सरहद्द' (२००५) 'प्रतीतिभेद' (२००७) ही काही ललितनिबंधाची पुस्तके आणि 'मेरसोलचा सूर्य' (२००४)हा एक कवितासंग्रह प्रसिद्ध आहे. 'आठवणी-अनुभव', 'लघुनिबंध', 'व्यक्तिचित्रे' आणि 'ललित लेख'

या चार प्रकारांत त्यांनी उल्लेखनीय असे ललितनिबंधलेखन केले आहे. समीक्षक या उपाधीप्रमाणेच ललित निबंधकार हीसुद्धा दभिंची ओळख बनावी असे सकस, समृद्ध आणि पृथकशैलीचे ललित गद्य त्यांनी लिहिलेले दिसते. 'बैरागी हृदयनाथ', 'रवींद्रनाथ', 'खांडेकर', 'जयवंत दळवी', 'व्यंकटेश माडगूळकर' 'म.म.देशपांडे' इत्यादी दभिंनी रेखाटलेली व्यक्तिशब्दचित्रे अतिशय मनोज्ञ आणि अल्पाक्षरमणीय अशी वठली आहेत. 'स्फटिकगृहीचे दीप' मधील लघुललित लेखही आशयघन निर्मितीची साक्ष ठरणारे आहेत.

दभिंच्या समीक्षाशैलीचा विचार करताना त्यातील सहजस्वाभाविकता, आत्मशोधनाचाच एक भाग झालेला कलाकृतींच्या गाभ्याचा शोध आणि एखाद्या कलाकृतीच्या निर्मितिप्रक्रियेसारखीच तिची जाणवणारी निर्मितिप्रक्रिया या गोष्टी महत्त्वाच्या ठरतात.म्हणूनच एखाद्या स्वयंभू वाङ्मयकृतीप्रमाणे घडणारे त्यांच्या समीक्षेतील नवनवे साक्षात्कार स्तंभित करणारे व दिपविणारे असतात. शरच्चंद्र मुक्तिबोधांच्या काव्यातील सामर्थ्य त्यातील क्रांतिविचारात नसून त्यातील छोट्या छोट्या भावघटकात कसे सामावलेले आहे आणि तेच त्यांच्या काव्याचे कसे शक्तिकेंद्र आहे, हे अवतीभवतीच्या 'मार्क्सवादी-मुक्तिबोध' या घोषणांच्या गदारोळात दभि सांगतात. तेव्हा भा.रा. पाटणकरांनी मुक्तिबोधांच्या काव्यातील उत्कट भावप्रकटीकरणात व आत्मचिंतनात शोधलेली त्यांच्या काव्याची मूल्ययुक्तता आणि महात्मता (मुक्तिबोधांचे साहित्य) स्मरून दभिंच्या द्रष्टेपणाची जाणीव होते. आपल्या समीक्षांव्यापाराची निर्मितिप्रक्रिया सांगताना याविषयीची सगळी गूढे आणि कूटे दभि स्पष्टपणे आपल्यापुढे मांडतात. ''कवीला कविता स्फुरावी तशी मला समीक्षा स्फुरते. ध्यानीमनी नसताना अचानकच एखादी कलाकृती मला खुणावते. तिच्यातील एखादे पात्र, तिच्यातील एखादी प्रतिमा, एखादा शब्द अस्वस्थ करतो. गूढ वाटू लागतो. भान सुटल्यासारखा कागद काढून लिहायला बसतो. मग स्थळकाळाचे भान कुठले?...तेव्हा भोवतीची माणसे सावल्यांसारखी झालेली असतात आणि वाङ्मयकृतीतील प्रत्येक शब्द जिवंत, प्रत्यक्ष. ती एक अद्‌भुत मन:स्थिती असते. आस्वाद आणि निर्मिती, इंद्रियगोचरता आणि मानसप्रत्यक्षता, भावनिर्भरता आणि वस्तुभान यांची इतकी एकतानता एरवी कधीच अनुभवाला येत नसते. भानावर येतो तेव्हा कागदाच्या विटेवर माझा समीक्षालेख कमरेवर हात ठेवून उभा असतो.''

दभिंच्या या आभिप्रयाची प्रत्यक्ष शब्दरूप आविष्करणे त्यांच्या बहुतेक समीक्षालेखांतून, ज्यात प्राचीन ते अर्वाचीन असा मोठा अवकाश असतो, कविता, कथा कादंबरी, नाटक असे सारे वाङ्मयप्रकार असतात, ज्ञानदेवांपासून सुरेश भटांपर्यंत

मराठी काव्याची समृद्ध-विराट परंपरा असते, याचाच वाचकाला सहज प्रत्यय येतो. यासंदर्भात त्र्यं.वि. सरदेशमुखांची समीक्षाशैली आठवते. त्यांच्याशी दभिंची जातकुळी जुळताना दिसते. जसा परतत्त्वाचा व भारलेपणाचा स्पर्श सरदेशमुखांच्या समीक्षेला आहे तसाच; पण भारलेपणात वाहून न जाणारा, त्यातच वस्तुनिष्ठता अन् तटस्थता जपणारा, असा स्पर्श दभिंच्या समीक्षेला असल्याचे लक्षात येते. या समीक्षेच्या निर्मितीमागे जो अफाट व्यासंग आणि जी व्रतस्थ साधना असते, खरोखर त्या साधनेतून उमललेली ही समीक्षेची फुले असतात. वाङ्मयप्रकाराच्या आणि वाङ्मयकृतीच्या गर्भात शिरून त्यातली अंतरंग-स्पंदने टिपण्याचे सामर्थ्य दभिंच्या समीक्षेला लाभते ते या साधनेमुळे आणि निष्ठेमुळे! वर्षानुवर्षे एखाद्या विषयाचा ध्यास घेणारी, त्या विषयाला आपल्या भक्तीचा अन् ध्यानधारणेचा नित्यविषय करणारी अशी ही दभिसाधना असते. ज्ञानदेवांच्या शब्दांचा आधार घेतला तर 'फुले वेचिता भारू कळियासी आला, मोगरा फुलला, मोगरा फुलला' अशी ही निर्मितिप्रक्रिया असते. त्यामुळेच कलावंतांची अन् त्यांच्या कलाकृतींची अनेकानेक मर्मे दभिंची समीक्षा उकलत जाते. अविनाश सप्रे 'मराठी साहित्य : प्रेरणा आणि स्वरूप' मध्ये दभिंचा समीक्षाव्यापार तपासताना त्यांच्यावर काही ताशेरे ओढतात आणि त्यांचा कदाचित उणेपणा व्यक्त करण्यासाठी 'आध्यात्मिक-जीवनवादी समीक्षक' अशी बिरुदावली त्यांना लावतात. खरेतर ही बिरुदावली म्हणजे दभिंच्या समीक्षेचे यथायोग्य वर्णनही असते आणि त्यांचा गौरवही असतो. दभिंच्या समीक्षाव्यवहाराला असलेला परतत्त्वाचा स्पर्श म्हणजेच त्यांच्या समीक्षेतली प्रगल्भता, अथांगता, व्यापकता, संदर्भसंपृक्तता, गाढता आणि पृथगात्मताही असते.

दभिंचा पहिला समीक्षालेखसंग्रह 'दुसरी परंपरा' १९७४ मध्ये नागपूरच्या प्रभा प्रकाशनाने प्रकाशित केला. त्यानंतर आजवर 'महाकाव्य स्वरूप व समीक्षा' (१९७५), 'ज्ञानेश्वरांचे श्रोतृसंवाद' (१९७६), 'पहिली परंपरा' (१९७६), 'तिसऱ्यांदा रणांगण' (१९७६)'चार शोधनिबंध'(१९७७), 'पार्थिवतेचे उदयास्त' (१९७७), 'नाट्यवेध' (१९७८), 'मर्ढेकरांचे सौदर्यशास्त्र: पुन:स्थापना' (१९८२), 'प्रतीतिविश्रांती' (१९९२), 'दोन परंपरा' (१९९३), 'युगास्त्र' (१९९३), 'द्विदल' (१९९४), 'हिमवंतीची सरोवरे' (१९९६), 'पहिल्यांदा रणांगण' (१९९९), 'कादंबरी : स्वरूप व समीक्षा' (२००३), 'समीक्षेची सरहद्द' (२००५), 'सुरेश भट : नवे आकलन' (२००५), 'प्रतीतिभेद' (२००७), 'प्रतीतिविश्रांती ज्ञानदेवांची' (२००८), 'महाकथा जीएंची' (२००८), 'समीक्षेची वल्कले' (२००८), 'नाटक : स्वरूप व समीक्षा' (२००८), 'समीक्षेची चित्रलिपी' (२०११) हे त्यांचे समीक्षाग्रंथ प्रकाशित झालेले आहेत. 'हिमवंतीची

सरोवरे' हे त्यांच्या समीक्षालेखांचे प्रातिनिधिक संकलनही प्रसिद्ध आहे. याशिवाय काही संपादित ग्रंथही त्यांच्या नावावर आहेत. अत्रतत्र प्रकाशित ५००हून अधिक अशा समीक्षालेखांची सूची 'हिमवंतीची सरोवरे' मध्ये दिलेली आहे. 'समीक्षेची सरहद्द' व 'प्रतीतिभेद' ही सामान्यत: समीक्षेची मानली जाणारी पुस्तके समीक्षेची सरहद्द ओलांडून ललितनिबंधाच्या (व्यक्तिचित्र इत्यादी उपप्रकार) प्रदेशात शिरलेली दिसतात. दभिंच्या एकूणच लेखनात मीत्वप्रधान ललितनिबंध आणि विषयवस्तुप्रधान मूल्यात्मक समीक्षा याची सरमिसळ झालेली दिसते. त्यांच्या उपरोल्लिखित समीक्षाव्यवहाराचा व्यापक पैस स्तिमित करणारा आहे. प्राचीन ते अर्वाचीन, आधुनिक ते नव, नव ते साठोत्तरी, साठोत्तरी ते आजचे ताजे साहित्य असा तो व्यापक पसरलेला आहे. दभिंच्या समीक्षा संप्रदायाची वर्णने करताना 'कलावादी', 'अलौकिकतावादी', 'आध्यात्मिक', 'जीवनवादी', 'नवअलौकिकतावादी', 'कलावाद-जीवनवाद यांचा समन्वय साधणारी' अशा विविध शब्दसंज्ञा आजवर वापरण्यात आल्या आहेत. परंपरा आणि नवता यांचा वाङ्मयीन सौंदर्यनिष्ठ असा सम्यक समन्वय आपल्याला दभिंच्या समीक्षाव्यापारात दिसून येतो. भारतीय साहित्यशास्त्रातील वाङ्मयविषयक भूमिकेचे आणि भारतीय धारणा-विचारांचेही अधिष्ठान दभिंच्या समीक्षेला लाभलेले असले तरी विविध प्रकारचा पाश्चात्त्य सौंदर्यविचार आणि साहित्यविचार यांच्याही व्यासंगाचा आधार दभिंच्या समीक्षेला लाभलेला दिसतो. त्यामुळे त्यांची समीक्षा एकांगी न होता अधिक तर्कशुद्ध आणि वस्तुनिष्ठ होते. संत ज्ञानेश्वर आणि ज्ञानेश्वरी, भारतीय साहित्यशास्त्र, जी.एंची कथा, संपूर्ण आधुनिक मराठी कविता आणि मराठी कादंबरी हे त्यांचे खास ध्यासविषय आहेत. निष्ठायुक्त व्यासंग, मर्मग्राही चिकित्सकवृत्ती, सौंदर्यशोधक अभिजात रसिकता, विशुद्ध वाङ्मयनिष्ठा, वाद-विचारप्रणाली-निरपेक्षता, नव्या प्रतिभांतील नवसृजनाचे रूप हेरण्याचे कौशल्य, नव्या ताज्या चिंतनाची गंभीर मांडणी, आधुनिकतेचे भान आणि परंपरेची डोळस जाण, वाङ्मयीन तत्त्वचिंतनाची व्यापक बैठक आणि ललितरम्य सुगठित सुबोध शैली इत्यादी गुणवैशिष्ट्यांनी दभिंची समीक्षा संपृक्त आहे.मराठी समीक्षेतील दभिंचे स्थान अत्यंत महत्त्वपूर्ण आणि पृथगात्म स्वरूपाचे आहे. डॉ. भालचंद्र नेमाडे यांनी म्हटल्याप्रमाणे 'समीक्षा ही वाङ्मयीन संस्कृतीचा एअरफोर्स असतो' किंवा दभिंनी स्वत: म्हटल्याप्रमाणे 'श्रेष्ठ समीक्षा अस्सल वाङ्मयकृतींचा पुनर्जन्म घडवून आणीत असते' ही विधाने दभिंच्या समीक्षेसंदर्भात तंतोतंत खरी ठरतात आणि त्यांच्या समीक्षेची प्राचीन आणि अर्वाचीन, सैद्धान्तिक आणि उपयोजित, संशोधनपर आणि आस्वादपर अशीही विभागणी करता येते. त्याचप्रमाणे वाङ्मयनिष्ठ (ज्ञानेश्वर, मर्ढेकर,

जीए, सुरेश भट) वाङ्मयकृतिनिष्ठ (रणांगण, ज्ञानेश्वरी) प्रवृत्ती-प्रवाह-संप्रदायनिष्ठा (दोन परंपरा, पार्थिवतेचे उदयास्त) आणि वाङ्मयप्रकारनिष्ठा (महाकाव्य : स्वरूप आणि समीक्षा, कादंबरी : स्वरूप आणि समीक्षा, नाट्यवेध, नाटक : स्वरूप आणि समीक्षा, दोन परंपरा) इत्यादी प्रकारांनीही त्यांच्या समीक्षालेखनाचा आलेख मांडता येतो. मराठीतील एक ज्येष्ठ समीक्षक म.द हातकणंगलेकर दभिंच्या समीक्षेचे मराठी साहित्यातील स्थान निश्चित करताना म्हणतात, ''द. भि. कुलकर्णी हे मर्ढेकर व दि.के.बेडेकर यानंतरचे महत्त्वाचे समीक्षक मानले पाहिजेत. मर्ढेकरांच्या ठिकाणी असलेले आधुनिकतेचे भान व नवसर्जनाची क्षमता आणि दि.के. बेडेकरांच्या ठिकाणी असलेली तत्त्वज्ञानाची बैठक आणि समष्टीच्या सफल जीवनासाठी आवश्यक असलेला नव्या सर्जनशील तत्त्वज्ञानावरचा विश्वास तसेच वा.ल. कुळकर्णी यांची स्वागतवृत्ती आणि जुन्या-नव्या साहित्यप्रकारांचे अवधान यांचा संगम दभिंच्या समीक्षादृष्टीत झालेला आहे.(समीक्षेची क्षितिजे पृ.१०)'' अशा या दभिंच्या समीक्षेने मराठी वाङ्मयविश्वातील चैतन्य जपण्याचा आणि मराठी साहित्यजगत समृद्ध करण्याचा गेली ५० वर्षे (१९६० ते २०१०)सातत्याने प्रयत्न केला आहे. दभिंच्या समीक्षा प्रवासाचा सुवर्णमहोत्सवच आपण एक प्रकारे ८३व्या अखिल भारतीय मराठी साहित्यसंमेलनाच्या रूपाने साजरा करीत आहोत, असे म्हणता येईल.

भ्रमणध्वनी : ९८५०३५१०२५

सर्जनशील समीक्षक

पंडितराव पवार

पुणे येथे मार्च २०१० मध्ये संपन्न झालेल्या अखिल भारतीय मराठी साहित्यसंमेलनाच्या अध्यक्षपदी डॉ. द.भि.कुलकर्णी यांची निवड झाली. आयुष्याचे अमृतमहोत्सवी पर्व पार करताना आणि साहित्यप्रांतातील, विशेषत: समीक्षा या शास्त्रीय वाङ्मयप्रकाराला नवसृजनाचे काव्यात्म स्वरूप सिद्ध केल्याचा समग्र अनुभव घेत असताना, हा सन्मान त्यांना मिळाला. यापूर्वी त्यांनी इंदूर येथे संपन्न झालेल्या साहित्यसंमेलनाच्या निवडणुकीच्या पराभवाचा अनुभव घेतला आहे; पण वेळ आल्याशिवाय काहीच घडत नसते, या न्यायाने योग्य वेळी त्यांना हा सन्मान प्राप्त झाला. त्या पराभवाने ते नाउमेद नव्हते. उलट ''पराभव माणसाला अधिक शहाणे करत असतात. कोणत्याही परिस्थितीत हृदयाचा पराभव होऊ देऊ नये, असं उपनिषदातील वचन आहे, ते इथे लक्षात घेतले पाहिजे'' या त्यांच्या विधानातून त्यांच्या आशावादी आणि सकारात्मक जीवनदृष्टीचे दर्शन घडते. एवढेच नव्हे तर, साहित्यिकांनी अशा पराभवांची भीती बाळगू नये, तसेच दुसऱ्या क्रमांकाची मते मिळविणाऱ्या साहित्यिकाला शाखा संमेलनात सन्मानाने अध्यक्षपद द्यावे अशी सहिष्णुतेची व्यापक भूमिका घेणारा हा विशालहृदयी माणूस आहे.

दभिंची समीक्षा, त्यांची स्वतंत्र वाङ्मयीन दृष्टी प्रकट करणारी आहे हे त्यांच्या आतापर्यंतच्या समीक्षालेखनातून स्पष्ट झाले आहेच; पण हा विचक्षण समीक्षक, माणूस म्हणूनही सर्व अंगांनी परिपक्व आहे. आपल्या समीक्षाव्यवहारात कोणताही पूर्वग्रह न ठेवता सहृदयी आणि नि:स्पृह भावनेने त्यांनी आजपर्यंत समीक्षा केली आहे. एखाद्या साहित्यिकाशी साहित्यव्यवहाराबाबत आणि त्याच्या साहित्यभूमिकेबाबत मतभेद असले तरी दभिंच्या समीक्षेत त्याचा चुकूनही प्रत्यय येत नाही. त्यादृष्टीने त्यांची समीक्षादृष्टी निर्लेप आणि नितळ आहे. या संदर्भात एक आठवण नमूद करण्यासारखी आहे. साधारणत: १९७६ साली विदर्भ साहित्य संघ, नागपूर येथे एक वाङ्मयीन स्वरूपाचा कार्यक्रम होता. सुप्रसिद्ध कवी अनिल विदर्भ साहित्य संघाचे

आणि त्या कार्यक्रमाचेही अध्यक्ष होते. डॉ. द.भि त्या कार्यक्रमात एक वक्ते होते. मी त्यावेळी कवी अनिलांच्या कवितेच्या अभ्यासानिमित्त कवी अनिलांकडे गेलो होतो. डॉ. दभिंनी आपल्या भाषणात मराठी काव्यपरंपरेच्या संदर्भात संत ज्ञानेश्वर, संत तुकाराम, बा.सी.मर्ढेकर ही अलौकिकवादी कवींची एक परंपरा आणि संत रामदास, म.मो.कुंटे, कवी अनिल, मुक्तिबोध, नारायण सुर्वे ही लौकिकवादी कवींची दुसरी परंपरा असल्याचे सोदाहरण विवेचन केले. कवी अनिलांना कवींची ही वर्गवारी अजिबात आवडली नव्हती. अध्यक्षीय भाषणात त्यांनी दभिंच्या या भूमिकेचा कडाडून विरोध केला. ''कवींच्या बाबतीत असा काही भेद नसतो. आपल्या जीवनदृष्टीनुसार लौकिक-अलौकिकाचा विषय काव्यात येतो. समीक्षकांना साहित्याचे अशा प्रकारचे फरक करण्याची सवयच असते. कवींच्या कर्तृत्वात वॉटर टाईप कंपार्टमेंट असू शकत नाही,'' इत्यादी शब्दात त्यांनी एक प्रकारे डॉ. दभिंची निर्भर्त्सना केली. दभिंनी कार्यक्रम संपल्यावर अनौपचारिकपणे पुन्हा आपली भूमिका अनिलांना पटवून देण्याचा प्रयत्न केला. अनिलांचे काही प्रमाणात समाधान झाले होते; परंतु या घटनेचा संबंध दभिंनी कवी अनिलांच्या कवितेच्या समीक्षेशी चुकूनही कधी येऊ दिला नाही. कवी अनिलांच्या कवितेचे वेगळेपण त्यांनी वेळोवेळी सांगितले. त्यांच्या मुक्तछंद, दशपदी रचनाबंधांचे स्वागत केले आणि दशपदी हा भावकवितेचा रेखीव आविष्कार आहे हे सांगतानाच, कवी अनिलांना आवडले नसले, तरी तो एक प्रयोगच आहे, हे ठामपणे मांडले. हा प्रयोग केवळ एक चूष म्हणून केला नाही तर आशयाच्या, अभिव्यक्तीच्या अपरिहार्यतेतूनच झाला आहे, हेही आवर्जून सांगितले. यातून त्यांची सहिष्णुता आणि समीक्षकाची स्पष्टताच स्पष्ट होते. शिवाय या प्रयोगाला कवींची आत्मनिष्ठ जाणीव, आत्मसंवाद आणि सामाजिक जाणीव यांचा आधार आहे. हेही विचक्षण समीक्षेच्या भाषेत सांगितले. यावरून हा माणूस पूर्वग्रह मनात ठेवून समीक्षा करीत नाही, हेच स्पष्ट होत; आणि ही नव्याचे स्वागत करण्याची, त्या प्रयोगाची पृथगात्मता विविध अंगांनी स्पष्ट करण्याची त्यांची शैली हे मूळच्या तरल प्रतिभेबरोबरच सततच्या व्यासंगाने कमावलेली आहे.

कवी अनिलांच्या दशपदीबरोबरच र.कृ.जोशी यांची मूर्तकविता आणि नाट्यक्षेत्रातील समीप नाट्यांचा प्रयोग या नव्या अभिव्यक्तीचे प्रयोगही त्यांच्या सतत नव्याचा शोध घेणाऱ्या जिज्ञासू वृत्तीतून सुटत नाहीत; आणि 'यांसारखे अभिव्यक्तिप्रयोग म्हणजे साहित्य जगतात हेतुपूर्वक-जाणीवपूर्वक येऊ पाहणारी लक्षवेधी नवीनता असते. अशा प्रयोगप्रयत्नांना सहज आत्मसात करीतच महान कलाकृती अवचित जन्मास येत असते. तिच्यासाठी आपण अशा प्रयोगाकडे सावध सहानुभूतीने पाहिले पाहिजे.' (सत्यकथा मार्च १९७९) या त्यांच्या विवेचनातून नवप्रयोगाच्या सिद्धान्ताचीच

स्थापना केल्याचे स्पष्ट होते. नवीनतेचे स्वागत करण्याची त्यांची ही भूमिका साहित्याचा, अभिव्यक्तीचा परीघ विस्तारण्यासाठी निश्चितपणे पूरक ठरली आहे. यातून नवीन प्रयोगाबाबतची वाङ्‌मयीन उपयुक्तता, सहानुभूती आणि वेगळेपणही त्यांनी ओघवत्या-सोप्या भाषेत सांगितले आहे. अशा प्रयोगशील नवीनतेत कलावंताच्या व्यक्तिमत्त्वाचा मूलभूत दृष्टिकोणही स्पष्ट होतो.

ग.त्र्यं. देशपांडे, बा.सी.मर्ढेकर यांना दभिंनी आपले वाङ्‌मयीन गुरू मानले आहे. त्यांची वाङ्‌मयीन आणि समीक्षादृष्टी कमीअधिक प्रमाणात त्यांच्या समीक्षालेखनात पाहावयास मिळते. गुरूची परीक्षा त्याच्या शिष्यांवरून होत असते, हे त्यांचे अ.ना. देशपांडे यांच्या संदर्भात मांडलेले विधान त्यांच्याही बाबतीत यथार्थाने लावता येते. त्यांच्या गुरूंचे वाङ्‌मयीन गुण त्यांनी उचलले हे जसे खरे, त्याचप्रमाणे त्यांनी घडविलेल्या, लिहिते केलेल्या प्रत्यक्ष आणि अप्रत्यक्ष अशा विद्यार्थ्यांवरूनही त्यांच्या गुरुत्वाचे आदरस्थान अधिकच दृढ झालेले आहे. निखळ व्यासंग वाढविणारे आणि तो कृतीउक्तीतून प्रकट करणारे त्यांचे वाङ्‌मयीन जगातील नामवंत विद्यार्थी ही त्यांची नुसती शिदोरीच नाही, तर ती त्यांनी समाजाला उदार हाताने दिलेली पस्तुरी आहे. या विद्यार्थ्यांना त्यांनी जे ज्ञान वाटले त्यात हातचे काही राखून ठेवले नाहीच; पण त्यांना त्यांचे अवकाश शोधायला मुभाही दिली; शिवाय स्वत: देहलदीपाची भूमिका घेऊन एका शिष्याचे दुसऱ्या शिष्याशी दृढ संबंध जोडून पणतीने पणती प्रज्वलित करून ज्ञानप्रकाश उजळविण्याचे काम ते अविरत करीत आहेत. त्यातूनच त्यांचेसंबंधी अभिनंदनग्रंथ आणि अमृतवर्षानिमित्त ‘समीक्षेची क्षितिजे’ असे गौरवग्रंथ साकार झाले आहेत. तासन्‌तास ते आपल्या विद्यार्थ्यांशी- चर्चकांशी ससंदर्भ बोलत राहतात. त्यांचे हे बोलणे म्हणजे रसाळ हृदयसंवाद असतो. अहंकाराचा वारा या ज्ञानपिपासू गुरूला कधी लागला नाहीच; पण घरात आणि दारातही त्यांचा ज्ञानयज्ञ अखंड तेवत आहे, हेच त्यांच्या माणूसपणाचे मोठे वैभव आहे. या ज्ञानवंत माणसाची बुद्धिमत्ता, बहुश्रुतता, स्मृती आणि स्वागतशीलता हा विवेचनाचा मोठाच विषय आहे. विस्तारभयास्तव एकच उदाहरण देतो. कवी अनिलांच्या रुसवा या कवितेचे समीक्षकांनी वेगवेगळे अर्थ लावण्याचा प्रयत्न केला आहे. त्या कवितेचा अभ्यास करताना मी, ‘का भावली मिठाची अश्रूत होत आहे। विरणार सागरी ह्या जाणून दूर राहे?’ या ओळींजवळ थांबलो. मिठाची भावली या प्रतिमेतून अश्रूंचा अर्थध्वनी जाणवला. ‘पण विरणार सागरी ह्या’ या शब्दांत केवळ प्रेमतीतिभाव नसून आणखी काहीतरी वेगळा अर्थ असला पाहिजे, असे सारखे वाटू लागले. त्यावरून जीवाशिवाच्या अद्वैताचा भाव त्यात असेल का? असे असले तर मग सागर आणि मीठ या प्रतीकात वेगळेपण का असावे? इत्यादी प्रश्न मला पडले. माझ्या नजरेसमोर चटकन्

डॉ. दभिंचे नाव आले. शंकानिरसनासाठी मी लगेच त्यांना दूरध्वनी लावला. त्यांना माझ्या मनातली शंका सांगितली. आणि काय आश्चर्य, त्यांनी एका सेकंदात मला सांगितले की, 'अहो कवी अनिल हे व्यासंगी कवी होते. त्यांचा ज्ञानेश्वरांचा अभ्यास दांडगा होता. अमृतानुभवातील 'लवणाची मासोळी' आणि या कवितेतील 'मिठाची भावली' या प्रतिमांत साधर्म्य आहे; आणि 'सांडुनी मीठपणाचा लोभु। मिठे सिंधुत्वाचा घेतला लाभु। तेवि अहं देऊनि शंभु। शांभवी झालो' या ओळीतून ध्वनित होणारा अर्थ कवी अनिलांच्या वरील काव्यपंक्तीतील प्रतीयमान अर्थाला बळकटी आणणारा आहे. 'मिठाची भावली सागरात विरघळण्याच्या भीतीने दूर राहू पाहते. वास्तविक ती सागरातूनच निर्माण झालेली असते. ती तेथे विरघळण्यास कचरते. कारण जीव स्वत:ला प्रकृतीपेक्षा वेगळा समजतो. ते अज्ञान अहंकारातून आलेले असते. इ.इ.' हे सर्व विवेचन मला दभिंनी दहा मिनिटे दूरध्वनीवर ऐकवले. यातून त्यांचा व्यासंग, स्मरणशक्ती आणि विद्यार्थ्याला मदत करण्याचे दातृत्व हे गुण माणुसकीचे द्योतक आहेत. त्यांची समीक्षाही अशी आस्वादक स्वरूपाची आहे.

दभिंनी आपली वाङ्मयीन अभिव्यक्ती कथावाङ्मयप्रकारापासून केली असली तरी तो प्रकार त्यांना भावलेला दिसत नाही. वाङ्मयीन रसास्वाद, समीक्षा, तिला नवनिर्मितीचे स्वरूप देण्यात ते गेली ५० वर्षे गढून गेले आहेत. एकाच एका वाङ्मयीन प्रकारात किंवा प्राचीन–अर्वाचीन अशा कालखंडात त्यांची समीक्षा अडकून पडलेली नाही.

कथावाङ्मयप्रकाराचे वाङ्मयीन विवेचन करताना इसाप, विष्णुशर्मा यांच्या कथांप्रमाणेच चक्रधरस्वामींच्या कथाही त्यांना तात्पर्यकथा वाटतात. शिवाय या कथांना एक आध्यात्मिक मूल्य आहे. म्हणून एका अपरिचित धर्मपंथाच्या तत्त्वज्ञानाच्या त्या वाहक कथा आहेत, याचेही सोदाहरण विवेचन करून श्रीचक्रधरस्वामी हे आद्य मराठी कथाकार आहेत हाही निष्कर्ष त्यांनी काढला. यातून त्यांची मराठी कथेकडे पाहण्याची पृथगात्मदृष्टी स्पष्ट होते. मराठी नवकथेबरोबरच जी.ए.ची महाकथा त्यांनी विशेष पृथगात्मकतेने उलगडून दाखविली. त्यांच्या या लेखनाला तोड नाही. एवढेच नव्हे तर जी.ए.कुलकर्णी यांचे कथालेखन अक्षर आणि त्यांचा नावलौकिक वाढविणारे आहे, हेही त्यांनी त्यांच्या जन्मकुंडलीच्या आधारे स्पष्ट केले आहे.

नाटक ही एक दृक्श्राव्य कला आहे, यात मतभेद नाही. मात्र नाटक वाचताना ती एक वाङ्मयकृती आहे, हे समजूनच आपण वाचतो; परंतु नाटक ही मिश्रकला असून नाट्यकलेत चित्र, शिल्प, नृत्य, संगीत, साहित्य, वक्तृत्व इत्यादी कलांचा आणि कलासदृश आविष्कारांचा संचार होऊ शकतो. म्हणनच नृत्यनाट्य, गेयनाट्य,

मूकनाट्य, काव्यनाट्य, समीपनाट्य, पथनाट्य इत्यादी नाट्यभेद संभवतात, ही त्यांची नाट्यकलेबद्दलची भूमिका नाट्यवाङ्मयाच्या वाङ्मयीन आणि प्रायोगिक मूल्यांचा समतोल साधणारी आहे. नाट्यात कथावस्तू असल्याने वाङ्मयीन मूल्यांना त्यात वाव असतोच; परंतु त्या कथावस्तूला अभिनयातून रसाविष्काराचे सामर्थ्य प्राप्त होते. कायिक, वाचिक, सात्त्विक आणि आहार्य असे अभिनयाचे भेदही ते तपशिलाने सांगतात. एका संवेदनेवर आधारित कला ही नितळ श्रेष्ठ कला आणि एकाहून अधिक संवेदनांवर आधारित कला ह्या कमी नितळ व कमी श्रेष्ठ कला हे मर्ढेकरांचे म्हणणे खोडून काढताना ते लिहितात, ''एक संवेदनास्वाद भिन्न संवेदनास्वादास मारक ठरतो, व त्यामुळे अशा कलांचे माध्यम क्षीण होते. याला मर्ढेकरांनी लौकिक अनुभवाचा दाखला दिला आहे आणि इथेच त्यांची फसगत झाली. मर्ढेकरांची संपूर्ण कलामीमांस अलौकिकवादी आहे. परंतु येथे त्यांनी लौकिक अनुभवाच्या आहारी जाऊन मिश्र माध्यमांचे बळ दुर्लक्षिले! (नाट्यवेध)'' मर्ढेकरांच्या अलौकिकवादी कलामीमांसेला त्यांच्याच शिष्याने सौंदर्यवादी भूमिकेतून छेद दिला आहे. यातून गुरूची कलामीमांसा पचवून शिष्याने रसास्वादाची अलौकिक पातळीवरची भूमिका रसिकांना पटवून देण्याचे काम केले. एकंदरीत लोकधर्मी नाट्यकला वाङ्मयीन गुणांनी मंडित असली तरी प्रायोगिक अशा नाट्यधर्मी गुणांनी तिचा पुनर्जन्म होत असतो, म्हणून ''नाट्यकलेने आपले वाङ्मयत्व न सोडता इंद्रिय संवेदनासामर्थ्य आत्मसात केले की नाट्यकला जन्मास येते, हे कवी मर्ढेकरांच्या निदर्शनास आले असते तर त्यांना किती धन्य वाटले असते.'' या त्यांच्या विधानातून विरोधविचारही किती सौजन्याने दभिंनी मांडलेला आहे! ही दभिंची नाट्यवाङ्मयाबद्दलची नाट्यसमीक्षा मूलभूत असून कलारूप आणि संवेदनारूप यांना सारखेच महत्त्व देणारी आहे. यातून त्यांची नाट्यवाङ्मयाकडे पाहण्याची व्यापक भूमिका लक्षात येते. 'कलेमध्ये अनेक संवेदना एकवटल्याने त्या एकमेकांना मारक न ठरता पूरक ठरू शकतात. नाट्य कला हे त्यांचे उत्तम उदाहरण आहे'' असे दभि. जेव्हा तात्त्विक पातळीवरचे विधान करतात तेव्हा त्यांच्या संगीत आणि इतर कलांच्या अभ्यासाचा व्यासंगही प्रकटल्याशिवाय राहत नाही. या अंगाने त्यांनी सौभद्र या संगीत नाटकापासून जुलूस पर्यंतच्या गद्यनृत्य शैलीतील नाटकांची समीक्षा नाट्यवेध मध्ये केली आहे.नाटकात प्रेक्षकांचा प्रत्यक्ष सहभाग हा अनोखा प्रयोग त्यांना वाटतो. येथेही त्यांना ज्या अणेसरांनी वाङ्मयीन क्षेत्रात प्रौढ व्हायला मदत केली, त्यांचे ऋण व्यक्त करण्यासाठी हा ग्रंथ त्यांनाच अर्पण केला. ही कृतज्ञता व्यक्त करणे त्यांच्या माणूसपणाचा भाव व्यक्त करणारी आहे.

मराठी निबंधवाङ्मयाकडे ते केवळ ऐतिहासिक अंगाने पहात नाहीत; वाङ्मयीन

गुणदोषांची ते मार्मिक चिकित्सा करतात. अव्वल इंग्रजीच्या काळात मराठी निबंधवाङ्मय प्रकार उदयास येऊन विविध नियतकलिकांतून प्रकाशित झाला. समाजजागृती हे जरी सुरुवातीचे निबंधाचे स्वरूप असले तरी धार्मिक, राजकीय विषयांनाही निबंधात कसे स्थान मिळत होते, यादृष्टीने त्यांनी निबंधवाङ्मयाचे विवेचन केले आहे. सुरुवातीच्या निबंधाचे बाळबोध स्वरूप जाऊन नंतर मराठी निबंधात लालित्य आणि रेखीवपणा हे गुणही कसे पाहावयास मिळतात याचे विवेचन त्यांनी अभ्यासपूर्ण पद्धतीने केले आहे. एकंदरीत सुरुवातीच्या काळातील मराठी गद्याला निबंधाचा घाट १८५० ते १८७४ या काळातच लाभला आणि त्यानंतर मराठी निबंधाला आशय आणि अभिव्यक्तीच्या दृष्टीने नवीन रूप प्राप्त झाले, असा निष्कर्ष ते काढतात. मात्र निबंधकाराची पायवाट अव्वल इंग्रजीतील निबंधकारांनी पत्ररूपाने तयार करून ठेवली, अशी ऐतिहासिक मीमांसा त्यांनी मराठी निबंधवाङ्मयाबद्दल करून मराठी साहित्यात मोठी भर पडली आहे.

कादंबरीवाङ्मय एक सहज आस्वादक्षम आणि रोचक वाङ्मयप्रकार या दृष्टीने ते विचार करतात; परंतु कथातत्त्व, घटना-प्रसंगांतील कार्यकारणसंबंध, त्यांतील संभवनीयता, अनुभवघटकांची समृद्धी इत्यादी घटकांना ते कादंबरीसमीक्षेत प्राधान्य देतात. कादंबरीतील घटनारूप कालतत्त्व आणि कथातत्त्व किती समृद्ध आहे, यावर त्या कादंबरीचे मोठेपण असते अशी त्यांची भूमिका आहे. कादंबरीवाङ्मयप्रकाराचे वरील घटकांखेरीज पात्रसृष्टी, त्यांचा संवाद यांतून कादंबरीला मिळालेले प्रवाहित्वही महत्त्वाचे असते. वरील निकष लावून कादंबरीचे मूल्यमापन करणे म्हणजे एका कलाकृतीवरील भाष्य होय अशी त्यांची कादंबरीसमीक्षेबद्दलची धारणा आहे. त्यांच्या शब्दात सांगायचे तर, ''खरोखर एखाद्या भावकवितेप्रमाणेच,कुठल्याही ललित साहित्यकृतीप्रमाणेच कादंबरीचे कादंबरीपण तिच्या शब्दाशब्दात- प्रत्येक शब्दाच्या उच्चारात, स्थानात, व्यंग्यार्थात सामावलेले असते. शब्दाशब्दातून साकार होणारा व्यंग्यार्थ - त्या व्यग्यार्थाची लयतत्त्वानुसार होणारी संघटना आणि या संघटनेचे घटक म्हणून वावरणारे दृश्य आकार, श्राव्यनाद, कलातत्त्व, तर्कतत्त्व या साऱ्यांचे पूरक स्थान आणि प्रयोजन इत्यादींचा शोध म्हणजे खरोखर कादंबरीसमीक्षा होय. (सत्यकथा, डिसेंबर १९६९)'' ही त्यांची कादंबरीसमीक्षेबद्दल भूमिका म्हणजे कादंबरीसमीक्षेचे सूत्रच आहे. अशा सूक्ष्मसमीक्षाविचारातून सर्जनशील समीक्षा आकारास येते, असे त्यांना वाटते

डॉ. दभिंनी मराठीतील विविध साहित्यप्रकारांची मीमांसा तात्त्विक पातळीवर

आणि आस्वादक स्वरूपात केली आहे; परंतु काव्याच्या प्रांतात ते अधिक रमलेले दिसतात. महाकाव्यापासून नवकवितेपर्यंतच्या विविध काव्यप्रवाहांचा त्यांच्या समीक्षेने वेध घेतला आहे. त्यांच्या या समीक्षेने मराठी काव्यसमीक्षेत मोलाची भर घातली आहे. महाकाव्य : स्वरूप व समीक्षा, ज्ञानेश्वरांचे श्रोतृसंवाद, प्रतीतिविश्रांती, पहिली परंपरा, दुसरी परंपरा, मर्ढेकरांचे सौंदर्यशास्त्र : पुन:स्थापना, दोन परंपरा, यासारख्या ग्रंथांतून त्यांचा काव्यसमीक्षाविचार मूलगामी स्वरूपात प्रकट झाला आहे. संत ज्ञानेश्वर, संत तुकोबा आणि बा. सी. मर्ढेकर हे त्यांचे विशेष जिव्हाळ्याचे विषय आहेत; पण त्याचबरोबर बालकवी, बी, अनिल, कुसुमाग्रज, म.म.देशपांडे, शरच्चंद्र मुक्तिबोध, सुरेश भट, नारायण सुर्वे, दिलीप चित्रे, श्रीधर शनवारे, कृष्णा चौधरी आणि अगदी अलीकडचे श्रीनिवास सिरासपर्यंतच्या अनेक कवींची त्यांच्या समीक्षेने दखल घेतली आहे.

डॉ. दभिंनी एझ्रा पौंड यांच्या कवींच्या वर्गीकरणाचा विचार मराठी कवींच्या संदर्भात अत्यंत विचक्षण पातळीवर मांडला आहे. मराठी काव्यपरंपरेत युगकवी, नवनिर्मितिप्रक्रियाशोधक कवी आणि नकले कवी असे त्यांच्या काव्यवैशिष्ट्यांसह प्रकार त्यांनी नमूद केले आहेत. नकले कवी नावाप्रमाणे अनुकरण करून प्रसिद्धी मिळवितात; परंतु युगकवी हे सर्व पूर्वसूरींचे आणि समकालीनांचे सामर्थ्य आत्मसात करीत असतात; त्यात भरही घालीत असतात. उदा. तुकोबा हे युगकवी आहेत; तर नवप्रक्रियाकवी काव्यनिर्मितीच्या नव्या प्रक्रियाच शोधून काढतात. यांत ज्ञानेश्वर, मर्ढेकर या कवींचा त्यांनी समावेश केला आहे. त्यांचे कार्य अपूर्व असते, असे या कवींबद्दल त्यांनी सविस्तर विवेचन केले आहे. (समीक्षेची वल्कले, पृ. १२५-२६) यातून त्यांची काव्यविषयाकडे पाहण्याची समग्र दृष्टी आणि तिचा परीघही ध्यानी येतो.

बी कवींच्या प्रसिद्ध चाफा कवितेबाबतची त्यांची भूमिका अशी आहे की, कवितेच्या पहिल्या भागात विविध इंद्रियसंवेदनांचा घोष असून दुसऱ्या भागात त्यांचे निराकरण आहे. कवितेच्या या दोन शारीरिक भागातील आंतरिक संबंध त्यांनी सोदाहरण स्पष्ट केला आहे. एकंदर ही कविता लौकिक पातळीवरील प्रेमभाव सूचित करणारी आहे, याचे मर्मग्राही विवेचन त्यांनी केले आहे. बालकवींच्या औदुंबर कवितेबद्दल अनेक समीक्षकांनी आपल्या वेगवेगळ्या भूमिका मांडल्या आहेत; परंतु दभिंनी मात्र या कवितेतील लयसौंदर्याच्या अंगाने विवेचन केले आहे. आशयातील मांडणीतून संवादी आणि विरोधी लयीचे विश्लेषण त्यांनी अत्यंत सूक्ष्मपणे आणि मानसिक संवेदनेच्या पातळीवर केले आहे. त्यामुळे त्यांच्या या समीक्षेला वेगळेच स्थान प्राप्त झाले आहे.

दभिंनी अनिलांच्या फुलवातीतील भावकवितेपासून मुक्तछंद आणि दशपदी प्रयोगापर्यंत विविध अंगांनी ठामपणे विवेचन केले आहे. कवी अनिलांच्या कवितेचा त्यांनी बारकाईने अभ्यास केला आहे. त्यामुळेच ते अनिलांच्या विविध पैलूंचे दर्शन लीलया घडवितात आणि एखाद्या पैलूवर विपुल लिहून झाल्यावरही नव्याने एखादा पैलू लक्षात येताच पुन्हा समरसून त्याचे नव्याने वेगळ्या अंगाने विवेचन करतात. म.म.देशपांडे यांच्या कवितेचे मूल्यमापन करताना ते लिहितात, ''म.म. देशपांडे यांचे काव्य वाचताना अधूनमधून आणखी एका थोर कवीचे स्मरण होते. तो कवी म्हणजे अनिल. 'पेर्तेव्हा' च्या पूर्वार्धातील 'पहाट', 'धुवारी', 'एक' इत्यादी कवितांतील साधेपणा, सोपेपणा आणि निरागस भाव ही या कवितांची वैशिष्ट्ये आहेत; परंतु अनिलांच्या अशा कविता विषयसापेक्ष होतात. त्यामुळेच त्यातील अनुभूतीतील सूक्ष्मता आणि व्यमिश्रता बाधित होते. म.मं.च्या बाबतीत असे कधी होत नाही. वरवर साधी सोपी वाटणारी त्यांची कविता प्रसरणशील अर्थ, भावना आणि कल्पना यांचा एकमेळ आणि मूलभूत जीवनचिंतन आणि निराग्रही भूमिका आणि निरागस वृत्ती यामुळे अनिलांच्या अशा कवितांपेक्षा वेगळी आणि उन्नत ठरते.(समीक्षेची वल्कले पृ. १११-१२)'' या विवेचनातील तुलनात्मक समीक्षा आणि समीक्षेची मूलगामी दृष्टी यांचे दर्शन घडते; दोन कवींकडे मर्मज्ञ समीक्षक किती अंगांनी पाहून मूल्यमापन कसा करतो हेही लक्षात येते. आपल्या समर्थनासाठी त्यांनी दोनही कवींच्या अनुक्रमे 'धुवारी' आणि 'सुखाचे सोबती' या कवितांची उदाहरणे घेतली आहेत.

मर्ढेकरांची कविता सामाजिक अनुभूतीची असून तिच्यात जीवनमूल्यविवेक प्रकटला आहे. सामाजिक विषमता उपरोध, उपहास या अंगानेही मर्ढेकरांनी सूचित केली आहे; आणि कवितेचे माध्यम ही विषमता नष्ट करण्यास काही प्रमाणात उपयुक्त ठरणारी आहे, म्हणून ते मर्ढेकरांबद्दल लिहितात, ''मर्ढेकरांच्या वृत्तीत मानवमात्रांबद्दलची क्षमाशीलता व वत्सल भावना होती. ही वत्सलभावना त्यांनी भिकारी, मोलकरीण, बेवारस पोर, सामान्य माणूस यांच्यावर लिहिलेल्या कवितांतून प्रकटली आहे. महान साहित्यिकांच्या साहित्यात विश्ववात्सल्य असते असे म्हणतात ते असे. मर्ढेकरांची सौंदर्यकल्पना आकृतिनिष्ठ, अभिव्यक्तिनिष्ठ नव्हती, ती आशयनिष्ठ जीवनमूल्यनिष्ठ होती. म्हणून वरवर विद्रूप, विकट, अश्लील, दुर्बोध वाटणारे त्यांचे काव्य अंतर्यामी सुरूप, प्रासादिक, मांगल्यबोधक आहे. अर्थात् त्यासाठी रसिकांजवळ जीवशास्त्रीय भावनांशिवाय स्वतंत्र सौंदर्यभावना हवी. मर्ढेकरी कवितेच्या अंतर्यामी मानवी जीवनाचा सौंदर्यार्थ आक्रोश आहे हे त्याला कळायला हवे. (आपले छंद, दिवाळी २००९)'' दभिंच्या या विवेचनातून मर्ढेकरांच्या सौंदर्यभावनेची पुन:स्थापना होऊन त्यांच्या व्यक्तित्त्वाची आणि कवित्वाचे अनन्यत्व नेटक्या शब्दात मांडले गेले आहे. त्यामुळे

मर्ढेकरांच्या व्यक्तित्वासंबंधीचे आणि कवितेबद्दलचे अनेक पूर्वग्रह दूर होण्यास मदत होऊ शकते; कारण दभिंच्या या भूमिकेतून मर्ढेकरांच्या मानवसापेक्षतेबरोबरच विश्वसापेक्षतेचा प्रत्यय आणून देण्याचे सामर्थ्य आहे. ''त्या दृष्टीने म.म. देशपांडे आणि मर्ढेकर यांचे नाते जवळचे आहे'' असे विवेचनही त्यांनी केले आहे.

कविता या वाङ्मयप्रकाराचे त्यांनी विविध अंगांनी वेळोवेळी तात्त्विक विवेचन केले आहे. नाटक आणि काव्य यांचा जसा सहोदरसंबंध आहे त्याचप्रमाणे गद्याचा आणि कवितेचाही फार जवळचा संबंध आहे, असे त्यांना वाटते. व्यवहारात आपण जी भाषा वापरतो त्या गद्य भाषेतील शब्दच कवीही क्रम बदलून योजत असतो. कवितेत उत्कट भावना, जीवनभाष्ये, अलंकार, प्रतिमा, छंद हे साधावे लागतेच परंतु याहून अधिक काहीतरी कवितेत असते आणि हे अधिक काहीतरी म्हणजे कवितेतील विविध व्यामिश्र आणि बदलते अमूर्त व्यूह. या चैतन्यपूर्ण व्यूहाच्या संदर्भात बाकी सर्व घटक ही केवळ सामग्री असते. हे व्यूह त्या सामग्रीस माध्यमाचा दर्जा देऊन त्यांचा पुनर्जन्म घडवून आणीत असतात. साहित्याच्या अभ्यासकालाच नव्हे तर साक्षात् साहित्यनिर्मात्याला या प्रक्रियेचे ज्ञान असणे इष्ट ठरते. त्यामुळेच त्याच्या निर्मितीस विदग्धता आणि कालातीतता प्राप्त होत असते. विचार करता या दोन्ही प्रक्रिया विभक्त किंवा सुट्या घटकांनी युक्त वाटत असल्या तरी प्रत्यक्षात त्या तशा नसतात. हे केवळ विश्लेषणोत्तर रूप आहे. प्रत्यक्षात या प्रक्रिया घटकयुक्त असूनही एकसंध असतात. आश्चर्य म्हणजे तिथे निर्मितिप्रक्रिया आणि आस्वादप्रक्रिया यांचे अविभागीकरण झालेले असते; म्हणून तर रसिक हा निर्मितिप्रक्रियेत सहभागी असतो असे म्हटले जाते. (समीक्षेची वल्कले, पृ ८३-८४) दभिंना आपल्या भूमिकेतून काव्याची निर्मितिप्रक्रिया, आस्वाद आणि समीक्षा या प्रक्रियांचे काव्यात्म आणि तात्त्विक विवेचन मर्मज्ञ साहित्यशास्त्रकारांप्रमाणे केले आहे. अशा संमिश्र स्वरूपाच्या विवेचनातून समीक्षाही तात्त्विक पातळीवर नेताना ते ती बोजड होऊ देत नाहीत. म्हणून त्यांची समीक्षा कोणत्याही विशिष्ट वाङ्मयीन वाद (इझम) किंवा तांत्रिक चौकटीत अडकून न पडता समीक्षाव्यूहाचे प्रमेयही आस्वादक पातळीवरून साकार करते; आणि हेच त्यांच्या समीक्षेचे एक वैशिष्ट्य आहे. त्याचप्रमाणे कलाकृतीच्या उपयोजित समीक्षेवर त्यांचा अधिक भर आहे. कलास्वाद आणि कलाशास्त्रीय चिंतन त्यामागे आहे. त्यामुळे नवे साहित्यिक, समीक्षक आणि अभ्यासकांना त्यांची समीक्षा नवनिर्मितीची प्रेरणा देत आली आहे. तेवढे सामर्थ्य त्यांच्या समीक्षादृष्टीत निश्चितपणे आहे.

कवी-लेखक आणि त्यांचे जीवन यांचा त्यांच्या साहित्यकृतीवर कितपत परिणाम होतो, याही अंगाने ते चरित्रात्मक समीक्षेचा विचार करतात. त्याचप्रमाणे साहित्यिकाचा

जीवनविषयक दृष्टिकोण आणि त्याची साहित्यनिर्मिती यांचा अन्योन्यसंबंध कसा असतो याचाही ते खोलवर जाऊन विचार कारतात. त्यामुळेच 'श्रीज्ञानेश्वरांचं समग्र साहित्य हे त्यांची साक्षात्कारानुभूती आविष्कृत करणारे लोकसाहित्य आहे तर रामदासांचे सकळ साहित्य हे त्यांची लोकानुभूती साक्षात्काराप्रत पोचविणारे साहित्य आहे' असे ते भाष्य करतात तर कवी अनिलांच्या संदर्भात लिहितात, ''गुरुदेव टागोरांचा सौंदर्यवाद, आनंदवाद, कुसुमावतींचा इहवाद, मानवतावाद, पु.य.देशपांडे व नाना जोग या सन्मित्रांचा साम्यवाद व व्यक्तिवाद त्यांनी आपल्या प्रतिभेत व प्रज्ञेत मुरवून घेतला होता. प्राचीन विदग्ध संस्कृत साहित्य, प्राचीन मराठी संतसाहित्य, अर्वाचीन मराठी साहित्य यांचा डोळस आस्वाद त्यांनी घेतला होता. चित्रकला, मूर्तिकला व वास्तुकला यांची सांस्कृतिक आणि कलात्मक जाणही त्यांना उत्तम होती. (स्फटिकगृहीचे दीप)'' या विवेचनातून त्यांनी संत ज्ञानेश्वर, समर्थ रामदास आणि कवी अनिलांची जीवनदृष्टी आणि साहित्यनिर्मिती यांचा अनुबंध नेमक्या शब्दात विशद केला आहे. त्याची समीक्षाही याच निकषातून त्यांनी केली आहे.

सामाजिक आणि सांस्कृतिक क्षेत्रातील महनीय व्यक्तीचे व्यक्तित्व आणि कर्तृत्वही त्यांनी वेळोवेळी स्मरणिका आणि प्रासंगिक लेखांच्या माध्यमातून वाचकांसमोर ठेवले आहे. अ.ना. देशपांडे, मा.गो. देशमुख, विनोबा, कुंदरशास्त्री, भारताचार्य चिंतामणराव वैद्य इत्यादी व्यक्तींसंबंधीचे त्यांचे लेखन आणि संपादन म्हणजे त्यांचा त्या व्यक्तींबद्दलचा आदरभाव आणि स्नेहभाव प्रकट करणारे आहे. या निमित्ताने स्मृतिग्रंथ, स्मरणिका यांचे स्वरूप कसे असावे, हेही स्पष्टपणे सांगायला ते विसरत नाहीत. यातून त्यांची चोखंदळ दृष्टीच पाहावयास मिळते.

अशा रीतीने डॉ. दभि. हे एक यशस्वी अध्यापक, विद्यार्थीप्रिय शिक्षक, मर्मग्राही आणि सर्जनशील समीक्षक म्हणून ख्यातकीर्त आहेत; परंतु ज्योतिषशास्त्राचे ते अभ्यासक आहेत, हे अनेकांना माहीत नसेल. लेखकाच्या कलाकृतीचे मूल्यमापन आणि त्याचे वाङ्मयीन स्थान त्याच्या कर्तृत्वावरून ठरतेच; परंतु त्याची जन्मकुंडली त्याच्या वैयक्तिक जीवन आणि साहित्यावर कितपत प्रभाव टाकू शकते, हेही त्यांनी स्पष्ट केले आहे. या संदर्भात त्यांनी जी.ए.कुलकर्णी आणि बा.सी. मर्ढेकर यांच्या कुंडलीचा अभ्यास करून जाणकारीने 'मर्ढेकर आणि जी.ए.-प्रतिभावंतांची नियती' या लेखात या उभयतांची जन्मकुंडली, त्यांच्या जीवनातील चढउतार आणि साहित्य यांचे विश्लेषण केले आहे. (आपले छंद, दिवाळी अंक २००९) दभिंच्या व्यक्तित्वाचा हा वेगळा विशेष लक्षणीय वाटतो.

संस्कृत, उर्दू, बंगाली, इंग्रजी, रशियन इत्यादी भाषांचा दभिंचा व्यासंग त्यांच्या समीक्षेतून प्रकटला आहे. बंगाली भाषेच्या अभ्यासामुळेच रवींद्रनाथ टागोरांच्या साहित्याचे विशेष त्यांना आकळले; तसेच द्विजेंद्रलाल रॉय आणि अनिलांच्या दशपदीचे वेगळेपणही त्यांनी लीलया सांगितले. महाकाव्याच्या संशोधन-समीक्षेत इंग्रजीतील महाकाव्यांचे संदर्भही त्यांनी साक्षेपाने नोंदवले आहेत. प्राथमिक-माध्यमिक वर्गापासून एम्.ए.- आय.ए.एस. वर्गांपर्यंतचा अध्यापनाचा अनुभव त्यांच्या गाठीशी आहे. ललित आणि समीक्षावाङ्मयाची तात्त्विक मीमांसा करणारा सर्जनशील लेखक-समीक्षक म्हणून ते ख्यातकीर्त आहेत. आदर्श शिक्षक आणि मंगेशकर वाग्विलासिनीसारखे राज्य-राष्ट्रीय पातळीवरील मानसन्मान त्यांना प्राप्त झाले आहेत. ते आपल्या अंगीकृत कामात आयुष्यभर व्यग्र असतानाच विविध पुरस्कार त्यांना शोधत आले, असेच म्हटले पाहिजे.

एकंदर त्यांची समीक्षादृष्टी नितळ आणि स्वतंत्र आहे. समीक्षक कलाकृतीचे मर्म जाणून तिचे रहस्य वाचकांना उलगडून दाखविता आणि ही प्रक्रिया म्हणजे कलाकृतीला दुसऱ्यांदा जन्मास घालणे अशी दभिंची धारणा आहे. अशी समीक्षा इतर वाङ्मयप्रकारांप्रमाणेच समाजापर्यंत व्यापकार्थाने पोहचत नाही, ही त्यांची खंत आहे. अशी समीक्षा वाचकांपर्यंत साहित्यसंमेलनाच्या माध्यमातून ते पोचविणार आहेत ही एक समाधानाची बाब म्हणावयास हरकत नाही. समीक्षकाबद्दल त्यांनी लिहिलेल्या भूमिकेनेच या लेखाचा शेवट करू या. ''केशवसुतांची 'आम्ही कोण' ही कविता तर आपल्याला माहितीच आहे. तिची कुसुमावती आत्माराम यांनी केलेली विदग्ध समीक्षाही आपण जाणतोच. तिथे कुसुमावतींनी त्या कवितेचा मुख्यार्थ, लक्ष्यार्थ ओलांडत ओलांडत आपल्याला प्रतीयमान अर्थाच्या महाद्वारापाशी पोचवले आहे. समीक्षा तेवढेच करू शकते. गर्भगारातील मूर्तीचे दर्शन ज्याने त्याने घ्यायचे असते. 'आम्ही' म्हणजे कृष्णाजी केशव दामले नव्हेत, कवी केशवसुत नव्हेत, कविवर्गही नव्हे, मग कोण? मानवजातीला सुरलोक बहाल करणारी प्रतिभावंत मंडळी-कलावंत, तत्त्वज्ञ, शास्त्रज्ञ. (समीक्षेची वल्कले)'' या विधानातून डॉ.दभिंनी कलावंताचे आणि समीक्षकाचे कर्तृत्व उलगडून दाखविले. तेही एक समीक्षक कलावंत आहेत आणि त्याहीपुढे कलेचे रहस्य उलगडून दाखविणारे 'फिलॉसॉफर' आहेत. म्हणून असे म्हणावेसे वाटते की, त्यांच्या माणूसपणात प्रतिभावंत समीक्षक वावरत असतो; आणि त्यांच्यातील समीक्षकात माणूस सतत सजग असतो. यात कोणतीही अतिशयोक्ती नाही.

भ्रमणध्वनी : ९४२३१८१०८७

कल्पतरू

उषा माधव देशमुख

माझा विवाह १९५२ साली डॉ. माधवराव देशमुखांशी झाला आणि मी नागपूर येथे आले. त्यावेळी घरी येणाऱ्या मंडळींमध्ये दभि. कुलकर्णी हे होते. राम शेवाळकर, मधुकर केचे, सुरेश डोळके हे त्याकाळात एम.ए.चे विद्यार्थी म्हणून चर्चा करण्यासाठी, भेटण्यासाठी सरांकडे येत असत. माझ्या माहितीप्रमाणे दभि देशमुखांचे विद्यार्थी नसावेत पण तरीही त्यांचे येणे-जाणे होते. माधवरावांकडे ज्यावेळी पुण्या-मुंबईचे, सांगली-कोल्हापूरचे किंवा औरंगाबाद-हैद्राबादकडील साहित्यिक मंडळी येत त्यावेळी गावातील मंडळी एकत्र जमत असत. त्या बैठकी एकतर धंतोलीतील आमच्या घरी किंवा डॉ. भाऊसाहेब कोलते, कुसुमावती देशपांडे यांच्या घरी होत असत. नव्या लिहित्या विद्यार्थ्यांविषयीच्या जिव्हाळ्यातून सर्व साहित्यिकांशी ओळख करून दिली जाई. डॉ. शं.गो. तुळपुळे, रा.श्री. जोग, रा.शं. वाळिंबे, श्री. पु. भागवत, मंगेश पाडगावकर, वा.ल. कुळकर्णी, अ.का. प्रियोळकर, कृ.पां. कुळकर्णी इत्यादी महानुभाव साहित्यापासून पाठचिकित्सेपर्यंत आणि नवकाव्यापासून नवकथेपर्यंत कोणत्याही विषयावर चर्चा चाले आणि त्यासाठी त्याकाळातील तरुण, होतकरू, वाङ्मयाचा डोळस अभ्यास करणारे अभ्यासक येत-जात असत. त्यामध्ये कधीकधी दभि असत. नंतर अमरावती, औरंगाबाद अशा माधवरावांच्या बदल्या झाल्या त्यावेळी भेटी कमी होत; पण पुन्हा १९६४ साली डॉ. देशमुख ज्यावेळी नागपूर महाविद्यालयाचे प्राचार्य म्हणून आले त्यावेळी एम.ए.चे वर्ग घेण्यासाठी नागपूर विद्यापीठातील मराठीचे प्राध्यापक दभि.कुलकर्णी येत असत. त्याकाळात हा चर्चेचा विषय ठरला होता. काहींना असूया वाटलेली होती कारण एम.ए.चे सर्व वर्ग विद्यापीठात झाले पाहिजेत असा आग्रह धरणारी माणसे होती. त्यात दभि वेगळे ठरले. त्यांनी आजूबाजूच्या कुजबुजीची पर्वा केली नाही आणि आपल्यामधला शिक्षक आणि मराठी साहित्याचा अभ्यासक असा जागता ठेवला तो आजपर्यंत!

साहित्यशास्त्र ही विषयपत्रिका दभि शिकवीत असत. माझ्या माहितीप्रमाणे निवृत्त होईपर्यंत त्यांनी ती शिकवली व त्यातून त्यांच्या साहित्यशास्त्रीय विचारसरणीने एक निश्चित आकार घेतला, एक निश्चित रूप घेतले. साहित्यशास्त्राचे अध्यापन करीत असतानाही संस्कृत साहित्यशास्त्र, पाश्चात्त्य साहित्यशास्त्र आणि मराठीचे साहित्यशास्त्र या संदर्भातील एक सलग अभ्यास सातत्याने त्यांनी केलेला आहे. त्यातून त्यांचा समीक्षाविचार फुललेला आहे अशी माझी धारणा आहे. डॉ. देशमुखांच्या मराठीच्या साहित्यशास्त्रावर विविध आक्षेप त्यांनी घेतलेले असले तरी या संशोधनातील नवार्थदर्शनाने ते भारावले होते हे निश्चित! या सततच्या अभ्यासातून 'महाकाव्य' या विषयाकडे ते वळले. 'महाकाव्य : स्वरूप व समीक्षा' या विषयात त्यांनी पीएच.डी.साठी नाव नोंदविले आणि तीन-चार वर्षांत त्यांना ती पदवी मिळालीही. तोपर्यंत त्यांचे चौफेर वाचन, अध्यापनातील विविध वाङ्मयप्रकार, व्याख्यानांसाठी स्वीकारलेले निश्चित विषय, प्रत्येक विषयासंबंधी असणारी आन्तरिक ओढ आणि ऊर्मी यातून दभिंचे लेखन आकारास आले आहे.

मर्ढेकर, मुक्तिबोध हे आधुनिक कवी जसे दभिंच्या समीक्षाव्यवहारावर अधिराज्य गाजवतात तसेच ज्ञानदेव, तुकाराम हे तितकेच अधिराज्य गाजवीत असतात; नव्हे चक्रधर, केसोबास, दामोदरपंडित हे महानुभाव आचार्यही दभिंच्या चिंतनावर अधिराज्य गाजवीत असतात. अध्ययन-अध्यापनासाठी स्वीकारलेला एखादा ग्रंथकार, एखादी कलाकृती, एखादा वाङ्मयप्रकार, एखादी वाङ्मयकृती, प्रवृत्ती आणि एखादा कालखंड असो दभि अतिशय मन:पूर्वकतेने त्या त्या विषयाचा सर्वांगीण पुढचा मागचा विचार करीत जातात आणि त्यातून त्यांचे व्याख्यान सिद्ध झालेले असते. त्यासाठी संस्कृत, इंग्रजी, बंगाली, उर्दू, हिंदी या भाषांतील समांतर वाङ्मयीन प्रवाहांचे दिशादर्शनही त्यातून घडत असते. अभ्यासाची ओढ आणि गंभीरप्रकृतीची मन:पूर्वकता त्यामधून व्यक्त होऊ शकते; कारण ग्रंथनिष्ठ अशी त्यांची समीक्षा कधीकधी त्रोटक, अपुरी आणि विषयाला सुरुवात झाली असतानाच संपुष्टात आलेली त्यांच्या समीक्षालेखांतून कधी कधी जाणवते. अनुभव आणि आशयाचा पैस सकस, समृद्ध आणि सखोल असतो पण त्याची मांडणी अचानक एखादे मैफलीतील गाणे थांबावे तसे होऊन जाते. कदाचित ती भाववृत्ती विचलित झाल्यामुळे असे होत असावे

दुसऱ्या पिढीच्या समीक्षकांमध्ये दभिंचे स्थान वरच्या दर्जाचे आहे. गेली तीस-चाळीस वर्षे सातत्याने ते समीक्षात्मक लेखन करीत आहेत. १९५९ साली त्यांचा एकमेव कथासंग्रह 'रेक्वियम' प्रसिद्ध झाला होता. एक चांगला कथाकार मराठी कथेला मिळाला असे त्याकाळी बोलले जात होते; पण दभिंची प्रतिभा पुन्हा कथा या

वाङ्मयप्रकाराकडे वळली नाहीच ती आजपर्यंत! त्यांनी नागपूरच्या 'तरुण भारता'तून आणि काही प्रसंगी 'लोकमत'मधून जे आत्मपर लेखन केले त्याला कथात्म ढंग होता; पण पुन्हा दभिंनी कथालेखन केलेले माझ्यातरी वाचनात नाही. 'मेघ मोर आणि मैथिली' हा ललितगद्याचा संग्रह १९७८ साली प्रसिद्ध झाला. दभिंनी अनेक नव्या लेखकांच्या ग्रंथांना प्रस्तावना लिहिल्या आहेत. अनेक परीक्षणे केलेली आहेत. त्यात त्यांच्या ललित शैलीचा आढळ होतो. दोन वर्षांपूर्वी ते हृदयविकाराने आजारी असतानाचे 'तरुण भारत'मधून त्यांनी केलेले अनुभवकथन काव्यात्म आणि तत्त्वचिंतनाच्या पातळीवर जाणारे होते. दभिंनी अनेक ग्रंथांचे साक्षेपी सटीक व सटीप असे संपादनही केलेले आहे. त्यात 'मराठी वाङ्मयाच्या इतिहासातील त्यांचा सहभाग (खंड ४) म्हणजे एक स्वतंत्र ग्रंथ सिद्ध होईल इतका ऐवज त्या दीर्घचिंतनात एकवटलेला आहे. 'ना.रा.शेंडे : व्यक्ती आणि साधना' १९७५, साहित्यसमीक्षा परिभाषा कोश १९८७, भारताचार्य १९९७ अशी काही सहकार्याने तर काही स्वतंत्र संपादने दभिंनी केलेली आहेत. त्यांतील मौलिक विचारधन आणि साक्षेपी मूल्यमापन लक्षणीय असे उमटलेले आहे. त्यांच्या लेखणीची चतुरस्रता आणि कलात्मक वस्तुनिष्ठा यांचा परिपाक त्या लेखनातून झालेला दिसून येतो. थोडक्यात कोष्टक असे करता येईल :

दभिंची ग्रंथसंपदा

कथा | ललितगद्य | संपादने | समीक्षा | प्रस्तावना | व्याख्याने | परीक्षणे

प्राचीन साहित्यात चक्रधर, गोविंदप्रभू, महानुभावसाहित्य यांचा सखोल अभ्यास 'चार शोधनिबंध' (१९७७) यात केलेला आढळून येतो. त्यात कथाकार चक्रधर आणि 'दृष्टान्तपाठा'तील कथेची वळणे मराठीतील पहिले सशक्त कथात्मक वाङ्मय म्हणून कथेची असलेली वैशिष्ट्ये यांचा विचार अतिशय सूक्ष्मपणे आणि कलात्मक दृष्टीने दभिंनी केलेला आहे. दभिंचे सर्वच समीक्षात्मक ग्रंथ असे अभ्यासकांना, ज्ञानार्थींना आणि साहित्याच्या विद्यार्थ्यांना संदर्भग्रंथ म्हणून मूल्यवान वाटत असतात. पहिली परंपरा, दुसरी परंपरा या दोन्ही ग्रंथांतून अर्वाचीन आणि अधुनिक मराठी कवितेचा पोत दभिं.नी न्याहाळला आहे. ते कलावादी समीक्षक समजले जात असले तरी जीवनाची साथसंगत सोडून त्यांची समीक्षा मोकळी होत नाही तर गोळीबंद पद्धतीने प्रत्येक कवितेचे आणि कवीचे हार्द उकलून दाखविण्याचा त्यांचा प्रयत्न असतो. पुन्हा ही समीक्षा केवळ ऐतिहासिक परिप्रेक्ष्यातून आलेली नसते तर कलाकृतीचा,

लेखकाचा, परंपरेचा, वाङ्मयीनदृष्टीचा, कालखंडाचा समग्रतेने विचार करून आपले निष्कर्ष दभि. मांडत जातात. त्यात काही ठिकाणी आग्रही मतप्रदर्शन असते पण ते कवीच्या अतीव जवळिकीतून निर्माण झालेले असते. 'नाट्यवेध' १९७८, तिसऱ्यांदा रणांगण १९७६, पार्थिवतेचे उदयास्त १९७७, युगास्त्र १९९३, द्विदल १९९४ या ग्रंथांतून मर्ढेकर, तुकाराम, जी.ए.कुलकर्णी, भा.रा.तांबे, बा.भ. बोरकर, कुसुमाग्रज, गौरी देशपांडे अशा आधुनिक कवी–कथाकारांच्या काव्यसृष्टीचा आणि कथासृष्टीचा वेध अत्यंत जिव्हाळ्याने आणि आत्मनिष्ठ पद्धतीने दभि. घेतात. त्यात 'हृदयाहृदय एक झाले ये हृदयीचे ते हृदयी घातले' अशी त्यांची भाववृत्ती झालेली दिसून येते. त्यांच्या मर्मदृष्टीतून या कविकलाकारांच्या साहित्याचा संपूर्ण आसमंत लक्षात घेऊन त्यावर आपले भाष्य, निष्कर्ष त्यांनी काढलेले असतात.

मुंबई विद्यापीठातील आमच्या मराठी विभागातर्फे अनंत काणेकर व्याख्यानमाला आम्ही दर दोन वर्षांनी घेत असतो. मला आठवते, आम्ही दभिंना बोलाविले होते. त्यांनी ज्ञानदेव, तुकाराम आणि मर्ढेकर यांच्या समग्र कवितेची समीक्षा तीन व्याख्यानांतून मांडली होती याची आमचे विद्यार्थी आजही आठवण काढतात. 'मर्ढेकरांचे सौंदर्यशास्त्र : पुन:स्थापना' १९८२, 'प्रतीतिविश्रांती' १९९२, 'हिमवंतीची सरोवरे' १९९६ ही ग्रंथनिर्मिती म्हणजे दभिंच्या समीक्षक म्हणून लौकिकात भर घालणारी अशी अत्यंत मौलिक ग्रंथनिर्मिती ठरते. मर्ढेकरांच्या सौंदर्यशास्त्राची पुन:स्थापना करताना त्यांनी सौंदर्यशास्त्र, साहित्यशास्त्र यांच्या भारतीय, पाश्चात्त्यपरंपरा यांचा विचार तर अभ्यासपूर्णरीतीने आणि साक्षेपाने मांडलेला आहेच पण त्याचबरोबर मर्ढेकरांचे योगदान या विचारधारेत नेमके काय आहे? परंपरा आणि पृथगात्मता त्यांच्या कोणकोणत्या विचारांत आलेली आहे? मराठी समीक्षकांनी त्यांच्या सौंदर्यशास्त्राचा विचार कितपत आत्मसात केला? आणि आधुनिक समीक्षेला हा विचार पचविता आला का? पाश्चात्त्य मीमांसा आणि संस्कृतीपरंपरा यामधील सौंदर्यविचारांचा काही मेळ घालता येतो का? यादृष्टीने ही पुन:स्थापना फार फार महत्त्वाची होती पण मराठी संकुचित समीक्षाविचारात या ग्रंथाला जे श्रेय मिळायला हवे होते ते मिळालेले नाही. चारदोन पारितोषिकांनी समाधान वाटावे असा हा ग्रंथ नाही तर त्यापाठीमागे वीसपंचवीस वर्षे अध्ययन, अध्यापन, मनन, चिंतन आणि वाचन यामधून तयार झालेला एक सर्वंकष विचारव्यूह दभिंनी मांडला होता. त्यांची सारी प्रज्ञा, प्रतिभा आणि कलादृष्टी या ग्रंथात पणाला लागलेली दिसते आणि संशोधनविद्येचा एक उत्कृष्ट आदर्श म्हणूनही या ग्रंथाचे मोल वेगळे ठरते. अर्थात त्यामुळे दभिंमधला शिक्षक आणि अभ्यासक विचलित झाला नाही तर

'प्रतीतिविश्रांती'सारखा ज्ञानदेवसाहित्याची मीमांसा करणारा ग्रंथ दभिंनी लिहिला. ज्ञानदेव हा असा महाकवी आणि प्रबंधकवी आहे की तो सतत तुम्हाला विचार करावयास लावतो. शेक्सपीयरपेक्षाही त्याची ही 'हॉन्टीग पॉवर' जबरदस्त आहे. त्यामुळे सातत्याने ज्ञानदेव-साहित्याच्या अभ्यासातून विशेषत: ज्ञानेश्वरीतून जे जे म्हणून ज्या ज्या काळात एक एक नवे आकलन झाले त्याच्या आस्वादप्रक्रियेतून जी जी एक नवार्थदर्शक निर्मिती झाली ती त्यांच्या अनेक ग्रंथांतून ग्रंथसिद्ध झालेली आहे. जाता जाता एक गोष्ट लक्षात येते ती म्हणजे दभिंच्या ग्रंथांची शीर्षके आणि लेखांची शीर्षकेही फार फार वेगळी, परंपरेपेक्षा निराळी असतात. पार्थिवतेवरचे उदयास्त, हिमवंतीची सरोवरे, तिसऱ्यांदा रणांगण या शीर्षकातून त्या ग्रंथातील आशयाचा बोध होतोच असे नाही पण पूर्ण ग्रंथ वाचल्यानंतर या प्रतिमा हळूहळू उमलू लागतात, आकलनाच्या कक्षेत येत असतात!

'प्रतीतिविश्रांती' ही खरे म्हणजे स्पंददर्शनातील एक पारिभाषिक संकल्पना आहे. तिचा विचार करून अतिहळुवार चित्ते अशा चकोर तलगे पद्धतीने ज्ञानेश्वरीशी एकरूप होतांना दभि या ग्रंथात दिसतात. श्रोतृसंवादापेक्षाही अधिक सूक्ष्म, अधिक भावतरल, अधिक तलस्पर्शी अशी अभिजातता या ग्रंथातून स्पष्ट होते. 'हिमवंतीची सरोवरे' ही तर ज्ञानेश्वरीतील प्रतिमा आहे, तिच्यातील काव्यात्मता आणि सौंदर्य नेमके टिपून आपल्या ग्रंथाला आणि त्यातील निवडक लेखांना ही शीर्षके दभिंनी दिलेली आहेत. त्यांची रसिकता आणि मार्मिकता त्यांच्या या शीर्षकांतून दिसून येते.

'प्रतीतिविश्रांती'च्या अंतरंगात डोकावताना ज्ञानेश्वर आणि ज्ञानेश्वरी हा चिंतनबिंदू केंद्रस्थानी आहे आणि त्यातून मराठी मन, प्रतिभाधर्म, निवृत्तीनाथ, मऱ्हाटा बोल, अभिधामूल व्यंजना, एक ओवी, एक शब्द, गीतारहितता, पसायदान हा या ग्रंथाचा एक भाग आहे म्हणजे पूर्वार्ध आहे. एका शब्दापासून आणि एका ओवीपासून येथे विचारदर्शन घडत जाते आणि अखेरीस पसायदानापर्यंत हा विचार येऊन पोहोचतो. शब्द-शब्दबंध-वाक्य-वाक्यबंध-ओवी-ओवीबंध आणि अखेर विश्वदेवापाशी मागितलेले पसायदान! हा क्रमही अभ्यासकांचे लक्ष वेधून घेणारा ठरतो. याच ग्रंथाच्या दुसऱ्या भागात म्हणजे ग्रंथमध्यात 'ज्ञानेश्वरी : श्रोतृसंवाद' असे म्हणून पूर्वी (१९७६) एक स्वतंत्र ग्रंथ लिहूनही समाधान न झाल्याने पुन्हा तोच विषय महानुभाव, एकनाथ, ज्ञानेश्वर, रामदास यांच्या श्रोतृसंवादाशी तुलना करीत मांडला जातो. म्हणजे १९७०-७५ सालापासून ९२ सालापर्यंत श्रोतृसंवाद हा दभिंचा चिंतनाचा विषय ठरला आहे. त्याचप्रमाणे ज्ञानेश्वरीच्या निर्मितीचा आस्वाद, तिच्यातील स्त्रीचित्रण, प्रत्यक्षयोग, शिवशक्तिसमावेश, चिद्विलास हा भाग आलेला आहे. अर्थात हे लेख म्हणजे ज्ञानेश्वर,

ज्ञानेश्वरी सप्तशताब्दीच्या निमित्ताने केलेले लेखन असले तरी ते केवळ नैमित्तिक कारण नाही तर दभिंच्या चिंतनाचा मध्यबिंदूच 'ज्ञानेश्वरी' हा प्राचीन साहित्याच्या संदर्भात महत्त्व मिळालेला आहे. 'चांगदेवपासष्टी' किंवा 'अमृतानुभव' या ज्ञानदेवांच्या इतर ग्रंथांचा विचार दभिंनी केलेला दिसत नाही. कदाचित ती त्यांची भूमिका नसावी. पुन्हा संतसाहित्याच्या चिंतनात सांप्रदायिकता, तत्त्वविचार, साधनामार्ग, ईश्वरमीमांसा, सद्वस्तुमीमांसाप्रबोधन या विषयांकडे न वळता एक सांस्कृतिक मूल्यभाव आणि एक वाङ्मयीन कलाकृती म्हणून दभि ज्ञानेश्वरीकडे वळतात. ती त्यांची भूमिका आहे आणि त्या भूमिकेतही सातत्य आहे.

'प्रतीतिविश्रांती'च्या उत्तरार्धात ज्ञानेश्वरीचा पहिला अध्याय, नववा अध्याय, बारावा अध्याय आणि अठरावा अध्याय या चार अतिमहत्त्वाच्या अध्यायांची सविस्तर मीमांसा केलेली आहे. दभिंच्या लेखनाचे आणखी एक वेगळेपण म्हणजे त्यांनी आपल्या स्वत:च्या ग्रंथांना लिहिलेल्या प्रस्तावनातून घेतलेला आस्वादनप्रक्रियेचा आणि निर्मितिप्रक्रियेचा शोध होय. विषयाला उलगडत नेणाऱ्या अशा या प्रस्तावना असतात. पुन्हा त्यात वेळोवेळी विद्यार्थ्यांनी केलेल्या मदतीचे भरभरून असे कौतुक असते; सर्वांची नावासह यादी केलेली असते. त्यांनीच आपणांस घडवले असे सांगणारी विनम्रताही असते. आपल्या विद्यार्थ्यांच्या सुखदु:खांत, अडीअडचणीत सतत मदतीचा हात देणे ही त्यांची एक सवय आहे असेही दिसून येते. डॉ. कुल्ली हे त्यांचे विद्यार्थी. त्यांच्या मृत्यूमुळे आतून बाहेरून व्याकुळ झालेले दभि त्यांच्या लेखनातून दिसून येतात.

दभिंना जसा आपल्या विद्यार्थ्यांचा अभिमान वाटत असतो, तो त्यांच्या बोलण्यातून लक्षात येत असतो; त्याचप्रमाणे 'आम्ही दभिं.चे विद्यार्थी आहोत' हे सांगण्यातही त्यांच्या विद्यार्थ्यांना धन्यता वाटत असते. कुण्याही प्राध्यापकाला हवा वाटावा असे एक विद्यार्थिविश्व अपरसृष्टीच्या पातळीवर दभिंनी निर्माण केले आहे. साहित्यव्यवहारातील नवनव्या अलक्षित बाजूंचा विचार ते विद्यार्थ्यांबरोबर स्वत: करतात आणि त्यातून त्यांचे पीएच.डी.चे विद्यार्थी घडत असतात. खुलेपणापेक्षा स्वमतप्रतिपादनाच्या आग्रहीपणाचा वास काहीवेळा येतो, नाही असे नाही. याचे उदाहरण म्हणजे पीएच.डी.च्या प्रबंधाचे ग्रंथरूप घेताना तो ग्रंथ दभिमय झालेला जाणकारांना दिसू लगतो. असे भारावलेले विद्यार्थी मग काहीवेळा दभिंची शैलीही नकळत उचलतात आणि विचारही नकळत स्वीकारतात. स्वत:चे स्वतंत्र प्रतिपाद्य शोधण्यापेक्षा तेथे गुरुपूजा बांधली जाते. हा धोका वा.ल. कुळकर्णी यांच्या विद्यार्थ्यांच्या बाबतीत निर्माण झाला होता असे बोलले जाते. प्रभावी समीक्षक वाचकांच्या

अभिरूचीवर आक्रमण करतो असे टी.एस.एलियटने म्हटले आहेच! पीएच.डीच्या विद्यार्थ्यांची निवड करताना, त्याला मार्गदर्शन करताना, विषयनिश्चिती करताना दभि. चोखंदळपणाने आणि शिस्तशीर नियमबद्ध पद्धतीने करीत जातात आणि हळूहळू प्रबंधाचे प्रारूप साकार होऊ लागते. त्यामुळे मात्र एक गोष्ट घडते की दभिंचे मार्गदर्शन मिळाल्यावर आपणांस पदवी मिळणारच! अशी धारणा जरी विद्यार्थ्यांची झाली असली तरी कसून परीक्षा घेऊन दभि त्याच्याकडून लेखन करवून घेतात हे मी बघितलेले आहे.

एखाद्या ताज्या पुस्तकाविषयी, ताज्या कवितेविषयी किंवा कथा, कादंबरीविषयी दभि सर्वांशीच दिलखुलासपणाने बोलतील असे नाही तर समोरची व्यक्ती खरोखर अभ्यासक आणि वाङ्मयाच्या प्रेमातून बोलत आहे हे लक्षात आले तरच ते चर्चेमध्ये सहभागी होतील; अन्यथा शांतपणाने आपल्याच तंद्रीत आपल्या विचारांची जुळवणी करीत राहतील! मर्ढेकर, ज्ञानदेव, तुकाराम, जी.ए.कुलकर्णी यांच्या संदर्भातील त्यांचे नवे नवे चिंतन आणि नवे नवे आकलन ऐकणे हा एक अलभ्य लाभ असतो.

मा. दीनानाथ पुरस्कार दभिंना मिळाला त्यावेळी त्यांना विशेष आनंद झालेला त्यांच्या कवितेतून स्पष्ट झाला होता. गृहजीवनातील अगत्यशीलता आणि वाङ्मयव्यवहारातील अगत्यशीलता एका रसिकमनाचा प्रवास दाखविणारी अशी आहे. माझा हा लेख म्हणजे दभिंच्या ग्रंथांची मीमांसा नव्हे किंवा सैद्धान्तिक समीक्षाही नव्हे तर प्रगट मुक्तचिंतन असेच म्हणता येईल. निवांतपणाने दभिंच्या समीक्षानिकषांचा शोध घेतला गेला पाहिजे हे मात्र निश्चित!

दूरध्वनी : ०२२-२६५९१६६५

आत्माविष्कार

कै. श्रीनिवास सिरास

मला वाटते समीक्षा ही काही फक्त तर्ककर्कश नसावी तर तिने तर्कमधुरपण व्हावे. 'दभि' हे आघाडीचे समीक्षक आहेत. नुकतेच त्यांच्या पंचाहत्तरीचे निमित्त साधून पॉप्युलर प्रकाशनने त्यांचे नवे पुस्तक काढले आहे. स्फटिकगृहीचे दीप या पुस्तकात 'दभिं'चे ललित लेख मानता येतील असे तर्कमधुर समीक्षा लेख आहेत. अर्थातच या समीक्षेला काही मर्यादेपर्यंतच आस्वादक समीक्षा म्हणणे इष्ट ठरते कारण 'दभिं'च्या लेखन शैलीनुसार त्यात असणारी विधाने ही चिंतनगुणाने व त्यांच्या ज्ञानाच्या पायावर अधिष्ठित विचार व्यक्त करण्याच्या वाङ्मयशैलीला धरून असणारी आहेत. याच पुस्तकात 'दभिं'ची एक मुलाखतही आहे. त्यात 'दभि' म्हणतात, ''आज आपल्यातील प्रत्येकालाच लिहावेसे वाटत आहे. ही चांगलीच गोष्ट आहे पण यात आहे ती मुख्यत: स्वत:ला व्यक्त करण्याची, आत्माविष्काराची प्रेरणा. यांतील अनेकांचे लेखन दर्जेदार नसेलही, पण ते स्वत:ला व्यक्त करीत आहेत हे महत्त्वाचे''

स्वत:नेच अशा तऱ्हेने 'दभि' लेखनाचे कारण आत्माविष्कार आहे हे सांगतात, परंतु तेवढेच पुरेसे नाही. यात भिन्न भिन्न लेखांतून भिन्न भिन्न विषयांना दभि स्पर्श करतात. साध्या शब्दाच्या अर्थापासून तर 'रुधिराच्या रक्तसड्यात' या सारख्या कवितेत येणाऱ्या पुनरुक्तवादाभास या नावाच्या अलंकाराची माहिती देण्यापर्यंत दभि जे सूक्ष्म अलंकारांबद्दल आपल्याला सांगतात त्याला खरेच आस्वादक समीक्षा मानणे हा गुन्हा तर ठरत नाही ना? काव्य आणि कविता या दोन शब्दांच्या शब्दार्थातला फरक स्पष्ट करून 'दभिं'नी कवितासंग्रह व काव्यसंग्रह यात दुसरा शब्द कसा चुकीचा आहे हे सांगितले आहे. तसेच 'गुरूच्या मर्यादांवर छत्र धरणारा तो छात्र' अशी 'छात्र' शब्दाची फोड एकाने सांगितली आहेच, असे स्पष्ट विधानही 'दभि' करतात, कारण गुरू-शिष्य त्याच प्रमाणे वक्ता-श्रोता आणि पुढे जाऊन लेखक-वाचक हा संबंध त्यांना जास्ती अभिप्रेत आहे. यातील लहान लहान लेखही वक्त्याच्या विधानासारखे

आहेत व ती विधाने वाचक जणू श्रोता बनूनच ग्रहण करतो आहे, हे दभिंनी केलेले मराठी साहित्याविषयीचेच नव्हे तर जीवनाबद्दलचे, निर्मितीक्षमतेबद्दलचे, लेखनप्रक्रियेबद्दलचे आणि प्रामुख्याने मराठी वाङ्मयाविषयीचे श्रोतृसंवादच आहेत. श्रोतृसंवाद हा शब्दही पुन्हा 'दभिं'चाच आहे.

ही समीक्षा तर्कमधुर अशासाठी आहे कारण कुठेही वाचकाला लेखक पेचात पकडत नाही, मात्र वाचकाने केलेली चूक तो अत्यंत निर्मळ मनाने दाखवून देतो व चुकीची दुरुस्ती कशी करता येते त्याचेही सुलभीकरण करून तो मार्ग दाखवतो. मागे सांगितलेले काव्यसंग्रह की कवितासंग्रह हे त्याचे उदाहरण आहे. ते लिहितात, ''आता हे पहा, संपादक-प्रकाशक सर्रास 'काव्यसंग्रह', 'आवृत्ती चौदावी' 'मूल्य शंभर रुपये'अशी परिभाषा वापरतात. ती बरोबर आहे का? 'काव्य' म्हणजे 'पोएट्री', 'कविता' म्हणजे 'पोएम'. काव्य हा एक वाङ्मयप्रकार आहे. त्याचा संग्रह कसा होईल? संग्रह कवितांचाच होईल, म्हणून 'काव्यसंग्रह' नव्हे. 'कवितासंग्रह' म्हणावयास हवे. 'विशाखा' हा कवितासंग्रह आहे किंवा 'विशाखा' हा काव्यग्रंथ आहे असे म्हणा.'' या तऱ्हेच्या त्यांच्या विधानात शुद्ध भाषा वापरण्यापाठीमागची कळकळ आहे ती अगदी स्पष्ट आहे. पुढे ते लिहितात, ''भाषा जितकी जाणकारीने वापरू आपण तितकी तिची अभिव्यक्तीची, संप्रेषणाची, साठवणीची, नवनिर्मितीची शक्ती वाढत जाते. आपण आणि प्रतिभावंत साहित्यिकही भाषा समाजापासून एकमार्गी उसनी घेत नसतो; तिला अधिक शक्तिमान करून ती सव्याज समाजाला परत करीत असतो - तसे आज होताना दिसत नाही. आपले सोडा, प्रतिभावंतांनाही याचे पुरेसे भान नाही'' या विचारापाठीमागील शुद्ध लेखनासाठीच्या जागरूक होण्याबद्दल जी कळकळ 'दभि' व्यक्त करतात ती तर स्पष्टच आहे, शिवाय येथे जे लेखकाने वाचकाशी श्रोता म्हणून केलेले श्रोतृसंवाद आहेत तेही स्पष्टपणे ऐकू येतात - नव्हे दिसतात!

सुरुवातीचे काही लेख हे अशाच तऱ्हेने लेखक-वाचक, भाषा-निर्मिती, आस्वाद-समीक्षा, कलास्वाद-कलानिर्मिती त्याचप्रमाणे मानवनिर्मित वस्तू साहित्याच्याबद्दल 'दभिं'ना वाटणारे चिंतनात्मक विचार देणारे असेच आहेत. या लेखातून लेखकाची कळकळ जशी दिसते तसेच अतिशय खोलवर विचार करण्याची त्याची प्रवृत्तीपण स्पष्ट होते. आस्वाद हा एक उत्सव असतो हे आपले नवे मत 'दभि' सुंदर मांडतात, तसेच निर्मितीत चुका घडल्याने काय होते तेही ते सांगतात. 'समीक्षेची सरहद्द' या सारख्या लेखात ते प्रसिद्ध इंग्रजी समीक्षक टी.एस.एलियट यांच्या विचारांचा धांडोळा घेताना आढळतात. ''जी समीक्षा साहित्यकृतीच्या आकलन-आस्वादास साहाय्य करते ती खरी समीक्षा'' यासारख्या विचारातून ते पुढे जात जात समीक्षा पूर्ण की अपूर्ण या

शंकेपाशी येतात. इथे 'दभिं'नी केलेले विधान कसे महत्त्वाचे आणि चपखल आहे ते पहा. 'दभि.' लेखाच्या अखेरीस येऊन लिहितात, ''सैद्धान्तिक प्रतिपादन आणि आस्वाद या दोन भिन्न कोटीतील प्रक्रिया आहेत. सैद्धान्तिक प्रतिपादन ही वैचारिक प्रक्रिया आहे, आस्वाद ही आपल्या समग्र व्यक्तित्वाला भेदून जाणारी सौंदर्यात्म भावनिक प्रक्रिया असते. या आस्वादप्रक्रियांचे तात्त्विक विवेचन करता येते किंवा मग तिचा अनुभवच घ्यावा लागतो. हे प्राचीनांना कळले होते म्हणून त्यांनी साहित्यशास्त्रावर जोर दिला, हे अर्वाचीनांना वळत नाही म्हणून ते समीक्षालेखन करतात!'' या विधानातला कळते पण वळत नाही या म्हणीचा वापर जसा 'दभिं'चा माफक कोटीबाजपणा दाखवतो तसेच मार्क्सवादी इत्यादी समीक्षा पद्धतींवरचा त्यांचा इशाराही स्पष्ट दिसणारा आहे. इंग्रजीच्या आहारी गेल्याने बहुतेक समीक्षक भारतीय साहित्यशास्त्राकडे जे दुर्लक्ष करून समीक्षा लिहितात ते कसे चुकीचे आहे हे सांगून झाल्यानंतर पुढे 'दभि.' प्रत्यक्ष लेखकांकडे वळले आहेत. यात प्रामुख्याने पु.भा.भावे, अनिल, बी, मर्ढेकर आणि सरतेशेवटी ज्ञानेश्वर माउली यांच्या कलाकृतींकडे वळलेले दिसतात.

'आत्माविष्कार' हे, प्रत्येकाला लिहावेसे वाटणे या घटनेचे कारण 'दभि' सांगतात. इथे मात्र ते प्रतिभावंताच्या आत्म-आविष्कार या दोन्हीही गोष्टींच्याकडे विशेष लक्ष ठेवून आहेत, कारण 'कलावंत स्वतून मुक्त होतो तेव्हाच त्याच्या हातून अस्सल कलाकृती निर्माण होते' या सिद्धन्ताचे 'दभि' खरे समर्थक आहेत. म्हणूनच त्यांच्यामते पुन:पुन्हा असं वाटतं की आता दुसरी विभावरी यायला हवी. गौरी आणि मेघना यांचं हे काम नाही, त्यांची दिशाच वेगळी आहे. बाबांच्या संसाराचा भार उचलावा लागतो म्हणून विभावरींची प्रौढ कुमारिका ''बाबांचा संसार माझा कसा होईल?'' असा प्रश्न विचारते. ही दुसरी विभावरी तिच्या उतारवयात तिची तरुण कन्या माघारी येते. आजीवर नातीची जिम्मेदारी टाकून स्वत: स्वातंत्र्य उपभोगते. मग ही उत्तर विभावरीही उद्या म्हणेलच, ''लेकीचा संसार माझा कसा होईल?'' अजून तरी क्षितिजाशी ही दुसरी बंडखोर विभावरी दिसत नाही- नुसती घुसमट दिसतेय.'' 'दभिं'चे हे लेखिकांच्या निर्मितीविषयीचे विचार आस्वाद आणि समीक्षा या दोन्हींच्याही पलीकडे जाणारे आहेत. हेच ते वाचकाशी श्रोता समजून लेखकाने केलेले श्रोतृसंवाद!

त्यांच्या मते आज तसे साहित्य घडत नाही याला कारण आहे. हे कारण देताना ते प्रतीतिच्या जास्ती जवळ जातात. लेखकाने अंतस्थ, स्व चे विचार ओळखले पाहिजेत हे त्यांचे मत ते लेखकाला नाही तर वाचकाला सांगत असतात. ते लिहितात, ''मीपासून दूर झालो तर वैचित्र्यपूर्ण, नावीन्यपूर्ण जग नजीक येईल - मग त्रागा, वीट उबग हे शब्दच तिथे उगवणार नाहीत.

हिरवे हिरवे गार गालिचेच असतील तिथे 'पायाखाली हिरवळ'च असेल. माहिती नाही मग एक दिवस कदाचित तिथे सोन्याचा पिंपळही उगवेल; आणि हा मी कोषापासून दूर सरकलेला जीव म्हणेल :

बापरखुमादेवीवरू हृदयीचा जाणोनी।
अनुभव सौरसु केला।
दृष्टीचा डोळा पाहो मी गेली तव
भीतरी पालटु जाला।।

जणू काय 'दभिं'चे तत्त्वज्ञान, त्यांची सगळी आशा आणि सर्वात मुख्य म्हणजे पावन झालेली वासना यातून व्यक्त होते आहे. कारण ही तळमळ चांगले लिखाण वाचायला मिळो याकरता आहे. म्हणूनच 'स्फटिकगृहीचे दीप' मध्ये जेव्हा लेखक मराठीतल्या मैलाचा दगड मानावा लागणाऱ्या लेखकांच्या साहित्यकृतींना जवळून निरखतो, बरेचदा त्यांचे दुसरे आकलन करत जातो तेव्हा ते तसे तो कशामुळे करत असेल या प्रश्नाचे आपल्याला उत्तरही मिळते.

अनिल, मर्ढेकर, बी या कवींबरोबरच समर्थ रामदास, ज्ञानेश्वर माउली या प्राचीन कवींच्याही रूपामध्ये 'दभि' स्वत:च्या समीक्षेची नवी वलये निर्माण करतात. मर्ढेकर आणि मुक्तिबोध यांच्या दोन कवितांबद्दलचा लेख असाच अनुभवमूलक सत्याचा एक नवा शोध आहे. मर्ढेकरांची कविता 'उभी कविता' आणि 'आडवी कविता' या संकल्पना निश्चितच अतिशय नवीन वाटतात. मर्ढेकरांची कविता हा विषय मराठी साहित्याच्या प्रांतातला अतिशय कठीण विषय. आजपावेतो मर्ढेकरांवर बरीच समीक्षा लिहून झालेली आहे. स्वत: 'दभिं'नीसुद्धा मर्ढेकरांच्या कवितेवर पुष्कळ लिहिलेले आहे. असे असूनही तदनंतरचे नवे धुमारे त्यांच्या विचरांना जे फुटले त्यांचे इथेही पुन्हा प्रत्यक्ष रूपात नवे विचार 'दभिं'नी मांडलेले आहेत व ते विचार खरोखरीच महत्त्वाचे असेच आहेत. 'दभिं'चा असा आग्रहच आहे की, 'माणूस मर्ढेकर' यांच्याशी बोलण्याचा हव्यास सोडून आपण मर्ढेकरांच्या कवितांशी बोलण्याची सवय स्वत:ला लावली पाहिजे – तरच आपला आस्वाद परिपूर्ण व अर्थपूर्ण होईल, तरच आपण मर्ढेकरी कवितेच्या निर्मितिप्रक्रियेत सहभागी होऊ शकू. निर्माता मर्ढेकर, त्यांची निर्मितिप्रक्रिया, त्यांची प्रतिभा, त्यांची स्फूर्ती प्रत्यक्ष त्या त्या कवितेतच आहे हे आपणास समजू शकेल. दभिंनी हे जे काही समीक्षाविचार मांडले त्या मांडण्यामागे कोणती भावना होती असा जर प्रश्न विचारला तर एकच उत्तर आपल्याला लाभते. ते उत्तर म्हणजे 'दभि' कलाकृतीचे वर्चस्व मानतात तसेच कलावंतालाही महत्त्वाचा मानतात. मात्र एक आहे की कलाकृतीच्या महत्तेची बीजे ते

कलावंताच्या जीवनात शोधावयास तयार नाहीत. कलाकृतीच्या महत्तेचे बीज प्रत्यक्ष कलाकृतीतून शोधले पाहिजे असे ते म्हणतात. अर्थातच त्यांच्या मताने मानसशास्त्रीय समीक्षापद्धत ही निरूपयोगी नसेल, परंतु त्यामुळे कलावंत–कलाकृती यांत द्वैत निर्माण होते व ते द्वैत फारसे उपयोगाचे नाही असे ते सांगतात.

कुठेतरी अशावेळी त्यांनी उभे केलेले श्रोतृसंवाद हे जास्त पटतात. अनेक कलाकृती आपल्यापुढे प्रश्न निर्माण करतात. असे प्रश्न की ज्यांची उत्तरे त्या कलाकृतीतही सापडत नाहीत आणि कलावंताच्या जीवनात, त्याच्या नेणिवेत डोकावूनही ही उत्तरे मिळविणे अशक्य असते. इतकेच नव्हे तर अशा प्रयत्नातून जे सत्य हाती येते ते कधीकधी तर सत्यही नसते व असले तरीही ते फक्त अर्धसत्य असते. याबाबत त्यांचे नेहमीचे उदाहरण ते सांगतात. ते असे आहे की, सुंदर चित्रकृती ही समोर आल्यावर ज्या कागदावर ते चित्र काढले तो कागद कोणता आहे? ज्या रंगाचा वापर चित्रकार करतो ते रंग, कुंचले हे भारतीय का जपानी या गोष्टींचे महत्त्व कलाकृतीच्या विचारात बसत नाही. ते महत्त्व मान्य करणे म्हणजेच लेखकाच्या खासगी जीवनात व त्याच्या नेणिवेत डोकावण्यासारखेच आहे. त्याचमुळे ते मानसशास्त्रीय समीक्षाविचार अमान्य करतात. कारण जी तीक्ष्ण बुद्धिमत्ता–समीक्षेकरता लागते ती – 'दभिं'पाशीच आहे असे नाही तर इतर ती वापरत नाहीत. दभि ती वापरतात. म्हणूनच ज्ञानेश्वर माउलींच्या रचनेत ते शिवशक्तीचे सायुज्य शोधतात. नव्हे ते सायुज्य लेखक व त्याचा वाचक, गुरू आणि त्याचा शिष्य, कलावंत आणि त्याची कला या सगळ्या जोड्यांतून अवतरलेले ते पाहतात. तेच ते आपल्यासारख्या वाचकांना 'ऐकवतात', हे खरे आहे. ते लिहितात, ''बापरखुमादेवीवरू हृदयीचा जाणोनि। अनुभव सौरसु केला। या अभंगाचरणातून सगुणाकडून निर्गुणाकडे आहे तोच प्रवास येथे अभिप्रेत आहे. मूर्त व्यक्तीकडून अमूर्त तत्त्वाकडे. मग तिथे व्यक्तिपूजा, अंधश्रद्धा, शब्दप्रामाण्य, बुवाबाजी, घराणेशाही यांना वाव राहिलच कसा? अंत:करणातील चैतन्यतत्त्व हेच गुरुतत्त्व. 'माझा कोणी गुरू नाही मी कोणाचा गुरू नाही असे कृष्णाजींप्रमाणे मग ज्ञानेश म्हणतीलच कसे? तसे म्हणणाऱ्यांचे चाहते 'आमचे कृष्णाजी' असे म्हणत. त्यांना 'गुरुजी' करतात हे आपण पाहतच आहोत. गुरुतत्त्व म्हणजे आत्मतत्त्व असे सांगणाऱ्यावर अशी आपत्ती कशी येईल? 'माझ्या आत्मतत्त्वाचे नाव निवृत्ती' असे ज्ञाननाथ म्हणतात तेव्हा ते निवृत्तीदेव नावाच्या व्यक्तीचा, ज्येष्ठ बंधूंचा गौरव करीत नसतात तर स्वत:तील चैतन्यतत्त्वाचा, स्वयंभू तत्त्वाचा गौरव करीत असतात हे नीट लक्षात ठेवले पाहिजे.

स्वत: समीक्षक असतानासुद्धा दभिंच्या मते गुरूची महत्ता ही जास्त मोठी का? कारण समीक्षेचा जन्म होण्यासाठी लेखकाला आधी वाचक होणे आवश्यक असते न

की 'लेखकराव' कारण मनातले शब्द जेव्हा कागदावर येतील तेव्हा त्यासाठी सायुज्य होणे आवश्यक ठरेल. मग त्याचा आकार हा आस्वादाचा असो की समीक्षेचा. दभि तर आस्वाद हाच एक उत्सव मानतात. म्हणजेच रसग्राहकता ही महत्त्वाची असते हे त्यांचे प्रमुख तत्त्व. हे तत्त्व विसरून गेलेल्या वाचकाच्या कंदीलाच्या पायलीवर-काचेवर जी काजळी जमलेली आहे ती काजळी प्रत्यक्ष ज्ञानाने नव्हे तर अंत:स्फूर्तीने पुसून टाकायची म्हणजे त्या ज्ञानदीपाचा प्रकाश हा स्वच्छ पडेल. ''प्रतिभावंताला निसर्गानेच असाधारण शक्ती दिल्या असता; त्याचा त्याने गर्व करायचा नसतो. प्रतिभावंताला त्याच्या असाधारण शक्तीमुळे जीवनाचे मर्मज्ञान झालेले असते व त्यामुळेच मीपणाचा फोलपणा त्याने जाणलेला असतो. हे 'दभिं'चे विचारच खऱ्या अर्थाने आस्वादाचे कारण आणि कार्य या दोन्हीहीवर जो स्वच्छ प्रकाश पाडतात तोच खऱ्या अर्थी 'स्फटिकगृहीचे दीप' या पुस्तकाच्या वाचनाने वाचकाला अनुभवता येतो. हे श्रोतृसंवाद वाचकाला स्वत:बद्दलचा सन्मान तर मिळवून देतातच पण गुरूबद्दल-लेखकाबद्दल सायुज्यभावही निर्माण करतात. हा आत्मानंद आहे याचे वैशिष्ट्य हेच की हा आनंद अमर व अजर असा आहे.

डॉ. द. भि. कुलकर्णी यांचे आणखी एक नवे पुस्तक 'अपार्थिवाचे चांदणे' हे अनेक प्रकारे वाचकाला उत्कंठा व नावीन्याने वेधून घेणारे ठरलेले आहे, कारण सर्वप्रथम येते पुस्तकाचे नाव. 'चांदणे' हा एक स्नेहल व आनंददायक निसर्गअनुभव असतो, मात्र या पुस्तकात द.भि.कुलकर्णी यांनी या निसर्गअनुभवाचे रूपक मानले आहे. आपल्या जीवनाकडे माणूस व्यवसायातून निवृत्त झाल्यानंतर निराळ्या दृष्टीने बघतो. तो आपल्या कारकिर्दीचे सिंहावलोकन करू इच्छितो. यात बऱ्याच प्रमाणात नॉस्टॅल्जिक प्रवृत्तीचाही भाग महत्त्वाचा ठरतो, पण हे सर्व इथे दभिंच्याबाबत झालेले नाही. जरी ते मराठीच्या अध्यापनातून निवृत्त झाले आहेत तरीही त्यांच्यातील अध्यापक व संशोधक हा पूर्वीइतकाच प्रवृत्त आहे. कारण त्यांनी वेळोवेळी वाङ्मय, साहित्य व साहित्य निर्माण करणारा लेखक व लेखकाने लिहिलेले प्रकाशात आणणारा प्रकाशक या साऱ्यांकडे जे जे मागितले व त्यांना जे काम मिळाले त्याचीच इथे लेखकाचं टिपण, नोंदी व बरेचदा अंतर्मनाच्या संवादाच्या रूपाने स्पष्ट आकृती बनलेली दिसते. कारण हे आहे चांदणे व प्रखर सूर्यप्रकाशात दिसणारी सत्ये ही वास्तव आणि कटू असली, तरीपण रात्रीतल्या चंद्रप्रकाशाने त्यावर जी आपली जादू टाकली असते त्यातून ते कटू वास्तव कसे दिसते याची कल्पना हे पुस्तक वाचताना जागोजागी साकल्याने येत राहते.

मुळातच लेखकाने प्रदीर्घ समीक्षालेख हा प्रकार टाळून एका नव्या तऱ्हेच्या अंतर्मनातल्या स्पंदनांच्या, निवेदनांच्या व भिन्न भिन्न अपेक्षाप्रगटनांच्या स्वरूपात छोटी-मोठी टिपणे का लिहिली हा प्रश्न फार महत्त्वाचा ठरतो. सुमारे पंचवीस ते तीस वर्षांअगोदर मराठी विषयाचा अभ्यास करण्याच्या हेतूने जो विद्यार्थीवर्ग नागपूर विद्यापीठात प्रवेश करायचा त्याला एका कायमच्या दुविधेतून जावे लागत असायचे. काही म्हटले तरीपण विद्यापीठात दभि. शिकवणार व नागपूर महाविद्यालयांत मुक्तिबोध शिकवणार व त्यानुसार अभ्यासक आपल्या पसंतीने स्वत:च स्वत:च्यासाठी योग्य त्या महाविद्यालयाची निवड करायचा. या पुस्तकात दभिंनी आपल्या मुक्तिबोधांवरच्या लेखात म्हटले आहे. 'मुक्तिबोधांनी स्वत:वर जी सामाजिक स्थानबद्धता लादून घेतली होती, ती केवळ न्यूनगंडातून आलेली नव्हती. तिच्यामागे एक प्रबळ आत्मसंघर्ष होता.'' (पृ १४७) मात्र मुक्तिबोधांच्या साहित्याचे महत्त्वाचे स्थान विशद करताना मुक्तिबोधांचे प्रकाशक श्री. पु. भागवत यांच्यावर ते स्पष्टपणे तडजोड केल्याचा दावा करतात. ''खरोखर 'मौज'ने त्यांचे साहित्य छापावयास नको होते. त्यामुळे मुक्तिबोध दोन्ही गटांतील सर्वोच्च स्थानास मुकले.'' (पृ. १४९) इतकेच नव्हे तर मर्ढेकर व वा.ल. यांच्याविषयी मुक्तिबोध उपहासाने बोलत असले तरीपण मौज-सत्यकथा-भागवत यांच्याविषयी मात्र, कधी प्रतिक्रिया देत नव्हते हे मतही ते मांडतात.

रामदास भटकळ हे तर दभि.च्या पुस्तकांचे प्रकाशकच. मात्र रामदास भटकळांच्या 'जिगसॉं' या पुस्तकाच्या निमित्ताने 'संभवाचे भागीदार' हा लेख लिहून त्यातून भटकळांनी स्वत:ला जी.एं.च्या प्रभावक्षेत्रातून मुक्त करायला हवे आहे, हे आपले मत ते नोंदवितात, ही सगळी सूर्यप्रकाशातली कटू वास्तव सत्ये आहेत. दभि.नी त्यांना आपल्या प्रतिभेच्या बळावर शब्दांच्या रूपात आणताना चांदण्यातील जादू - भाषेची वापरली आहे, हे निश्चित.

मुख्यत: या पुस्तकात वेळप्रसंगी दभिंनी लिहिलेल्या प्रस्तावनादेखील लक्ष वेधून घेताना दिसतील. त्याचप्रमाणे स्वत: दभिं.च्या मार्गदर्शनाखाली संशोधन करणाऱ्या संशोधकांविषयीचे लेखन हेही महत्त्वाचे आहे. दभिं.नी ज्या ठिकाणी आत्मभान वापरून आपले आत्मवृत्त प्रगट केले आहे अशा लेखांचीही संख्या चांगलीच मोठी आहे. 'कोल्हापूरी वचावे' हा त्या प्रकारच्या लेखातला सर्वोत्कृष्ट लेख मानायला हवा. इथूनच दभिंच्या प्राध्यापकीला आरंभ झाला असल्यामुळे तेव्हाचे दभि स्पष्टपणे समोर उभे राहतात. यांच्यानंतरच्या पं. हृदयनाथ मंगेशकर यांच्या व्यक्तिमत्त्वाबद्दल लिहिलेला 'बैरागी हृदयनाथ' हा लेखही वर्तमानातील दभि व भूतकाळातील हृदयनाथ यांच्या मनांचा संगम दर्शविणारा लेख अतिशय कलापूर्ण वाटतो. मार्गदर्शक होणे हे

सोपे नाहीच, पण दभिंनी मार्गदर्शन हा ज्ञानसंवाद असतो, असे म्हणणे ही उनोक्ती ठरत असून, मार्गदर्शन हा असा आत्मसंवाद आहे, की त्याच्या जाणिवेनंतर मार्गदर्शक स्वत:च्या आत्मरूपांपुढे विनम्र होतो. 'मार्गदर्शनाचा छंद - मुक्तछंद' या लेखातून दभिं.नी पातुरकरांच्या भरगच्च प्रबंधलेखनाचा इतिहास जागा करताना सहज लिहिले आहे, की अशावेळी त्याच्या ज्ञाननिष्ठेबरोबरच मार्गदर्शकाचेही त्यास साहाय्य होत असते. हे साहाय्य केवळ बौद्धिकच नसते तर भावनिक असते. याची गरज लागते. आजच्या काळात दोन व्यक्तींचे संबंध दीर्घकाळ सुदृढ, किती अपवादभूत आहेत याचा सर्वांनाच अनुभव आहे. त्यातही गुरु-शिष्याचे संबंध आदराचे आणि अदूर (म्हणजे न निकट, न दूर) राहणे आणखीनच अवघड आहे.''(पृ. ९२) त्याचमुळे जेव्हा ते या पुस्तकातल्या निराळ्याच मुशीतल्या लेखांचे लेखन करतात तेव्हा त्यामधून हा ना दूर ना निकट असा संपर्कातला महत्त्वाचा कायदा ते पाळताना दिसतात. त्यातूनच जेव्हा त्यांच्यासारख्या अधिकारी व्यक्तीला साहित्याच्या निर्मितीमागच्या हालचाली कोणत्या? त्यांची नोंद करता येणे शक्य असते का? यासारख्या प्रश्नांमधून 'निर्मितीचे श्रेय' यासारखा टिपण वा मनोनिवेदन म्हणावयास हवे, असे लेखन बाहेर पडते.

'निर्मितीचे श्रेय' कोणाचे हा प्रश्न त्यांनी ग्रेसच्या 'चर्चबेल' मधल्या 'डब्ल्यू.एस.लॅडोर'ची कविता व इतर दोन ललितबंधांचे श्रेय ग्रेस यांचे नसून ते प्राध्यापकाचे आहे. चिंतन व शब्दांकन हे दोन्हीही गुरूचे असले तरीही शिष्याने त्याचे संपूर्ण श्रेय घेतले म्हणून काहीच बिघडत नाही, तर उलट तो गुरूचा खराखुरा विजयच असतो, असे ते मानतात. त्यांच्या मते 'ती जय पराजयापलीकडील अवस्था असते, मात्र ती समजायला निरोगी मन आणि उन्नत कलानिर्मितीचे भान हवे''

प्रभाकर सिरास यांच्या 'भारतमाता' या कवितेचे सुंदर परीक्षण करतानासुद्धा दभि. आपली हळहळ व्यक्त करतात, कारण तेच वास्तवाचे काटे आहेत. ते लिहितात, ''सिरास गेले तेव्हा फार वाईट वाटले होते, पण असेही वाटले होते, की या माणसाची तडफड, या माणसाची तगमग जिवंतपणी कधी थांबली असती का? सिरास हजरजबाबी होते, कलंदर होते, जीवनाचे पाहू नये असे कानेकोपरे त्यांनी पाहिले होते. अस्तित्ववादी फॅशन म्हणून दु:ख त्यांच्या काव्यात आले नव्हते, त्यांची एक नसच दाबली गेली होती, ते त्यांचे भागध्येयच होते.'' (पृ.२२९) या दभिं.च्या कवीच्या जीवनाच्या आकलनामधूनसुद्धा परत प्रतिभावंत आणि त्याच्या निर्मितिक्षमतेचे अपार्थिव व त्याच्या खूणगाठी यांचाच प्रत्यय वाचकाला येत राहतो. हा प्रत्यय अत्यंत प्रभावी आहे. म्हणूनच दभि, जयवंत दळवी, व्यंकटेश माडगूळकर, फडके, खांडेकर, रवींद्रनाथ

अशा वाचकाला आधीच्याच माहिती असलेल्या लेखकांच्याही प्रतिभेतील ज्या पार्थिवतेच्या खुणा दाखवून देतात त्यामागेसुद्धा परत एका सृजनाची जाणीव आहे. स्वत: दभि. त्यालाच 'साक्षात्कार' मानतात. 'समीक्षेचा साक्षात्कार' या सर्वांत लघु टिपणात त्यांनी हे शब्दांत कवितेला पकडावे तसेच पकडलेले दिसेल. ते म्हणतात, ''तेव्हा भोवतीची माणसे सावल्यांसारखी झालेली असतात आणि वाङ्मयकृतीतील प्रत्येक शब्द जिवंत, प्रत्यक्ष. ती एक अद्‌भुत मन:स्थिती असते. आस्वाद आणि निर्मिती, इंद्रियगोचरता आणि मानसप्रत्यक्षता, भावनिर्भरता आणि वस्तुभान यांची इतकी एकतानता एरवी कधीच अनुभवाला येत नसते.'' (पृ. १४) एका नव्याने जन्म होणाऱ्या या सृजनाच्या अवस्थेचे कारण लेखकाची प्रतिभाच आहे. या पुस्तकाच्या प्रारंभालाच जणू काय दभि.नी आपल्या या लघुतम समीक्षेचे कारण सांगून टाकले आहे, असे वाटते, पण मराठीत हे पुस्तक अनन्यसाधारण हाच गुण घेऊन आले आहे. कारण इंग्रजीत अशा धर्तीची पुस्तके टी.एस.इलिएट, व्हर्जिनिया वुल्फ, अर्नेस्ट हेमिंग्वे, जॉर्ज फिशर यांची वाचताना त्या त्या देशातला साहित्यिक व त्याचे साहित्य व त्याच्या निर्मितीमागचे वास्तव यांचे दर्शन घडते. प्रतिभावंताचे जे जग सामान्य समीक्षकाला गोचर होत नाही, ते इथे रुचिर शब्दांच्या शब्दांकनाने दभिंनी चांदण्यांत सामोरे केले आहे. 'अपार्थिवाचे चांदणे' हा या लहान टिपणांच्या गोफामधून एक नवीन व स्वतंत्र कलाकृतीचा प्रत्यय वाचकाला देऊ शकतो. त्याचे खरे कारण हेच आहे, की या लेखनात प्रासंगिकतेबरोबरच दभिंच्या भावनेचा व कलेचा सच्चा व मनोहर संगम झालेला आहे.

बीजग्रंथ

कृष्णा चौधरी

'अनन्यता मर्ढेकरांची' हा मर्ढेकरी सौंदर्यविचार व मर्ढेकरी कविता यांचा अन्योन्य संबंध आहे असे सर्जनशील, आस्वादक समीक्षेतून प्रत्ययपूर्णतेने प्रतिपादन करणारा डॉ. द भि. कुलकर्णी यांचा तिसरा, मर्ढेकरविषयक स्वतंत्र चिंतन व्यक्त झालेला लेखसंग्रह. यापूर्वीचे दभिंचे मर्ढेकरी चिंतन 'मर्ढेकरांचे सौंदर्यशास्त्र : पुन:स्थापना' या ग्रंथात व्यक्त झाले होते. नंतर ते 'द्विदल'मध्ये आणि आता 'अनन्यता मर्ढेकरांची'मध्ये. मर्ढेकरी सौंदर्यविचार व त्यांचे ललित साहित्य यांत परस्पर संबंध आहे अशी दभिंची दृढ धारणा आहे. हा लेखसंग्रह म्हणजे लेखकाच्या मर्ढेकरी सौंदर्यविचाराचे व मर्ढेकरी कवितेच्या परिपक्व चिंतनशीलतेचे रसाळ फळ आहे. दभिंच्या विचारांना मर्ढेकरी कवितेच्या आस्वादाचा आत्मप्रत्यय आहे. मर्ढेकरांचे सौंदर्यशास्त्र कलानिर्मितीच्या प्रक्रियेचे जसे विवेचन करीत होते तसेच ते रसिकवृत्तीतून कलास्वादाचा आस्वादप्रक्रियेचाही एकाचवेळी विचार करीत होते. कलावंत – कलाकृती व रसिक या तीनही घटकांचा एकात्म विचार मर्ढेकरी सौंदर्यविचारात साकल्याने आढळतो. आतापर्यंत मर्ढेकरांच्या सौंदर्यविचारावर व कवितेवर अनेक मान्यवर समीक्षकांनी प्रकाश टाकला. मे.पु.रेगे, प्रभाकर पाध्ये, सुरेंद्र बारलिंगे, धों.वि.देशपांडे, गो.वि.करंदीकर, त्र्यं.वि.सरदेशमुख, विजया राजाध्यक्ष, म.वा.धोंड, सुधीर रसाळ, विनय हर्डीकर व अक्षयकुमार काळे इत्यादी समीक्षकांचे समीक्षाग्रंथ. मर्ढेकरी कवितेचा अन्वयार्थ कधी चरित्रात्मक तर कधी साम्यवादी तर कधी मनोविश्लेषणात्मक समीक्षा विचारप्रवाहातून लावण्याचा प्रयत्न झालेला दिसून येतो. हे सर्व प्रयत्न लेखकाच्या शब्दात सांगायचे झाले तर दुय्यम दर्जाचे आहेत. "चित्रकार द.ग.गोडसे यांच्या लेखनाचा अपवाद सोडला तर स्वातंत्र्योत्तर काळातील मराठीतील सर्व सौंदर्यशास्त्रीय लेखन मर्ढेकरांच्या 'सौंदर्य आणि साहित्य' या ग्रंथाची परिशिष्टे, तळटिपा आणि शुद्धिपत्रे आहेत...मर्ढेकरांचे सौंदर्यशास्त्रीय लेखन हे मूलत: एका कलावंताचे व रसिकाचे कलाचिंतन आहे." (पृ. क्र. ५२)

मर्ढेकरी सौंदर्यविचार व मर्ढेकरी कविता यात अन्योन्य व अतूट संबंध आहे हा विचार सुप्रसिद्ध नाट्यविमर्षक के. नारायण काळे यांनी मे एकोणीसशे छप्पनच्या 'सत्यकथा' मर्ढेकर विशेषांकात मांडला होता. दभिंच्या या ग्रंथात या बीजांकुराचे विशाल वटवृक्षात रूपांतर झालेले आहे. या वटवृक्षाला आस्वादक सर्जनशील समीक्षेच्या अनेक शाखा व पारंब्या फुटलेल्या आहेत. भारतीय साहित्यशास्त्रात साहित्यसमीक्षेचा विचार क्रियाकल्प, काव्यलक्षण, काव्यालंकार व साहित्य अशा पारिभाषिक संज्ञांनी केला जात होता. पुढे नाट्यशास्त्रातून आनंदवर्धनाने ध्वनिकाव्याच्या रूपाने साहित्यविचार मांडला. दृश्यकलांकडून सूक्ष्मतेकडे साहित्यकलेचा प्रवास होत गेला. इंद्रियसंवेदनप्रत्ययावर आधारलेल्या ललितकलांचा प्रवास व मानसिक मनोव्यापारावर आधारलेला साहित्यप्रवास यांत फरक आहे. साहित्यशास्त्रात काव्यालंकार, पाठ्यालंकार, नेपथ्यालंकार, नाट्यालंकार, वर्णनालंकार व प्रयोगालंकार इत्यादी नाट्यशास्त्रातील संज्ञांतून 'सौंदर्यम् अलंकार:' अशी साहित्यशास्त्राने वाङ्मयाची कसोटी सांगितली. अलंकार, ध्वनी, रीती व व्यंजनाव्यापारातून साहित्यशास्त्रातील सौंदर्याची लक्षणेच विशद झाली. डॉ. ग.त्र्यं. देशपांडे यांनी भारतीय साहित्यशास्त्रात अभ्यासाची चतु:सूत्री सांगितली. लक्ष्यानुसारी लक्षणम, प्राधान्येन व्यपदेशाभवन्ति, यथोत्तरं मुनीनां प्रामाण्यम् व सिद्धपरमतानुवाद यांपैकी प्राधान्येन व्यपदेशाभवन्ति या सूत्राचा अवलंब करून (भारतीय साहित्य शास्त्रात जसे रसासह भावांचेही विवेचन आले), तसेच मर्ढेकर सौंदर्यविचाराचा व कवितेचा अभ्यास करताना, अभिजात स्वरूपाच्या मर्ढेकरी काव्यपरंपरेत अभिनवगुप्त, ज्ञानेश्वर, केशवसुत, बालकवी व एलियट यांच्या काव्यविचारांचा व कवितेचा विचार केलेला आहे. प्रधान वस्तु व्यपदेश म्हणजे मढेकरी साहित्यातील लयतत्त्वाचा रचनाव्यूह उलगडून दाखवताना मर्ढेकरी कवितेतील सौंदर्यानुभूतीचा प्रत्यय, अर्थग्रंथीच्या अन्वयात्मक शब्दांतून साधारणीकरणाच्या प्रक्रियेतून प्रतीयमान अर्थापर्यंत कसा उलगडत जातो याचे विश्लेषण केलेले आहे. भारतीय साहित्यशास्त्रात रसप्रतीती साधारणीकरणाच्या पातळीवर, व्यंग्यार्थमय शब्दांतून व्यक्त होते तर मर्ढेकरी सौंदर्यप्रत्ययात लयबंधातून अन्वयात्मक -प्रसरणशील शब्दातून व्यक्त होते. भारतीय साहित्यशास्त्रात भरत, मम्मट व अभिनवगुप्त रसिकाच्या संविद्प्रतीतीत - चैतन्यप्रतीतीत काव्यानंदाचे स्वरूप सांगतात तर मर्ढेकर सौंदर्यप्रत्यय लयबंधातून सौंदर्यकृतीत वस्तुगत मानतात. सौंदर्य हे वस्तुनिष्ठ असल्यामुळे रसिकाच्या अभिरुचीनुसार व कुवतीनुसार सौंदर्यानुभूतांचा आस्वाद रसिक घेत असतो. भारतीय साहित्यात अर्थाचा अर्थ तर मर्ढेकरांच्या सौंदर्यविचारात संबंधांच्या संबंधाला महत्त्व आहे. एकातून रसप्रतीतीविश्रांती तर दुसऱ्यातून लयबंधांमुळे सौंदर्यानुभूतीचा आकृतिनिष्ठ

प्रत्यय येतो. अभिनवगुप्त कलास्वादासाठी व्यक्तिविशिष्टता सोडायला सांगतात तर मर्ढेकर सौंदर्यभावनेसाठी जीवशास्त्रीय भावनेचा लोप झाला पाहिजे असे म्हणतात. अभिनवगुप्त विश्वाचे मूलद्रव्य चैतन्य मानतो तर मर्ढेकर विश्वाचे मूलद्रव्य जड अशा इंद्रियसंवेदना मानतात. दभिंनी 'मर्ढेकर आणि अभिनवगुप्त' या लेखात असे मूलगामी विवेचन केले आहे. त्यावरून एखाद्या संशोधकाने अभिनवगुप्त व ज्ञानेश्वर, अभिनवगुप्त व मर्ढेकर असा विषय संशोधनाला घ्यायला हरकत नसावी.

मर्ढेकर सौंदर्यविचाराचे विश्लेषण करताना दभि म्हणतात, कलाकृती निर्माण होताना व्यूह घटकांचा असेल तर कृती सिद्ध होते, घटकातील संबंधांचा असेल तर आकृती सिद्ध होईल व घटकातील संबंधांच्या संबंधाचा असेल तर सौंदर्याकृती सिद्ध होते. लयतत्त्व हे संबंधांच्या संबंधावर आधारलेले असल्यामुळे ते साधन व माध्यम या भेदापलीकडे जाऊन सर्वगामी होते. विश्वातील सर्व विश्वांगात व कलेमध्ये लयतत्त्वाचा आविष्कार व्यक्त झालेला दिसतो. लयतत्त्व - सौंदर्यसंबोध हा वस्तुनिष्ठ स्वरूपाचा मूलाधार सृष्टीचा आहे तसाच तो सर्व कलांचाही आहे. ललितकला व वाङ्मयकला यात स्वरूपभेद आहे. सौंदर्यशास्त्र सर्व ललितकला व वाङ्मयाच्या मुळाशी इंद्रियसंवेदनांचा लयबद्ध सौंदर्यप्रत्यय असतो. ललितकलातील सौंदर्यप्रत्यय असा इंद्रियसंवेदनांच्या गुणधर्मांच्या परिपूर्ण आकलनात असतो तर वाङ्मयकलेचे स्वरूप ती शब्दनिष्ठ कला असल्यामुळे तिच्यातील प्रत्यय मानसगोचर असतो. कवीची अनुभूती ही मूलत: भाषांकित असते. लेखकाचे सर्व विषयाशी झालेले तादात्म्य निरामय समाधीसारखे नसते, ते सचेतन (dynamic) असते. ''सचेतनत्त्वाचा भोवरा वाक्स्वरूपाच्या ध्रुवटोकाकडे ओढ घेत असतो.'' शब्दशक्तीने अनुभवाची मान वाकवण्याचे सामर्थ्य लेखकात असल्यामुळेच साहित्यकला इंद्रियसंवेदनांच्या भावगर्भ विचारातून स्फुरलेली असते. विश्वातील विविध भावनात घटनांचा सौंदर्यतत्त्वानुरोधाने लयबद्ध अन्वय लावणे हे वाङ्मयकलेचे एकमेव उद्दिष्ट असते. वाङ्मयकलेतील सौंदर्यप्रत्ययात एका संवेदनेतून अनेक विचार व अनेक संवेदनेतून एक विचार व्यक्त होतो. शेवटी लेखकाचे सचेतनत्व वस्तुजाताच्या तादात्म्यातून सूचित होते. मर्ढेकरांनी जीवशास्त्रीय भावना व सौंदर्यशास्त्रीय भावना कोटिश: भिन्न मानल्यामुळे मर्ढेकर स्वायत्तकलावादी, संघटनतत्त्ववादी व आकृतिवादी संबोधल्या गेले, या गैरसमजाचे लेखकाने साधार निराकरण केलेले आहे. लेखकाच्या मते मर्ढेकर जीवनलयवादी असून नवअलौकिकतावादी समीक्षक आहेत. नवअलौकिकतावादी म्हणजे पौर्वात्य व पाश्चात्त्य विचारवंतांचा सौंदर्यविचार पुढे नेणारे सौंदर्यसमीक्षक. मराठी समीक्षेत अशी समीक्षा दभि. कुलकर्णी यांनी केलेली आहे. उदा. ज्ञानेश्वर, जीए यांच्या साहित्यावरील

समीक्षा. दभिंनाही नवअलौकिकतावादी म्हटले पाहिजे. सौंदर्यभावना कोटिश: भिन्न असली तरी भावनाप्रतीती शक्तीतून लयनिष्ठ संघटननिर्मिती निर्माण होत असते असे लेखकाचे प्रतिपादन आहे.

मर्ढेकरांविषयी असे गैरसमज होण्याचे प्रमुख कारण म्हणजे लेखकाच्या मते अनेक समीक्षकांना मर्ढेकर करीत असलेल्या कलाकृतीविषयाचा द्रव्य व माध्यम यातील भेदच कळलेला नाही. द्रव्य म्हणजे साधन –ललितकृतीतील द्रव्य म्हणजे शब्दसामग्री. कलावंताचे माध्यम म्हणजे कलावंताची सौंदर्यानुभूती. चित्रकलेचे द्रव्य म्हणजे रंग व चित्रकाराची सौंदर्यानुभूती म्हणजे रंगधर्म असा माध्यमभेद आकळणे म्हणजे सौंदर्यास्वाद घेणे. उत्कृष्ट कलाकृतीत द्रव्य व माध्यम यातील अद्वैतप्रतीतीमुळे सौंदर्यानुभवाचा प्रत्यय येतो. मर्ढेकरांना चित्र व संगीत या दोन्ही कलात गम्य असले तरी त्यांनी आपली अभिरुची साहित्यकलेवरच केंद्रित केली; अन्यथा त्यांनी सौंदर्य आणि संगीत किंवा सौंदर्य आणि चित्रकला असा ग्रंथ लिहिला असता. आपल्या ग्रंथाचे स्वरूप सांगताना मर्ढेकरांनी स्वत: जे मनोगत व्यक्त केले ते महत्त्वाचे आहे. ''या निबंधात संपूर्ण साहित्यमीमांसेचा समग्र प्रबंध लिहिण्याचा उद्देश नसून साहित्यमीमांसेच्या मुळाशी असलेल्या आणि जिच्यापासून साहित्यविषयक सांगोपांग चर्चेला जिवंतपणा येतो अशा एका प्रमेयमालिकेचे फक्त संक्षिप्त दिग्दर्शन करण्याचा हेतू आहे.'' (वाङ्मयीन महात्मता पृ. १६३)

मर्ढेकरांचे वरील विवेचन लक्षात घेतले म्हणजे ते सौंदर्यशास्त्रावर जाडेजुडे पुस्तक लिहायला प्रेरित झाले नव्हते तर ते एका कलावंताचे कलास्वरूपनिर्मितीचे व कलास्वादाचे कलाविषयक आत्मचिंतन आहे, हे दभिंचे प्रतिपादन पटायला लागते. मर्ढेकरांनी आत्मनिष्ठा, तादात्म्य, कैवल्यपूर्ण मूल्यभाव यांतून वाङ्मयात माहात्मता येते असे प्रमेय मांडले. यादृष्टीने अनुभवाची अंतरिक लय काही साहित्यकृतींमध्ये कशी टिकून आहे याची उदाहरणेही दिलीत. उदा. बालकवी, लक्ष्मीबाई टिळक, सोपानदेव चौधरी व लुईनी पिरांदलो इत्यादी साहित्यिकांच्या साहित्यकृतींत संवेदनाप्रेरित आंतरिक लय व त्या लयाचा निकटच्या दुसऱ्या संवेदनाप्रेरित विचाराशी परस्परसंबंधाची लयबंधात्मक गुंफण कशी झाली याचे विश्लेषण लेखकाने केलेले आहे. विचारांच्या तर्कशुद्ध संबंधापेक्षा, विचारांचे लयपूर्ण आकलन इथे स्पष्ट झालेले आहे. ''कुठल्याही एका विचाराने लेखकाच्या मन:पृष्ठावर उमटविलेल्या विचारवलयांचा परीघ जितका जास्त विस्तृत तितकी त्याच्या लिखाणात सखोलता अधिक.'' (सौंदर्य आणि साहित्य पृ.क्र. १६०) असे मर्ढेकरांनी म्हटले आहे.

मर्ढेकर विशुद्ध संवेदनांना व संवेदनांच्या लयबद्ध गुंफणीला विशेष महत्त्व देतात. सौंदर्याचे अस्तित्व हे वस्तुनिष्ठ असले तरी कलाकृतीतील लयबंधाच्या क्षीणपणावरून व जटिलतेवरून, व्यामिश्रतेवरून तसेच रसिकाच्या व्यासंग व कुवतीनुसार रसिकाच्या आस्वादप्रक्रियेत फरक पडत असतो. मर्ढेकर सौंदर्याचे अस्तित्व स्वयंभू व वस्तुनिष्ठ मानतात. कांट सौंदर्याचे अस्तित्व मर्ढेकरांप्रमाणे निर्हेतुक न मानता हेतुमुक्त मानतो. ''सौंदर्याचे अस्तित्व हेतुशून्य असून कांट मानतो त्याप्रमाणे ते 'हेतुशून्य, हेतुगर्भ व परिणामशून्य परिणामनियततेच्या स्वरूपाचे नसते. सौंदर्याची सर्व मजा निर्हेतुक असण्यात असून कुठलाही हेतू नसणे हाच सौंदर्याचा हेतू असतो. कोठल्याही विशिष्ट परिणामाचे ध्येय न ठेवणे हेच सौंदर्याचे ध्येय असते. सौंदर्याच्या या उपपत्तीची सर्व मदार मानवी कलाकृतींपेक्षाही निसर्गावर असते. सौंदर्याचे अस्तित्व स्वतंत्र व स्वयंभू असते. ते अनुभवावर संज्ञाशक्तीवर किंवा चैतन्यावर अपरिहार्यतेने अधिष्ठित नसते.'' दभिंनी हे स्पष्ट केलेले आहे. 'कवी आणि परंपरा' या लेखात रोमँटिक कवीपेक्षा मर्ढेकरांप्रमाणे एलियटचा काव्यप्रकृतिपिंड अभिजात प्रकृतीचा असल्यामुळे कविता म्हणजे कवीच्या व्यक्तिमत्वाचा आविष्कार नसून कवीच्या व्यक्तिमत्त्वाचे ते विलोपन असते. काव्याचा आनंद एलियटच्या मते व्यक्तित्वाच्या सुटकेपासूनचा आनंद असतो, असे लेखकाने स्पष्ट केलेले आहे. मर्ढेकरांचा काव्यप्रकृतिप्रतिभाधर्मही रोमँटिक नसून अभिजाततावादीच आहे. एलियट व मर्ढेकर यांच्या काव्यप्रकृतीधर्मातील अभिजाततावादी वस्तुनिष्ठ नातेच दभिंना सुचवायचे असावे. मर्ढेकरांच्या मूळ सौंदर्यविचारातील सूक्ष्मता आपल्या सुलभ विश्लेषणपद्धतीने लेखक सांगतात. कलाकृतीत दोन पदे असतात. एक व्यक्त पद व दुसरे अध्याहृत. मर्ढेकरी कवितेचे आशयकेंद्र विविध घटकातील संबंधांच्या संबंधातून – आंतरिक लयातून उकलत जाते. मर्ढेकरांच्या कवितेत एक काव्यप्रतिमा असते. ती उमगली की अर्थग्रंथी उकलून आशयकेंद्र स्पष्ट होत जाते.घटकातील संबंधांचा संबंध म्हणजे कलाकृती. लयतत्त्व केवळ संबंधांचा संबंध नसून द्रव्य व माध्यम यांच्या कक्षा ओलांडून गेल्यामुळे वाङ्मयात महात्मता येते. साहित्याला महात्मता येण्याची कारणे म्हणजे नवीनता व घाटबद्धता. नवीनता व घाटबद्धता कवीच्या प्रतिभाधर्माशी निगडीत आहे. कलाकृतीला एक केंद्र व परीघ असतो. या दोन्ही घटकांत लयबंध निर्माण झाल्यामुळे सौंदर्यकृतीची निर्मिती होते. विसर्जन आणि सर्जन हा लयाचा धर्म आहे. लयात लौकिक कालतत्त्वाचे विसर्जन हेऊन कलाकृतीच्या केंद्र व परीघात अद्वैत निर्माण होते, आशय व अभिव्यक्ती एकरूप होतात. 'साहित्य कृतीच्या घटकांची आणि घटकामधील परस्परसंबंधाची, एकजिनसी संघटना म्हणजे साहित्यकृतीचा रूपबंध होय.'' साहित्यकृतीचा सेंद्रिय रूपबंध हा तिच्या अर्थग्रंथीतील

सौंदर्यानुभूतीतून अंगभूत शैलीतून उलगडत जातो. साहित्यकृतींची समीक्षा ही तिच्या सेंद्रिय रूपबंधांशी निगडीत हवी; कारण कलाकृती ही जशी भाषिक कृती आहे तशीच ती भावानुभवांचे सौंदर्यनिष्ठ संघटनही आहे, असे दभिंनी विवेचन केलेले आहे. घटकांच्या संबंधांचा संबंध म्हणजे कलाकृती. लयतत्त्व केवळ घटकातील संबंधाचा संबंध नसून द्रव्य व माध्यम यांच्या कक्षा तो ओलांडून जातो तेव्हा श्रेष्ठ कलाकृतीची निर्मिती होते. हा द्रव्य, माध्यम भेद न समजल्यामुळेच काही समीक्षक मर्ढेकरांच्या सौंदर्यशास्त्राला 'मर्ढेकरांचे काव्यशास्त्र' संबोधून मर्ढेकरी सौंदर्यविचारांचा संकोच करतात. वास्तविक मर्ढेकरांनी काव्य हा शब्द साहित्य या व्यापक अर्थाने उपयोजिलेला आहे. संस्कृत साहित्यशास्त्रात सौंदर्यवस्तूला 'अन्यूनातिरिक्त' असा शब्द आनंदवर्धनाने उपयोजिला असे दभि स्पष्ट सांगतात. प्रभाकर पाध्ये यांनी 'अन्यूनातिरिता' यासाठी कलाकृतीला 'मोनॅड' असा शब्द वापरला. पण आनंदवर्धनाचा उल्लेख दभिंनी केला तसा स्पष्ट उल्लेख सौंदर्यानुभव या ग्रंथात पाध्ये यांनी केलेला नव्हता. सौंदर्यानुभवाची संपन्नता व स्वयंपूर्णत: जिच्यातून बाहेर काही येऊ शकत नाही व जिच्यातून बाहेर काही जाऊ शकत नाही. अशी भावानुभूती कलाकृती ही एक सेंद्रिय संघटना (origanix form) असते.

दभिंच्या मर्ढेकरी सौंदर्यविचारांचे चिंतन, गो.वि.करंदीकर यांच्या मर्ढेकरी सौंदर्यविचारांच्याही एक पाऊल पुढे जाते. मर्ढेकरांनी विचार बेतून दिले ते शिवण्याची जबाबदारी पुढच्या पिढीची आहे असे करंदीकर 'परंपरा व नवता' या ग्रंथात म्हणतात तर मर्ढेकरांचे सौंदर्यदर्शन हे दभिंना संपूर्णदर्शन वाटते. दभि- मर्ढेकरी महात्मता, नवीनता व घाटबद्धता ही कलाकृतीत लयतत्त्वामुळे येते असे मानतात. नवीनता, महात्मता व घाटबद्धता यांचा संघात म्हणजे लयबंध हे दभिंचे सौंदर्यसंबोधाचे एकात्म प्रतिपादन मर्ढेकरी सौंदर्यविचाराला सम्यक न्याय देणारे आहे. ललितकलांत संवेदनानिष्ठ समतानता असते तर वाङ्मयकलेत भावनानिष्ठ समतानता असते. ललित कला भावानुभूतिनिष्ठ तर वाङ्मयकलेत सौंदर्यभावनानिष्ठ लयबंधाचा आस्वाद रसिक घेत असतो. मर्ढेकरांची कविता कवीच्या व्यक्तिमत्त्वाचा आविष्कार नसून वस्तुनिष्ठ भावानुभवातील घटकांची लयबद्ध संघटना आहे, असे दभि आवर्जून सांगतात. केशवसुतांची कविता आडवी तर मर्ढेकरांची कविता उभी कविता आहे. पूर्वी कविता ह्या कविरसिकहृदयसंवाद मानल्या जात होत्या, पण मर्ढेकरी सौंदर्यानुसार कवितेत आस्वाद कवी-माध्यम-संवाद असतो. कवि-माध्यमसंवादातून केवळ संप्रेषण होत नसून सृजनशील काव्यनिर्मिती होत असते. मर्ढेकर कधी कविमुखाने कधी निर्मितिमुखाने तर कधी रसिकमुखाने कलानिर्मितीच्या अस्तित्वाचा तर प्रतीतिभेदाचा सौंदर्यविचारात

विचार करतात. काव्यनिर्मितीची प्रक्रिया द्विदल स्वरूपाची असते. कवितेच्या केंद्रात व घाटात लयाचा व चैतन्याचा व्यूह प्रकट होत असतो. हा रचनाव्यूह म्हणजे लयबंध. कलाकृती ही एक लयतत्त्वानुसारी भावानुभवांची सेंद्रिय संघटना असल्यामुळे तिचे स्वरूप लौकिकाभिन्न पातळीवर असते. चरित्रात्मक लौकिक समीक्षेच्या साहाय्याने तिचा रूपबंध संपूर्णपणे उलगडला जाऊ शकत नाही. उदा. विजया राजाध्यक्ष व म.वा.धोंड यांची समीक्षा. कवितेतील शब्दसंहितेच्या अनुषंगाने कवितेकडे जाणे म्हणजे केंद्रानुगामी समीक्षा. अशी केंद्रानुगामी समीक्षा दभिंनी लिहिली. शब्दसंहितेतून परिघाकडे जाणारी समीक्षा केंद्रपसारी समीक्षा, अशा समीक्षेची उदाहरणे म्हणजे विजया राजाध्यक्षांचे मर्ढेकरांची कविता : स्वरूप आणि संदर्भ आणि म.वा. धोंड यांचा 'तरीही येतो वास फुलांना' हे समीक्षा ग्रंथ.

या लेखसंग्रहात काही मान्यवर समीक्षकांच्या ग्रंथांची समीक्षणेही आलेली आहेत. डॉ. यशवंत मनोहरांचे 'बाळ सीताराम मर्ढेकर' या लेखाला दोन प्रतिभावंत असे शीर्षक देऊन मनोहरांना प्रतिभावंत संबोधले व मर्ढेकरांच्या वाङ्मयीन महात्मतेच्या सिद्धान्तातील सूक्ष्मता त्यांना हेरता आली नाही हे सांगताना दभि लिहितात, ''मनोहरांनी अभ्यासकाची अपेक्षापूर्ती केली आहे पण कवी मर्ढेकरांची अपेक्षापूर्ती केलेली नाही.'' मर्ढेकर मनोहरांना म्हणतील, ''तुम्ही माझे अवमूल्यन केले तरी चालेल. कारण त्यामुळे झालीच तर मराठी समीक्षा आणि मराठी कविता अधिक समृद्धच होईल; निदान कवी आणि समीक्षक म्हणून तुमचा फार मोठा विकास घडून येईल'' डॉ. अक्षयकुमार काळे यांच्या 'अर्वाचीन काव्यदर्शन' व 'मर्ढेकरांची कविता : आकलन, आस्वाद आणि चिकित्सा' या ग्रंथाविषयी दभि म्हणतात, ''डॉ. काळे मोठे प्रकल्प हाती घेतात ही उत्तम गोष्ट आहे, त्यातून त्यांचा साक्षेप दिसतो; परंतु त्यामुळेच त्यांच्यापाशी असलेली सूक्ष्म रसिकवृत्ती आणि तीक्ष्ण समीक्षादृष्टी यांना ते पुरेसा न्याय देऊ शकत नाहीत. त्यासाठी त्यांना मर्ढेकर साहित्यावर ठिणगीसारखी उत्स्फूर्त टिपणेच लिहावी लागतील. लेखनाचे मोल काय किलोत करायचे असते?'' मर्ढेकरांच्या कवितेतील अपूर्व असे प्रातिभ इंद्रियालंकार व समयालंकार दभिंनी शोधून काढलेत.

मर्ढेकरी कवितेची निर्मितिप्रक्रिया व आस्वादप्रक्रिया सर्जनशील अनुभवातील विविध घटकसंबंधातून लयनिष्ठ संघटनप्रक्रिया असून रसिकाला अनुभवसमृद्ध करणारी, प्रतीतिविश्रांती देणारी प्रक्रिया आहे. कलाकृतीची निर्मितिप्रक्रिया द्विदल असते. एक पद अभिव्यक्त व एक अध्याहृत. कलाकृतीला एक केंद्र व परिघ असतो. भावानुभूतीतील विविध परस्परसंवादी व परस्परविरोधी घटकांतून शेवटी एकार्थच प्रतीत होतो. मर्ढेकर गर्भवतीच्या प्रतिमेतून निर्मितिशील सृजनशीलतेकडे जीवनमूल्यांच्या दृष्टिकोनातून पाहातात.

मिटून बसली पंख पाखरे
पर्युत्सुक नच पीसही फुलते;
मूक गरोदर गाईची अन्
गळ्यातील पण घंटा झुरते.

गरोदर गाईला हिरव्या कुरणात चरायचे डोहाळे लागतात. एरवी चरताना रुणझुणणारी गळ्यातील घंटा आता दु:खाने झुरत आहे. इथे दभि ज्ञानात्मक पातळीवरील मर्ढेकरी कवितेचा अर्थ स्पष्ट करताना लिहितात, दुष्प्राप्य सुखासाठी प्रयत्न करता येत नाही – म्हणून मन झुरत असते. मर्ढेकरांची 'तसूतसूतून आसू निथळे' व मुक्तीबोधांची कुणाच्या वेदना सोसून सोसून' या कवितांतील लयव्यूह उलगडताना ते लिहितात, ''मुक्तिबोधांची निष्ठा साम्यवादी पण त्यांच्या वरील कवितेत समूहाची जाणीव व्यक्त झाली नाही. व्यक्तिसमूहशक्तीबद्दलची व्यक्तीची जाणीव व्यक्त केली. मर्ढेकरांनी परमेश्वर आणि मानवाचे भवितव्य या दोन संकल्पनांवर विराट प्रश्नचिन्ह निर्माण केले. संपूर्ण समाजाची उपरोधाने जाणीव व्यक्त झाली'' प्रसरणशील शब्दांच्या साहाय्याने सौंदर्यगर्भ व जीवनमूल्यगर्भ आशयाची बंदिश म्हणजे कविता. याच भूमिकेतून दभिंनी 'पिपात मेले ओल्या उंदीर' विषयी आपले चिंतन मांडले. या कवितेत 'उंदीर/सैनिक/मानवजात यांच्या मृत्यूचे चित्रण आले नसून अटळ मृत्यूला विसरून अज्ञानजन्य – कृत्रिम (बेकलाईटी) सुखाचे चित्रण आलेले आहे.'' मर्ढेकरी कवितेतील विरुद्धभावसंबंधातून भावानुभूतीतील घटकांत लयबंधाच्या पातळीवर सौंदर्यप्रत्यय येतो. यादृष्टीने ओठावरी आली पूजा, या गंगेमध्ये गगन वितळते, असे काही तरी व्हावे, दणकट दंड स्नायू जैसे, दवात आलिस भल्या पहाटी, न्हालेल्या जणु गर्भवतीच्या , बोंड कपाशीचे फुटे, तुझ्याच आलो पायी व भंगू दे काठिण्य माझे इत्यादी कवितांची रसग्रहणे रसोद्ग्राही सर्जनशील आस्वादक समीक्षेचा वस्तुपाठच आहे. रसिकांनी ती मूळातूनच वाचावी. अन्वयात्मक शब्दांप्रतिमांतून व्यंग्यार्थातून कवीने आपला आशय इथे इंद्रियगोचर-मनोगोचर केलेला आहे. दभिंनी कवितेचे व्यक्त व अध्याहृत केंद्र व परिघरूप सृजनशील रूप आस्वादातून विशद केलेले आहे.

मर्ढेकर अभिजन असूनही इथे सामान्य माणूसच या कवितेचा नायक आहे. नवीनता म्हणजे दोन घटकांचे लयतत्त्वाच्या आधारे अपूर्व व्यूहात रूपांतर करणे. कलाकृतिसापेक्ष काळाची अखंडता आणि घाटबद्धता म्हणजे लयतत्त्व. महात्मता, नवीनता व घाटबद्धता या तीनही सिद्धान्ताचा आधार म्हणजे लयतत्त्व.

एलियटपासून बालकवींपर्यंत अनेक कवींच्या कवितांचे मर्ढेकरांनी लयविवेचन केले. त्यामागे लयतत्त्वाचे उपयोजन हा हेतू नसून लयतत्त्वाचा तात्त्विक खुलासा करणे

हा आहे. लयसिद्धान्त हा कलाकृतीसापेक्ष तर नवीनता व महात्मतेचा सिद्धान्त कलाकृतीसापेक्ष व निर्मितीसापेक्ष आहे.

मर्ढेकरी कवितेचा केंद्रस्थानी असणारा लयबंधाचा विचारव्यूह, व्यक्त व अध्याहृत, केंद्र व परिघ यांच्या अद्वैत पातळीवर लेखकाने उलगडून दाखविला आहे. द्रव्य व माध्यम यांतील भेद मर्ढेकरांनी प्रथमच स्पष्ट केला जो दभिंनी उलगडून दाखवला. भावानुभूतीतील घटकसंबंधाची लयतत्त्वामुळे झालेली बंदिश ही मर्ढेकरी सौंदर्यसंकल्पना मराठी समीक्षेत इतक्या सम्यक विश्लेषणाने, सचेतन तादात्म्याने उलगडून दाखविली नव्हती, ती प्रसरणशील शब्द, व्यंग्यार्थ व लयबंधात्मक सौंदर्यप्रत्यय लेखकाने प्रत्ययपूर्णतेने उलगडून दाखवला. मर्ढेकरांनी नवीनतेचे मूळ कवीच्या प्रतिभधर्मात असते असे सांगितले तर आनंदवर्धनाने प्रतिभा म्हणजे अपूर्ववस्तुनिर्माणक्षम प्रज्ञा असे म्हटलेलेच आहे. (प्रतिभा अपूर्ववस्तुनिर्माणक्षम प्रज्ञा। तस्य विशेषो रसरसोवेशवैशध्य सौंदर्यनिर्माण क्षमत्वम) प्रज्ञानैर्मुल्यातून प्रतीत होणारे सौंदर्य हा निकष मर्ढेकरांनीही सांगितला. मौलिकता प्रतिभासापेक्ष ठरविली. सत्य आणि सौंदर्य मर्ढेकरांच्या मते अंतिम जीवनमूल्ये आहेत. लय हा प्रतीतिचा विषय नसून लयोद्भव सौंदर्यप्रत्यय हा प्रतीतिचा विषय आहे. कलांची श्रेष्ठता माध्यमस्वरूपावरून तर कलाकृतीची श्रेष्ठता लयबंधावरून ठरत असते इत्यादी. मर्ढेकरी कलास्वरूप विचारांचे या ग्रंथात बिंब-प्रतिबिंब रूपाने दर्शन घडते. आता मर्ढेकरी सौंदर्यविचार व मर्ढेकरी कविता यांत विसंवाद आहे, मर्ढेकरी सौंदर्यविचार, आकृतिवादी आहे. मर्ढेकरी सौंदर्यविचार स्वायत्ततावादी आहे, अशी अर्थशून्य विधाने करणार नाहीत. सौंदर्य आणि साहित्य व पासंग लेखसंग्रहच आहेत. 'अनन्यता मर्ढेकरांची' हाही लेखसंग्रहच आहे. निर्मळ मनाने या ग्रंथाचा आस्वाद घेतला तर हाही एक बीजग्रंथच आहे.

भ्रमणध्वनी : ९४२१८२५०४५

योगदान

श्यामला मुजुमदार

॥१॥

८३व्या अखिल भारतीय मराठी साहित्यसंमेलनाचे अध्यक्ष आणि मराठी साहित्यविश्वातील विख्यात समीक्षक गुरुवर्य डॉ. द.भि.कुलकर्णी यांच्या सन्मानार्थ बदलापुरातील 'अक्षरसंवेदन साहित्यसंस्कृती मंच आणि ग्रंथसखा वाचनालय' या संस्थेने हा जो एकदिवसीय दभि महोत्सव आयोजित केला त्याचा मला विशेष आनंद वाटतो आहे. दभिसरांनी आयुष्यभर केलेल्या अविरत आणि निरलस, निरपेक्ष साहित्यसेवेचाच गौरव या निमित्ताने होतो आहे अशी माझी भावना आहे. समाजातले असे गुणिजन पारखून त्यांची कदर करणाऱ्या अशा संस्था अभिनंदनालातर पात्र आहेतच शिवाय एवढ्या मोठ्या मनाने एखाद्या व्यक्तीची महानता मान्य करणाऱ्या, तिचा सत्कार घडवून आणणाऱ्या व्यक्ती किंवा संस्था त्या महनीय व्यक्तीइतक्याच मोठ्या होत असतात असा माझा विश्वास आहे. त्यामुळेच 'अक्षरसंवेदन साहित्यसंस्कृती मंच आणि ग्रंथसखा वाचनालय' या संस्थेचे अध्यक्ष, कार्यवाह आणि पदाधिकारी या सर्वांचेच मी मन:पूर्वक अभिनंदन करते, थोडेसे वयाच्या अधिकाराने कौतुकही करते.

आणखी एका व्यक्तीचा उल्लेख केल्याशिवाय मला पुढे जाता येणार नाही. ती व्यक्ती म्हणजे १९३४ साली बडोद्याला झालेल्या साहित्यसंमेलनाचे अध्यक्ष नारायण गोविंद चापेकर. ते पेशाने वकील होते. १९३१ मध्ये औंध संस्थानात हायकोर्ट जज्ज म्हणून त्यांची नियुक्ती झाली. मात्र निवृत्तीनंतर कायमच्या वास्तव्यासाठी त्यांनी बदलापूरची निवड केली. पुण्या-मुंबईचा मोह न धरता त्या काळात एक लहानसे गाव असलेले बदलापूर त्यांनी राहाण्यासाठी निवडले. महाराष्ट्र साहित्य परिषदेचे ते कार्याध्यक्ष होते. महाराष्ट्रातल्या अनेक सांस्कृतिक संस्थांचे मार्गदर्शकही होते, मात्र बदलापूरसाठी त्यांनी स्वत:च्या जीवनात बदल घडवला. 'भल्या भल्यांना शहराचा मोह सोडवत नाही. मला खेड्याचा मोह सोडवत नाही.' असे म्हणून 'बोले तैसा चाले' या

उक्तीप्रमाणे आचार व विचार यांत कसलीही विसंगती न ठेवता पुढील सर्व आयुष्य त्यांनी बदलापूरला घालवले. बदलापूरने अशाही नि:स्वार्थी, कर्मयोगी व्यक्ती समाजाला दिल्या आहेत.

अशा या बदलापुरात आज दभि.कुलकर्णी नावाच्या एका प्रतिभावंत समीक्षकाचा महोत्सव आयोजित केला जातो आहे ही आमच्यासारख्या त्यांच्या विद्यार्थ्यांच्या दृष्टीने अतिशय आनंदाची तसेच अभिमानाचीही बाब आहे. दभिसरांनी मला एम.ए., एम.फिल आणि पुढे पीएच.डी.च्या अभ्यासासाठीही मार्गदर्शन केलं. त्यावेळेलाच एक गोष्ट माझ्या लक्षात आली : त्यांनी स्वत:भोवती नुसताच खुशमस्कऱ्यांचा गोतावळा जमा केला नाही तर कठोरपणे, परखडपणे आणि अगदी शिस्तशीरपणे विद्यार्थी घडवले. त्याचवेळेला त्यांच्या ठिकाणची विद्यार्थ्यांप्रती असलेली प्रेमळ वत्सलताही मी अनुभवली. साहित्यकृतीच्या अभ्यासासाठी आणि आस्वादासाठीही आवश्यक असलेली संवेदनशीलता विद्यार्थ्यांमध्ये त्यांनी अधिक उन्नत केली. कुठल्याही कलाकृतीच्या निर्मितीला त्याचप्रमाणे आस्वादालाही एक मूलभूत संवेदनावृत्ती आवश्यक असते. ही जाणीव त्यांनीच विद्यार्थ्यांमध्ये जोपासली. ह.मो. मराठे, डॉ. सुरेश भृगुवार, प्रा. कृष्णा चौधरी, डॉ. सुलभा हेर्लेकर, डॉ. यशवंत मनोहर, डॉ. ज्योती लांजेवार, डॉ. प्रमोद मूनघाटे, डॉ. वि.स. जोग, डॉ. संध्या अमृते, डॉ. शरद असोलकर, डॉ. शुभांगी पातुरकर इत्यादी मराठीच्या क्षेत्रातल्या नामवंत व्यक्ती दभिसरांच्या अध्यापनातूनच पुढच्या काळात समोर आल्या आहेत. म्हणूनच साहित्यसंमेलनाच्या अध्यक्षपदाचा सन्मान आमच्या गुरुवर्यांना आज मिळतो आहे आणि बदलापूरची एक प्रतिष्ठित संस्था त्या सन्मानाला स्वागताचे आणि सत्काराचे कोंदण घालते आहे याचे आम्हा सर्वांनाच अतोनात समाधान आहे. ही 'वाङ्मयनिष्ठांची मांदियाळी' हेच आमच्या सरांचेही वैभव आहे. आमचे प्रत्येकाचे कार्य हे निराळे असले, शैली वेगळी असली, ध्येयाचा पाठपुरावा आम्ही वेगवेगळ्या रीतींनी करत असलो तरीही सर्वांचा प्रेमळ तरीही शिस्तबद्ध पाया दभिसरांनीच घालून दिला आहे. 'कूर्मीचिया पिलीया। दिठी पान्हा ये धनंजया।आकाश वाहे बापियां। धरीचे पाणी।।' असे हे गुरुशिष्याचे नाते आहे मात्र यात सरांचे स्थान एखाद्या मठाधिपतीचे किंवा पीठप्रमुखाचे नाही. एखादा विचार ते विद्यार्थ्यांच्या मनात अलगद उतरवून देतात. पुढचा संस्कार व कार्य यांची जबाबदारी विद्यार्थ्यांचीच असते. घरातल्या वडीलधाऱ्या व्यक्तीबद्दल जो एक भीतियुक्त आदर लहानांच्या मनात नेहमी असतो तीच माझी भावना आजही त्यांच्याबद्दल आहे. 'मी पार्थु द्रोणाचा केला.' त्यांचा एरवीचा सौम्य स्वभाव, प्रेमळ, वात्सल्यपूर्ण संभाषण यांच्यामागे जी एक लखलखती तपश्चर्या आहे तिच्या तेजाचा हा परिणाम असावा.

डॉ. द.भि.कुलकर्णी हे व्यासंगी प्राध्यापक, सहृदय मार्गदर्शक तर आहेतच पण त्यापलीकडे जाऊन एक समीक्षक म्हणून त्यांचा विचार करायचा झाला तर ते एक सर्जनशील समीक्षक आहेत; केवळ आस्वादक नाहीत. साधारणपणे १९५० नंतरची मराठी समीक्षा ही श्री.के. क्षीरसागर, वा.ल. कुळकर्णी, मर्ढेकर, कुसुमावती देशपांडे, रा.श्री.जोग, नरहर कुरुंदकर, माधव आचवल, शरच्चंद्र मुक्तिबोध, त्र्यं.वि. सरदेशमुख, गंगाधर गाडगीळ, दि. के. बेडेकर, व.दि कुलकर्णी, वसंत दावतर, गंगाधर पाटील, द.ग. गोडसे, रा.ग. जाधव, दभि. कुलकर्णी, गो.म. कुलकर्णी, विजया राजाध्यक्ष, म.द हातकणंगलेकर इत्यादी समीक्षकांनी पुढे नेलेली दिसते. काही अपवाद वगळता म्हणजे मर्ढेकर, आचवल यांचा अपवाद वगळता यातील बहुतांश समीक्षक हे प्राध्यापक आहेत. यापैकी काही दभिंचे पूर्वसूरी आहेत तर काही समकालीन आहेत. समकालीनांमधील काही प्रातिनिधिक नावं निवडायची झाली तर कुरुंदकर, आचवल, सरदेशमुख, रा.ग.जाधव, विजया राजाध्यक्ष ही पाच नावं प्रामुख्याने समोर येतात. यांपैकी कुरुंदकरांची समीक्षा ही चौफेर आहे. ते उत्कृष्ट वक्ते होते आणि त्यांची ही अभिजात वक्तृत्व शैली त्यांच्या लेखनातही आढळते. ‘धार आणि काठ’ हा त्यांचा समीक्षाग्रंथ मान्यता पावलेला आहे.

रा. ग. जाधव हेदेखील जीवनवादी समीक्षक. समाजाभिमुख आणि तरीही पांडित्यपूर्ण लेखन ते करतात. उत्तरायुष्यात विश्वकोश मंडळाचे ते संपादक झाले आणि तिथे अनेक संदर्भग्रंथ त्यांच्या हाताशी आल्याने, त्यांच्या अभ्यासातून त्यांच्या लेखनातूनही वस्तुनिष्ठता आली. ‘रा.ग.जाधव यांची निवडक समीक्षा’ हा ग्रंथ पद्मगंधा प्रकाशनाने प्रसिद्ध केला आहे.

सरदेशमुखांची समीक्षा ही आध्यात्मिक वळणाची अधिक आहे. तरीही त्यात रसिकता, काव्यात्मता आढळते. प्राचीन तसेच अर्वाचीन म्हणजेच रामदास, गडकरी या अगदी भिन्न प्रकृतीच्या कवींवर लेखन. जे कृष्णमूर्तींचा पगडा त्यांच्या समीक्षेवर जाणवतो.

विजया राजाध्यक्ष यांची समीक्षा आस्वादक आणि संस्कारसंपन्न आहे. तिला एक वैचारिक बैठक आहे. कलाकृतीचा जो संस्कार त्यांच्या मनावर होतो त्याचे चित्रण त्या करतात. कलाकृतीमधील अर्थवलयं त्या शोधत नाहीत. अंशत: समीक्षा, अंशत: ललितगद्य अशी ही एका कथालेखिकेची समीक्षा आहे. मर्ढेकर चरित्राच्या संशोधनाने समीक्षेची एक वेगळी दिशा त्यांच्या लेखनाने दिली.

माधव आचवल हे रास्त प्रतिष्ठा पावलेले समीक्षक आहेत. रसास्वाद, रणांगण आणि ताजमहाल, शिवाय जास्वंद हे दोन समीक्षा ग्रंथ त्यांच्या नावावर आहेत. ते

वास्तुकलातज्ज्ञ होते आणि त्या एका घटकाचा परिणाम त्यांच्या समीक्षेवर आढळतो. कलाकृतीच्या आंतरिक रचनेकडे लक्ष देऊन केलेल्या त्यांच्या समीक्षेला निर्मितीचा स्पर्श जाणवतो. एक अभिरुचिसंपन्न समीक्षा.

या सर्वांपेक्षा निराळी अशी समीक्षा डॉ. द.भि. कुलकर्णी यांनी लिहिलेली आहे. भारतीय साहित्यशास्त्रातील अलौकिकतावादाचा भक्कम पाया या समीक्षेला आहे. सुरुवातीलाच मी म्हटल्याप्रमाणे एका अभिरुचिसंपन्न संवेदनशीलतेतून ही समीक्षा जन्माला आली आहे म्हणूनच ती पृथगात्म स्वरूपाची आहे. 'ज्ञानेश्वर ही माझी जीवननिष्ठा आहे, आणि सर्वच प्राचीन मराठी संतमहंतांबद्दल माझ्या मनात नितांत आदर आहे' असे ते म्हणत असतानाच त्यांच्या इतरही समीक्षाविषयांचा प्रचंड आवाका आपल्याला दिसत असतो. महाकाव्यापासून जी.ए.कुलकर्णींच्या महाकथेपर्यंतच्या लेखनाचा हा प्रचंड आवाका असतो. महाकाव्य, कादंबरी, नाटक, कथा इत्यादी वाङ्मयप्रकारांवरही त्यांनी विस्ताराने लेखन केलेले आढळते. कुंटे यांच्या राजा शिवाजी पासून ते दिलीप चित्रे, सुरेश भटांपर्यंतच्या अर्वाचीन मराठी कवितेचा वेध त्यांची समीक्षा घेते. 'पहिली परंपरा', 'दुसरी परंपरा' यांसारख्या त्यांच्या ग्रंथामधून आढळणाऱ्या कवींच्या परंपरेत न बसणारा मर्ढेकरांसारखा निराळ्या प्रकृतीचा व प्रवृत्तीचा कवी मात्र त्यांचा सर्वात आवडता असावा ही एक आश्चर्यकारक घटना मानावी लागेल. विश्राम बेडेकरांची 'रणांगण' कादंबरी त्यांना तिसऱ्यांदा लेखन करायला भाग पाडते. त्याशिवाय 'नाट्यवेध'मध्ये बेडेकरांच्या सगळ्या नाटकांवर त्यांनी समीक्षा लिहिली आहे. थोडक्यात आज प्राचीन आणि मध्ययुगीन, पंडिती, शाहिरी, अर्वाचीन, समकालीन, नव अशा प्रत्येक कालखंडावर डॉ. द.भि. कुलकर्णी यांच्या समीक्षेचा ठसा उमटलेला आहे. ज्ञानेश्वरांचा प्रत्यक्षयोग त्याचप्रमाणे पौर्वात्य साहित्यशास्त्र आणि पाश्चात्त्य सौंदर्यशास्त्र यांच्या अंत:प्रक्रियेतून निर्माण झालेली त्यांची तात्त्विक आणि उपयोजित समीक्षा; या समीक्षेतूनच त्यांच्या अभिनव-अलौकिकतावादाचे झालेले सिद्धान्तन या सर्व गोष्टी म्हणजे केवळ मराठी समीक्षा व्यापारातीलच नव्हे तर संपूर्ण मराठी साहित्यातील अपवादात्मक घटना आहेत. म्हणूनच त्यांचे संपूर्ण आयुष्य म्हणजे एक अखंड सुरू असलेला ज्ञानयज्ञच आहे असे म्हणावेसे वाटते.

।।२।।

दभिसरांच्या ज्ञानेश्वरसमीक्षेने असेच संवेदनेचे विशिष्टरूप धारण केले आहे. ही वैशिष्ट्यपूर्ण संवेदनावृत्तीच त्यांना एका तरलभानातून ज्ञानेश्वरसमीक्षेसाठी प्रवृत्त करते आहे.

या समीक्षेमध्ये भाबडेपणा नाही. आजपर्यंत ज्ञानेश्वरीच्या निरनिराळ्या अभ्यासकांनी ज्ञानेश्वरीकडे मौलिक संशोधन, आस्वादन, सश्रद्ध भावना इत्यादी अनेक दृष्टिकोनांमधून बघितले आहे. दभिसरांची ज्ञानेश्वरसमीक्षा बरीचशी निर्गुणाकडे झुकलेली आहे. तिच्यामध्ये माउलींचा आर्त टाहो नाही. व्यक्तिगत जीवनामध्येही प्रवचने, पारायणे, व्रतवैकल्ये, तीर्थयात्रा यांना त्यांनी स्थान दिलेले नाही. त्यांच्या अभ्यासिकेमध्ये असलेले ज्ञानेश्वरांचे छायाचित्र एवढाच काय तो त्यांच्या निर्गुणोपासनेला असलेला सगुणाचा ओलावा आहे. एरवी ज्ञानेश्वरांचे समृद्ध वाङ्मयभांडार हीच त्यांची निर्गुण आणि कडक तपश्चर्या आहे.

कुठल्याही प्रकारची अंधश्रद्धा, ज्ञानेश्वरपूजकता, विभूतिपूजा त्यांच्या ठिकाणी नसल्यामुळेच या समीक्षेचा विकास होत गेला. एवढेच नव्हे तर त्यांच्या व्यक्तिमत्त्वातील सृजनशीलता ज्ञानेश्वरांवरील या निर्गुण उपासनेमुळेच विकसित होत गेली.

या दीर्घ आणि उग्र तपस्येची प्रतीति मात्र त्यांना सुखद आणि शामक आलेली आहे. या प्रतीतिमध्ये ते विश्रांत झालेले आहेत. वर्षानुवर्षे वर्गांमध्ये शिकवताना, सार्वजनिक मुक्त भाषणांमधून, व्यक्तिगत चर्चेमधून शिवाय लेखन-वाचनातूनही त्यांना एक गोष्ट विशेषत्वाने जाणवलेली आढळते; ती म्हणजे वाङ्मयचिंतन, तत्त्वचिंतन, जीवनचिंतन या सर्वांची उत्तरे त्यांना ज्ञानेश्वरांकडून मिळतात. ही प्रतीती म्हणजे साक्षात्कारस्वरूपच पण हा साक्षात्कार म्हणजे रूढ अर्थाने चमत्कार नव्हे. सातशे श्लोकांच्या भगवदगीतेवरील नऊ हजार ओव्यांची भावार्थदीपिका म्हणजे एरवी विषयांतरे, पाल्हाळ यांना भरपूर वाव. ज्ञानेश्वरीचे रूढार्थाने पारायण करणाऱ्यांना तसे वाटले तर आश्चर्य नाही. श्रोतृस्तवन, गुरुस्तवन, गीतागौरव, भारतगौरव इत्यादी विषयांमुळे श्रोत्यांचा, वाचकांचा अहं सुखावेलही; पण या तात्कालिक सुखभावनेच्या पलीकडील जो वैचारिक आणि आध्यात्मिक असा साक्षात्कार दभिसरांना जाणवला त्या साक्षात्काराने या विषयांतरांना एक साहित्यशास्त्रीय आणि अध्यात्मशास्त्रीय परिमाण प्राप्त करून दिले आहे.

ज्ञानेश्वरीमध्ये जे तत्त्वज्ञान सांगितलेले आहे त्याबद्दल विद्वानांमध्ये मतभिन्नता आहे. हे तत्त्वज्ञान काश्मीर शैवदर्शन आहे की शंकराचार्यांचा मायावाद, याबाबत प्राचीन काळापासून मतामतांचा धांडोळा घेणे सुरू आहे. सांख्यवाद बौद्धमत अशा इतरही मतांचा उल्लेख ज्ञानेश्वरीत आढळतो. या सर्वांमधून ज्ञानेश्वरांनी सांगितलेले तत्त्वज्ञान कुणाकडे अंगुलिनिर्देश करते याबद्दल अनेक मते समोर आली आहेत. परंतु प्राचीन भारतीय साहित्यशास्त्रातील अलौकिकतावाद आणि काश्मीर शैवदर्शन यांचा एकत्रित परिणाम ज्ञानेश्वरांच्या तत्त्वज्ञानामध्ये आढळतो, या भूमिकेचा पहिला उच्चार

दभिसरांच्याच ज्ञानेश्वरसमीक्षेने केला आहे. याच दोन भाष्यकारांना वाट पुसत ज्ञानेश्वर निघाले आहेत असे त्यांची प्रतीती सांगते. यापूर्वी ज्ञानदेवोपासक पं. बाळाचार्य खुपेरकर, बाबाजी महाराज पंडित, डॉ. पेंडसे इत्यादी अभ्यासकांनी केवळ तत्त्वज्ञानाचा विचार करून आपापली मतभिन्नता नोंदवली आहे; परंतु साहित्यशास्त्र आणि तत्त्वज्ञान यांचा ज्ञानेश्वरसाहित्यावरील एकसंघ परिणाम दभिसरांच्याच ज्ञानेश्वरसमीक्षेने दर्शविला आहे. या सौंदर्यदृष्टीचे श्रेय ते अकराव्या शतकातील प्रसिद्ध संस्कृत साहित्यशास्त्रज्ञ आणि काश्मीर शैवतत्त्वज्ञ अभिनवगुप्ताचार्य यांना देतात.

"काश्मीर शैव सांप्रदायातील महान आचार्य अभिनवगुप्त याने जे साहित्यशास्त्र सांगितले आहे त्याच्याशी ज्ञानेश्वरांचे हे वर्तन सुसंगतच आहे. त्याने सांगितले की निर्मितीक्षणी निर्मात्याचे खासगी व्यक्तित्व विगलित होते. त्याच्या प्रतिपाद्याचे खासगीकरणही लुप्त होते व आस्वादकाची खासगी भूमिकाही विसर्जित होते. हे तिन्ही घटक साधारणीकृत पातळीवर जातात व म्हणूनच त्यांचे लौकिकातील तीनपण विलोपून त्यांना, रसास्वादप्रसंगी, एकात्मता प्राप्त होते; रसिक निर्मितिप्रक्रियेत सहभागी होतो; व्यंग्यार्थाची निर्मिती एकटा कवी करीत नसतो. कविरसिक यांच्या हृदयसंवादातून ती होत असते. (प्रतीतिविश्रांती पृ. ६४)

"वसुगुप्तापासून अभिनवगुप्तापर्यंतच्या स्पंददार्शनिकांनी जे विश्वभाष्य अभिव्यक्त केले त्या भाष्याची साक्षात अनुभूती ज्ञानोबांना आली होती. अमृतानुभवात त्या अनुभूतीचे बौद्धिक आलेखन आहे तर ज्ञानेश्वरात त्या अनुभूतीचा भावगर्भ आविष्कार आहे" (प्रतीतिविश्रांती पृ. १४८)

मात्र ज्ञानेश्वर आणि अभिनवगुप्त, पर्यायाने काश्मीर शैवदर्शन आणि भारतीय साहित्यशास्त्र यांची नाजूक रेशीमकुसर भरताना कुठेही भावविवशता नाही. अशा वेळेला व्यक्तिपूजेला महत्त्व येऊन एक निराळाच अतिरेकी भारावलेपणा या समीक्षेत येऊ शकला असता; पण या पुस्तकात त्यांना ज्ञानेश्वरांचा उमाळा आलेला नाही. त्यांच्या वैयक्तिक मोठेपणानेही ते भारावलेले नाहीत. याला कारण सुरुवातीलाच मी सांगितलेली ज्ञानेश्वरसमीक्षेला आवश्यक असलेली विशिष्ट संवेदनावृत्ती. या संवेदनावृत्तीनेच त्यांच्या ठिकाणची सम्यक दृष्टी, चौफेर व्यासंग आणि तीव्र आकलनशक्ती यांच्याशी बहुधा विरोधाचे नाते सांगणारी सौंदर्यदृष्टी जन्माला घातली आहे.

ही सौंदर्यदृष्टी अभिव्यक्तीची आहे, त्याचप्रमाणे आशयाचीही आहे. आशयाच्या दृष्टीने ते ज्ञानेश्वरांना ऋषीच्या पातळीवर पोहोचलेला योगी मानतात. एखाद्या औपनिषदिक ऋषीला जीवनाचे दर्शन व्हावे, साक्षात्कार व्हावा, त्याने शब्दरूप घ्यावे तशी ही ज्ञानेश्वरांची निर्मिती आहे असे त्यांना मनापासून वाटते. चांगदेवपासष्टी, अभंग हेदेखील

त्यांना उपनिषदरूप वाटतात. ज्ञानेश्वरी हे गीतेवरील भाष्य आहे. एका सिद्ध ऋषीने केलेले हे जीवनभाष्य आपल्याला केवळ एक नवा विचार देत नाही, ऋषीमुनीदेखील केवळ नवा विचार देतात असे नाही; ते समग्र विचार देत असतात. ज्ञानाची समग्रता, अंतिमता त्यांच्या विचारांमधून प्रगटत असते. उपनिषद म्हणजे गुरूच्या जवळ बसणे. त्यामुळे शिष्याला आत्मतत्त्वाची प्रतीति येत असते. ज्ञानेश्वरांनीदेखील हेच केले. सतच्या गुरुसहवासाने त्यांनाही आत्मानंदाची प्राप्ती झाली. ग्रंथांतून ग्रहण केलेले ज्ञान पंडित सांगतात. बुद्धीने जाणलेले ज्ञान आचार्य सांगतात. मननातून जाणलेले साक्षात जीवनसत्य ऋषी समोर उभे करीत असतात. ज्ञानेश्वरांची निर्मिती ही अशी प्रातिभ आकलनातून, साक्षात्कारअवस्थेतून जन्माला आली आहे. या निर्मितीचे मूल्यमापन परिभाषा, पंथपरंपरा, गुरुपरंपरा यातून होणार नाही, याची या समीक्षेला जाणीव असल्यामुळेच 'ऐसे हळुवारपण जरी येईल' या संवेदनावृत्तीने ही समीक्षा सजलेली आहे.

ज्ञानेश्वरीतील प्रत्यक्षयोग, शिवशक्तिसमावेशन, युग्मांचा चिद्विलास अशा अनेक अंगांनी ज्ञानेश्वरसमीक्षा एका मौलिक संशोधनाला जन्म देते आहे. ज्ञानेश्वरांचे श्रोतृसंवाद, गुरुगौरव, गीतागौरव, भारतगौरव ही ज्ञानेश्वरीतील विषयांतरे नव्हेत तर त्यांनाही एक अध्यात्मशास्त्रीय आणि साहित्यशास्त्रीय परिमाण आहे हे त्यांनी सोदाहरण दर्शविले आहे.

''या श्रोतृसंवादांना जर विषयांतरे, वक्त्याचा शिष्टाचार किंवा चातुर्य समजले तर ज्ञानेश्वरीतला मूळ प्रतिपाद्य विषय आणि ही युग्मप्रभावळ यांच्यात उघड द्वैत आढळेल. ज्ञानेश्वरांचा तो हेतूच नाही. ज्या शिवशक्तीची प्रतीती ज्ञानेश्वरांना द्यायची होती त्याची ही प्रात्यक्षिके आहेत.'' (ज्ञानेश्वरांचा अलौकिकतावाद पृ. ६४)

'प्रतीतीविश्रांती' या त्यांच्या ग्रंथामध्येच त्यांच्या ज्ञानेश्वरसमीक्षेने एक निराळे वळण स्वीकारल्याचे आढळते. ''ज्ञानेश्वरांची प्रतिभा ही रसवर्ज्य योग्याची नाही. मोक्षविमुख कलावंताचीही नाही. ब्रह्माला कलाकृतीचे व कलाकृतीला ब्रह्माचे रूप देणाऱ्या काश्मिरी अभिनवगुप्ताची ही अभिनव प्रतिभा आहे.'' (प्रतीतिविश्रांती पृ. ६) असे सांगणाऱ्या या समीक्षेने याच ग्रंथातील 'ज्ञानेश्वरीतील चिद्विलास' या आपल्या लेखात ज्ञानेश्वरीला 'हा कुठल्याही एका दर्शनाचा, पंथाचा किंवा उपासनेचा पुरस्कार करणारा ग्रंथ नसून एक मुक्तचिंतकाच्या, वैश्विक, तरल आणि समृद्ध अनुभूतीचा आविष्कार करणारा ग्रंथ आहे.'(प्रतीतिविश्रांती पृ. १६१) असे म्हटले आहे. डॉ. ग.वा. तगारे, प्रा. म.वा. धोंड इत्यादी विचारवंतांनीही ही भूमिका घेतली आहे. 'ज्ञानेश्वरांचा चिद्विलास' या माझ्या संपादित ग्रंथातील 'चांगदेवपासष्टीतील चिद्विलास'

या आपल्या लेखात डॉ. तगारे यांनी, तर ज्ञानेश्वरी : स्वरूप, तत्त्वज्ञान व काव्य' या आपल्या ग्रंथात प्रा. धोंड यांनी या विचाराचा पाठपुरावा करण्याचा प्रयत्न केला आहे. कुठल्याही एका पंथदृष्टीने ज्ञानेश्वरांनी स्वत:ला बांधून घेतलेले नाही. या अर्थाने त्यांची दृष्टी स्वतंत्र आहे हे खरे; तरीदेखील या दृष्टीपर्यंत पोहोचण्यासाठी डॉ. द.भि.कुलकर्णी यांच्या समीक्षेने शैवागमाचाच आधार घेतलेला आढळतो. कदाचित, ज्ञानेश्वरांच्या या अलौकिक अनुभूतीचा प्रत्यय येणे महत्त्वाचे, तिथपर्यंत जाण्याच्या मार्गाला महत्त्व नाही. या अर्थाने ज्ञानेश्वर हे स्वतंत्र आणि मुक्तचिंतक तत्त्वज्ञ आणि कवी ठरतात अशी यामागील भूमिका असू शकेल. तसेच ग्रंथभर ग्रंथकार ज्ञानेश्वरांना प्रत्यभिज्ञावादी म्हणतो; पण एका लेखात तो ज्ञानेश्वरांना 'मुक्तचिंतक', 'ऋषितुल्य दार्शनिक' असेही म्हणतो. या विसंगतीचे संभाव्य निरसन असेही करता येईल : 'ज्ञानेश्वरवाङ्‌मयाची आस्वादोत्तर विश्लेषकबुद्धीने चिकित्सा केली तर त्यांना शास्त्रीय परिभाषेत प्रत्यभिज्ञावादी म्हणता येते; आणि ज्ञानेश्वरवाङ्‌मयाचा निर्मितीसापेक्षतेने आणि अनुभूतिसापेक्षतेने विचार केला तर ते मुक्तिचिंतक, ऋषितुल्य दार्शनिक ठरतात. शेवटी विश्लेषण हे अभ्यासकांच्या सोयीसाठी, आकलनासाठी व या अर्थाने 'कृत्रिम'च असते.

डॉ. द.भि. कुलकर्णी यांच्या ज्ञानेश्वरसमीक्षेने अभ्यासकांसमोर उपस्थित केलेल्या या नवीन दृष्टीकोनाचा पुढे जाऊन अधिक अभ्यास, संशोधन होणे जरुरीचे आहे.

भोळाभाबडा भाव बाजूला सारून दभिंच्या चिकित्सक आणि निर्गुण प्रज्ञेने घेतलेला ज्ञानेश्वरीचा मागोवा हे मराठी साहित्यातील आज एक मौलिक संशोधन ठरते आहे.

१. ज्ञानेश्वरीतील युग्मदर्शन हे काश्मीर शैवतत्त्वज्ञानातील शिवशक्ती समावेशनाचे निदर्शक आहे.

२. गीतेमध्ये ज्ञानयोग, भक्तियोग, कर्मयोग यांचे माहात्म्य वर्णन केले आहे.

३. ज्ञानेश्वरीमध्ये काव्य आणि तत्त्वज्ञान यांच्या अनुषंगाने अध्यात्मशास्त्र आणि साहित्यशास्त्र यांची एकरूपता प्रत्ययाला येत आहे.

ज्ञानेश्वरीवरील दभिसरांची ही तीन मौलिक संशोधने टाळून आज कोणताही ज्ञानेश्वरीचा अभ्यासक पुढे जाऊ शकणार नाही.

प्रखर ज्ञानसाधनेतून प्रदीप्त होऊन उठलेल्या या संशोधनांची अभिव्यक्ती मात्र अतिशय मृदू आणि मनोवेधक आहे. 'कां कमळावरी भ्रमर। पाय ठेविती हळूवार। कुचुंबैल केसर। इया शंका॥' असे ज्ञानेश्वरांनीच म्हटल्याप्रमाणे या अभिव्यक्तीची मृदुता त्यांच्या प्रत्येक लेखातून प्रत्ययास येते.

दभिसर डॉ. ग.त्र्यं. देशपांडे यांना गुरुस्थानी मानतात. ज्ञानेश्वरीमध्ये काव्य

आणि तत्त्वज्ञान यांच्या अनुषंगाने अध्यात्मशास्त्र आणि साहित्यशास्त्र यांची एकरूपता प्रत्ययाला येते, या आपल्या संशोधनाचे श्रेय ते आपल्या गुरूंच्या ग्रंथांना देतात. 'भारतीय साहित्यशास्त्रातील सौंदर्यकल्पना' या आपल्या ग्रंथात व रामकण्ठाची स्पंदकारिका' या लेखमालेत डॉ. देशपांडे यांनी अध्यात्मशास्त्र आणि साहित्यशास्त्र यांची अभिनवगुप्तकृत एकरूपता दाखविली आहे. दभिंनी ज्ञानेश्वरांच्या काव्याला ती लावून दाखविली; आपले श्रेय एवढेच, असे ते म्हणतात.

त्यांचे प्रत्यक्ष गुरू मात्र एकमेव ज्ञानेश्वरच. या गुरुमुखाने त्यांना जे ज्ञानधन मिळाले त्याचा प्रत्यक्ष आविष्कार म्हणजे त्यांची ज्ञानेश्वरसमीक्षा हा अनुभव साक्षात्कारमय आहे; केवळ विधानात्मक अशी ती प्रतीती नव्हे.

।।३।।

डॉ. द.भि. कुलकर्णी यांच्या समीक्षेचा दुसरा टप्पा भारतीय साहित्यशास्त्रातील अलौकिकतावादापासून सुरू होतो. नाट्यशास्त्राने भा.सा.चा प्रारंभ झाला आहे. भरतमुनींच्या नाट्यशास्त्राकडून काव्यशास्त्राकडे जेव्हा विचार सरकला, सातव्या आठव्या शतकात भामह, दण्डी, वामन ते रुद्रटापर्यंतचे साहित्य शास्त्रज्ञ जेव्हा वाङ्मयकलेचा विचार करू लागले तेव्हा त्यांना असा प्रश्न पडला की काव्यात नट, नेपथ्य, अभिनय, रंगमंच इत्यादी विभाव-अनुभाव नसताना केवळ शब्दनिष्ठ वाङ्मयकलेतून रसप्रतीती कशी येते?

या प्रश्नाचे उत्तर शोधताना 'भाषा' या प्रमुख घटकाचा शोध त्यांना लागला तो व्याकरणामार्फत. व्याकरणाने अभिधाशक्ती म्हणजे वाच्यार्थ किंवा मुख्यार्थ सांगितला. मीमांसेने शब्दाची दुसरी शक्ती लक्षणाशक्ती म्हणजे लक्ष्यार्थ किंवा लाक्षणिक अर्थ सांगितला, मात्र या दोन शब्दशक्ती स्वीकारूनही या साहित्यशास्त्रज्ञांच्या असे लक्षात आले की आणखी एक शक्ती काव्यात आहे. वैयाकरण आणि मीमांसक यांच्या ज्ञानक्षेत्रात हा तिसरा अर्थ येत नव्हता म्हणून त्यांच्यापाशी तो नव्हताही, मात्र साहित्यशास्त्रज्ञांनी स्वानुभवातून तिसरी शक्ती मानली आणि तिला नाव दिले 'व्यंजनाशक्ती'. तिच्यातून जो अर्थ प्रगटतो त्याला व्यंग्यार्थ, अप्रसिद्ध अर्थ, ध्वन्यर्थ, प्रतीयमान अर्थ इत्यादी नावे आहेत. आनंदवर्धन, अभिनवगुप्त या आठव्या-नवव्या शतकातील साहित्यशास्त्रज्ञांनी, व्यंग्यार्थ हाच काव्यार्थ असून त्यातूनच काव्यात रसनिर्मिती होत असते असे सांगितले. म्हणजेच काव्यात वाच्यार्थ आणि लक्ष्यार्थ यातून कविप्रतिभेने व्यंग्यार्थाचे धुमारे फुटले पाहिजेत, शब्दांच्या सर्व शक्ती सीमांत रीतीने काव्यातून प्रत्ययाला आल्या पाहिजेत असे भा.सा.तील अलौकिकतावाद सांगतो. या अर्थाने साहित्यिक हा भाषाप्रभू असतो.

त्याचप्रमाणे लेखकाचे लौकिक चरित्र आणि त्याचे साहित्य यांचा अर्थाअर्थी काहीही संबंध नाही असेही हा अलौकिकतावाद सांगतो. कलाकृतीची पुनर्निर्मिती करणाऱ्या सहृदय समीक्षकाच्या दृष्टीने तर तो अजिबात असू नये. लेखकाच्या चरित्राचा आणि त्याच्या काव्याचा, साहित्याचा संबंध केवळ सामग्रीपुरता असता. लेखकाला या सामग्रीचा स्रोत इतिहास, पुराणे, चरित्रे, व्यक्तिगत अनुभव इत्यादी अनेक ठिकाणाहून मिळत असतो. या विविध स्रोतांमधून त्याने मिळवलेली ही सामग्री; तिचे प्रयोजन, स्वरूप, कोटी ही साहित्यात प्रगटताना संपूर्णपणे बदलते. एखाद्या कुमारिकेची विवाहिता झाल्यानंतर तिच्यामध्ये तिचे नाव, आडनाव आणि गोत्रबदलही होतो आणि त्यानंतरचे तिचे आयुष्य हे निराळ्या अर्थाने धर्म्य आणि गौरवशाली होते. त्याचप्रमाणे लौकिकातल्या या सामग्रीचा विवाह कलाक्षेत्राशी झाल्यानंतर तिच्यामध्ये जे अलौकिक बदल घडून येतात त्यामधून तिच्या माहेराची कुठलीही खूण शिल्लक राहत नाही. डॉ. ग.त्र्यं. देशपांडे यांनी भा.सा.तून पुन:पुन्हा या गोष्टीचा उच्चार केला आहे. ते म्हणतात, ''कवीचा हा प्रत्यय म्हणजे त्याचा लौकिक मनोविकार नव्हे किंवा ते त्याचे व्यक्तिगत सुखदु:खही नव्हे. साधारण्याच्या भूमिकेवरून प्रतीत झालेली ती त्याची अनुभूती आहे. आपल्या लौकिक जीवनात कवी जी गोष्ट पाहतो किंवा अनुभवतो ती तो जशीच्या तशी रसिकांसमोर मांडीत नाही. ती तशीच मांडणे हे काव्य नव्हे...कवीचा लौकिक अनुभव त्याच्या प्रतिभेतून उजळून निघालेला असतो. कवी आपल्या प्रतिभाबलाने आपला अनुभव व्यक्तिगत पातळीवरून वर उचलतो आणि त्याला साधारण्याच्या भूमीवर ठेवतो. हे साधारण्यसुद्धा परिमित नसते. कवीचा साधारणीभूत अनुभव सर्व विश्वाला व्यापेल एवढा व्यापक होतो. दुसरी महत्त्वाची गोष्ट म्हणजे रसिकाला येणारी प्रतीती ही कविगत प्रतीतीच असते. कवीला आलेला साधारणीभूत प्रत्यय आणि रसिकाला काव्यवाचनाने येणारा साधारणीभूत प्रत्यय एकच म्हणजे एकजातीयच असतात. हाच हृदयसंवाद किंवा वासनासंवाद होय.'' (भा.सा. पृ. ३६४-३६५)

सारांश, वक्ता व श्रोता किंवा कवी आणि रसिक यांच्यात काव्यातील व्यंग्यार्थाद्वारे साधारणीकरणप्रक्रिया होऊन आपपरतटस्थभाव मावळून जीवनाचे जीवनमूल्यात्मक दर्शन वस्तुनिष्ठपणे घडल्याचा अलौकिक आनंद प्राप्त होणे हा भारतीय साहित्यशास्त्रातील अलौकिकतावाद आहे. इ.स. पूर्व दुसऱ्या शतकापासून सुरू झालेला हा साहित्यविचार आज एकविसाव्या शतकापर्यंत सातत्याने प्रवाहित होत राहिलेला आहे. प्रतिभाशक्ती, साधारणीकरण आणि व्यंग्यार्थ या तीन तत्त्वांनी या साहित्यविचाराने एक अलौकिक उंची गाठली आहे.

डॉ. द.भि. कुलकर्णी यांनी आपल्या समीक्षेतून या अलौकिकतावादाचा पुढचा टप्पा संशोधित केला आहे. हा नवअलौकिकतावाद म्हणजे प्राचीन साहित्यविचारातील

अलौकिकतावादाने अर्वाचीन काळात साधलेला विकास आहे. 'नव' या संज्ञेचा अर्थ आधुनिक किंवा नवीन सिद्धान्त एवढ्या पुरताच मर्यादित नाही. मर्ढेकर ज्या अर्थाने काव्यातील 'नवीनता' सांगतात, त्या अर्थाने म्हणजे 'मौलिकता(Originality) हे या सिद्धान्ताचे नवस्वरूप आहे. या सिद्धान्ताचे निर्माण डॉ. द.भि. कुलकर्णी यांनी पौर्वात्य आणि पाश्चात्त्य साहित्य–सौंदर्यविचाराची अंत:प्रक्रिया जाणून घेऊन केले आहे. संस्कृत आणि इंग्रजी या दोन भाषांमधील समीक्षाविषयक आणि सैद्धान्तिक लेखन प्रवाहांच्या मराठीत अवतरलेल्या डॉ. ग.त्र्यं. देशपांडे आणि बा.सी. मर्ढेकर या दोन प्रमुख प्रतीकांच्या साहित्यविचारांचा विधायक समन्वय साधून डॉ. द.भि. कुलकर्णी यांनी आपला नवअलौकिकतावादाचा सिद्धान्त तात्त्विक आणि उपयोजित समीक्षेतून समोर आणला आहे. म्हणजेच प्रत्यक्षात भारतीय साहित्यशास्त्र आणि पाश्चात्य साहित्याभिरुची यांचा तात्त्विक आणि उपयोजित पातळीवर साधलेला समन्वय हे डॉ. द. भि. कुलकर्णी यांचे मराठीला दिलेले मोठे योगदान आहे. मर्ढेकरांची आधुनिक सौंदर्याभिरुची आणि डॉ. ग.त्र्यं. देशपांडे यांचे भारतीय साहित्यशास्त्राचे गहन अकलन या दोहोंचा संयोग या समीक्षेत आढळतो.

डॉ. द. भि. कुलकर्णी यांना हे कसे साधले? अभिनवगुप्तांचा व्यंग्यार्थ आणि मर्ढेकरांची घाटसंकल्पना यांची सांधेजोड त्यांनी कशी केली? अभिनवगुप्त व्यंग्यार्थाला अर्थाचा अर्थ म्हणतात. मर्ढेकर लयाला संबंधाचा संबंध म्हणतात. म्हणजेच व्यंग्यार्थाचा स्फोट आणि अर्थाला घाट मिळणे (अर्थाचीच संघटना होते) यांची जुळणी करताना, या प्रश्नाची उकल त्यांनी व्यूहसंकल्पनेने केली. व्यंग्यार्थ हा सुटासुटा, विस्कळीत नसतो. त्याचे अनंत व्यूह असतात. व्यंग्यार्थ प्रतीत होत असतानाही सुटा, मोकळा प्रतीत होत नाही, त्याचे व्यूह प्रतीत होतात असे हा नवअलौकिकतावाद सांगतो. संपूर्ण कलाकृती हा व्यंग्यार्थाचा एक व्यूह असतो. तिच्यामध्ये व्यूहलिपीतली एक व्यूहभाषा असते. कारण असंख्य, सजीव व्यूह तिच्यात असतात. त्यांची परस्परांशी नाती बदलत असतात. सजीव चैतन्यामुळे त्यांच्या आकारात रंगात फरक होत असतात. चैतन्यामुळेच त्यांची पुनर्निर्मिती किंवा हनन होत असते. डॉ. दभि. कुलकर्णी म्हणतात, ''दर्शनी अर्थाशिवाय आणखी काय असते कवितेत? दर्शनी अर्थातून निघणारे अर्थझंकार असतात. या अर्थझंकारांचे चपळ आणि परिवर्तनशील व्यूह असतात. अशा व्यूहांची मिटती उमलती केंद्रे असतात. वाङ्मयकृतीमध्ये शब्द आणि वाक्य यांचे नाव, यांचे अर्थ, प्रतिमा, अलंकार आणि प्रतीके इत्यादी घटक यांचे छोटे छोटे जिवंत व्यूह असतात. या प्रत्येक व्यूहातून एकेक जास्तीचा अर्थ प्रगटत असतो. एवढ्याने काय झाले? या छोट्या छोट्या व्यूहांचा मिळून एक मोठा जिवंत व्यूह म्हणजे ती वाङ्मयकृती असते. या मोठ्या व्यूहातून आणखी एक जास्तीचा अर्थ प्रगटत असतो. हे व्यूह

जिवंत असतात म्हणजे काय तर ते सतत बदलत, वाढत, घडत, मोडत असतात–स्वेच्छेने, कालगतीने, आस्वादकाच्या आकलनशक्तीने.'' (पस्तुरी पृ. २२)

हे व्यंग्यार्थव्यूह म्हणजेच वाङ्मयकृतीचा घाट, लयबंध

या अर्थव्यूहांमधून सूक्ष्म, विराट असे अनंत घाट निर्माण होतात. महान कलाकृतींमध्ये स्थिर आकृत्या, घाट नसतात. त्यातून नवनवे अर्थव्यूह निर्माण होत राहणे ही सततची प्रक्रिया असते.

व्यंग्यार्थ आणि घाट यांचे असे एकीकरण कलाकृतीत होत असते.

याशिवाय हे व्यूह ज्या कलावंताची प्रतिभाऊर्जा, जीवनऊर्जा घेऊन येतात त्यांवर त्यांची सूक्ष्मता, स्थूलता, जीवनशक्ती, विकासप्रक्रिया, जीवन–मृत्यू इत्यादी गोष्टी अवलंबून असतात. एकदा कलाकृती निर्माण झाल्यावर त्या कलावंताची इच्छा असो–नसो, हे व्यूह एकमेकांच्या संपर्कानेही सतत बदलत असतात. 'भीतरी पालटु जाला' किंवा 'अभिप्रायो अभिप्रायाते विये'

हे झाले कलावंताचे पण रसिकाचे काय? रसिकही निर्मितिप्रक्रियेत सहभागी असतो असे भा.सा. सांगते ते कोणत्या अर्थाने? डॉ. द. भि. कुलकर्णी यांच्या नवअलौकिकतावादी समीक्षेने याचेही उत्तर दिले आहे. नवअलौकिकतावादाचा हा पुढचा टप्पा आहे. कलावंताच्या कारयित्री प्रतिभेला शब्दरूप मिळण्याच्या आधीपासून निर्मितिप्रक्रियेला सुरुवात होते आणि ती कलाकृतीत विराम पावते. ही प्रक्रिया विदग्ध रसिकापर्यंत पोचली म्हणजे त्याच्या भावयित्रि प्रतिभेला त्यातील अनंत अर्थव्यूह जाणवू लागतात; म्हणजेच एका अर्थाने या नवनवीन व्यूहांचा निर्माता हा रसिकच आहे. रसिकाच्या ठिकाणीच कलाकृतीचा विकास होत असतो. हीच कलाकृतीची निर्मितिप्रक्रिया कविमन ते रसिकमन अशी सातत्याने प्रवाहित होत असते. भा.सा. ने प्रतिभाशक्ती, व्यंग्यार्थ आणि साधारणीकरण ही अलौकिकतावादाची तीन तत्त्वे सांगून कविरसिकहृदयसंवादाची उपपत्ती मांडली आणि नवअलौकिकतावादाने व्यंग्यार्थाला व्यूहाची संकल्पना आणि घाटाची बंदिश देऊन त्यांचा एकत्रित समन्वय साधला. महान कलाकृतींमधले अर्थव्यूह असेच विकासोन्मुख आणि परिवर्तनशील असतात. त्यांनाच आपण वैश्विक कलाकृती म्हणतो.

या व्यूहांच्या आस्वादाने समीक्षकाची रसिकताही उन्नत होते. त्याची समीक्षावृत्ती उत्तरोत्तर वृद्धिंगत होत जाते. याच साधारणीभूत अवस्थेतून तो पुन:पुन्हा त्या कलाकृतीकडे वळत जातो. प्रत्येक आस्वादात आजवरचे अज्ञान, सौंदर्य त्याला नव्याने जाणवत जाते आणि पुन्हा एकवार त्या कलाकृतीकडे तो बघत जातो. एखाद्या मंत्राच्या आवर्तनांप्रमाणे मंत्रमुग्ध होत जातो. त्याची प्रतिभा अधिकाधिक उन्नत होत जाते. एका अलौकिक उंचीवर तो जाऊन पोहोचतो. नवअलौकिकतावादात हे अध्याहृत आहे.

अभिनवगुप्त हे व्यंग्यार्थाला अर्थाचा अर्थ म्हणतात. तो एक झटितिप्रत्यय आहे. असंलक्ष्यक्रमतेने प्रतीत होतो असे सांगून ते थांबतात. व्यंग्यार्थाला आशयदृष्ट्या काही घाट आहे का, त्याची काही संघटना आहे का, त्याचे अपरिमित आणि परिवर्तनशील अर्थव्यूह संभवू शकतात का? या पुढच्या प्रश्नांची उकल ते करीत नाहीत. थोडक्यात, ते अर्थाचा विचार करतात. अर्थबंधाचा विचार म्हणजे घाटविचार, लयविचार करीत नाहीत.

मर्ढेकरदेखील लय हा संबंधाचा संबंध आहे असे म्हणतात. वाङ्मयकृतीचा घाट, संघटना, लय इत्यादी संकल्पनांचे ते विवेचन करतात मात्र कलाकृतींचे ऊर्जाकेंद्र आणि त्याच्या अर्थशक्तीच्या मर्यादेवर घाट ठरत असतो, त्याला आकृती मिळत असते हे ते सांगत नाहीत. प्रत्येक व्यूहाचे एक ऊर्जाकेंद्र असते. या ऊर्जाकेंद्राच्या प्रभावक्षेत्रावर कलाकृतीचा घाट ठरत असतो. या केंद्रापासून तर घाटापर्यंतच्या परिसरात लयतत्त्व कार्य करते. हा घाट अर्थातच अर्थशक्तीला मिळालेला असतो. तो पोकळ नसतो. त्याचेही कंगोरे-किनारे, धागे-दोरे आशयात गुंतलेले असतात. त्यामुळेच मर्ढेकरांचा सौंदर्यविचार हा आकृतिवादी आहे या विचाराला हा नवलौकिकतावाद आपोआपच शह देतो.

भारतीय साहित्यशास्त्रातील रसविवेचन हे वाक्यप्रधान आहे. मर्ढेकर आपले विवेचन शब्दप्राधान्यतेने करतात. प्रसरणशील आणि अप्रसरणशील अशी शब्दांची वर्गवारी करून प्रसरणशील शब्दांमधून लयाद्वारे सौंदर्यनिर्मिती होते असे ते सांगतात. डॉ. द.भि. कुलकर्णी यांचा नवअलौकिकतावादमात्र वाङ्मयात विशिष्ट शब्दच प्रसरणशील असतात असे मानत नाही. कविप्रतिभेने कुठलाही शब्द, वाक्य, व्यंग्यार्थव्यूह निर्माण करू शकतो असे तो सांगतो. शब्दच केवळ प्रसरणशील होत नाहीत, वाक्यार्थच केवळ व्यंग्यार्थपूर्ण होत नाहीत तर अर्थव्यूहच प्रसरणशील व व्यंग्यार्थपूर्ण होतात; ते रसिकाची जाणीव, त्याचे व्यक्तिमत्त्वच प्रसरणशील, व्यंग्यार्थमय, व्यूहात्मक करतात हा विचारच केवढा मौलिक आहे! भारतीय साहित्यशास्त्र-पाश्चात्त्य सौंदर्यशास्त्र यांच्यात समन्वय साधून वैचारिक नवनिर्मिती करणारा आहे. डॉ. दभिंच्या अनेक ग्रंथांसह त्यांच्या अलीकडच्या 'पस्तुरी', 'समीक्षेची सरहद्द', 'प्रतीतिभेद' इत्यादी ग्रंथांमधून हा विचार नवनव्या पैलूंनी प्रगट झाला आहे. याच संदर्भात त्यांनी केलेली राजेंद्र बनहट्टी यांच्या 'गंगार्पण' या कथेची, कुसुमाग्रजांच्या 'कणा' या कवितेची, गदिमांच्या 'जोगिया' या कवितेची समीक्षा मुळातूनच वाचायला हवी.

म्हणजेच हा नवअलौकिकतावाद व्यंग्यार्थ आणि घाट यांचे एकीकरण करून व्यंग्यार्थव्यूहांना घाटाची बंदिश देऊन कलाकृतीचा पूर्णाकार विशद करतो. अभिनवगुप्तांच्या रससिद्धान्ताच्या साहाय्याने डॉ. दभि.कुलकर्णी हे मर्ढेकरांच्या

सौंदर्यविचाराला पूर्णता देतात आणि मर्ढेकरांचा सौंदर्यविचार अभिनवगुप्तांच्या अलौकिकतावादाशी जोडून पाश्चात्त्य आणि पौर्वात्य साहित्यविचाराला एकरूप करतात.

नवअलौकिकतावादाने कलाकृतीतील सौंदर्य आणि जीवनमूल्ये यांचाही सुरेख गोफ विणलेला आहे. अलौकिकतावादाने आस्वाद्यमानता आणि पुरुषार्थोपयोगिता या दोहोंचा समन्वय आपल्या साहित्यविचारात साधला आहे. या मतानुसार ज्या जीवनानुभवाचे कवीला काव्यात चित्रण करायचे असते त्याचा त्याने जीवनमूल्यनिष्ठ (पुरुषार्थोपयोगिता) आणि सौंदर्यात्म (आस्वाद्यमानता) यांनी युक्त असा प्रत्यय घेतलेला असतो. रसिकही त्या वाचनाने आपल्या पूर्वसंस्कारांचे (स्थायी) साधारणीकृत पातळीवर आस्वादन करीत असतो म्हणून व्यंग्यार्थ हा जीवनमूल्यनिष्ठच असतो. मग त्या जीवनमूल्यांचा तपशील नवा असो किंवा जुना असो. म्हणजेच ते जीवनमूल्य हे धर्म, अर्थ, काम, मोक्ष असे अभिनवगुप्तांनी सांगितल्याप्रमाणे पुरुषार्थ– कल्पनेवर आधारलेले असो किंवा आधुनिक कालातील स्वातंत्र्य, समता, बंधुभाव या त्रयींवर आधारलेले असो किंवा प्रा. शरच्चंद्र मुक्तिबोध यांनी मानलेले, सर्व वर्गीय निष्ठांच्या पलीकडे पोचलेले 'मानुषता' हे जीवनमूल्य असो.

या जीवनमूल्यांच्या साहित्यशास्त्रातील अंतर्भावामुळे कला आणि जीवन यांना जी एकरूपता मिळाली तिचे महत्त्व आधुनिक काळातील कलावादी आणि जीवनवादी यांनी लक्षात घेतले पाहिजे. नवअलौकिकतावाद या दोनही वादांची फारकत मान्य करीत नाही. व्यंग्यार्थव्यूह आणि कलावंताच्या प्रतिभाशक्तीप्रमाणे त्यांना मिळालेला घाट किंवा संघटना यात कुठलेही द्वैत नाहीच हीच नवअलौकिकतावादी भूमिका आहे. व्यंग्यार्थव्यूहांना जी घाटाची सीमा मिळते त्यातून कला आणि जीवन यांचा एकमेकात विलोप होऊन विदग्ध रसिकाला जो रसानंद मिळतो तो कलेला जीवनापासून निराळा काढत नाही. म्हणूनच डॉ. ग.त्र्यं. देशपांडे म्हणतात, 'प्रबंधगत रसाच्या कसोटीचे असे द्विविध स्वरूप असल्यामुळेच रसमीमांसकांसमोर कला व जीवन यांच्या संबंधाविषयीचे प्रश्न निर्माण झाले नाहीत. पुमर्थत्व या कसोटीमुळे रस जीवननिष्ठ राहिला आणि आस्वाद्यत्व या कसोटीमुळे इतर वाङ्मयापासून काव्याचे वैशिष्ट्य प्रस्थापित झाले.''

आज डॉ. द. भि. कुलकर्णी हे नवअलौकिकतावादाच्या अनुषंगाने व्यंग्यार्थव्यूहबंध आणि कलावंताच्या प्रभावक्षेत्राच्या आधाराने, कलाकृतीला लाभलेल्या घाटाच्या तात्त्विक विवेचनाबरोबरच ज्ञानेश्वर, केशवसूत, तांबे, कुसुमाग्रज, गदिमा, जी.ए.कुलकर्णी अगदी राजेंद्र बनहट्टी, सुरेश भट, यांच्यापासून सोफोक्लिजच्या इडिपस रेक्सपर्यंतच्या कलाकृतींची समीक्षा करीत आहेत. कुसुमाग्रजांच्या 'कणा' या कवितेबद्दल ते लिहितात, ''पाण्याचा अर्थव्यूह जाणवणे म्हणजे काय एखादी आकृती अनुभवणे आहे? नाही.

त्या व्यूहातून एका मूल्याची प्रतीती आपल्याला आली आहे. विपत्तीमुळे माणसे भयभीत होतात किंवा कडवट होतात, तसे व्हायचे नाही, आपल्या मनाचे सत्व शाबूत ठेवायचे – या जीवनमूल्याची प्रतीती आपल्याला आली...आशा, धैर्य, प्रेम, विश्‍वास, सहकार्य, आनंद हे केवढे मोठे सद्‌गुण आहेत, त्यांचे बौद्धिक, ज्ञानात्मक कथन नव्हे तर त्याची साक्षात अनुभूतीच – अनिर्वचनीय अनुभूतीच – ही कविता आपणास देते. यालाच जीवनमूल्यमान आणि जीवनमूल्यप्रत्यय म्हणायचे – आणखी काय? असे फक्त कलानुभवातच घडू शकते – घडते. इथे सौंदर्यानुभव आणि जीवनानुभव अगदी एकात्म झालेले असतात. (पस्तुरी पृ. ७२)''

डॉ. ग.त्र्यं. देशपांडे आणि बाळ सीताराम मर्ढेकर या दोघांनीही अनुक्रमे पौर्वात्य आणि पाश्‍चात्त्य साहित्य विचार मराठीत आणून मराठीतील साहित्य विचार समृद्ध केला हे खरेच, त्याचबरोबर डॉ. देशपांडे यांचा पाश्‍चात्त्य साहित्यशास्त्राचा अभ्यास नव्हता आणि मर्ढेकरांचा पौर्वात्य संस्कृत साहित्यशास्त्राचा अभ्यास नव्हता ही बाबदेखील तितकीच महत्त्वाची आहे. डॉ. दभि.कुलकर्णी यांना हे दोनही अभ्यास प्राप्त आहेत, म्हणूनच भारतीयांचा व्यंग्यार्थ आणि पाश्‍चात्त्यांच्या लय, घाट या संकल्पना यांचा एकत्रित विचार त्यांना करता आला. अभिनवगुप्त व्यंग्यार्थाचा विचार करतात, घाटाचा, लयाचा विचार करीत नाहीत. मर्ढेकर व्यंग्यार्थशक्ती आणि तिच्या प्रभावक्षेत्रानुसार ठरणारा घाट किंवा कलाकृतीचे ऊर्जाकेंद्र यांचा विचार करीत नाहीत. दोघेही अलौकिकतावादी असूनही अलौकिकतावादातील हे दोन ध्रुव खरोखर नवअलौकिकतावादात एकत्र आले आहेत. जीवनमूल्यांना आस्वाद्यमानता, व्यंग्यार्थ, जिवंत अर्थव्यूह, घाट, लय यांच्याबरोबरीने महत्त्व देऊनही डॉ. दभि.कुलकर्णी हे लौकिकतावादी होत नाहीत. अशी कुठलीही तडजोड न करता अलौकिकतावादामुळे आधुनिक कलाविचाराकडे आकृतिवादाने बघितले न जाता तो कलाविचार आशयवादी ठरेल. संघटना ही आशयाची आहे, आकृतीची नाही हे लक्षात येईल, म्हणजेच अलौकिकतावादाचा पाया कायम ठेवून त्यात दडलेल्या जीवनमूल्यांची फोड आणि जोड नवअलौकिकतावाद करतो. डॉ. देशपांडे यांनी हे सूचित केले; मर्ढेकरांनी त्याचा विचार केला नाही.

डॉ. दभि. कुलकर्णी यांनी आपल्या या दोन साहित्यशास्त्रीय गुरूंच्या कार्याची परिपूर्ती आणि विकास आपल्या नवअलौकितावादी सिद्धान्ताद्वारे केला हाच त्यांचा (अभि)नवअलौकिकतावाद असे आपण म्हणू या.

(बदलापूर येथे दि ७ मार्च २०१० रोजी 'दभि. महोत्सवा'त वाचलेली पत्रिका)

भ्रमणध्वनी : ८४२११४७४२५
७३८७२८५०७०

मैफल

मुमताज मुल्ला

सुप्रसिद्ध समीक्षक, पुणे येथील अ.भा.साहित्यसंमेलनाचे माजी अध्यक्ष मा. डॉ.द. भि.कुलकर्णी यांच्या वाढदिवसानिमित्त, गुरुपौर्णिमेच्या दिवशी, भारत इतिहास संशोधन मंडळात, १५ जुलै २०११ ला, पु.शि.रेगे यांच्या कादंबरीचे अभिवाचन सरांनी केले. त्यावर प्रश्नोत्तरे, चर्चा व सरांचे विवेचन असा कार्यक्रम झाला. अध्यक्ष मा. श्री. मा. भावे, संपादक नवभारत होते.

नागपुरचे मधुकर हुद्दार, श्रीनिवास कुलकर्णी, मा. आमदार गांगुर्डे, डॉ. संगमनेरकर, डॉ. सरोजा भाटे, निर्माते-गायक रवींद्र जोशी, डॉ. उषा कोटबागी, अमिता जोशी, सत्वशीला सामंत, संजय भास्कर जोशी, विश्वास वसेकर, कुमार गोखले, भारत सासणे असे नामवंत रसिक श्रोते हजर होते.

यापूर्वी कोल्हापूरला गोखले कॉलेजमध्ये असताना मराठी मंडळात या कादंबरीचं वाचन व चर्चा असा कार्यक्रम झाला १९६४ साली. त्या कार्यक्रमाला मी गोखलेची विद्यार्थिनी म्हणून हजर होते. त्यावेळी फारसं काही कळलं होतं असं वाटत नाही. सरांनी केलेले विवेचन आकर्षकही वाटायचं अन दुर्बोधही वाटायचं; पण 'सावित्री' मात्र मनात राहिली.

सरांनी नागपुरात 'प्रास'मध्येही अभिवाचन केले. त्यालाही रामदास भटकळ, सुलभा हेर्लेकर, मारुती चित्तमपल्ली, आशा बगे अशा साहित्यक्षेत्रातील नामवंत व्यक्ती हजर होत्या.

बुलढाण्यात सरांच्या विद्यार्थ्यांनीही व्याख्यानमाला ठेवली होती. त्यातही 'सावित्री'चे वाचन केले.

'सावित्री'वर अनेक लेखांतून सरांनी समीक्षा लिहिली. दभिंची ही आवडती कादंबरी.

या कार्यक्रमासाठी इचलकरंजी ते पुणे हा अडीचशे किलोमीटरचा प्रवास. शाहरुख व हीनाचं ड्रायव्हिंग. मोटरबाईकच्या रेसमधले त्यांचे गुरू पुण्यातील सदुभाऊ (सदरुधीनचे आता सदुभाऊ म्हणून प्रसिद्ध असलेले) यांना गुरुपौर्णिमेचे वंदन करण्यासाठी, रेसच्या वेगाने प्रवास. गाडीत कुटुंबातली सहा-सात माणसं, मुलं. हा लवाजमा व सामानाची गर्दी.

जवळपास गाव नाही असे मोक्याचे ठिकाण पाहून गाडीने एका छोट्या पुलावर बसकण मारली. भर पावसात पुलाच्या कठड्यावर बसलो. टायरचं पंक्चर काढायला गावची एक गाडीच मदतीला आली.

एरवी मला हायवेला गुलाबी रंगाच्या विविध छटांतील, पांढरी, बदामी फुललेली कण्हेर पहायची असते, पण तिथे होत्या न फुललेल्या बोगनवेली. दभि सरांच्या एका मित्राने सरांना उद्देशून केलेली 'बोगनवेल' ही कविता पुसटशीच आठवली.

पाऊस, पार्किंग, अडथळ्यांची शर्यत पार करत इतिहासाला साजेशा इतिहास संशोधक मंडळाची इमारत. हॉलमध्ये पन्नासभर श्रोते, वयोवृद्धही, स्त्रियांची संख्याही लक्षणीय. सरांचे शांतपणे वाचन चालू होते. मध्येच आणखीही श्रोते येत होते, पण सरांचे चित्त विचलित होत नव्हते.

लयबद्धपणे सावित्रीचे वाचन चालू होते. एकेक पत्र स्टेपल केलेलं होतं. ती छापील पत्र नव्हती. पोथीच्या सुट्या पानासारखी झेरॉक्स करून मोठी केलेली ती पानं होती.

वाचन नाटकी नव्हतं. चढउतारांचा अभिनिवेश नव्हता. कधी ते स्वत:शीच वाचताहेत, कधी श्रोत्यांशी समरस होताहेत, कधी भावपूर्ण काव्यत्मतेनं ते स्वत:च समरस होताहेत असे वाटे. काही पत्रांतल्या मजकुराने खास करून पत्र क्र. ३४, ३५ वर ते अधिक आर्त झाले. सरांच्या डोळ्यातून एवढ्यात सहजच अनावर अश्रू येतील असे वाटत होते. ही वेदना श्रोत्यांपर्यंत पोहोचली होती. हृदयाला त्यातील मर्मस्थळे स्पर्शून गेली होती. भावपूर्णतेने सावित्रीची सौंदर्यस्थळे मनाला भिडली होती. वाचन संपल्यावर भारत सासणे म्हणाले, ‘‘सर संगीताची मैफिल ऐकतो आहोत असे वाटले.’’ समीक्षेची छान समीक्षा एका वाक्यात!

या संगीतरसात न्हालेले श्रोते नीरव, शांत झाले होते. कुणीच त्या स्तब्धतेतून बाहेर यायला तयार नव्हते. आता बोलायची जबाबदारी आपली आहे याची जाण श्रोत्यांना हळूहळू आली.

नायिकेचं नाव सावित्री का? मराठी कादंबरीची नायिका कूर्गी का? नाट्यप्रयोगाची तारीख १५ ऑगस्ट १९४७ का? ही प्रेमकथा की युद्धकथा? स्वातंत्र्यपूर्व काळातली

नायिका, लहान वयाची नायिका इतकी परिपक्व असेल कशी? पन्नास वर्षांहून अधिक काळ या कादंबरीचा प्रभाव सरांच्यावर का राहिला? असा तिचा कोणता विशेष गुण आहे? असे अनेक प्रश्न विचारले गेले. काहींनी स्वत:चे विशेषणही सांगितले. चर्चाही केली. पण श्रोते स्टेजसन्मुखच बोलत होते. स्टेजवर माईकवर कुणी गेले नाही. त्यामुळे ऐकण्यात त्रुटी निर्माण होत होत्या. दुसऱ्या दिवशी सरांना भेटण्यासाठी आम्ही सर्वजण, माझे कुटुंबीय, सरांचे अभिनंदन करण्यासाठी त्यांच्या घरी गेलो. तेव्हाही सावित्रीची चर्चा झाली. त्यांनी सावित्रीवर लिहिलेल्या समीक्षालेखाचे व ग्रंथांचे उल्लेख आले.

पण निवडक श्रोत्यांसाठीच हा कार्यक्रम का? या प्रश्नाचे उत्तर, चर्चा बाह्य वर्तुळातील साहित्यवाचकाला बहिर्मुख करते. कादंबरीचा वाचक भावपूर्ण अनुभव घेतो. त्यातील दु:खपूर्ण प्रसंगाने तो दुखावतो, सुखाने सुखावतो, शृंगाराने उद्दिपित होतो. असा वाचक सुखासीन असतो. आळशी असतो. त्याला बुद्धीला ताण नको असतो.

ऐतिहासिक, पौराणिक, राजकीय, चरित्रात्मक या घटितनिष्ठ कादंबऱ्या, शृंगारपूर्ण कादंबऱ्या वाचून सामान्य वाचक आनंदी होतो. या कादंबऱ्यांनी वाचकवर्ग वाढवला, वाङ्मयबाह्य लोकांना हे साहित्य आकर्षित करते. पानिपत, ययाती, स्वामी यांसारख्या कादंबऱ्यांना भरघोस प्रतिसाद मिळाला. तिथे मनोरंजन एवढाच त्यांचा हेतू असतो.

उलट प्रतिकादंबरी वाचकापासून दूरच राहिली, परंतु तिने मोजक्या वाचकांची अभिरुची, त्यांच्या जीवनविषयक जाणीवेचा आणि मराठी कादंबरीचा विकास केला.

अंतर्वर्तुळातील साहित्य अंतर्मुख करते. त्यातील व्यंग्यार्थ कुणाला कळतो? फक्त प्रतिभावान रसिकाला. त्यांनाच लाक्षणिक अर्थ कळतो, हे साहित्य गुणात्मक समृद्धी देते. शब्दांचे अर्थ सगळ्यांनाच कळतात. बोलणाऱ्याचे प्रयोजन नव्हे तर त्याचा पिंडही लक्षात घेत शब्दाचे आकलन व्हावे लागते.

विशिष्ट चष्म्याचा आकार काढला की हा गांधीजींचा चष्मा आहे एवढेच कळणार का? गांधीजींच्या मागे त्यांचे महान कार्य त्यांची जीवनशैली समजते. घरावरून हत्ती गेला याचा अर्थ घरावरून जाऊन घर मोडून गेला असा होतो का?

ज्या प्रतिभावान वाचकाची अभिरुची संपन्न झालेली आहे त्यांना नाना विषयांचा आस्वाद मिळवण्यात रस असतो, पण हा वाचकवर्ग मर्यादित आहे. म्हणून निवडक श्रोत्यांसाठी ही कादंबरी आहे. कादंबरी तीस पानांची होते व पाचशे पानांचीही होते. तिच्या सर्वच पानांना महत्त्व असते.

''उत्तम वाङ्मयकृतीचे एक लक्षण असे की प्रत्येक आस्वादात ती वाचकाला समृद्ध करीत जाते व स्वत:ही समृद्ध होत जाते. एकदा तिचे वाचन केले की ती

वाचकांचा स्तर उन्नत करते, मग या उन्नत वाचकाने ती वाङ्मयकृती पुन्हा वाचली की तिच्यातील अदृश्य बलस्थाने त्याला नव्याने दिसू लगतात. समोरासमोर ठेवलेल्या दोन आरशांनी एकमेकांना एकमेकांत प्रतिबिंबित करीत जावे तसा हा प्रकार असतो. फरक इतकाच की येथे प्रत्येक नवे प्रतिबिंब अधिक संपन्न, सावयव व सुस्पष्ट असते. कलाकृती रसिकाला आणि रसिक कलाकृतीला प्रत्येक भेटीमध्ये उन्नत पुनर्जन्म देत असतात.

गाडीच्या प्रवासात ह्या बहुभाषिक सावित्रीची व नायकाची भेट होते. सामान उतरवून घ्यायला तो तिला मदत करतो. ती त्याला चहा घेऊन येते. त्यात तिला वावगे काही वाटत नाही. ती त्याला पहिले पत्र लिहिते, काही ओळख देखील नसताना. तितक्याच अधीरपणाने तो साथ देतो. ती स्वत:ची ओळख, स्वत:ला विसरायला शिकलेली आनंदभाविनी अशी करून देते. राजम्माच्या मोराच्या व लच्छीच्या मोराची कथा सांगून म्हणते, ''मोर हवा तर आपणच मोर व्हायचं. जे जे हवं ते आपणच व्हायचं.'' स्वत:च्या पत्राबद्दलच ती समज-गैरसमज करून भयभीत होते. तो पत्राने तिची भीती दूर करतो. त्याच्याशिवाय तिला करमेनासे होतेय. त्याचा थिसिस मागे राहिला तरी चालेल पण त्याने तिच्याकडे यावे अशी इच्छा करते. ''तुम्हाला ओढून आणण्यासाठी काय काय करता येईल ते कळवा'' सातव्या पत्रात ती ही साद घालते. त्याच्यासोबत काय काय करायचे हे नियोजन ती करते. तर तो शिक्षणासाठी इंग्लंडला जायचा बेत करतो. ठरल्या वेळेआधीच तो जायला निघतो. ती नाराज होते पण रडत नाही. त्याच्यावर आपला अधिकार समजत नाही. (पत्र क्र. ११)

नंतर त्याच्या शांतपणाने, गूढपणाने व बुद्धीने तिला वेधून घेतले आहे. त्याचा साधेपणा व ऋजुता व न्यायबुद्धी हे गुण तिला भावले आहेत.

पण प्रेम, प्रीती, अनुराग यांसारख्या शब्दांची तिला अपूर्वाई वाटत नाही. (पत्र क्र. १८)'मला वाटतं की या देवघेवीनं आपण अधिक व्हायचं की पुन्हा सभोवार नवे बांध घालून घ्यायचे?' विटणारे शब्द तिला नको आहेत.

तिला बी.ए.ला फिलॉसॉफी घ्यायची आहे. त्याच्यासारखे गंभीर व्हायचे आहे. अन् वीणावादनाचा रियाजही नियमित करायचा आहे. (पत्र क्र. १३).

पण नंतर तिच्या लक्षात येते की तो 'नार्सिसस' आहे. आत्ममुग्ध, फक्त स्वत:वरच प्रेम करणारा. बक्षीस, पदव्या, परीक्षा एवढंच त्याचं विश्व आहे.

पण ती त्याला अव्हेरत नाही. त्याच्यात विकासाची, उमलण्याची क्षमता आहे, हे ती जाणते. त्याने द्रौपदीची कथा सांगून नाते बदलविले तरीसुद्धा त्याच्या साठ प्रश्नांना प्रतिसाद देते. या पत्राचे वाचन करताना लागलेला वेगळा भावमय सूर वातावरणात

भारलेपणाच्या लहरी उठवतो. 'दिवस तिचा अपरूप असतो, रात्र फुलवारी पण तिच्या मनाला नाही सोसत शब्दांची बंदिशी.'

प्रेमाच्या या विविध रंगांनी उत्सवातील नाचाची गिरकी घेतली असतानाच तो ध्येयाने प्रेरित होऊन ऑक्सफर्डला जातो अन् सावित्री तिच्या वडिलांसह जपानला जाते. जग महायुद्धाच्या भीषण छायेखाली येते. एकमेकांची पत्रेही निर्वेधपणे मिळणे कठीण होत जाते.

त्याची चिंता तिला सतावते (पत्र क्र. २३) पण ती म्हणते, 'जे व्हायचे असेल ते कुठेही होईल' पण त्याच्या सुखरूपतेच्या वार्तेने ती सुखावते. खंडित अभ्यास पुरा करण्यासाठी आणखी सव्वावर्ष तरी त्याला तिकडे राहायला हवे म्हणून अगतिकही होते. (पत्र क्र. ३४)

'तुम्हाला प्रेम हवं आहे, आणि मला नको आहे का? तुम्ही मला उचलून, ओढून न्यायला हवं होतं. मला जो प्रतिसाद हवा होता तो मिळाला नाही. तो मिळाला असता तर मी तुमच्याबरोबर कुठेही आले असते.'

या ३५ व्या पत्राच्या शेवटी ती म्हणते, ''तुम्हाला जर हे वाचून दुःख झालं तर मला कायमची विसरा'' या ओशाळल्या अवस्थेत ती आहे.

३६ व्या पत्रात ''तुम्ही लगेच लिहिलंत आणि तडक परत यायच्या तयारीला लागलात, यातच मला माझ्या प्रश्नाचं उत्तर मिळालं. पण मी थोडा धीर धरणार आहे. तुम्हाला तुमचं मन आवरायला सांगणार आहे...''

पत्र क्र ३७ मध्ये मागच्या आठवणींना नवीन रूप तिला सुचतं अन् जपानहून परत आल्यावर पुन्हा दारातला बहरलेला चाफा ती पाहाते आहे.

३९ व्या पत्रात जुलैमध्ये तो येणार आहे व 'एजघर'च्या उद्घाटनात तो 'लच्छीचा मोर' होऊन नाचणार आहे. १५ ऑगस्ट १९४७ रोजी.

सावित्री आपल्या प्रियकराचे नाव, गाव, जात, धर्म, भाषा काहीच नमूद करत नाही; पण त्याच्यावरील प्रेमाने ती कशी उमलत व परिपूर्ण होत जाते याचा उत्कृष्ट, रसाळ, व्यंग्यार्थमय आविष्कार कादंबरीत होत राहातो. ही रोमँटिक कादंबरी नाही, ती भावजीवनाचं चिंतन करणारी आहे.

सावित्री ही प्रेमकथा वाटते. मात्र या प्रेमकथेचे आलंबन सावित्रीचे उमलत जाणे आहे. तिची प्रेमभावना ही भाबडी, आत्मकेंद्रित, रोमँटिक प्रणयभावना नाही.

एप्रिल १९३९ ते जून १९४७ या कालावधीतील नायिकेची ३९ पत्रे म्हणजे 'सावित्री' ही कादंबरी. सप्टेंबर १९३९ मध्ये दुसरे महायुद्ध सुरू झाले. ऑगस्ट १९४४ मध्ये ते संपले.

विश्वयुद्ध सुरू होण्याच्या आधी ही प्रेमकहाणी सुरू होते व विश्वयुद्ध संपल्यावरही ती सुरूच राहाते. जणू ती आपल्याला सांगत असते युद्ध प्रासंगिक आहे. प्रेम सार्वकालिक.

युद्ध ही सावित्रीची पार्श्वभूमी नाही. युद्ध हे या कादंबरीतील महत्त्वाचे पात्र आहे.

युद्धाच्या अंत:शक्तीवर सावित्रीची अंत:शक्ती कसा विजय मिळवते, हे या कादंबरीचे प्रतिपाद्य आहे.

''भौतिक विकासाच्या इच्छेपायी माणूस आपला आनंद कसा गमावीत जातो व अखेरीस हा भौतिक विकासच कसा युद्धाचे रूप घेऊन आत्मनाश ओढावून घेतो, हा आत्मनाशही मानवाचा सर्वनाश न ठरता, त्याच्या केवळ भौतिक विकासाचा नाश ठरून तो मानवाला स्वतंत्र व आनंदमय कसा करतो याची सूचना 'गाणारं झाड' या रूपकनाट्यात अध्याहृत आहे.''

पुराणातील सावित्री आपल्या मृत पतीला मृत्युपाशातून सजीव करून आपले सौभाग्य परत मिळवते. ही कुर्गी सावित्री, तिचा प्रियकर शिक्षण, करिअर यातच गुंतलेला आहे. तो सहजपणेच व्यवहारी आहे. प्रेम, सौंदर्यभावना, सृजन, सौहार्द या मानवी उच्च मूल्यांप्रत ती त्याला परत आणते, पण पंतोजीच्या वृत्तीने नाही. सहजभावनेने.

कुर्ग दक्षिणेतील यक्षभूमी, कुर्गी लोक मूळचे ग्रीक. सौंदर्याचे निसर्गदेणे लाभलेले. स्त्री-पुरुष भेद, जातिभेद अशा विषमतेला वाव नाही. हा शूर लढवय्यांचा देश. हा वारसा घेऊनच ती जपानमध्ये हिंदी सैनिक, अधिकारी, जखमी जवानांची सेवा करते. जगालाच प्रियकर मानून त्यांना नवजन्म देते.

कोणता आणि कसा प्रतिसाद सावित्रीला हवा होता?

केवळ तिची तिच्या प्रियकराबाबतची निरीक्षणे पाहून या प्रश्नाचे उत्तर सापडणार नाही. त्यासाठी तिला ज्या व्यक्ती स्वीकारणीय वाटल्या त्यांच्याकडेही नीट पाहिले पाहिजे.

आप्पा तिचे वडील - विधुर. सावित्री या एकुलत्या एक मुलीवर त्यांचे निरतिशय प्रेम. ते साधे, सरळ व परस्परांचे स्वातंत्र्य जपणारे. ऑक्सफर्डला शिक्षण. त्यांचे सहपाठी मित्र एजवर्थ. त्यांच्या शेजारी स्थायिक झालेले भूमिपुत्र. आप्पांचं त्यांच्यावर निर्व्याज प्रेम. दोघेही तत्त्वज्ञानाचे व कलास्वादमीमांसेचे अभ्यासक. 'अनुभव व वाढ' या ग्रंथाच्या लेखनात आप्पा मनस्वी गुंतलेले. कुठेही पांडित्याचा अभिनिवेश नाही. त्यांचे हे ज्ञानसाधनेत रमणे, स्वत:ला विसरणे सावित्रीला भावलेले असणार.

सावित्रीची दुसरी आवडती व्यक्ती 'एजवर्थ'. हे जन्माने इंग्रजी पण कुर्गच्या

भूमीशी तादात्म्य पावलेले. मागील जन्माचे कुर्गशी नाते सांगणारे व पुढचा जन्मही कुर्गमध्येच होणार अशी ग्वाही देणारे. मैत्रीला अनन्यसाधारण महत्त्व देणारे. स्वत:ला, स्थलकालसापेक्ष व्यक्तित्वाला विसरलेले. स्वजातीयाची राजकीय नीती आणि सामाजिक संकेत त्यांना पसंत नव्हतेच.

तिसरी आवडती व्यक्ती ल्योरे. ही स्वीडीश तरुणी. ल्योरेने सावित्रीला इतकं आपलंसं केलं आहे की ती म्हणते की मला एकेकदा वाटतं की, आता आपली भेट व्हायचीच नाही. नाही झाली तर मीच ल्योरे म्हणून समजा.'' सावित्री व तिचा प्रियकर यांच्या संबंधातली नसनस ती ओळखते. त्यातले सूक्ष्म धागे ती नाजूकपणे पण सहज हाताळते. ती सावित्रीला आपल्यात विसर्जून टाकते.

'अल्लड महाविद्यालयीन विद्यार्थिनीची परिपूर्ण ल्योरे होणे हा सावित्रीचा विकास आहे. आप्पा आणि एजवर्थ हे या विकासाचे दोन टप्पे आहेत.

मेजर अग्निमित्र सेन व त्यांची जपानी पत्नी यांचे अपत्य बीना, आईच्या मृत्यूनंतर बीनाचा मुलगी म्हणून सावित्री स्वीकार, संगोपन करते. नव्या युगात जोडलेल्या नात्यांना अधिक मोल राहील हे ती जाणते. ''तिच्या देहाच्या कुशीतून नव्हे तर मनाच्या कुशीतून तिचे मातृत्व जन्मास येते.'' बीनाच्या संगोपनात ल्योरेचाही सहभाग आहे.

'महायुद्धाने विश्वसंहार व मूल्यसंहार होतो हे खरेच; पण या संहारातून नवा अधिक विवेकी व अधिक भावनिर्भर मानव जन्मास येत आहे, येऊ शकतो याची ही सूचना आहे.

१५ ऑगस्ट १९४७ ला स्वातंत्र्य मिळाले. पण प्रत्येक व्यक्ती स्वतंत्र झाली पाहिजे. जात, वय, भाषा, प्रांत या बंधनातून मुक्त व्हायला हवी. आंतरिक दृष्ट्या स्वतंत्र झाली पाहिजे. अशा नव्या युगाची सुरुवात म्हणून एजघरचं उद्‌घाटन १५ ऑगस्ट १९४७ ला, याची ही सूचना आहे.

एखाद्या कुशल चित्रकाराने सहज साधलेल्या रंगांच्या फटकाऱ्यातून मनमोहक चित्र रेखाटावे, तशा सहजतेने सौंदर्यभारल्या सावित्रीचे चित्र दभिसरांनी रेखाटले व अनामिक आनंदाची अनुभूती घडवली.

भ्रमणध्वनी : ९९२३२१४४७७

महाकाव्य

रावसाहेब कसबे

प्रस्तुत ग्रंथात लेखकाने महाकाव्याचा तपशीलवार विचार करणारा पहिला शास्त्रज्ञ भामह याच्यापासून ते लो. टिळकांसारख्या आधुनिक पंडितांपर्यंतच्या विचारवंतांनी महाकाव्यासंबंधी जे विचार प्रगट केलेले आहेत; त्यांचे सर्व साहित्य काळजीपूर्वक वाचल्याच्या खुणा पानोपानी सापडतात. या सर्व विचारवंतांच्या अभ्यासातून लेखकाने महाकाव्यप्रकाराची प्रमुख सात वैशिष्ट्ये सांगून, ‘‘मानवी जीवनाच्या भव्योदात्ततेची प्रतीति देणारे, सुखपूर्ण शेवट असलेले, गतकालीन कथोपकथांतून जीवनाचे सांगोपांग दर्शन घडविणारे, नायकप्रधान सावयव व सालंकृत असे दीर्घकाव्य म्हणजेच महाकाव्य होय.’’ (पृ. १३) अशी महाकाव्यप्रकाराची व्याख्या केलेली आहे. इसवीसनाच्या पहिल्या शतकापासून तो सातव्या शतकापर्यंतचा कालखंड हा अश्वघोष, बुद्धघोष, कालिदास, कुमारदास, भारवी, माघ, भौमक इत्यादी लिखित महाकवींचा कालखंड असल्याने लिखित महाकाव्याच्या दृष्टीने तो लेखकाला सर्वात महत्त्वाचा वाटतो. हे खरे असले तरी या महत्त्वपूर्ण कालखंडातसुद्धा कुमारदास भट्टी, माघ इत्यादी सारख्या महाकाव्यांना मात्र महाकाव्याच्या उदात्त व विशाल हेतूचे विस्मरण झाले होते अशी लेखकाची तक्रार आहे याचे कारण या कवींमध्ये स्पर्धा, पांडित्यप्रदर्शन, काव्यसौंदर्यविषयक गैरकल्पना इत्यादींमुळे सदर कवींनी व्याख्यागम्य, अनुकरणशील काव्ये निर्माण केली आणि त्यामुळेच काव्यातील भव्योदात्तता व अक्षरसौंदर्य नष्ट झाले हे स्पष्ट केले आहे.

संस्कृतवाङ्मयासंबंधी विशेषत: महाकाव्यासंबंधी संस्कृतातील महाकाव्यविचार तंत्रप्रधान व बहिरंगनिष्ठ आहे अशी तक्रार देशी आणि विदेशी विचारवंत सतत करीत आलेले आहेत. वास्तविक पाहाता संस्कृतचे अनुकरण ज्या देशी भाषांनी स्वीकारले आणि संस्कृतला गुरुस्थानी मानले, त्या भाषांतील बराचसा भाग या तांत्रिकतेने भरलेला असल्याचीही अनेकांची टीका आहे. मराठीही त्याला अपवाद नाही. या टीकेला समर्पक उत्तर देणे हे वाङ्मयाच्या अभ्यासकापुढे असलेले आव्हान

समाधानकारकपणे अद्याप कोणी स्वीकारलेले दिसत नाही दभिंनीही या आव्हानापासून पलायन करावे हे आश्चर्य आहे. डॉ. के.ना. वाटवे आणि हरिभाऊ तोडमल यांनी संस्कृत वाङ्मयावरील केलेल्या या आक्षेपाच्या पुनरुच्चाराचा परामर्ष घेण्याच्या आविर्भावात दभिंनी तंत्रसापेक्ष तपशिलास प्राधान्य न देणाऱ्या आनंदवर्धन, रुद्रट आणि भोज या साहित्याचार्यांची नावे पुढे करून आणि त्यांची यांत्रिक अंगेही रसानुकूल असण्यावरील कटाक्षाकडे तसेच विश्वनाथाने यांत्रिक तपशिलास योजलेले अपवाद व पर्याय याकडे केवळ संकेत करून, संस्कृतातील महाकाव्यविचार तंत्रप्रधान व बहिरंगनिष्ठ आहे असे दभिंना म्हणवत नाही.(पृ. १३) वास्तविक पाहाता या टीकेचा सविस्तर परामर्श न घेता हा केवळ संकेत म्हणजे एका अर्थाने मूळ मुद्याला बगल देण्याचा प्रयत्न आहे.

कोणत्याही समीक्षकाने महाकाव्य प्रकाराकडे केवळ एक वाङ्मयीन कलाकृती म्हणून बघणे इष्ट नाही. महाकाव्यनिर्मितीमागील प्रेरणांत समाजजीवनाच्या धार्मिक, सांस्कृतिक, ऐतिहासिक पदरांचा शोध घेणे हे चिंतकाचे प्रमुख काम आहे. दभिंना इसवी सन ८ ते १८ या दशकातील महाकाव्ये अधिकाधिक कृत्रिम वाटतात. म्हणून ते या युगाला ऱ्हासयुग संबोधतात. महाकाव्याच्या बहिरंगलक्षणावर हुकमी महाकाव्य रचण्याची पद्धत सहाव्या शतकापूर्वीच पडलेली होती, याची ते कबुली देतात. (पृ १६) प्रामुख्याने सातव्या शतकात भामह आणि दण्डी यांनी महाकाव्याची लक्षणे सांगितली आणि संस्कृतात नाट्यलक्षणप्रधान महाकाव्यांची निर्मिती झाली याचा अर्थ तंत्रप्रधान समीक्षेने महाकाव्ये तंत्रात अडकली आणि महाकाव्ये तंत्रात अडकल्याने तंत्रप्रधान समीक्षा प्रतिष्ठित झाली. संस्कृत वाङ्मय या दुष्टचक्रात अडकल्याने पुढील कालखंडात श्रीहर्षासारखा एखादा अपवाद सोडल्यास कोणाकडूनही श्रेष्ठ दर्जाची निर्मिती होऊ शकली नाही हे खरे आहे. याचा परिणाम म्हणून पंथनिष्ठा, राज्यप्रशस्ती इत्यादींसारखे वाङ्मयाला हनिकारक हेतू संस्कृत वाङ्मयात बोकाळले

मूळ प्रश्न असा आहे की या दुष्टचक्रातून संस्कृत वाङ्मय बाहेर का पडू शकले नाही? श्रेष्ठ दर्जाच्या नवनिर्मितीऐवजी आजही रामायण, महाभारतासारख्या शिळ्या झालेल्या विषयांच्या चर्वितचर्वणात आणि राम, सीता किंवा कृष्ण, द्रौपदी यांच्या मानसिक आंदोलनांची चर्चा तसेच त्या एकाच विषयाला प्रतिष्ठित करण्याच्या आग्रही भूमिकेतून रामायण-महाभारतातील विविध अर्थच्छटा आणि भावच्छटा शोधून काढण्याच्या धडपडीत गेली अनेक शतके आपले विचारवंत धन्यता मानीत आहेत. संस्कृतात श्रेष्ठ दर्जाची नवनिर्मिती होणार नसेल तर जे चर्विचचर्वण व्यास आणि वाल्मिकीचे झाले तेच भवभूती आणि कालिदासाचे प्राक्तन ठरणार आहे. जुन्या

वाङ्मयावर चर्चा अवश्य व्हावी परंतु नवनिर्मिती न करता जुन्यावर शतकानुशतके केलेली चर्चा नवनिर्मितीची जागा घेत नसते आणि नवनिर्मिती झाली नाही तर त्या भाषेची प्रतिष्ठा कमी होते हे साधे तर्कशास्त्र आहे. अलीकडे विद्यार्थीवर्गातील संस्कृतची अप्रतिष्ठा बघून बेचैन झालेल्या संस्कृतप्रेमींनी, दभि.कुलकर्णी यांनी या ग्रंथात विशेषत: संस्कृत महाकाव्याचे जे स्वरूप विषद केलेले आहे ते मुळातून वाचण्यासारखे आहे.

संस्कृत वाङ्मयात आठव्या शतकापासून निर्माण झालेल्या महाकाव्यांच्या कृत्रिम स्वरूपाने धार्मिक आणि सांप्रदायिक अहंकार पोसण्याचे काम केलेले असले तरी ज्या आठव्या शतकात शंकराचार्यांनी वैदिक धर्माचे पुनरुज्जीवन केले त्या कालखंडात एकही महाकाव्य उपलब्ध का होऊ शकले नाही हा प्रश्नही दभिंनी तसाच सोडून दिलेला आहे. प्राचार्य तोडमल आणि डॉ. वाटवे यांची टीका खोडून काढण्याचा प्रयत्न करणारे दभि, ए.बी. कीथ या पाश्चात्त्य पंडिताने महाकाव्याविषयी ''दि हिस्टरी ऑफ एपिक इनटॅक्ट इज वन ऑफ दि डिक्लाइन इन टेस्ट अँड ग्रोइंग आर्टिफिशॅलिटी ऑफ फॉर्म'' अशी जी टीका केलेली आहे ती स्वीकारतात. (दुर्दैवाने कीथ यांचे प्रस्तुत विधान अर्वाचीन संस्कृत महाकाव्येही असत्य ठरवू शकली नाहीत.)

दभि. कुलकर्णी यांनी संस्कृतातील रामायण आणि महाभारत या दोन महाकाव्यांचा विचार (पृ २३ ते ४४), प्राकृत महाकाव्यविचार (४५-६२), पाश्चात्त्य महाकाव्य विचार (६२ ते १०१), मराठी महाकाव्यविचार (१०२ ते १९१), महाकाव्याच्या दृष्टीने खंडात्मक ऐतिहासिक कादंबरीचा विचार (१९२ ते २०३), महाकाव्यप्रकार (२०४ ते २३९) आणि महाकाव्य वर्तमान व भवितव्याचा विचार (२४० ते २७२) केलेला आहे. यावरूनही दभिंच्या विषयाच्या अतिव्याप्तीची आणि मर्यादित पृष्ठांची कल्पना येण्यास हरकत नसावी.

संस्कृत वाङ्मयातील रामायण आणि महाभारताचा विचार करताना महाभारताच्या कथांचा भावार्थ काय? हा केवळ इतिहास आहे की त्यात काही प्रतीकात्मक अर्थ भरला आहे? (पृ २४) असा प्रश्न उपस्थित होताच या प्रश्नाची खोलात जाऊन चर्चा करण्याऐवजी दभि पलायनवादी भूमिका घेतात. केवळ या प्रश्नांची जरी सविस्तर चर्चा दभिंनी भारतीय इतिहासातील धार्मिक, सामाजिक आणि राजकीय आंदोलने समोर ठेवून केली असती तरीही दभि मराठी वाचकांना नवविचार देऊ शकले असते. वाङ्मयीन समीक्षेला या बाबी वर्ज्य आहेत काय?

या ग्रंथात संस्कृत महाकाव्याबरोबरच इलियडपासून पॅरडाइज लॉस्टपर्यंतच्या पाश्चात्त्य महाकाव्यांचा धावता आढावा घेतलेला असून प्राचीन मराठीतील कालानुक्रमच नव्हे तर गुणानुक्रमेही आद्य ठरलेले नरीन्द्रांचे रूक्मिणीस्वयंवर व महानुभावपंथाचा

तृतीय आचार्य भास्करभट्ट बोरीकरकृत शिशुपालवध तसेच अर्वाचीन मराठीतील यशवंतराय महाकाव्य (महादेवशास्त्री खरे) राजा शिवाजी (म.मो.कुंटे) पानपत (वि.दा.सावरकर) विश्वमानव (ना.ग. जोशी) सावरकर महकाव्य (गो. ग. अधिकारी) इत्यादी २३ ते २५ महाकाव्यांची धावती चर्चा केलेली आहे. या कालखंडातील लेले, साधुदास इत्यादी कवींना महकाव्य वाङ्मयप्रकाराच्या महात्मतेची जाणीव नव्हती. स्वतंत्र प्रज्ञेचा अभाव आणि अनुकरणप्रियता यामुळे त्यांचे प्रयत्न फसले.(पृ. १६४). कुंटे यांचा प्रयत्न वीरयुगीन सामाजिक अवस्थेच्या अभावामुळे फसला; तर सावरकरांना आवश्यक त्या साधनांचा अभाव आणि बदललेल्या परिस्थितीच्या अनाकलनामुळे अपयश आले. (पृ. १६६) असे लेखकाला वाटते. तरी या अपयशातही लेखक यश पहातात.

खंडात्मक ऐतिहासिक कादंबरीचा महाकाव्याच्या दृष्टिकोनातून विचार करताना हरिभाऊ आपटे, नाथमाधव आणि हडप यांच्याबरोबरच रा.भि. गुंजीकर, ना.चिं.बापट. चिं.वि.वैद्य, ल.ना. जोशी आणि वि.वा.भिडे इत्यादी कादंबरीकारांच्या लिखाणाचाही त्रोटक परिचय करून दिलेला आहे. ऐतिहासिक कादंबरीतून गतकाळाप्रमाणेच वर्तमानकाळावरही भाष्य साधावं, वस्तुनिष्ठा, निरुपण कौशल्य, अलिप्तता, भव्योदात्तता, श्रद्धा इत्यादी गुणांनी ते मंडित करावे याची स्पष्ट जाणीव हरिभाऊंनादेखील नव्हती.(पृ. १९४) तसेच हरिभाऊंचा महाकवींच्या भूमिकेची सुस्पष्ट जाणीव नसल्याने शिवकालीन संस्कृतीचा साकल्याने प्रयत्न शिवपूर्व भागवत सांप्रदायाचा संस्कार, शिवाजीने उभारलेलं राज्य त्याच्या मागोमाग आलेली संकटे, त्यांची सांस्कृतिक मीमांसा याचा विराट, वीर कारुण्यरसपूर्ण, भव्योदात्त प्रत्यय हरिभाऊंना आलेला नव्हता असं लेखकाचं मत आहे. नाथमाधवांनी ऐतिहासिक वास्तवाकडे आणि हडपांनी व्यक्तिदर्शनाकडे दुर्लक्ष केल्यानं महाकाव्यातील वस्तुनिष्ठता, भव्योदात्तता या गुणांच्याऐवजी अद्भूतरम्यता व इतिवृत्तप्रधानता हे विशेष त्यांच्या खंडात्मक कादंबऱ्यात अवतरल्यानं नाथमाधवांच्या कादंबऱ्या 'रोमान्स' झाल्या आणि हडपांच्या कादंबऱ्या ललित इतिहास ठरल्या (पृ. ११५)

महाकाव्याचं वर्तमान स्वरूप आणि भवितव्याची चर्चा करताना डॉ. केतकर, प्रा. रा.श्री.जोग, प्रा. पंगू, प्रा. पंडित, डॉ. पाठक इत्यादी अनेकांच्या लिखाणांचे संदर्भ घेतलेले आहेत. दभिंना महाकाव्याची इतर काव्यप्रकारांशी तुलना मुळीच मान्य नाही. कारण ते 'महाकाव्य हा मुळातच काव्यप्रकार नसून तो वाङ्मयप्रकार आहे व हा प्रकार प्राचीनकाळी गेयपद्यातून, मध्ययुगात वृत्तबद्धपद्यातून आणि अर्वाचीन युगात तो मुक्त पद्यातून अथवा सरळ गद्यातून आविष्कृत होऊ शकेल (पृ. २४३) असे

मानणारे आहेत. इतकेच नव्हे तर हा प्रकार आधुनिक काळात गद्यातूनच अधिक प्रभावी होऊ शकेल (पृ. ११३) असे त्यांना वाटते.

''मौखिक महाकाव्य, लिखित महाकाव्य, गद्यमहाकाव्य हा महाकाव्य या वाङ्मय प्रकाराचा विकासक्रम लक्षात घेतल्यास महाकाव्य हा वाङ्मय प्रकार आज आणि कधीही कालबाह्य ठरणार नाही असे दिसेल. विरोधाभासात्मक शब्दात सांगायचे झाले तर जोवर माणसाला गतकाळ आहे तोवर महाकाव्याचा भविष्यकाळ उज्ज्वल आहे. (पृ. २७९) अशी लेखकाची धारणा आहे.

या ग्रंथातील संस्कृत महाकाव्य सूची (१८-२२), प्राकृत महाकाव्यसूची (५३-५५), पाश्चात्त्य महाकाव्यसूची(८५-७) - यांत रोमन, ग्रीक, जर्मन, फ्रेन्च, अमेरिकन, रशियन इत्यादीचा समावेश आहे, तसेच संस्कृतातील मौखिक महाकाव्याचे प्राचीन मराठीतील अनुवाद व प्राचीन मराठीतील लिखित सदृश काव्य यांची मिळून तयार केलेली प्राचीन मराठीतील महाकाव्ये, अर्वाचीन मराठी महाकाव्य आणि मराठीतील ऐतिहासिक कादंबऱ्यांची सूची अभ्यासकांच्या दृष्टीने अतिशय महत्त्वाची आहे. या ग्रंथात महाकाव्य प्रकाराच्या समीक्षेच्या दृष्टीने अनेक त्रूटी असल्या तरी महाकाव्याचे स्वरूप विशद करताना दभिंनी जे शेकडो संदर्भ दिलेले आहेत त्यांचा तपशील भविष्यातील अभ्यासकांना मार्गदर्शक ठरेल.

भ्रमणध्वनी : ९८५०५४७५७८

सर्वश्रेष्ठ

विश्वास वसेकर

इये मराठीचिये नगरी समीक्षक हा प्रेम करण्याजोगा प्राणी नसतोच असे होण्याला अर्थातच काही समीक्षक जबाबदार आहेत. वि.स. खांडेकरांपासून डॉ. भालचंद्र नेमाडे यांच्यापर्यंत घणाघाती टीकेची एक सलग परंपराच आहे. टीका या शब्दाचा भाषाशास्त्रीय अर्थसंकोच या मंडळींनी घडवला. जणू यांनी ठरवलंच होतं की, आधी आपला दबदबा, दहशत निर्माण करू आणि मग जमल्यास समीक्षा लिहिण्याचं पाहू. गंगाधर पानतावणे यांनी अशा समीक्षकांसाठी 'भयपुरुष' हा शब्दप्रयोग केल्याचे स्मरते. अमृता प्रीतम असे म्हणायच्या की, या समीक्षकांचे लेखन वाचताना ते आपल्या मनातली एखादी दुखरी नस उघडी करून दाखवत आहेत असे वाटते. या सर्वांना सन्माननीय अपवाद असलेलं एक महान नाव आहे डॉ. द.भि. कुलकर्णी! आज त्यांच्या शिरावर अमृतवर्षे बरसत आहेत.

सरांच्या प्रथम भेटीच्या सुमारे पस्तीस वर्षे आधी त्यांच्या समीक्षेची भेट झाली. बी.ए.ला आम्हाला बालकवींची संपूर्ण कविता अभ्यासक्रमात होती. बंडखोर मन प्राध्यापक सांगतील ती पूर्वदिशा मानायला तयार नव्हते. त्या काळात महाराष्ट्र साहित्य पत्रिकेतला दभिंचा बालकवींवरचा लेख वाचला; संपूर्ण लिहून घेतला. बालकवींनी वर्डस्वर्थसारखे निसर्गाला आदर्श मानले नाही तर आपल्या कवितेत त्यांनी निसर्गाला बालरूप दिले. हे त्यांचं-बालकवींचं अत्यंत नवं आकलन खूपच आवडलं होतं. ही प्रक्रिया स्पष्ट करण्यासाठी त्यांनी झाडांची मूळं छाटून त्यांना कुंडीतले छोटेखानी रूप देण्याच्या जपानी 'बॉनसॉय' पद्धतीची दिलेली उपमा अतिशय आवडली होती. 'औदुंबर'चा त्यांनी लावलेला अन्वयार्थ दि.के. बेडेकरांच्या अर्थापेक्षा जास्त पटला होता.

पुढे एम.ए. च्या प्रथम वर्षाला आम्हाला प्रत्येक विषयाची २० गुणांची स्वतंत्र ट्युटोरियल्स लिहायची होती. त्यात महाकाव्य, आख्यानकविता असा एक विषय

होता. मराठीत महाकाव्यविषयक एकमेव ग्रंथ 'महाकाव्य : स्वरूप व समीक्षा' दभिंचा आहे. अजूनही त्याचे ध्रुवपद अढळ आहे. तो ग्रंथ वाचून मी हे ट्युटोरिअल लिहिले होते.

डॉ. द.भि.कुलकर्णी यांची समग्र समीक्षा काळजीपूर्वक वाचली, अभ्यासिली, ती पुढे प्राध्यापक झाल्यावर. मी प्राध्यापक झालो त्याच वर्षी दभिंचे 'ज्ञानेश्वरांचे श्रोतृसंवाद' हे पुस्तक प्रसिद्ध झाले आणि लगोलग हाती आले. त्यातील आकलनाच्या, मांडणीच्या नावीन्यामुळे त्या पुस्तकाने अक्षरश: झपाटून गेलो. डॉ. रा.शं. वाळिंबे, म.वा.धोंड, रामदास डांगे यांना आदरपूर्वक नमस्कार करून मी नम्रपणे सांगतो की, दभिंइतकी चांगली ज्ञानेश्वरसमीक्षा मराठीत कुणाचीच नाही. आजही त्यांचे प्रतीतिविश्रांती हे पुस्तक माझ्या मराठीतल्या आवडत्या दहा पुस्तकांपैकी एक आहे. हाच नमस्कार पुन्हा प्रा. विजया राजाध्यक्ष, म.वा धोंड, डॉ. सुधीर रसाळ यांना करून मी दभिंचे मर्ढेकरांचे आकलन सर्वश्रेष्ठ आहे, असे म्हणेन.

आज डॉ. द.भि.कुलकर्णी या नावावर सुमारे तीस पुस्तके आहेत. त्यांच्या निवडक समीक्षेचा 'हिमवंतीची सरोवरे' हा ग्रंथ प्रा. म. द हातकणंगलेकरांनी संपादित केला आहे. त्यांच्या षष्ट्यब्दीपूर्तीनिमित्त पॉप्युलरने हा ग्रंथ काढला होता. त्याला लिहिलेली प्रस्तावना दभिंच्या समीक्षेची उत्तम समीक्षा करणारी आहे. याशिवाय या ग्रंथाचे महत्त्व अशासाठी आहे की, त्यात त्यांच्या १९९६ पर्यंतच्या समग्र लेखनाची सूचीही आहे. विशिष्ट लेखक, विशिष्ट कलाकृती, विशिष्ट वाङ्मयप्रकार कालखंड, वाङ्मयीन संस्कृती, कलास्वाद अशा निरनिराळ्या प्रांतांतून दभिंनी आपल्या समीक्षेचा, अश्वमेधाचा घोडा मोठ्या ऐटबाजपणे फिरवून हा साकल्याचा प्रदेश जिंकून घेतला आहे, हे 'हिमवंतीची सरोवरे' वाचताना लक्षात येते. अर्थात दभिंची त्यानंतरची (म्हणजे १९९६) महत्त्वाची समीक्षादेखील ग्रंथस्वरूपात आणि स्फुट स्वरूपात आलेली आहे. त्यामुळे दुसऱ्यांदा हिमवंतीची सरोवरे तयार करणे हे अगत्याचे झाले आहे.

डॉ.द.भि.कुलकर्णी यांचे समीक्षक म्हणून प्रा. वा.ल.कुळकर्णी यांच्याशी अनेक बाबतीत साम्य आहे. दोघेही कलावादी. आधुनिक साहित्याइतकेच प्राचीन साहित्यही दोघांना सारखंच प्रिय! नवीनांचे स्वागत करण्याचा भाग मात्र वा.लं. पेक्षा दभिंमध्ये मला जरा कमीच वाटतो. त्यातही सामाजिक जाणिवेच्या साहित्याची दभिंनी बरीच उपेक्षा केली आहे. ग्रामीण-दलित-आादिवासी साहित्यापासून चार हात दूर राहणेच त्यांनी पसंत केले. विंदा करंदीकरांची कविता त्यांना नाटकी वाटते. पाडगावकरांचा 'सलाम' मान्य नाही. बापट आवडत नाहीत. नारायण सुर्वे हे त्यांच्या लेखी कवी नसणारे कवी आहेत. ढसाळांशी त्यांना काही देणेघेणे नाही. दभिंच्या आवडीप्रमाणेच

त्यांच्या नावडीही तीव्र आहेत. माझ्या असल्या टीकेची त्यांना जराही पर्वा नसेल. मीच काय कुणीही काही म्हटल्याने दभिंचे बिघडत नाही, कुणी काही म्हणा, कुणी काही म्हणा, अनुसरले दभि आपुल्याच मना' असे हे ब्रीद आहे.

समीक्षकाच्या मी वाचलेल्या एका व्याख्येत दभिंच्या उपरोक्त मर्यादांकडे दुर्लक्ष होतं आणि त्यांच्या समीक्षा-वैशिष्ट्यांचा गौरव होतो. ती अशी : उत्तम समीक्षक तोच, की ज्याची समीक्षा म्हणजे श्रेष्ठ साहित्यकृतींतून त्याच्या आत्म्याने केलेले स्वैर भ्रमण असते. रणांगण, सावित्री, ज्ञानेश्वरी, जी.एंची कथा, मर्ढेकरांची कविता अशी दभिंची रमण्याची व रेंगाळण्याची ठिकाणं आहेत. 'रणांगण'वर तिसऱ्यांदा लिहूनही अजून त्यांचे रणांगणपुराण संपलेले दिसत नाही.मी कुठंतरी असं वाचलंय की, आपले हात चांदण्या खुडण्यासाठी सदैव आकाशाच्या दिशेनं असावेत. त्यात चांदण्या येतील, न येतील पण ते चिखलानं तरी भरणार नाहीत याची खात्री असते. दभिंनी चांदण्याही खुडल्या आणि चिखलाने हातही भरू दिले नाहीत. लघु नियतकलिकांबद्दल त्यांनी काही लिहिले असते तर निश्चितपणे त्यांचे हात चिखलाने भरले असते.

दभिंनी मराठीच्या बाहेरच्या साहित्यावरही फार सुंदर लिहिले आहे. देवदास, शेक्सपियर, मोहन राकेश, मन्नू भंडारींची 'यही सच है', जुलूस, आषाढ का एक दिन, माय स्टोरी (कमला दास), इडिपस रेक्स, रवींद्रनाथ टागोर यांच्याबद्दलचे त्यांचे लेखन मी वाचले आहे. माझी यादी अपूर्णच असणार. अशा सगळ्या लेखांचे 'उमरखय्यामची फिर्याद' करावे अशी माझी दभिंना नम्र सूचना आहे.

अनिलांची 'उशिराचा पाऊस' नावाची फार सुंदर कविता आहे. खुद्द दभि.कुलकर्णी हा माझ्या आयुष्यात आलेला असाच उशिराचा पाऊस आहे. किती उशिरा? तर पुन्हा अनिलांच्या भाषेत सांगायचे तर, सत्तावीसातून नऊ गेल्यानंतर. 'मालविका' या कवितासंग्रहाच्या वेळी त्यांना धमकी दिली होती की, तुम्ही याला प्रस्तावना लिहिली नाहीत तर नाइलाजाने हा संग्रह तुम्हाला अर्पण करावा लागेल. 'शेवटी त्यांनी ती धमकी खरी करायला लावली, पण बीमध्ये सगळे झाड सामावावे तशी माणूस आणि समीक्षक म्हणून दभिंची सारभूत योग्यता त्या अर्पणपत्रिकेत उतरली आहे -

सहृदय, रसडोळस
भावधर्मी, संवेदनाशील
मराठीचे सर्वश्रेष्ठ समीक्षक असणाऱ्या
प्रा. डॉ. द.भि. कुलकर्णी यांना प्रेम विनीतभावाने...

भ्रमणध्वनी :९९२२५२२६६८

आमचे सर

पुरुषोत्तम माळोदे

साहित्यिकांविषयी आमच्या मनात दहावी-अकरावीपासूनच आकर्षण होते. साहित्यिक आणि त्यांचे साहित्य या काहीतरी विलक्षण गोष्टी आहेत आणि आपण पुढे चालून मोठे साहित्यिक वगैरे होणार आहोत असे हमखास वाटायचे. मोठमोठ्या साहित्यिकांचे पत्ते मिळवून त्यांना पत्रे लिहिण्याचा सपाटा आम्ही काही मित्रांनी सुरू केला. त्यांच्या, आम्ही न वाचलेल्या साहित्याची महत्ता त्यांनाच सांगून आमची अभिरुची कशी संपन्न आहे, हे त्या साहित्यिकांना पटवून देण्याचे कार्य आम्ही त्या दिवसात केले पण आम्हाला समीक्षकांविषयी कधीच आकर्षण वाटले नाही. आम्हाला वाटायचे समीक्षक हा मोठा विचित्र प्राणी- भिंगाचा चष्मा घालणारा, गंभीर चेहऱ्याचा, चेहऱ्याची सुरकुती न हलविणारा, ललित लेखकाच्या भरवशावर जगणारा आणि त्यांच्याच मानेवर बसणारा!

दरम्यानच्या काळात मी अमरावती सोडून नागपूरला आलो होतो. मॉरिस कॉलेजला शिकत होता. वाङ्मयाची थोडी जाण असणाऱ्या आम्हा काही मित्रांचा ग्रुप तयार झाला. वाङ्मयावर आमच्या चर्चा सारख्या सुरू असायच्या; पण आता वेगळीच गोष्ट माझ्या लक्षात आली. आम्हा सर्वांना द.भि.कुलकर्णी या नावाविषयी आकर्षण वाटत होते. एका समीक्षकाविषयी वाटणारी ओढ ही फार दुर्मीळ गोष्ट आहे. वाङ्मयाचा अभ्यास करणारे विद्यार्थी समीक्षकांना महत्त्व देत असतील पण सामान्य वाचक मात्र त्यांना नावानेही ओळखत नाही. हा नियम सरांना लागू नाही. ललित लेखकांप्रमाणे त्यांचेही शेकडो चाहते आहेत.

एक प्राध्यापक म्हणून शेकडो विद्यार्थी सरांचे फॅन आहेत. दूर अंतरावर रूम्स करून राहणारे विद्यार्थी त्यांचा तास न बुडावा म्हणून धावतपळत डिपार्टमेंटला येतात. कॅम्पसचा चढाव चढून छाती फोडून घेत त्यांच्या तासाला न चुकता उपस्थित राहतात. त्यांचे विषय तसे किचकट पण त्यांना हे कठीण विषय शरण येतात. सरांना हे कसे

शक्य होते? एखाद्या विशिष्ट रागासाठी जसा एखादा गायक प्रसिद्ध असतो तसेच सर 'साहित्यशास्त्रा'साठी प्रसिद्ध आहेत. संगीताची मैफल रंगावी तसाच त्यांचा तास रंगतो. त्यांच्या तासाला विषय अत्यंत क्लिष्ट असूनही विद्यार्थी एवढ्या तन्मयतेने का ऐकतात? इतके मंत्रमुग्ध का होतात? हा एक शैक्षणिक मानसशास्त्राचा अभ्यास विषय ठरेल.

आपल्या तासामध्ये ते न आवडणाऱ्या साहित्यावर, काही अनिष्ट साहित्य प्रवृत्तींवर उपरोधिक टीका करतात पण कुठेही कटूता येत नाही. याचे कारण त्यांच्यातला 'टीकाकार' जसा सदैव जागृत असतो तसाच त्यांच्यातला रसिक आकंठ रसपान करीत असतो.

सरांच्या चेहऱ्यावर नेहमी धबधब्यासारखे चैतन्य असते. वर्गात, वर्गाबाहेर, घरी, रस्त्यावर सरांचे मार्गदर्शन सुरू असते, वाङ्मयीन चर्चा सुरू असतात. एका बालकवितेत छोटी मुलगी आपल्या आईला प्रश्न विचारते, ''दिवसभर पावसात भिजून झाडाला खोकला कसा होत नाही?'' मलाही अनेकदा हा प्रश्न पडतो. सकाळी चारपासून रात्रीचे दहापर्यंत अभ्यास करून, चर्चा करून, तास घेऊन, मार्गदर्शन करून, कौटुंबिक जबाबदाऱ्या पार पाडून सरांना थकवा कसा येत नाही?

सरांची ही कष्टयात्रा विद्यार्थीदशेपासून सुरू आहे. न थकता, न थांबता सुरू आहे. आज शरीराने काहीसे थकलेले आमचे सर तरुणाला लाज वाटावी इतके मनाने तरुण आहेत.

वैचारिक मतभिन्नतेमुळे मी सरांच्या दूरच राहात होतो पण माझ्या नकळत मी त्यांच्याकडे ओढला गेलो. डाव्या विचारसरणीचे विद्यार्थीही त्यांच्यावर जीव तोडून प्रेम करतात हेही एक आश्चर्यच! सरांच्या जवळ आलेल्यांना त्यांच्यापासून दूर जाणे कठीण होते. आपल्याही नकळत आपण त्यांच्यात गुंतत जातो, त्यांच्यावर प्रेम करू लागतो. वैचारिक मतभिन्नता त्यात अडथळा आणत नाही; कारण सर आपल्या विचारांवर कितीही ठाम असले तरी टीका सहन करण्याची तेवढीच हिंमत ठेवतात. शंभर टक्के आस्तिक असल्यामुळे श्रद्धाशील अंत:करणाचे असल्यामुळे, आमच्यासारख्यांनी ईश्वराच्या अस्तित्वावर लावलेले प्रश्नचिन्ह त्यांना खिन्न करते; पण हे तेवढ्यापुरतेच. वैचारिक मतभिन्नता मता मतात दरी निर्माण करते पण मनात नाही.

एक प्रसंग आठवतो : नारायण सुर्वे विभागात आले होते. ते आले म्हणून कोणीतरी मला सांगत आले मी तसाच धावतपळत आलो. नारायण सुर्वे कविता सादर करीत होते. बरीच गर्दी जमलेली होती. सुर्वे यांना प्रचंड दाद मिळाली. कवितेनंतर

विभागातील विद्यार्थ्यांनी प्रश्न विचारायचे आणि सुर्वे त्यावर उत्तरे देतील असे ठरले. पण कोणीच प्रश्न विचारत नव्हते. माझ्या डोक्यात काहीच नव्हते, मी नकळत उभा राहिलो आणि बोलू लागलो. मी सुरुवातीला चित्रे-ग्रेस यांच्या काव्यातील आत्यंतिक व्यक्तिवादावर टीका केली. नंतर मी नारायण सुर्वे यांना प्रश्न विचारला, ''मुक्तिबोध हे अखेरच्या काळात अलौकिकतावादी झाले होते हे दभि.कुलकर्णी यांचे म्हणणे मुक्तिबोधांवर अन्याय करणारे नाही काय? किंबहुना एकुणच मराठी समीक्षेने मुक्तिबोधांची उपेक्षा केलेली आहे, असे तुम्हास वाटत नाही काय?''

या प्रश्नाद्वारे अप्रत्यक्षरीत्या मी सरांवरतीच टीका केली होती. त्यामुळे मी प्रश्न विचारण्यासाठी उभा राहिल्यावर प्रसन्न दिसणारा सरांचा चेहरा प्रश्न विचारल्यानंतर दुखावल्यासरखा जाणवला; पण हे दुखावणेही नारायण सुर्वे यांच्या कार्यक्रमापुरतेच. एकूणच सरांचे हे असे आहे.

उद्या २५ जुलैला सर ६१व्या वर्षात पदार्पण करीत आहेत. त्याबद्दल सर्वांच्याच हार्दिक शुभेच्छा त्यांना आहेत. त्यांना निरोगी आणि भरपूर कार्य करू देणारे भरपूर आयुष्य मिळत राहो असे सर्वांनाच वाटते आहे, पण त्याबरोबरच दु:खाची गोष्ट म्हणजे ३० जुलैला सर सेवानिवृत्त होत आहेत. सरांच्या निवृत्तीमुळे मराठीविभागाची होणारी हानी भरून निघणे कदापि शक्य नाही.

सरांनी यावर्षीच्या शेवटच्या तासाला जेव्हा विद्यार्थ्यांचा निरोप घेतला तेव्हा विद्यार्थ्यांच्या डोळ्यात पाणी आले आणि सर्वांचे हृदय भरून आले. विद्यार्थी जणू आसवांनी आपल्या गुरूला निरोप देत होते. ३०-३५ वर्षे जीव तोडून शिकवणाऱ्या गुरूला निरोप शब्दांनी थोडाच मिळणार होता तो तर आसवांनीच मिळणार होता.

भ्रमणध्वनी : ९९७०७८८६५२

बकुळीची फुले

कै. शकुंतला खोत

एम.ए.च्या वर्गांना सर्वात जास्त विद्यार्थीप्रिय सर म्हणून डॉ. दभि.कुलकर्णी यांचेच नाव प्रथम राहिले आहे. विद्यार्थ्यांच्या या जाणत्या व जागरूक वयाला दभि.सरांचा आदर्श पुढे ठेवावा अशी सरांची ख्याती आहे. आजही सरांचे हे स्थान अबाधित राहिले आहे. याची अनेक कारणे आहेत. सर आम्हाला सौंदर्यशास्त्र अधिकच सुंदर करून शिकवीत. मर्ढेकर शिकवण्यात सरांचा हातखंडा. गाढा अभ्यास, सतत वाचन, निरीक्षण, तौलनिक अभ्यासाची आवड आणि कठोर परिश्रम ही सरांची लक्षात ठेवण्याजोगी वैशिष्ट्ये. शिस्तप्रिय सर सर्वच बाबतीत, शिकवण्यात आदर्श पुढे ठेवावा असे आहेत. त्यांचे अनेक विद्यार्थी आज या क्षेत्रात आहेत. मी स्वत: डॉ. दभि.कुलकर्णी यांची पीएच.डी.च्या अभ्यासासाठी नाव रजिस्टर करणारी व त्यांच्याच कडक शिस्तीत अभ्यास करून पीएच.डी. डिग्री मिळवणारी पहिली विद्यार्थिनी. मी विद्यार्थिनी म्हणून सरांच्या वर्गात शिकताना सरांचा शिकवतानाचा प्रत्येक शब्द लिहून घ्यायला, ध्यानात ठेवायला धडपडत असे इतका प्रत्येक शब्द भरीव, ठाशीव, अचूक व अर्थपूर्ण असे. त्यांची ओघवती शैली एकदा सुरू झाली की अशी झपाट्याने वाहात राही की लिहून घेणाऱ्या, मुद्दे काढणाऱ्या, नोट्स घेणाऱ्या माझ्यासारख्या अनेकांची त्रेधातिरपीट उडत असे. मग त्यासाठी मी माझे असे स्वतंत्र शॉर्टहँड तयार केले होते. त्यामुळे मी प्रत्येक महत्त्वाचा शब्द सोडत नसे व म्हणूनच माझ्या नोट्सना फार मागणी असे. दभि.सरांचा एकही तास चुकवावासा वाटत नसे, हेच मुळी त्यांच्या शिकवण्याचे यश आहे. सगळा वर्ग बांधून ठेवून स्तब्ध ठेवण्याचे व आपल्याला जे काही महत्त्वाचे सांगायचे आहे ते तेवढ्या वेळात (१ तास) अचूक व सोपे करून सांगण्याचे त्यांचे कसब मात्र वाखाणण्याजोगे. लहानशी मूर्ती पण अतिशय गांभीर्याने, खूप विद्वत्तेने व गाढ्या व्यासंगाने खूप उंचीवर पोहोचून गेलेली. सरांचे वाचन, मनन, चिंतन सतत चालूच असते.

कधीही त्यांना अभ्यासातल्या शंका विचारल्या तरी नेहमी उत्साहाने व आत्मविश्वासाने त्यांनी त्या सांगाव्या, कधी आळस नाही, कधी कंटाळा नाही, निरुत्साह नाही. उलट विद्यार्थ्यांना अभ्यासाची गोडी त्यांनीच लावली. आपल्याप्रमाणे विद्यार्थी अभ्यासू घडलाच पाहिजे हा बाणा असे. ते विद्यार्थ्यांना चिंतनाची, मननाची व समीक्षेची गोडी लावण्यात यशस्वी झाले आहेत. अत्यंत कठीण वाटणारा विषय दभिंच्या हाती अगदी सोपा होऊन जातो, तरीही त्यांच्या शिकवण्यात एक वजन आहे, उंची आहे, गांभीर्य आहे. जे पुढच्या एम.ए., पीएच.डी या अभ्यासाला अत्यंत आवश्यक आहे. त्याची सवयच दभिंच्या मार्गदर्शनाने विद्यार्थी म्हणून त्यांच्या हाताखाली तयार होणाऱ्याला लागतेच लागते निदान माझा तरी हा अनुभव आहे. मर्ढेकरांचे सौंदर्यशास्त्र जिवंत व बोलके व अधिक सुंदर करण्याचे दभिंशिवाय कुणालाच साधले नाही. गंभीर चेहऱ्याने ठाशीव ज्ञान मनात घेऊन पूर्वतयारीनिशी ते वर्गात येत व आधिकाधिक शिकवून समाधानी होऊन विद्यार्थ्यांना समाधानी करूनच वर्गाबाहेर तास संपताच निघत. एक प्रकारे ज्ञानयोगी असणारे हे सर आम्हाला लाभले त्यामुळे आमचा खूपच फायदा झाला. अभ्यासाला, विचार करण्याला एकूण जीवनालाच एक शिस्तीची सवय दभिंच्या शिकवण्याने लागली हेच खरे. मी तरी सरांचे हे गुण उचलले व पचवण्याचा प्रयत्न करण्यात यशस्वी झाले. मी वर्गात शिकवताना माझ्यापुढे सरांचाच एक आदर्श नेहमी राहिला आहे. तुमच्यात एक आत्मविश्वास निर्माण होतो, तुम्हाला ते विचाराची, स्वतंत्र विचार करण्याची सवय लावतात, संधी देतात आणि मग तुमच्यातला खरा अभ्यासू विद्यार्थी ते पुढे आणतात हा माझा अनुभव आहे. मार्गदर्शक म्हणून सर्वच विद्यार्थ्यांनी त्यांना मानले आहे. लहानात लहान तर मोठ्यात मोठा व विद्वानात विद्वान म्हणून सहज सामावणारा हा प्राध्यापक आम्हाला त्यावेळी लाभला हे आमचे भाग्य आहे. सरांचे ज्ञान कधीच संपत नाही, ते सतत देत राहतात तरीही संपत नाही.

अंतर्बाह्य वाङ्मयीन

अरुण जाखडे

द. भि.कुलकर्णी यांच्या वाङ्मयीन व्यक्तिमत्त्वाचा शोध घेण्याचा प्रयत्न केला तर हे सहज लक्षात येते, की मर्ढेकरांनी त्यांची वाङ्मयीन अभिरुची घडविली तर ग.त्र्यं. देशपांडे यांच्याकडून त्यांनी साहित्यशास्त्रीय पाया पक्का करून घेतला. या दोघांच्या प्रभावाने त्यांच्या व्यासंगाची दिशा नक्की झाली; परंतु त्यांच्या वाङ्मयीन दडपणाखाली न राहता त्यांनी स्वतंत्र होऊन स्वत:ला विकसित करून घेतले ते समीक्षेच्या अभ्यासातून.

येथे स्वतंत्र हा शब्द मी जाणीवपूर्वक वापरला आहे. हे स्वातंत्र्य त्यांनी इतरत्रही आयुष्यभर जपले. अध्ययन, अध्यापन, आपला व्यासंग व बौद्धिक आनंद यात अडथळा येऊ नये, यासाठी त्यांनी हे स्वातंत्र्य जपले; त्यामुळे त्यांना त्याचे मोलही द्यावे लागले. कौटुंबिक परिवारातील प्रथा, रीतिरिवाज, नातेसंबंध यापासून अलिप्त होऊन केवळ वाङ्मयाभ्यासात ते रमून गेले. त्यामुळे त्यांचे व्यक्तिमत्त्व अंतर्बाह्य वाङ्मयीन व्यक्तिमत्त्व झाले आहे. हे स्वातंत्र्य त्यांनी आपल्या समीक्षालेखनातही जपले आणि म्हणूनच अगदी जवळच्या माणसाच्या साहित्यकृतीबद्दल प्रतिकूल तर वेळप्रसंगी शत्रूंच्या साहित्यकृतीबद्दलही अनुकूल लिहिले आहे. येथे जवळचा-लांबचा हा भेद न ठेवता आपल्या वाङ्मयीन आकलनाशी व निष्कर्षाशी प्रामाणिक राहून त्यांनी समीक्षा केली आणि म्हणून त्यांच्या समीक्षेला धार आहे. वाङ्मय व्यवहारात व्यक्तिगत प्रेम वा वैर लक्षात घेणे त्यांना कधीच मान्य नाही व नव्हते.

मराठी व एकूणच भारतीय साहित्यातील परंपरांबद्दल बोलणाऱ्या, लिहिणाऱ्या दभिंची स्वत:ची अशी एक परंपरा आहे. भारतीय साहित्यशास्त्र व पाश्चात्त्य सौंदर्यशास्त्र यांच्या एकत्रीकरणातून त्यांनी एक साहित्यविचार सिद्ध केला आहे. तो म्हणजे नवअलौकिकतावाद. हा नवअलौकिकतावाद त्यांनी तात्त्विक पातळीवर सांगितला आहे व त्याचे उपयोजन करून त्यांनी ज्ञानेश्वरी, बालकवी, मर्ढेकर, जी.ए. यांची

समीक्षाही केली आहे.

दभिंच्या समीक्षेचे आणखी एक वेगळे वैशिष्ट्य म्हणजे वाङ्मयकृतीतील अर्थव्यूहाची भाषा जाणून त्यांनी केलेली समीक्षा. समीक्षा खूप वाचन केल्याने येत नसते. त्यासाठी हवे असते वाङ्मयकृतीचे प्रातिभ आकलन आणि समजावी लागते अर्थव्यूहाची भाषा. एकाच वेळी सैद्धान्तिक व उपयोजित समीक्षेला त्यांनी न्याय दिला आहे.

दभिंनी काही ललित लेखनही केले आहे. इरावती कर्वे, दुर्गाबाई भागवत यांचे ललित लेख जसे समाजशास्त्रीय अभ्यासातून आले तसे दभिंचे ललित लेखन हे साहित्यशास्त्रीय अभ्यासातून आले आहे.

'अपार्थिवाचे चांदणे' या पुस्तकातील लेखात ते म्हणतात, ''मी ग्रंथांना पूजनीय मानतो तसे ते प्रकाशित करणाऱ्या प्रकाशकांनाही. विद्यार्थ्यांच्या खालोखाल आता ग्रंथप्रकाशक हाच माझा आंतरिक लोभाचा दिवा आहे.'' आणि म्हणूनच त्यांच्या वाढदिवसाच्या दिवशी ते सत्कार करणार आहेत आपल्या निवडक विद्यार्थ्यांचा व प्रकाशकांचा.

''आपल्या पन्नास वर्षांच्या या अध्यापनातून किमान पाच-दहा विद्यार्थी असे तयार झाले, की जे मराठी साहित्यात मानबिंदू ठरतील,आपली स्वतंत्र मुद्रा तयार करतील, तसे झाले तरच माझे श्रम कारणी लागले, म्हणता येईल. त्यांच्या वाङ्मयाने, कार्यकर्तृत्वाने विद्यार्थ्यांनीच मला उत्तीर्ण करावे ही माझी उत्कट अपेक्षा आहे.''असे ते म्हणतात.

नारायण सुर्वे, ग्रेस, सुरेश भट, सुधाकर गायधनी, श्रीनिवास सिरास यांच्यासारख्या आणखी काही कवींच्या कविता केवळ मासिकांत वाचूनच (त्यांचे काव्यसंग्रह प्रकाशित होण्यापूर्वी) आपल्या समीक्षालेखांतून त्यांचे वाङ्मयीन भवितव्य दभिंनी सांगितले होते; पण अनेकांना माहीत नसलेली त्यांच्याविषयीची एक गोष्ट म्हणजे त्यांचा ज्योतिषशास्त्राचा अभ्यास.

आज पंचाहत्तरीत पदार्पण करीत असताना आपले वाचन, लेखन फार अपूर्ण राहिले असे त्यांना वाटते. उरल्या आयुष्यात ते पूर्ण करण्यासाठी त्यांची धावपळ चालू आहे. त्यांची ही इच्छा पूर्ण होण्यासाठी परमेश्वर त्यांना दीर्घायुष्य देवो!

भ्रमणध्वनी : ९८५००८६४२३

मार्गदर्शक

प्रफुल्लता वाघमारे-फुले

१ ऑगस्ट १९९४ रोजी डॉ. द. भि.कुलकर्णी नागपूर विद्यापीठातून सेवानिवृत्त झाले. प्रोफेसरपद आणि विभागप्रमुखपद सोडल्यानंतर त्यांना मोकळे मोकळे वाटले की काय ते सांगता येत नाही; पण विद्यार्थ्यांना मात्र 'आता सरांचे शिकवणे आपल्याला लाभणार नाही' अशी चुटपूट लागलीच. १९९४-९५ या शैक्षणिक वर्षात सरांनी डॉ. श्रीकांत जिचकार यांच्या सांदीपनी या शिक्षणसंस्थेत विनावेतन अध्यापनकार्य केलं का तर के.जी.पासून पी.जी.पर्यंत सर्व वर्गांना शिकवण्याचा अनुभव हवा म्हणून. असा अनुभव असलेले दभि.सर हे भारतातील एकमेव अध्यापक आहेत.

१ सप्टेंबर १९९५ रोजी सरांना हृदयविकाराचा जबरदस्त तडाखा बसला; पण त्यातून मनोबल, दैवीकृपा, सौ. शिवरंजनी यांची सेवा आणि मुख्य म्हणजे डॉ. जय देशमुख यांचे उपचार यामुळे काही महिन्यातच सर खणखणीत बरे झाले आणि आय.ए.एस.च्या विद्यार्थ्यांना शिकवू लागले.

या वर्गातल्या शिकवण्याइतकेच महत्त्व दभिसर व्यक्तिगत मार्गदर्शनाला देत आले आहेत. त्याचेही त्यांचे वेळापत्रक आहे. त्याचाही त्यांचा पाठ्यक्रम आहे! १९७० साली नागपूर विद्यापीठाने पीएच.डी.चे मार्गदर्शक म्हणून त्यांना मान्यता दिली. तेव्हा तो बहुमान समजला जाई व त्यासाठी अर्ज करावा लागत नसे. या तीस एक वर्षात सरांच्या हाताखाली एकोणतीस संशोधकांना पीएच.डी.ची पदवी व एका संशोधिकेला विदर्भ साहित्य संघाची 'साहित्याचार्य' पदवी मिळाली आहे. या संशोधकांमध्ये डॉ. यशवंत मनोहर, डॉ. प्रभा गणोरकर, डॉ. अंबादास असोलकर, डॉ. श्यामला मुजुमदार, डॉ. सुलभा हेर्लेकर, डॉ. सदाशिव कुल्ली, डॉ. प्रमोद मुनघाटे, डॉ. विनायक तुमराम, डॉ. ज्योती लांजेवार, डॉ. शकुंतला खोत इत्यादी अनेक मान्यवरांचा समावेश होतो. संख्या व नावे यापेक्षाही महत्त्व आहे प्रबंधाचे विषय

आणि त्यांचा दर्जा यांना. अमेरिकन साहित्य (डॉ. वीणा मुळे), विवेकानंद (डॉ. दा.स. गजघाटे), नाट्यस्वगत (डॉ. शकुंतला खोत), मुक्तछंद (डॉ. शुभांगी पातुरकर) काका कालेलकर (डॉ. वीणा ठाकरे) वसंत वरखेडकर (डॉ. कल्पना व्यवहारे), श्री. के. क्षीरसागर (डॉ. ललिता साठे) महेश एलकुंचवार (डॉ. संध्या अमृते), गद्यकाव्य (डॉ. रत्नप्रभा अंजनगावकर), ज्ञानेश्वरांचे काव्यशास्त्र (डॉ. श्यामला मुजुमदार) या विषयांवरील प्रबंध मराठीतील मौलिक ग्रंथ ठरले आहेत. विशेष म्हणजे यांतील अधिकांश प्रबंध प्रकाशितही झाले आहेत.

डॉ. दभि.कुलकर्णी यांच्या सेवा-निवृत्तीला आता अठरा वर्षे होऊन गेली आहेत; आणि आता त्यांनी अठ्यात्तराव्या वर्षात पदार्पण केले आहे. त्यांना आम्हा सर्व आजी-माजी विद्यार्थ्यांच्या अंत:करणपूर्वक शुभेच्छा. या वयातही त्यांची प्रकृती ठणठणीत आहे आणि आपल्या मातोश्रीप्रमाणेच त्यांनाही दीर्घायुष्य लाभेल, असा आम्हास विश्वास आहे. आजही त्यांचा दिवस पहाटे चारला उगवतो व रात्रौ अकराला मावळतो. त्यांच्या दिनचर्येचे केंद्र आहे 'मार्गदर्शन' सकाळी फिरायला जातात तेव्हा त्यांच्यासोबत एखादा जिज्ञासू असतोच. सर विवेचन करतात आणि जिज्ञासू टिपणे घेतो. संध्याकाळी मित्रपरिचित यांच्याशी वाङ्मयीन चर्चा, लेखनिकासोबत लेखनकार्य. सगळी दुपार आम्हा पीएच.डी.च्या संशोधकांसाठी. अगदी अलीकडेच डॉ. निर्मला काकडे (जयवंत दळवी यांचे साहित्य) आणि डॉ. वैशाली बेझलवार(स्त्री-निबंधकार) या त्यांच्या दोन विद्यार्थीनींना पीएच.डी. प्राप्त झाली. मी स्वत: ख्रिस्तीधर्मीय आहे. सरांनी मात्र कोणताच भेदभाव न ठेवता आम्हा साऱ्यांना मनोभावे मार्गदर्शन केले.

साहित्यसंमेलने म्हणजे समाजाचा साहित्यिक सण आणि त्यातील अध्यक्षीय भाषणे म्हणजे समाजाचे वाङ्मयीन संचित. सध्या मी सरांच्या मार्गदर्शनाखाली 'विदर्भ साहित्यसंमेलनातील अध्यक्षीय भाषणे' या विषयावरील माझे संशोधन पूर्ण करीत आणले आहे. या निमित्ताने दभि.सरांचा जो दीर्घ ज्ञानात्मक सहवास मला लाभला तो माझ्या आयुष्याचा मूल्यवान ठेवा आहे. ग्रंथ कसा वाचावा, त्याची टिपणे कशी काढावीत, आपला विचार नेमक्या शब्दांत कसा मांडावा याचे मार्गदर्शन गेली अनेक वर्षे सरांकडून मला लाभले. असे प्रशिक्षण एरवी कुठे मिळाले असते? सर मात्र म्हणतात, ''मी तुम्हाला शिकवीत नाही, तुमच्या माध्यमातून पुढच्या पिढ्यांना शिकवीत आहे.'' एम.ए. आणि एम.फिलच्या वर्गात विद्यार्थी म्हणून आणि उद्‌बोधन वर्गात प्राध्यापक म्हणून सरांची अक्षरश: शेकडो व्याख्याने मी ऐकली आहेत; पण मार्गदर्शनाच्या निमित्ताने त्यांचा हा जो ज्ञानात्मक सहवास लाभतो त्याला तोड नाही.

‘उपनिषद’ म्हणजे गुरूच्या जवळ बसणे असे का म्हणतात त्याचा अर्थ अशावेळी कळतो. सर म्हणतातच, ‘‘संगीत, नृत्य इत्यादी कलाक्षेत्रांत गुरुमुखाने ज्ञान मिळविल्याशिवाय जी ती कला पूर्णत्वाने आत्मसात होत नाही तसेच साहित्य विद्येचेही आहे.’’आमची पिढी याबाबत भाग्यवान आहे; कारण गेली पन्नासवर्षे डॉ. द.भि.कुलकर्णी आपल्या छात्रांना वर्गात, व्यासपीठावर आणि स्वगृही ज्ञानदान करीत आहेत, त्याच अनावर उल्हासाने; पण पुढच्या पिढ्यांना हे मिळणार आहे का? ते आमच्यावरच अवलंबून आहे!

भ्रमणध्वनी : ९४२०२२५८२८

दभिनंदन

संजय भास्कर जोशी

८३व्या अखिल भारतीय मराठी साहित्यसंमेलनाचे अध्यक्ष म्हणून दभिंची निवड होण्यात एक निराळेच औचित्य साधले गेले आहे. एक तर ही निवडणूक गेल्या काही वर्षातल्या वादग्रस्त निवडणुकांच्या पार्श्वभूमीवर अतिशय खेळीमेळीने आणि सामंजस्याने झाली. एरवी भांडणे आणि वादविवाद यांचे वावडे नसणाऱ्या मराठी माणसाला या एका बाबतीतली वादग्रस्तता नेहमीच खिन्न करणारी वाटत असते; कारण हे संमेलन कुणी काही म्हटले तरी महत्त्वाचे असते आणि मराठी माणसाचा मानबिंदू असते. त्यामुळे ही निवडणूक अशा चांगल्या वातावरणात झाली हे बरेच झाले. दुसरे म्हणजे दभि पुण्यात स्थलांतरित झाल्यावर पुण्यात होणाऱ्या संमेलनात दभिंची निवड होणे, ही गोष्टही बरीच झाली. तिसरे म्हणजे दभिंना यावेळी आणि या बाबतीत यशाने हुलकावणी देऊ नये असे सर्वांनाच वाटत होते. तर दत्तात्रेय भिकाजी ऊर्फ द.भि. कुलकर्णी यांचे साहित्यसंमेलनाचे अध्यक्ष म्हणून निवड झाल्याबद्दल अभिनंदन.

यंदाच्या साहित्यासंमेलनात मुख्य कार्यकारी व्यवस्थापकपदावर नियुक्ती झाल्याने मला दभिंच्या प्रचारकार्यात अजिबात भाग घेता येत नव्हता, त्यामुळे (आणि तरीही!) दभिंची निवड झाल्यामुळे व्यक्तिश: मला अधिकच आनंद झाला. दभिंचा एक विद्यार्थी म्हणून आणि चाहता म्हणूनही (आणि तेच मानतात म्हणून, एक मित्र म्हणूनही).

मध्यंतरी सातारच्या ग्रंथमहोत्सवात उद्‌घाटनाचे भाषण करताना मी म्हणालो होतो, की पुणे हे विद्येचे माहेर आहे. ती विद्या आता सासरी म्हणून सातारला आली आहे की काय असे वाटावे असे हे ग्रंथसंमेलन आहे; पण नंतर मला उमगले विद्या पुण्यातच आहे आणि उलट पुणेकरांनी दभिंच्या रूपात खास नागपूरहून हा विद्येचा सासरा पुण्यातच आणला. सासरा मोठा आखाडसासरा आहे बरे! आखाड अशा अर्थाने, की कधीही औचित्यभंग न करता आडमुठी आणि मनस्वी समीक्षा कशी करावी, हे दभिंची समीक्षा पाहून शिकावे. त्यांनी कधी प्रस्थापितांचा अनाठायी

मुलाहिजा ठेवला नाही किंवा नवोदितांना दुर्लक्षित ठेवले नाही. त्यांची ही भूमिका समीक्षक म्हणून साहित्यापुरतीच असते हेही खरेच. अर्थात दभिंचेही काही खास मर्मबिंदू आहेतच. बेडेकरांचे 'रणांगण', मर्ढेकरांचे 'सौंदर्यशास्त्र', माउलींचे 'अमृतानुभव', तुकोबाची 'गाथा' आणि जीएंची महाकथा हे दभिंच्या काळजात प्रवेश मिळवायचे खात्रीशीर महामार्ग आहेत. त्याचबरोबर ममंच्या कविता, जीटींचे साहित्यशास्त्र आणि भाव्यांच्या कथा याही चोरवाटा आहेतच त्यांच्या मनात आणि मानात शिरायला. दभिंच्या घराबाहेर एक घंटा आहे. म्हणजे आपण डोअरबेल म्हणतो तसे बटण नव्हे तर खरीखुरी पितळेची घंटा. दभिंच्या घरात शिरायला जशी त्या घंटेची किणकिण करावी लागते तसे दभिंच्या मनाचे दार मर्ढेकर, जीए आणि ज्ञानेश्वर या घंटांच्या आवाजाने क्षणार्धात उघडते.

या माणसाने कळायला लागल्यापासून फक्त पुस्तकांवर प्रेम केले. त्यांच्या पीएच.डी.चा प्रबंधदेखील महाकाव्यासारखा धीरगंभीर आणि बृहद् होता आणि त्यांचा तो प्रबंध म्हणे ट्रकमधून पाठवावा लागावा इतका मोठा होता. गंमतीचा भाग सोडा; पण दभिंचेच काय दभिंच्या पीएच.डी.च्या विद्यार्थ्यांचेही प्रबंध असे प्रचंड असतात; पण माणूस पांडित्याचे दर्शन किंवा प्रदर्शन घडवणारा नाही. त्यांनी ग्रंथ आणि प्रबंधांपेक्षा निराळी अशी स्फुट समीक्षेचीच वाट कायम पकडली; कारण त्यांची भूमिकाच मुळी प्रतिभावंत कवीची आहे. कवितेसारखीच त्यांची समीक्षा स्फुरलेली असते. 'पस्तुरी' सारखे पुस्तक वाचताना त्याची खूण पटते. मुळात 'मेरसोलचा सूर्य'सारखा कवितासंग्रह लिहिणारे दभि हे खरे तर कवीच. बऱ्याचजणांना हे माहीत नसेल, की वयाच्या १९व्या वर्षीच 'न्यूयॉर्क ट्रिब्यून' ने घेतलेल्या आंतरराष्ट्रीय कथास्पर्धेत त्यांना पारितोषिक मिळाले होते. त्यामुळे दभिंची समीक्षा नेहमीच काव्यात्म प्रतिभेने बहरलेली राहिली.

पण तरीही त्यांच्या समीक्षेमागे अभिनवगुप्तापासून ग.त्र्यं. देशपांड्यांपर्यंतच्या साहित्यशास्त्राचा भक्कम आधार असतो. संमेलनाध्यक्ष म्हणून निवडून येताच ते म्हणाले, माझे सौंदर्यशास्त्रीय गुरू मर्ढेकर आणि साहित्यशास्त्रीय गुरू ग.त्र्यं. देशपांडे यांना खरे तर हा मान मिळायला हवा होता. गुरुपौर्णिमेला जन्मलेल्या दभिंचे गुरुप्रेम असे निखळ आणि तीव्र आहे.

दभिंचे मला सर्वांत भावलेले वैशिष्ट्य म्हणजे त्यांच्या मनाचा खुलेपणा आणि स्वत:ला सतत तपासून, बदलत राहायची वृत्ती. म्हणूनच त्यांच्या लेखांची अन् पुस्तकांची नावेदेखील पहिल्यांदा रणांगण, तिसऱ्यांदा रणांगण, दुसरी परंपरा, पहिली परंपरा वगैरे असतात. आपणच केलेल्या समीक्षेचीदेखील ते वारंवार तपासणी करतात आणि नव्याने जाणवलेले अर्थ, अन्वयार्थ आणि अर्थव्यूह नव्याने मांडत रहातात.

'रणांगण' या बेडेकरांच्या कादंबरीवर तर त्यांनी इतक्यांदा लिहिले आहे, की अलीकडे ते लेखाच्या शीर्षकात आकडे न टाकता नुसते पुन्हा एकदा, किंवा आणखी एकदा असे लिहितात. त्याच्या अगदी अलीकडच्या रणांगण समीक्षेवर मीच खुमखुमीने आणि आक्रमकपणे प्रतिसाद केल्याने नक्कीच ते पुन्हा एकदा रणांगण वर लिहितीलच कारण शिष्यच गुरुमधले सर्वश्रेष्ठ आहे ते बाहेर आणतो, असेही त्यांचे आवडते तत्त्व आहे. त्यांचे शिष्यत्व लाभणे हा अनेकांप्रमाणेच माझाही मोठाच भाग्ययोग म्हणावा लागेल. त्यांनी त्यांच्या 'जीएंची महाकथा' या पुस्तकाची प्रस्तावना मला लिहायला सांगितली हा तर मला ज्ञानपीठ मिळावे तशा जातीचा अभिमानाचा प्रसंग वाटला होता पण या सगळ्यापलीकडे त्यांचे एक माणूस म्हणून असलेले प्रेम मिळणे सर्वांत आनंदाचे आहे. माझ्या अवघड काळात त्यांचा पाठीवर असलेला हात अतिशय आश्वासक वाटतो. गंमतीने म्हणायचे तर माझ्या आनंदाच्या आणि यशाच्या प्रसंगी मात्र ते, "अरे तू यशस्वी होणारच. आपली दोघांचीही रास धनु आहे ना! मग काय आश्चर्य?" असे म्हणतात! पण ते गमतीने नाही तर खरेच. त्यांचा ज्योतिषशास्त्राचा गेल्या तीस वर्षांचा अभ्यास आहे. चुकलो, त्यांच्या मते ते ज्योतिषशास्त्र नाही तर ती ज्योतिषविद्या आहे. सरांबरोबर बसून एखाद्या जन्मपत्रिकेचा अर्थ समजावून घेणे मोठे मौजेचे असते. माझा तसा भविष्य-ज्योतिषावर विश्वास नसला तरी दभिसर जेव्हा माझ्या मुलाची पत्रिका पाहून म्हणतात, "अरे, तुझा मुलगा नचिकेत तुला फार फार मोठे आनंद देणार आहे तुझ्या आयुष्यात" तेव्हा मनाला बरे वाटतेच. माझे नेहमीच द्वंद्वात असलेले मन मनातल्या मनातच म्हणते, असेलही म्हाताऱ्याचा खराच अभ्यास आणि असेलही त्यात तथ्य!

अत्यंत सकारात्मक खुलेपणाने मतभेद स्वीकारणारा हा समीक्षक आहे. पु.भा. भावे, गाडगीळ किंवा अगदी जीएंच्या 'कैरी' सारख्या कथेचा अन्वयार्थ यावर त्यांचे आणि माझे टोकाचे मतभेद ते आनंदाने स्वीकारतात आणि वर या आमच्यातल्या सर्जनशील प्रतीतिभेदावर आनंदाने भाष्य करतात. शिवाय या प्रतीतिभेदाचे श्रेय मूळ लेखकाच्या अद्वितीय प्रतिभेला देऊन मोकळे होतात.

योग्य ते श्रेय देण्यात दभि कधी हात आखडता घेत नाहीत हे खरे; पण जे निकृष्ट आहे त्याचे हननही ते तितक्याच आवेशाने करतात. समीक्षेचे कार्यच मुळात सुंदर त्याचे पुनर्दर्शन आणि असुंदराचे हनन असे मानतात. त्यामुळे एका लेखात मी त्यांचे वर्णनच मुळी 'माणसे जोडण्याच्या आणि तोडण्याच्या कलेत वाकबगार गृहस्थ' असे केले आहे पण त्यात पुढे असेही लिहिले की, माणसं जोडण्या आणि तोडण्यात वाकबगार असलेला हा गृहस्थ पुस्तकांशी जुळलेले नाते मात्र जन्मभराचे मानतो आणि जन्मभर सांभाळतो, निभावतो.

नुकतेच दभिंच्या पत्नीचे, शिवरंजनीकाकूंचे निधन झाले. तो धक्का पेलताना मात्र दभि आतून हादरले. सहा वर्षे विद्यार्थिनी आणि पन्नास वर्षे सखी, सचिव असणाऱ्या काकूंच्या जाण्याने सर खोलवर जखमी झाले. सरांचा हा गौरव पाहायला त्यांच्या पत्नी नाहीत ही व्याकुळ करणारी गोष्ट आहे.

सरांच्या मुलाचे नाव अभिनंदन. संमेलनाध्यक्ष म्हणून निवड झाल्याबद्दल परवा सरांचे अभिनंदन करायला घरी गेलो होतो तेव्हा उत्स्फूर्तपणे मी म्हणालो, ''दभिनंदन सर'' तेव्हा अभिनंदन म्हणाला, ''संजय, तुम्ही कधी माझे नाव घेत नाही बरे का'' मी गमतीने म्हणालो, ''अरे, माझी अभिरुचीच तशी आहे बाबा. तेव्हा सरांचे दभिनंदन करायचे तर असेच दभिवादन करायला हवे ना! तर दभिसर मन:पूर्वक अभिनंदन!''

गेटवरची घंटा वाजवून आपण आल्याची वर्दी दिली की प्रसन्न मुद्रेने दभि स्वागत करतात. या संजयराऽव! या! आणि त्यानंतर चार-पाच तास आपण दभिंच्या रसाळ वाणीत चिंब भिजायचं. मधूनमधून त्यांची मांजर त्यांच्या मांडीवर येऊन बसते ते मात्र शक्यतो त्यावर टीका न करता सहन करायचं. 'शक्यतो' म्हणालो. कारण आपण टीका केली तर दभि टॉम मॉरिसच्या कोणत्या तरी पुस्तकातलं काहीतरी आपल्याला ऐकवतात आणि मांडीवरच्या मांजरीचे लाड करत राहतात.

हे एकप्रकारे दभिंच्या जगण्याचे रूपक आहे. ज्ञानेश्वर, मर्ढेकर, जीए, तुकाराम, भविष्यविद्या, पु.भा. भावे, म.म. देशपांडे, जी.टी. अशा कोणत्याही घंटेची किणकिण आपण दभिंच्या मनाशी केली की दभिंचे रसाळ विवेचन सुरू होते आणि आपल्या काव्यात्म प्रतिभेचे मांजर कुरवाळत दभि बोलत राहतात. सतत बोलत राहूनही उभयपक्षी कंटाळा किंवा थकवा न आणणारा हा विलक्षण म्हातारा आहे. म्हातारा आपलं वय बघून म्हणायचे झाले. एरवी दभि तरुणाला लाजवेल अशा उत्साहाने म्हणतात, 'तू सकाळी पाच ते रात्री अकरापर्यंत केव्हाही मला डिस्टर्ब कर. म्हणजे मी डिस्टर्ब होणारच नाही. कारण शिष्याच्या शंकांना उत्तरे देता देताच तर गुरू मोठा होत असतो'

दत्तात्रेय भिकाजी ऊर्फ दभि. कुलकर्णी यांना दभिच म्हणायचे. त्यांच्या दारावरसुद्धा दभि अशीच नेमकी पाटी आहे. सर मात्र आपल्याला संजयसाहेब, संजयराव, अरे संजय असे काहीही मूडाप्रमाणे संबोधतात; पण ते संबोधन नावालाच; कारण सर कायमच समोर एक उत्सुक श्रोतृवृंद आहे असेच बोलतात. नेमके शब्द आणि नेमकी वाक्यरचना योजून आपले मौलिक विवेचन करतात. त्यात पुन्हा दभिंची स्मरणशक्ती हे एक त्यांना मिळालेले अजब वरदानच आहे. बोलता बोलता ज्ञानोबा-तुकोबाचे अभंग, ओव्या धडाधड म्हणत जातात आणि मधूनच मर्ढेकरांची किंवा ममंची एखादी

कविता संपूर्णपणे म्हणून जातात आणि एखादा शब्द अडला की लगेच उठून कपाटातले पुस्तक काढून बघतात. अगदी बाहेरच्या व्हरांड्यापासूनच त्यांच्या घरातले कपाटाचे रॅक्स सुरू होतात. त्यातही त्यांनी गंमत केलेली आहे. शक्यतो इतरांना रस वाटणार नाही असे ज्योतिषविद्या, शब्दकोश, भाषाशास्त्र वगैरे जड आणि अवजड ग्रंथ इतरांना सहज दिसतील आणि हाताळता येतील अशा बाहेरच्या रॅक्समध्ये आहेत आणि आतल्या रॅक्समध्ये त्यांचे सगळे आवडते लेखक. रॅक्समध्येदेखील एका लेखकाची पुस्तके एकत्र सुतळीने बांधलेली असतात बहुतेक वेळा; पण दभिंना कोणते पुस्तक कुठे आहे ते नेमके माहिती असते कारण ही काही इतरांना दाखवण्यासाठी केलेली लायब्ररी नाही. एका रसिक, व्यासंगी माणसाने वेचलेले ते अमृतमय धन आहे. त्यातले बहुतेक सारे सरांच्या डोक्यात कायमचे वस्तीला असतेच म्हणा.

एक विद्यार्थिप्रिय प्राध्यापक, विलक्षण व निर्भय समीक्षक आणि स्वयंस्फूर्तीने व काव्यात्म प्रतिभेने साहित्याचा अभ्यासपूर्वक अन्वयार्थ लावणारा रसिक वाचक अशी अनेक रूपे सामावली आहेत, दभि या एका व्यक्तीत माणसे जोडणे आणि तोडणे या दोन्ही कलांमध्ये वाकबगार असणारा हा गृहस्थ अत्यंत सहिष्णुपणे पुस्तकांशी आजन्म नाती जोडत आणि निभावत बसतो. या निभावत शब्दात मला एक खोच अभिप्रेत आहे बरं का! त्यांच्या लेखांची नावे बघा पहिल्यांदा रणांगण, दुसऱ्यांदा रणांगण, तिसऱ्यांदा रणांगण, अरे होऽऽहो किती वेळा तुम्ही आपले प्रेम व्यक्त कराल एखाद्या पुस्तकाविषयी? बरे, पुस्तकांची नावे बघा! १९७४ साली लिहिले दुसरी परंपरा आणि १९७६ साली आले पहिली परंपरा, पुस्तके आणि एकूणच साहित्यिक चिंतनाशी आजन्म नाळ जोडल्याखेरीज नाही असे सुमधुर घोटाळे करता येत. बरे, त्यांच्या निष्ठा काही दारात सिमेंटचे अंगण करताना चुकून पाऊल उमटावे अन् कायमची ती खूण राहावी तशा नाहीत. जीएंच्या अनेक कथांवर आत्म्याच्या तळाशी उमललेली स्तुतिकमळे वाहणारा हा माणूस जीएंच्या रूपककथांवर आणि पत्रांवर अगदी सहजीच प्रतिकूल लिहितो; पण स्वत: जीए मात्र दभिंच्या समीक्षेविषयी म्हणतात, ‘‘दभि हे टीकावाङ्मय योग्य त्या जबाबदारीने लिहितात. तेव्हा त्यांच्या लेखाचे वाचन जबाबदारीने झाले पाहिजे. हा रिस्पेक्ट, ही जरब कमावायला फार मोठी ताकद लागते. ती ताकद केवल प्रयाससे प्राप्त होनेवाली नसते मित्रांनो तर ते शिंपण वरूनच व्हावे लागते.(हा शब्दप्रयोग पुलंचा बरं!) असो.

सुनील गावस्कर आणि गल्लीतला दहा-बारा वर्षांचा नवशिक्या क्रिकेटमध्ये रस असलेला पोऱ्या यात जे अंतर तेच माझ्यात आणि दभिंमध्ये असूनही त्यांनी त्यांच्या ‘जीएंची महाकथा’ या महत्त्वाच्या पुस्तकाला मीच प्रस्तावना लिहावी असा आग्रह धरला. हा माझा आजवरचा सर्वांत मोठा सन्मान होता. माझे सोडा; पण मी त्या

प्रस्तावनेत दभिंच्या समीक्षेविषयी असे लिहिले, ''दभिंच्या लेखनाचे वैशिष्ट्यच असे असावे की त्यांना (साहित्याचे) आकलनसुद्धा स्फुरते आणि ते प्रातिभ आकलन मांडताना बहुतेक वेळा त्यांची अभिव्यक्ती संवादाचे स्वरूप घेते. ज्ञानेश्वरीतल्या श्रोतृसंवादी शैलीचा हा प्रभाव असावा पण बऱ्याचदा दभि पांडित्यपूर्ण लेखन करत नसून आपल्याशी बोलत असतात. त्यात बऱ्याचदा मिस्कील स्वर असतो. 'काय कळतय ना तुम्हाला? माहीत आहे ना?' असाही स्वर असतो. क्वचितप्रसंगी उपहास किंवा तिरकसपणाही असतो; पण व्यासंग आणि पांडित्याचे दर्शन (किंवा प्रदर्शन) नसते; पण तरीही ही समीक्षा केवळ आस्वादक होत नाही. अभिनवगुप्तापासून ग.त्र्यं. देशपांडे यांच्या साहित्यशास्त्रांपर्यंतचा सखोल अभ्यास त्यांच्या प्रतिपादनामागे खंबीरपणे असतोच. दभिंचे आकलन बऱ्याच वेळा अगदी नवे आणि अचंबित करणारे असते. तरीही त्यांची समीक्षा ही संशोधक समीक्षा होत नाही कारण काही तरी शोधायला म्हणून ते निघतच नाहीत मुळात. ते आपले रसिकपणे आपल्या वाचनाच्या वाटेने चाललेले असतात. आपोआपच वाटेवर त्यांना कसल्याशा रानफुलाचा गंध येतो आणि मग त्याबद्दल इतरांना सांगण्याचा मोह त्यांना आवरत नाही. वाचनाच्या वाटेवर अचानक हा रानफुलाचा गंध येणे ही त्यांच्या प्रातिभ आकलनाची प्रतीती असते.

मूळचे नागपूरचे दभि अनायासे पुणे या निवृत्तिस्थानी वसतीला आले आणि पुणेकरांचे भाग्यच उजळले. त्यांचे रसाळ व्याख्यान ऐकणे हा म्हणजे एक आनंदसोहळा असतो. त्यांची समीक्षासुद्धा बहुतांशी संवादासारखीच असते. संवाद तर त्यांचा अव्याहत चालूच असतो. त्यांना फोन केला, की बहुतेक वेळा 'सबस्क्रायबर दुसरे व्यक्तीसे संभाषण कर रहा है।' असेच ऐकायला मिळते. बरे! त्यांना कोणताच विषय वर्ज्य नाही. ज्ञानेश्वरांपासून अगदी अलीकडच्या गुरुनाथ सामंतांच्या कवितेपर्यंत आणि जीएंपासून मेघना पेठेंच्या कथांपर्यंत त्यांचे सखोल वाचन असते. त्यात आपली मते सडेतोडपणे मांडण्याची त्यांची खासियत. त्यातून कुणी दुखावले जातील वगैरे विचार ते सहसा करतच नाहीत.

एम.ए.ला सुवर्णपदकासह प्रथमवर्गात प्रथम येणाऱ्या आणि पीएच.डी.साठी महाकाव्य या विषयावर महाप्रबंध लिहिणाऱ्या दभिंना वयाच्या १९व्या वर्षी न्यूयॉर्क हेरॉल्ड ट्रिब्यूनने घेतलेल्या आंतरराष्ट्रीय लघुकथा स्पर्धेत रेक्वियम या कथेस प्रथम बक्षीस मिळाले होते आणि दभिंच्या कवितासंग्रहाचे नाव काय? हा तर माझा प्रश्नमंजूषेतला लाडकाच प्रश्न असायचा; कारण त्यांचा 'मेरसोलचा सूर्य' हा कवितासंग्रह आहे हे अनेकांना माहीतच नसते. सांगायचे म्हणजे कथा-कवितेने सुरुवात करणाऱ्या दभिंनी समीक्षा हीच आपल्या प्रतिभेची वाट ठरवली असली तरी त्यात एक काव्यात्मता

येते ती मुळात ते कवी असल्यानेच. त्यासाठी त्यांचा पस्तुरी हा लेखसंग्रह वाचावा. पाचशेच्या वर समीक्षात्मक लेख लिहिणाऱ्या दभिंच्या हाताखाली २९ जणांना डॉक्टरेट मिळाली. मानसन्मान तर अनेक मिळाले. अर्धलक्ष रूपयांचा मंगेशकर पुरस्कार आणि महाराष्ट्र सरकारने दिलेला 'समाजव्रती' पुरस्कार हे त्यातले ठळक. तीस वर्षे ज्योतिष क्षेत्राचा अभ्यास करणारे दभि म्हणतात, ''मी ज्योतिष हे शास्त्र मानतच नाही. ती एक विद्या आहे'' पण आपण सांगितलेली भविष्ये कशी खरी ठरली हे सांगण्यालाही ते विसरत नाहीत.

पण दभिंची खरी ओळख पुस्तकांवर जिवापाड प्रेम करणारा एक रसिक हीच. मर्ढेकरांच्या कवितेवर मनापासून प्रेम करणारा हा रसिक मर्ढेकरांच्याच शब्दांत ईश्वराला सदैव म्हणत असतो, भंगु दे काठिन्य माझं, आम्ल जाऊ दे मनीचं.

भ्रमणध्वनी : ९८२२००३४११

मानदंड

मधू जामकर

डॉ. द. भि. कुलकर्णी यांची समग्र समीक्षा वाचताना आपण 'अपार्थिवतेचे चांदणे' अनुभवत असल्याचे वाटते. त्यांचा समीक्षेचा साक्षात्कार तर तुम्हाआम्हाला 'प्रतीतिविश्रांती' कारिणी होऊन जातो. या समीक्षकाचा आत्मसंवादही वेगवेगळ्या पातळीवर कधी श्रोतृसंवाद, कधी मित्रसंवाद तर कधी समूहसंवाद होताना त्याची मजल बहिर्मुखतेतून अंतर्मुखतेकडे द्विदल होताना दिसते. अशावेळी ही समीक्षा अनेक अंगाने वाङ्मयीन संस्कृतीची समीक्षा होते. या साऱ्या परिसरात ते शिक्षक म्हणून, आपण विद्यार्थी म्हणून वावरतो. दभिंना गुरुशिष्य नात्याचे अप्रूप आहे. निवृत्तीनाथ-ज्ञानेश्वरांविषयी लिहिताना त्यांना स्फुरण चढले आहे. त्यातही निवृत्तीनाथांचे गुरुपद त्यांनी ज्या वेगवेगळ्या द्विदलांनी समृद्ध केले आहे ते आपल्या रसिकतेत अभ्यासू भर पाडते. शेवटी गुरूही एक रापलेला शिष्यच असतो ना?

डॉ. द.भि.कुलकर्णी यांचा जन्म गुरुपौर्णिमेला झाला. त्यांच्या समीक्षाव्यवहारात या पौर्णिमेला विशेष महत्त्व आहे. शिवाय या समीक्षकाची आईदेखील पौर्णिमेलाच मृत्यू पावली हाही एक लक्षणीय योगायोग आहे. त्यांनी राम शेवाळकरांच्या अध्यक्षीय भाषणाविषयी जे विवेचन केले आहे ते या संदर्भात चिंतनीय झाले आहे. त्याचा मथितार्थ असा : कलाव्यापाराला शेवाळकरांनी दिलेली अष्टमीच्या चंद्राची उपमा केवळ काव्यमय नाही, तर ती काव्यशास्त्रीयही आहे. कलावंत जीवनाची अनुभूती घेत असतो व ती शब्दांमध्ये गाठवीत असतो. पण शब्द म्हणजे काही अनुभूती नव्हे. त्या शब्दातून रसिकास मूळ अनुभूतीची पुनर्निर्मिती करावी लागते. त्यासाठी रसिकापाशीही कलावंताइतकीच प्रतिभा असावी लागते हे साहित्यशास्त्रीय सत्य आहे. वेगळ्या शब्दात सांगावयाचे तर साहित्यिक कलाकृतीची अर्धी निर्मिती करीत असतो. उरलेली अर्धी निर्मिती रसिकास करावी लागते. म्हणूनच कलाव्यापार हा 'अष्टमीच्या चंद्रा'सारखा असतो असे म्हणावयाचे. प्रतिभावंत, कलाकृती-रसिक यांच्या सहयोगानेच सोळा

कलांची पौर्णिमा प्रकट करू शकतो. रसिक हा केवळ आस्वादकच नसतो तर तो निर्माताही असतो. हे सत्य ओळखले की आस्वादक नव्हे, आस्वादोत्तर समीक्षेचे साहित्यप्रांतातील माहात्म्य अचूक ध्यानात येते. यातली अष्टमीच्या नंतरची कलेकलेनी वाढणारी व शेवटी पौर्णिमेच्या पूर्ण बिंदूवर स्थिरावलेली दभिं.ची चकोरतलगेची भूमिका मला महत्त्वाची वाटते. या दृष्टीने ही समीक्षा मला 'अपार्थिवतेचे चांदणे' वाटते. पौर्णिमेचे अनन्यसाधारण महत्त्व मला असे अधोरेखित करायचे आहे. दभिं.नी साहित्यकृतीतील केवळ जडत्वाचा बोध करून देणारी अभ्यासू रुक्ष समीक्षा लिहिली नाही. तसेच संस्कारवादी उफाळून येणारी समीक्षाही लिहिली नाही तर तिच्यात पूर्वार्ध आणि उत्तरार्ध यांनी पूर्णत्वाकडे गेलेली पौर्णिमा होऊन अवतरलेली समीक्षा आहे. वर्डस्वर्थच्या व्याख्येचा पूर्वार्ध व उत्तरार्ध दोन्ही आहे. ती एकाचवेळी सर्जन व समीक्षालेखन करते.

वाङ्मयीन संस्कृतीचे दर्शन घडवितानाही दभि. आपल्याशी वाकयुद्धे करीत नसतात. उलट आपल्या अंतरीचे बोल दाखवून देतात. या दृष्टीने कविवर्य नारायण सूर्वे, वसंत बापट, मंगेश पाडगावकर आणि विंदा करंदीकरांच्या काव्यदर्शनावरील टीका मुद्दाम वाचण्यासारखी आहे. एवढेच नव्हे तर श्री.पु. भागवत यांचे अध्यक्षीय भाषण, त्यांची 'साहित्याची भूमी' मधली भूमिका, त्यांचा 'सत्यकथा', आणि प्रकाशन व्यावसायातला संपादकीय दृष्टिकोन तसेच 'पॉप्युलर प्रकाशना'चे रामदास भटकळ ज्यांचा त्यांनी 'संभवाचे भागीदार' म्हणून उल्लेख केला आहे. हे सारे विवेचन आशय आणि शैलीच्या दृष्टीने चिंतनीय झाले आहे. लेखक आणि प्रकाशक, वाचक आणि प्रकाशक तसेच संपादक-लेखक-वाचक या त्रिकुटाचे संबंध सारे त्यांच्या वाङ्मयीन संस्कृतीतील घटक त्यांच्या मूळ समीक्षकाच्या दृष्टिकोनाशी निगडित झालेले आहेत. एकेकाळी या समग्र वाङ्मयीन संस्कृतीशी 'ठणठणपाळ' या भाष्यकाराची विनोदी नाळ जुळलेली होती. त्यामुळे त्यांची लोकप्रियता नजरेत भरणारी होती. दभिं.नी त्यावरही आपली मल्लिनाथी करून आपला मूळ स्वभाव दाखवला आहे. त्यांचे जगणेच मुळी अध्ययन-अध्यापन, वाङ्मयातली सर्जनशीलता व आस्वादकता जपणे आणि वाङ्मयसंस्कृतीशी वेगवेगळ्या पातळीवर सातत्यपूर्ण संवाद करणे एवढेच झाले. समीक्षक आस्वादक म्हणून वादग्रस्त होताना, केवळ स्फुटलेखक म्हणून बाजूला ठेवताना, सिद्धान्त टीका लेखनाअभावी उपेक्षित करताना किंवा वाङ्मयबाह्य कारणाची दखल घेत टीकेची झोड उठवताना जेव्हा आमच्यापुढे उभा राहतो तेव्हा पूर्वग्रहदूषितवृत्तीच उफाळून वर आलेली असते. निखळ वाङ्मयसंस्कृतीला हे मान्य असावे का? एकेकाळी समीक्षाक्षेत्रात कुलकर्णी संप्रदाय आपले नाव गाजवून गेले.

त्यातही स्फुटलेखनच होते. स्वतंत्र सिद्धान्तवजा समीक्षालेखन नव्हते, याउलट दभिं.नी मर्ढेकरांच्या सौंदर्यशास्त्राची पुन:स्थापना केली आहे. ती सिद्धान्ताकडे नव्याने पाहण्यासारखी झाली आहे. पाण्याबाहेर मासोळीला जसे अस्तित्व नाही तसे वाङ्मय संस्कृतीबाहेर दभिंना अस्तित्व नाही – एवढ्या आगळ्या वेगळ्या व्यापक भूमिकेने या समीक्षकाकडे पाहावे लागेल यात शंका नाही.

दभिंची ज्ञानेश्वर ही एक जीवननिष्ठा आहे. ज्ञानेश्वरांचे समग्र वाङ्मय हा त्यांच्या समीक्षेचा उत्कर्षबिंदू आहे. शाश्वत भावानुभूती आणि तिचा शाश्वत जीवनमूल्यांच्या आधार आविष्कार या आपल्या गुणांनी ते या वाङ्मयाकडे पाहतात. ब्रह्माला कलाकृतीचे आणि कलाकृतीला ब्रह्माचे रूप देणाऱ्या काश्मिरी अभिनवगुप्ताची अभिनव प्रतिभा त्यांना ज्ञानेश्वर वाङ्मयात दिसते. त्यातली गुरू आणि शिष्य, वक्ता आणि श्रोता, कृष्ण आणि अर्जुन यांना जोडी न मानता युग्मे मानून दभिंनी आपल्या अपूर्वनिर्मितीक्षम प्रतिभेतील प्रज्ञा दाखविली आहे. त्यातले शिवशक्ती या युग्माविषयीचे विवेचन मुळातून पुन:पुन्हा वाचण्यासारखे आहे. ज्ञानेश्वरांचे व्यक्तिमत्त्व दाखवून देताना कलावंत आणि त्याचे चरित्र, कलावंत आणि माणूस तसेच कलावंत आणि आस्वादक याविषयी दभि वेगवेगळ्या पैलूतून आपली क्षितिजे समृद्ध करतात. ज्ञानेश्वर वाङ्मयातले विविध संवाद अभ्यासून त्यांनी प्राचीन-अर्वाचीन अशा समग्र मराठी वाङ्मयात आणि यातल्या संस्कृतीतील संवादाचे महत्त्व पटवून दिले आहे. हृदयसंवाद तुटला की वाङ्मयसंस्कृती डागाळते आणि लोकसंवाद तुटला की वाङ्मयाचे रणक्षेत्र होते हे शाश्वत सत्य दभिंच्या समीक्षेतून जाणवते. या ज्ञानेश्वर अभ्यासातून त्यांनी वाङ्मयीन अनुभूती आणि आध्यात्मिक अनुभूती एकाच पातळीवर दाखवून दिली आहे. एखाद्या कलाकृतीचा अभ्यास हा शब्दनिष्ठ पातळीवर होऊ शकतो परंतु तिचा आस्वाद अनुभूतीच्या पातळीवरच घ्यावा लागतो.

कलावंत आणि रसिक जेव्हा समसमान संयोगाने पूर्ण होतात तेव्हाच 'महारस' निर्माण होतो. इथे महारस हा रसिक-कलावंत यांची आस्वाद्य वृत्ती होऊन अवतरते. या वृत्तीला वाङ्मयात, आस्वादात निवृत्ती नसते. रसिक हा एक अभिजात निर्माता असतो. अभिजात कलावंत आणि अभिजात रसिक हे द्विदल न मिटणारेच असते. काश्मिरी शैव संप्रदायाच्या अभिनवगुप्ताचे हे साहित्यशास्त्र दभिंनी ज्ञानेश्वरांमार्फत आपल्या समीक्षेचा केंद्रबिंदू केले आहे. त्यांच्या समीक्षेची त्रिज्या जवळपास याच केंद्रबिंदूभोवती फिरते. त्यातून त्यांचे जे आपपर तटस्थभावरहित, लौकिकभिन्न व्यक्तिमत्त्व एका अलौकिक अनुभवाची प्रतीति आणून देते ते त्यांनी आजतागायत जपलेले आहे. अभिनवगुप्ताची रसविघ्ने त्यांच्या प्रतीतिभेदातून जाणवतात, ती नव्याने समीक्षेची

वल्कले नेसून आपल्या मूळ अभिरुचीशी चिकटून राहतात. आजची मराठी समीक्षा पश्चिमेच्या द्वारी तिष्ठत उभी असताना दभिंची ही समीक्षा आम्हाला नव्या दालनात परंपरा आणि नवता यांचे ताजे द्विदल दाखविते.

समीक्षकांनी मर्ढेकरांची सौंदर्यशास्त्रटीका त्यांच्या कवितेपासून वेगळी असल्याची दाखविली आहे. त्यांच्या भावनात्मक समतानतेचा सिद्धान्त किंवा लयतत्त्वाचा सिद्धान्त वेगळा पाडून त्याचे विवेचन केले आहे. दभिंनी मात्र त्यांचा भावनात्मक समानतेचा सिद्धान्त पूर्वसूरींच्या उपमेय-उपमान-रूपक या अलंकारांशी निगडित करून त्याला 'द्विदल' या पायावर उभे केले आहे. ज्ञानेश्वरांच्या काव्यातील उपमा व श्लेष यांची कोंदाकोंदी आणि मर्ढेकरांच्या कवितेतील वाह्यात कागदी वावडी त्यांना एकाच कोटीतून वर्णन करावेसे वाटते. प्रतिभावंताच्या कवितेत एकच विशिष्ट अर्थ नसतो. तिच्या शब्दबंधातून जितके तार्किक व साहचर्यात्मक अर्थ संवेदनशील वाचकास प्रतीत होतील तितके अर्थ त्या कवितेचे प्रतीयमान अर्थ ठरतात. या दृष्टीने त्यांनी संपूर्ण मर्ढेकर कविता तपासून ती अभिनवगुप्ताच्या महारस निर्मितीशी जुळवून दिली आहे. या कवितेची नवीनता, तिची महात्मता अणि निर्मितिप्रक्रिया दभि अनन्यतेच्या पातळीवर तपासतात. त्यातला त्यांचा अभ्यासू सूर लक्षणीय झाला आहे. आपल्या प्रास्ताविकात ते लिहितात, ''प्रबंधात्मक ग्रंथलेखन करणे अवघड व लेखसंग्रह सिद्ध करणे सोपे, अशी अनेक लेखक-प्रकाशक यांची समजूत असते. माझे मत उलटे आहे. सुटे लेख लिहिताना त्या लेखास पूर्णता येण्याच्या दृष्टीने जो तपशील लेखात येतो तो लेखसंग्रह सिद्ध करताना अप्रस्तुत व 'पुनरुक्तवदाभास' ठरतो. तो वगळला तरी पंचाईत, न वगळला तरी पंचाईत. अशा वेळी लेखसंग्रहाने दिलेला ताप हा नवनिर्मितीच उ:शाप आहे हे जाणून मनाची उभारी कायम राहते. जेव्हा समीक्षालेख, व्याख्याने व पत्रे यांचा पुष्पगुच्छ तयार होतो तेव्हा देणाऱ्याच्या हातासही सुगंध येऊ लागतो, घेणाऱ्याला तर पस्तुरीच लाभते.'' दभिंच्या स्फुटलेखनाचे, ग्रंथलेखनाचे वाचकांनी व अभ्यासकांनी हे मर्म लक्षात घेतल्यास त्यांच्या समीक्षेचे प्रयोजन व आकलन लक्षात येईल. मर्ढेकरांवरील सुटे लेख ही त्यांना समीक्षेची प्रकृती वाटते. ती भावकाव्यासारखी वाटते - दभिंनी मर्ढेकरांवर एक कविता लिहिली आहे. ज्ञानेश्वर आणि मर्ढेकर, दभिंच्या समीक्षेत परंपरेतील नवता तसेच नवतेतील परंपरा जपणारे दोन बिंदू वाटतात. त्यांचे वाचन, आकलन, आस्वाद, रसग्रहण आणि मूल्यमापन आजही त्यांच्या समीक्षेचे नवे नवे उन्मेष उजळून देतात. इथे त्यांना आपल्या चिंतनाचे नवे क्षितिज दिसते, पुढे ते हे क्षितिज रुंदावतात, पादाक्रांत करतात व पुढे डोळे लावून नव्याने पाहतात. मर्ढेकरांच्या आपण लिहिलेल्या कवितेचा शेवट त्यांनी केला तो असा:

"तुझ्या भोवती कित्येक देवळे
धर्मशाळा कित्येक, छावण्या
तुझ्याभोवती कित्येक, हमरस्ते नामोहरम
कित्येक नव्या वाटा मळलेल्या
तुझ्याभोवती, मुंग्या, उंदिर आणि गायी
संथ रवंथ करीत गतकाळाच्या
तू तुझ्याच वाटेने गेलास
सेतू बांधत नश्वरतेवर चारुतेचा
तू येशील येथे
तेव्हा जळून गेली असेल तुझ्याआधी
ही तुझी सोनियाची अयोध्या
बाळा सीतारामा गोसाविया"
(बाळ सीताराम गोसावी)

मर्ढेकरांच्या कवितेचा विचार आणि त्यांची कविता या विषयीचे नवे आकलन, आणि ज्ञानेश्वरीचे नवे आकलन हे एकाच नाण्याच्या दोन बाजू वाटतात. पुढे आपण दभिंच्या समीक्षेचा सूक्ष्म विचार करू लागलो तर त्यांच्या समग्र समीक्षेत हाच केंद्रबिंदू उजळलेला दिसतो. कुठेकुठे पुनरुक्तीचा दोष दिसत असून जे सूत्र या समीक्षकाने अंगीकारले आहे ते घट्ट झाल्याचे दिसून येते.

दभिंना कोणत्या अर्थाची 'समीक्षेची सरहद्द' अभिप्रेत आहे? ज्ञानदेव, पु.ल. देशपांडे, गं.त्र्यं. देशपांडे आणि बहिणाबाई चौधरी यांच्या आत्मपर लेखनाने त्यांनी स्वत:च्या समीक्षालेखनाचा आलेख त्यात स्पष्ट केला आहे. त्यांनी सुरेश भट या कवीचे केलेले नवे आकलन प्रतिभा समीक्षेचे नवे दालन आपल्यापुढे उघडून देते. इथे ही दभि- अभिनवगुप्ताशी 'वाट पुसतु' सुरेश भटांची कविता विचारात घेतात. त्या कवितेतील अनुभव व्यक्ती-स्थळ-काल सापेक्ष असतो तर कवितेची अनुभूती व्यक्ती-स्थळ-काल निरपेक्ष असते या न्यायाने सुरेश भट यांची कविता तपासली जाते. तिचा आस्वाद त्यांना विस्मयानुभव वाटतो. ती जयदेवच्या 'गीतगोविंद'चा नवा अवतार वाटते. त्यातली मधुराभक्ती संतांच्या विचारांशी नवा अनुबंध जुळवून देते. तिची प्रासादिक भाषा माधुर्याने व्यंजनेचे बळ वाढवते. भटांनी आपल्या काव्यरचनेतून संगीत, नृत्य व वक्तृत्व या कलांचे बळ मराठी काव्याला मिळवून देताना मर्ढेकर विरोधी संप्रदाय निर्माण करून स्वत:ची पण नजरेत भरणारी वाट निर्माण केली.

अभिजात गायकांनी गाताना तिची निर्मिती दोनदा झाली तरी सुरेश भट हे दुय्यम दर्जाचे कलावंत ठरत नाहीत, तर त्यांच्या कवितेने हे गायक मोठे झाले – काव्यपठण आणि काव्यगायन या त्यांच्या रोमांचकारी घटनेत तिचा निनाद नवी अर्थवलये निर्माण करून अक्षय झाला. आजवर सुरेश भटांचे वेगवेगळे आकलन वाचण्यात आले. त्यातून दभिंना अभिरुचीक्लेश झाला व त्यातून हे नवे आकलन भटांच्या मृत्यूनंतर त्यांना जाणवले. मात्र दभिंनी भटांच्या कवितेच्या संदर्भात 'देहलीदीपन्याय' या शब्दप्रयोगाने पुन्हा ज्ञानेश्वर, मर्ढेकरांचीच आठवण करून दिली. दभि समीक्षेत युग्मे, द्विदल या बरोबरच याही शब्दसौंदर्याचे नवे अर्थसौंदर्य वाचकाच्या प्रत्ययास येते. या कवितेकडे शेवटी पाहताना तिचा भाषा लौकिक पण चैतन्यपूर्ण, तिच्या या भाषिक आकलनासह तिच्या अर्थाची प्रतीति येणे म्हणजेच भटांची कविता अनुभवणे होते. सुरेश भटांची कविता अर्थ कळण्यास सोपी आहे म्हणून तिचे आकलन, आस्वादन कठीण होते. इथे काव्य अनुभवणे, कविता आनंद देणे म्हणजेच ती आपल्याला अनुभवसमृद्धी देते, मूल्यभान वाढविते, सुरेश भटांचे दभिंना जाणवलेले हे नवे आकलन वाचकांनाही नव्यातले सौंदर्य जाणवून देते.

डॉ. द.भि. कुलकर्णी यांच्या समीक्षेचा स्थायिभाव कविता आहे. त्यांच्या नावे '**मेरसोलचा सूर्य**' हा एकमेव कवितासंग्रह असला तरी त्यांच्या समीक्षेच्या पुस्तकांची शीर्षके त्यांची काव्यात्म वृत्ती दाखवून देतात. उदा. **हिमवंतीची सरोवरे, पार्थिवतेचे उदयास्त, समीक्षेची वल्कले, प्रतीतिविश्रांती**. दभि काव्यात्म अंगाने समीक्षा जगतात मग ती लिहितात. शिवाय या काव्यात्म समीक्षेचा सर्जनशीलता हा एक भाग असल्याने ती पुन्हा काव्यातून, प्रतिभेतून उदयाला आलेली असते. दभिंचा आवडता समीक्षक अभिनवगुप्त आहे. तो अपूर्वनिर्मितिक्षमप्रज्ञा अशी प्रतिभेची– पर्यायाने प्रतिभावंताची व्याख्या करतो. प्रतिभा आणि प्रज्ञा हे दभिंचे नवे द्विदल दाखविता येईल. सर्जक समीक्षक हा आपली समीक्षा आपल्या निखळ अभिरुचीशी जोडून देतो. असे दुहेरी नाते प्रतिभासंपन्न आणि अभिरुचीसंपन्न दभि या समीक्षकाशी जोडलेले आहे – प्रतिभेचे नवनवे उन्मेष हा तिचा गुणधर्म तसा अभिरुचीचा गुणधर्म वस्तुनिष्ठ, व्यामिश्र, उदात्त, प्रतीकात्मक, परंपरासंपन्न आणि समाजमनस्क या अंगानी त्यांनी आपल्या '**दुसरी परंपरा**' या कवितेच्या ग्रंथात दाखवला आहे. अलौकिकवादी आणि लौकिकवादी अशा दोन परंपरा कवितेत ते दाखवून देतात. कविवर्य तांबे यांचे नवे आकलन अर्वाचीन मराठी कवितेच्या संदर्भात त्यांनी जे दाखविले आहे तेही भारतीय काव्यशास्त्राच्या अंगाने, पर्यायी अभिनवगुप्ताच्या रसविमर्शातूनच आहे. मराठी वाङ्मयीन अभिरुची यांच्याबाबतची व्याकुळता व असमाधान यातून हे दोन्ही ग्रंथ

वाचकांच्या अभिरुचीला नवे वळण देणारे आहेत. असमाधान व्यक्त करणारे जे कवी आहेत त्यांच्याविषयीची कटुता व्यक्त करताना ते वाग्युद्ध करीत नाहीत, तर अभ्यासू संवादाने मतभेद व्यक्त करतात. त्यांचा '**प्रतीतिभेदही**' विविध अशा अर्थच्छटांनी आपले सामर्थ्य दाखवून जातो. समीक्षक या नात्याने दभि एखाद्या कलाकृतीचा स्वाद-आस्वाद घेता घेताच तिच्या रहस्यभेदाने तिचे मर्म दाखवून नवे आकलन वाचकाप्रत आणून देतात. नामदेव ढसाळांची कविता आणि अनुराधा पाटील यांची कविता प्रकृतीने अगदी भिन्न आहे. मात्र तिचे आकलन ज्या सौंदर्यासक्तीतून दाखविले आहे ते प्रतीतिभेदासह वाचकालाही आपल्या अंगी एक वेगळा सूर अजमावयाला लावते. आपण एकाच वेळी या कवितेचे सामर्थ्यासह मर्यादांचे अंग एका अनोख्या सौंदर्याकडे सुपूर्द करतो. तसेच चित्रे यांची कविता आणि ग्रेस यांचे 'चर्चबेल' - आजचे साहित्य आणि अस्तित्ववाद यांच्या अतूट संबंधातून दभि आपल्या 'आजचे मराठी वाङ्मय युगदर्शन' या निबंधातून दाखवितात. इथे नवी आणि वेगळी वळणे स्पष्ट शब्दातून त्यांनी वाचकांपुढे दाखविली आहेत- आज जी.ए.कुलकर्णी यांच्या कथेला, दिलीप चित्रे यांच्या कवितेला आणि ग्रेस यांच्या साहित्याला जी स्थायी समीक्षा प्राप्त झाली आहे तिचा प्रारंभबिंदू दभिंचे याविषयीचे नवे आकलन हाच दाखविला आहे. एका अर्थाने वरील तीन साहित्यिकांना नवा अभ्यासू समीक्षक मिळाला आणि दभिदेखील समीक्षेच्या ज्ञानप्रकाशात झळकले. त्यांचे हे द्रष्टेपण समीक्षेच्या वाटचालीत नवा मैलाचा दगड म्हणून विचारात घ्यावे लागेल. तसेच प्राचीन मराठी निबंधाचा विकास हा ज्या वळणाने त्यांनी आपल्यापुढे ठेवला आहे त्यातली नवताही कुठल्याही नव्या आढाव्याला वगळून चालणार नाही. दभिंचे समीक्षेतले हे द्रष्टेपण त्यांच्या अंगभूत काव्यात्म प्रकृतीचे विकसित रूप म्हणून विचारात घेता येईल. जी.ए.कुलकर्णी यांची कविता या कथाकाराने ज्या ताकदीने लिहिली तितक्याच ताकदीने दभिंनी तिचे नवे नवे आकलन वाचकांपुढे ठेवून तिला महाकथा म्हणून दाखविले. मराठी आख्यानकविता या प्रबंधात जी त्यांनी आपली अभ्यासूवृत्ती दाखविली तिचाच एक भाग या जी.ए.कुलकर्णी यांच्या महाकथेच्या मूल्यमापनाशी जोडलेला आपणांस दिसेल.

नागपूरकर म्हणून दभिंची समीक्षा स्थिरावलेली असली तरी तिचे उपयोजन एका प्रदेशापुरते सीमित नाही. नागपूरमध्ये प्रदीर्घ काळ अध्ययन-अध्यापन-संशोधन आणि लेखन झाले असले तरी त्यांच्या या उपयोजनाप्रमाणे केवळ दीर्घकाळाचे कलाशास्त्रीय चिंतन आहे. त्यांच्या या चिंतनात नव्या अभ्यासू वृत्तीला सतत मार्गदर्शन मिळेल अशी ताकद आहे. मात्र त्यात केवळ वाङ्मयीन जाण व नव्या निर्मितीची प्रेरणा

देण्याचे भान असेल. इतर प्रदूषित वातावरणाशी त्याचा संबंध लावता येणार नाही. वैदर्भीय कवींवर व इतर साहित्यिकांवर पक्षपाती धोरण घेऊन दभिंनी लिहिले असले तरी त्या लेखांचा आवाका स्थळमुक्त झालेला दिसेल. कविवर्य बी यांची 'चाफा' कविता म.म.देशपांडे यांची कविता, सुधाकर गायधनी यांची कविता, उ.रा.गिरी यांची कविता वैदर्भीय प्रदेशाचे मोठेपण दाखविते पण दभिंच्या चिंतनशीलतेने तिचे खास असे सामर्थ्य देश-काळ-स्थळ-व्यक्ती यांच्या सीमा ओलांडून रसिक सन्मुख राहते. हा भाग जसा दभिंच्या आकलनक्षमतेचा तसाच तुमच्याआमच्या पूरक अभिरुचिसंपन्नतेचा म्हणून एकाचवेळी विचारात घ्यावा लागेल. दभिंच्या समीक्षेला विदर्भातून सुरुवात झाली. आता तिच्यावर उभ्या महाराष्ट्राने शिक्कामोर्तब केले आहे.

दभि.कुलकर्णी यांचे '**प्रतीतिविश्रांती**' आणि '**हिमवंतीची सरोवरे**' हे दोन ग्रंथ समीक्षक दभिंचे मानाचे ग्रंथ आहेत. दोन्हींना ज्ञानेश्वर-अभिनवगुप्तांचा आधार आहे. याच पूर्वसूरींची पार्श्वभूमी आहे. दोन्ही ग्रंथांत पूर्वीच प्रकाशित झालेले वेगवेगळे लेख, पुन्हा प्रकाशित करण्याची संधी मिळाली आहे. मात्र या संपादनामागे समीक्षकाची दीर्घ चिंतनाची वेगळी दिशा आहे. दभिंनी विश्राम बेडेकरांच्या 'रणांगण'वर तीन वेळा लिहून आपली दृष्टी, नवे आकलन दाखवून दिले आहे. त्यांना हे आपले जुने लेख वाचताना पुन:प्रत्ययाचा आनंद तर झालाच, पण या वाचनात त्यांना जे नवे लोभन झाले ते आपल्या अभ्यासाचे नवे क्षितिज ओलांडण्यासाठी मिळालेले नवे आकलन वाटले. दभिंना पुन:पुन्हा करावेसे वाटणारे जुन्या कलाकृतींचे आकलन इतरांच्या आकलनाच्या तुलनेने नवे वाटते. इतकेच नव्हे तर त्यांना हे आकलन आपल्या पूर्वीच्या आकलनापेक्षाही नवेच वाटते. त्यांचे पूर्वी छापलेले, पुस्तकात आलेले व पुन्हा एका सूत्राच्या आधारे त्याचे संपादनही एक नवीच दृष्टी देऊन जाते. दभिंच्या समीक्षेच्या वाटचालीत ज्ञानेश्वरांचे साहित्य, तुकारामांचे अभंग, बींची चाफा, बेडेकरांची रणांगण, मर्ढेकरांचे साहित्य आणि ग्रेस यांची कविता तसेच जी.एं.ची कथा महत्त्वाची वळणे आहेत. दभि या वळणांवर थांबून नव्या अवसानाने त्यांचा अंदाज घेऊन पुढे जातात. '**प्रतीतिविश्रांती**' व '**हिमवंतीची सरोवरे**' यातील विवेचन पुन:प्रत्ययाबरोबर नवी प्रत्यभिज्ञा जागृत करतात. त्यात अभिनवगुप्ताची प्रतीतिविश्रांती आणि मर्ढेकरांची सौंदर्यभावना यांचा पिंड मूलत: एकच आहे असे विवेचन दिसते. दभिंनी आपल्या समीक्षेत हेच सूत्र स्थिर ठेवलेले आहे. मर्ढेकर - अभिनवगुप्त युगदर्शनामागे हाच परंपरा-नवता समन्वयाचा, नवअर्थ दाखविणारा दृष्टिकोन आहे. दभिंनी अण्णासाहेब किर्लोस्करांच्या 'सौभद्र' नाटकाचा नवा अर्थ 'नाट्यविभ्रम' या शब्दातून दाखविला आहे. तर 'एकच प्याला' नाटकातील शोकांतिका नव्या परंपरेशी जुळवून दिली आहे.

'स्वामी' कादंबरीची लोकप्रियता ही प्रेयसश्रेयस या द्विदलाशी निगडित केली आहे. दभि आपल्या समीक्षेत कलावादी किंवा जीवनवादी या एकेरी भूमिकेत वावरत नसतात की कुठलीच बांधिलकी अंगावर ठेवत नाहीत. 'प्रतीतिविश्रांती' (इ.स. १९९२) तर 'हिमवंतीची सरोवरे' (इ.स.१९९६) मध्ये गुरुपौर्णिमेला प्रसिद्ध झालेले ग्रंथ आहेत. त्यांच्या समीक्षेच्या वाटचालीत जुने-नवे, प्राचीन-अर्वाचीन असे भेद नाहीत. त्यांची वाङ्मयीन अभिरुची सतत कालातीत झालेली आहे. ज्ञानेश्वरांची प्रतीतिविश्रांती जशी त्यांना मर्ढेकरांच्या कवितेत दिसते तशी संत तुकारामांच्या अभंगवाणीत मुरलेली अभिरुची त्यांना सुरेश भटांच्या कवितेतही दिसते. शिवाय हे सारे विवेचन लालित्याच्या अंगाने आल्याने त्यात अवतरलेले दभिंचे काव्यात्म व्यक्तिमत्त्व नित्य परिचयाचे असूनही नित्यनूतन वाटते. नव्या दृष्टीकडे खेचून घेते. पुन:प्रत्ययातले सौंदर्य नव्याने प्रत्ययास आणून देते. काल आणि आज जे वाङ्मय विविध रूपाने अवतरले आहे. त्या सर्व रूपात रस घेण्याची, नवे आकलन करून दाखविण्याची आवड दभिंना आहे. हे आकलन सतत नवतेकडे झुकताना साहस होऊन येत नाही, उलट नवी समज देऊन जाते. त्याला कुठल्याच पूर्वग्रहाचे दडपण नसते. या नव्या आकलनात रसिकता आणि काव्यात्मता एकाच अंगाने झुलवित असतात. हे आकलन स्वच्छ व मनमोकळे असते. त्याला सीमा नसतात. त्यात अभ्यासू नवनिर्मिती असते. आपल्या आकलनाला विशिष्ट प्रकारची ढापणे लागली तर समीक्षासृष्टीतील सौंदर्याला आपण कायमचे मुकू याची दभिंना खंत आहे. म्हणूनच कलाकृती तपासणे, पुन:पुन्हा तपासणे, समजून घेणे व समजून देणे हा त्यांच्या समीक्षाव्रताचा भाग झाला आहे. त्यांची नव्या वाङ्मयाची आवड जुन्या वाङ्मयाच्या आड येत नाही तशी ती जुन्याकडे वळताना भ्रष्टही झाली नाही. वाङ्मयीन समीक्षा आणि अभिरुची परस्परात मिसळून त्यांनी आपले वाङ्मयीन क्षेत्र अभ्यासू पातळीवर पृथगात्म केले. मराठी भाषा, मराठी संस्कृती यांचा सांधा मराठी मनाशी जुळवून ते सतत आपपरभावतटस्थ राहतात व आपल्या जगण्याच्या प्रयोजनाची वाट वळणदार करतात.

तात्यासाहेब केळकरांनी कल्पिलेली 'सविकल्पसमाधी' हा त्यांच्या वाङ्मयीन जगण्याचा एक भाग होता. त्यातला युद्धाचा प्रसंगही त्यांनी तटस्थपणे आपल्या वाङ्मयाचाच एक भाग केला. केळकरांची नवी आवृत्ती म्हणून दभि.कुलकर्णी यांच्या वाङ्मय जोपासण्याकडे पाहता येईल. ज्ञानेश्वरांचे ते जे वर्णन करतात ती त्यांच्या रोजच्या जगण्याची मर्यादित अर्थाने अनुभूती वाटते. या वाङ्मयविवेचनात त्यांना एका कर्मयोग्याचा कर्मश्रेयत्याग दिसतो. त्यातच त्यांना द्विदल साक्षात्कारानुभूती दिसते. त्यांच्या समीक्षेतील अध्यात्मरेखाटन दाखविताना 'दत्त दत्त ऐसे लागले ध्यान/ हारपले

मन झाले उन्मन/ मी तू पणाची केली बोळवण/एका जनार्दनी श्रीदत्तध्यान' या सीमेपर्यंत पोचलेले मी स्वत: पाहिलेले आहे. वाङ्मयानंद हा ब्रह्मास्वादसहोदर आहे याचे प्रात्यक्षिक इथे दिसेल. मानवी गुणदोषांसह असलेली समीक्षकवृत्ती सतत रसिकतेच्या पातळीवर नेणारी साक्षात्कारी व्यक्ती म्हणून दभिंकडे पाहणे हाही एक आपल्या रसिकतेचा भाग आहे, याची आठवण व्हावी.

दभि.कुलकर्णी यांच्या समीक्षेचे कार्य काय आहे? त्यांनी भारतीय साहित्यशास्त्राची उपयुक्तता दाखवून आपली समीक्षा समृद्ध केली. त्याच्यात नव्या विकासाच्या क्षमता आहेत हे स्वत: तपासून दाखवून दिले. प्रस्थापित रससिद्धान्त आधुनिक वाङ्मयास अनुकूल असल्याचे सिद्ध केले. एखाद्या कलाकृतीचे पुन:पुन्हा आकलन करून त्यातले नावीन्य इतरांच्या नजरेत भरवून अभिरुचिसंपन्न केले. या रससिद्धान्ताच्या गाभ्यातच मराठी समीक्षेची पृथगात्मता आहे हे दाखवून दिले. आजपर्यंत रससिद्धान्त हा आजच्या वाङ्मयाच्या संदर्भात गैरलागू आहे हे दभिंनी तपासून त्याची पुनर्मांडणी करून आपली समीक्षक दृष्टी समृद्ध केली. पाश्चात्त्य समीक्षासंज्ञा वापरून दुर्बोधतेच्या जंजाळात अडकलेली समीक्षा केवळ रसाळ न करता ती चिकित्सकपणे आपल्या अभिरुचीशी जोडता येते हे दभि दाखवून देतात. कलाकृतीचे नवे आकलन करून स्वत:बरोबर इतरांची अभिरुची संपन्न करतात. त्यांची समीक्षा वाचताना आपणही त्यांचे सहप्रवासी, सहभागी होतो. संत तुकारामांकडे 'संस्कृतिपुरुष' म्हणून पाहताना ज्ञानेश्वरच हा केवळ वाङ्मयसंस्कृतीचा विशुद्ध कलावंत आहे, याचा दाखला आपल्या समीक्षेतून ते देतात. ज्ञानेश्वरांच्या वाङ्मयीन व्यक्तिमत्त्वाशी अभिनवगुप्ताच्या व्यक्तिमत्त्वाची जोड घालून त्यांनी आजच्या वाट चुकलेल्या समीक्षेला नवी अचूक वाट दाखविली. आधुनिक मराठी वाङ्मयाच्या संदर्भात ग.त्र्यं.देशपांडे यांचे 'भारतीय साहित्यशास्त्र' आणि मर्ढेकर यांचे 'साहित्य आणि सौंदर्य' हे दोन ग्रंथ आपण वेगवेगळ्या पातळीवर चर्चेला घेतो. परंतु दभिंची समग्र टीका या ग्रंथांची एकच वाट आपणापुढे दाखवून देतात. या दोघांच्या दृष्टीत काव्य आणि तत्त्वज्ञान एकरूप झाले आहे. वाङ्मयीन अनुभूती अभिनवगुप्त आणि मर्ढेकर यांची - श्रेणीभिन्नतेमुळे वेगवेगळी असून तीत कोटीभिन्नता नाही. आजच्या भारतीय साहित्यशास्त्राकडे कलुषित नजरेने पाहताना डॉ. द.भि. कुलकर्णी यांची समग्र समीक्षा आशेचा किरण वाटते. त्यांच्या अध्यक्षीय भाषणात या विषयीचे नवे आकलन होईल असा विश्वास वाटतो.

भ्रमणध्वनी : ९८५०२९४६८६

समीक्षेचा सन्मान

सदानंद मोरे

पुणे येथे होणाऱ्या अखिल भारतीय मराठी साहित्यसंमेलनाच्या अध्यक्षपदी डॉ. द.भि.कुलकर्णी यांची निवड झाली. आता दभिंची निवड हा केवळ त्यांचाच नव्हे तर समीक्षेचा सन्मान आहे. एकूणच साहित्यक्षेत्रात समीक्षकांच्या नावे नाके मुरडण्याचा प्रघात आहे. परंतु गेल्या काही वर्षांपासून मराठी साहित्यात मात्र या प्रघाताच्या विरोधात मराठी रसिकांनी आणि जाणकारांनी पाऊल उचलले आहे. डॉ. विजया राजाध्यक्ष, रा.ग. जाधव, म.द हातकणंगलेकर आणि आता डॉ. दभि. कुलकर्णी या समीक्षकांची मराठी साहित्यसंमेलनाच्या अध्यक्षपदी निवड करून समीक्षा ही साहित्याचे महत्त्वाचे अंग असते असे सिद्ध केले आहे. ललित लेखकांच्या तुलनेने समीक्षकांना लोकप्रियतेचे वलय फार अभावाने मिळते. दभिं.च्या लिखाणाने समीक्षा वाचकवर्गात रुजली आणि तिलाही वलय आहे हे समजून आले आहे. साहित्यसंमेलनाच्या किंवा एकूणच साहित्याच्या प्रांगणात लेखकाची लोकप्रियता हा निकष महत्त्वाचा मानला जातो. अनेक चांगले लेखक फार लोकप्रिय नसतात आणि त्याचा त्यांना फटका बसतो. तर बुद्धिवंतांच्या दृष्टीने सामान्य लिखाण करणाऱ्या लेखकांना वाचकांची नाडी सापडल्याने त्यांना अफाट लोकप्रियता मिळाली असते. वादाचा मुद्दा बाजूला ठेवला तर सर्वजण सारस्वत आहेत आणि अक्षरधनाचे पूजक आहेत हे मान्य करायला पाहिजे.

डॉ. दभि.कुलकर्णी यांचे समीक्षेच्या प्रांतातील काम अत्यंत महत्त्वाचे आहे. सध्या जुन्या पिढीतले फार थोडे समीक्षक साहित्याच्या प्रांतात दिसून येतात. दभि जुन्या पिढीतले समीक्षक असूनही नव्या विचारांशी त्यांची चांगली ओळख आहे. नव्या गोष्टींकडे ते कुतूहलाने आणि अभ्यासू दृष्टीने पाहतात. ज्ञानेश्वर, मर्ढेकर ते सुधाकर गायधनी असा त्यांचा समीक्षेचा प्रदीर्घ प्रवास आहे. मर्ढेकरांना आधुनिक कवितेचे बिनीचे कवी असे संबोधले जाते. दुसऱ्या महायुद्धानंतर समाजाचे प्रतिबिंब

त्यांच्या साहित्यातून दिसून येते. त्याबद्दलचे दभिंचे मत, मर्ढेकरांच्या सौंदर्यशास्त्राबद्दल त्यांचे विचार, त्याचबरोबर गायधनी यांच्यासारख्या कवींच्या कवितांचे रसग्रहण हे शिवधनुष्य त्यांनी सहज पेलले. गायधनी यांनी लिहिलेल्या महाकाव्याला ते महाकाव्य असल्याचे ठामपणे सांगणारे दभिं.सारखे समीक्षक एखादेच! दभि जुन्या वळणाचे समीक्षक आहेत. नाविन्याची त्यांना ओढ आहे पण, असे असले तरी ते समीक्षीय शिस्त असणारे समीक्षक आहेत.

ज्ञानेश्वरांच्या काव्याकडे पाहताना त्यातील तत्त्वज्ञान आणि अध्यात्म यापलीकडे जाऊन त्यांनी त्यांच्या काव्याचे रसग्रहण तर केलेच पण त्याचबरोबर त्यांच्या पाठीशी असणाऱ्या कश्मिरी शैव परंपरेच्या मुळापर्यंत ते पोहोचले. या दृष्टिकोनातून विदर्भ आणि नागपूरच्या साहित्यिकांना त्याचे मिळालेले मार्गदर्शन मोलाचे आहे. ज्ञानेश्वरांच्या काव्याची समीक्षा करताना ते कोणत्याही चौकटीत अडकले नाहीत. यापूर्वी वाळिंबे यांनी असा प्रयत्न केला होता. परंतु ते रससिद्धांताच्या चौकटीत अडकले होते. त्यामुळे दभि हे कोणत्याही संप्रदायाच्या चौकटीत न अडकता स्वत:ची पठडी निर्माण करणारे खुल्या मनाचे समीक्षक म्हणून परिचित आहेत.

लेखकाची स्वत:ची अशी ओळख त्याच्या लिखाणातून स्पष्ट होत असते. विनोदी लेखन करणारे, गंभीर प्रकृतीचे, कवी, कादंबरीकार,कथाकार, प्रवासवर्णन लिहिणाऱ्या लेखकांना समाजातील जास्तीत जास्त घटक ओळखत असतो. परंतु गंभीर प्रवृत्तीचे आणि विचाराला खाद्य पुरवणारे लेखन करणारी मंडळी लोकप्रियतेच्या प्रभावळीतून बाजूला राहतात. काही सन्माननीय अपवाद वगळता प्रसिद्धीचा योग त्यांच्या कुंडलीत अभावानेच आढळतो. दभि कुलकर्णी यांनी समीक्षक म्हणून आपली ओळख करून देत असताना मराठीतील नामवंत, विचारवंत आणि स्वत:चा असा वेगळा मार्ग निवडणाऱ्या लेखक, कवींच्या साहित्याची समीक्षा करून त्यांना सर्वसामान्यांपर्यंत पोहोचते केले. बा.सी.मर्ढेकर, जी.ए.कुलकर्णी यांचे लिखाण सर्वसासामान्यांपर्यंत पोहोचवणे, रुजवणे, अवघड. या लेखनाच्या समजुतीसाठी तात्त्विक, वैचारिक बैठक हवी. अशी बैठक सर्वसामान्यपणे सर्वच वाचकांजवळ असतेच असे नाही. हलके-फुलके आणि सहज समजणारे वाचन करण्याकडे बहुतेकांचा कल असतो. जी.ए. किंवा मर्ढेकर सहजासहजी समजणारे नाहीत. परंतु त्यांना समजून घ्यावे यासाठी दभिंनी सर्वसामान्य वाचक मनाचा, मताचा विचार करून समीक्षा लिहिली आणि अशा वाचकांपर्यंतही ही मंडळी पोहोचली. समीक्षकाची भूमिका कठोरपणे निभावत असताना स्वत:च्या लिखाणात कोणताही पूर्वग्रह येऊ दिला नाही. याचे मुख्य कारण द.भि.कुलकर्णींचे व्यक्तिमत्त्व बा.सी.मर्ढेकर यांच्या वाङ्मयीन

अभिरुचीने घडले आहे तर त्यांचा साहित्यशास्त्राचा पाया ग.त्र्यं.देशपांडे यांनी मजबूत केला आहे. या दोघांचा प्रभाव त्यांच्या जीवनावर अनन्यसाधारण आहे आणि त्यामुळे समीक्षक रुक्ष आणि समीक्षा केवळ जीवघेणीच असावी यापलीकडे एका आस्वादकाच्या दृष्टीने त्यांनी साहित्याकडे पाहिले. अर्थात हे करत असताना 'नीर-क्षीर' न्यायाला अव्हेरले नाही.

ज्या लेखक-कवींमध्ये त्यांना सृजनशीलतेची केवळ ठिणगी दिसली, त्या ठिणगीचा वणवा होऊ शकेल आणि केवळ त्या साहित्यिकापुरताच नव्हे तर रसिकांनाही हा वणवा अस्वस्थ करेल असे भाष्य त्यांनी केले. नारायण सुर्वे, ग्रेस, सुरेश भट, श्रीनिवास सिरास, सुधाकर गायधनी या कवींच्या कविता वाचून त्यांचा आवाका सांगणारे दभि केवळ समीक्षकच नव्हे तर द्रष्टेही आहेत. अनेक साहित्यिकांचे भवितव्य अचूक वर्तवण्यात त्यांचा अभ्यास तसेच त्यांच्याकडे असणारी शोधक दृष्टी महत्त्वाची आहे.

दभि स्वांत:सुखाय अध्यापन करणारे गुरुवर्य आहेत. महाविद्यालयीन विद्यार्थ्यांना शिकवणे आणि प्राथमिक शाळेतील विद्यार्थ्यांना शिकवणे हे दोन्हीही भिन्न पातळीवरील अध्यापनाचे तंत्र असले तरी दभि या दोन्ही वर्गातील विद्यार्थ्यांना मनापासून शिकवतात. त्यांच्याकडे एम.फिल. आणि पीएच.डी. करणाऱ्या विद्यार्थ्यांची नावे पाहिली तर अक्षरश: चकित व्हायला होते. त्यांच्या शिकवण्याच्या कौशल्याचा सन्मान १९९१ मध्ये राज्य सरकारने उत्कृष्ट शिक्षक म्हणून पुरस्कार देऊन केला आहे तर १९९० आणि ९१ मध्ये झालेल्या विद्यापीठ मराठी प्राध्यापक परिषदेचे त्यांनी अध्यक्षस्थान भूषवले आहे.

दभि ग्रंथांना देव मानतात. विद्यार्थ्यांच्या खालोखाल ग्रंथप्रकाशक हाच त्यांच्या अंतरीच्या लोभाचा विषय आहे. पुस्तके आणि विद्यार्थ्यांत रमणारे दभि त्यामुळेच समीक्षक असूनही लेखकांना आपलेसे वाटतात. सामाजाची साहित्याबद्दल असणारी आवड वाढवण्यासाठी समीक्षकांचा सहभाग मोलाचा असतो. तो देत असताना साहित्य कलाकृतीची रसस्थाने प्रगट करणे, त्यावर ललित लेखन करून त्याचा आशय आस्वादक पातळीवर रसिकांपर्यंत पोहोचवण्याचे काम समीक्षक करतात. साहित्याची परखड मीमांसा हेही रसिक वाचकाचा मार्गदर्शक म्हणून समीक्षकाकडे पाहिले जाते. उत्तम समीक्षकाचे हे गुणधर्म आहेत. दभिंची साहित्यसंमेलनाच्या अध्यक्षपदी निवड झाल्याने पुन्हा एकदा समीक्षेचा सन्मान झाला आहे.

भ्रमणध्वनी : ९८२२८३२८९६

ताटी उघडा, समीक्षका!

उषाताई कोटबागी

पाच वर्षांपूर्वी 'दभिं'ची आणि माझी ओळखही नव्हती; आता मात्र पन्नास वर्षांची ओळख असल्यासारखे स्नेहबंध जुळलेले आहेत. आठवडा नाहीच तर चार दिवसांनंतर 'दभिं'शी किमान फोनवर तरी बोलणे झालेच पाहिजे अशा तारा जुळल्या आहेत. मला सरांना फोन करायला कुठचेच खास असे निमित्त लागत नाही. एकमेकांविषयीची आपुलकी, प्रेम, जिव्हाळा, ममत्व, काळजी वगैरे वगैरे. कुठचेही साहित्यिक विषय, स्थानिक कार्यक्रम, सरांची प्रकाशित होणारी नवीन पुस्तके, मी प्रथमच वाचलेले एखादे पुस्तक, घरातील एखादा आनंदाचा किंवा काळजीचा विषय थोडक्यात सरांशी सर्व विषयांवर बोलते. पूर्वी त्यांच्या पत्नीशीही मोकळेपणाने गप्पा व्हायच्या. काळाने त्यांना हिरावून नेल्यामुळे त्या गप्पांना आता एक वर्षापासून कायमचा पूर्णविराम मिळाला आहे.

दभिंची पहिली भेट झाली ती म.सा.परिषदेत. त्यांच्याबरोबर त्यांच्या सुविद्य व सुशील पत्नी सौ. शिवरंजनीही होत्या. निमित्त होते साहित्यप्रेमी भगिनी मंडळातर्फे माझ्या पुस्तकाला मिळालेल्या पुरस्काराचे आणि त्या समारंभाचे अध्यक्ष होते दभि- एक प्रतिभावंत समीक्षक. साहित्यक्षेत्रातील व्यासंगी, विद्वान व जाणकार व्यक्ती म्हणून 'दभिंचा खूपच दबदबा आहे हे मला त्यावेळी प्रकर्षाने जाणवले. साहित्य क्षेत्रातील अभ्यासू मंडळीही त्यांच्याशी बोलताना त्यांचा आदर ठेवून अतिशय मोजके व एकप्रकारच्या दडपणाखाली बोलताना दिसले. का कुणास ठाऊक पण मला स्वत:ला इतके दडपण आलेले नव्हते तरीपण पुढे थोडासा परिचय झाल्यावर मी सरांना स्पष्टच सांगितले की 'सर मी काही अशा दडपणाखाली, अंतर ठेवून वागू शकत नाही. तुम्हा दोघांशीही मी अगदी मोकळेपणाने बोलते. शिवरंजनीनी थोड्याशाच परिचयात खूप आपुलकी निर्माण केली आहे. गरम गरम पदार्थ आग्रहाने खाऊ घालण्याच्या त्यांच्या स्वभावामुळे मी तुमच्या स्वयंपाकघरापर्यंत पोहोचले आहेच.

साहित्यक्षेत्रात नव्याने पाऊल टाकलेल्या मला साहित्यक्षेत्रातील अगदी प्राथमिक गोष्टींबाबतही कदाचित अज्ञान असेल. मी मनातील अनेक साहित्यिक प्रश्न, शंकाकुशंका, प्रश्नांची उत्तरे तुम्हाला विचारते. तुमच्या चौकटीत हे बसणार का?' त्यावेळी दभिंनी सांगितले की आपले कौटुंबिक संबंध निर्माण झालेले आहेत. तुम्ही कुठच्याही दडपणाखाली न राहता सहजरीत्या तुमचे जे वागणे आहे तेच करा. नाहीतरी तोपर्यंत दोन्ही कुटुंबांतील सर्व माणसे एकमेकांना प्रत्यक्ष गाठीभेटींनी परिचित झालेली होती. सरांनी एवढा दिलासा दिल्यानंतर मी एकदम निर्धास्त झाले. माझ्या शंका विचारायला मी हक्काची परवानगी मिळवली. 'डॉ. इरावती कर्वे : व्यक्ती आणि वाङ्मय' हा माझा पीएच.डी.चा व सरांच्या हस्ते मिळालेल्या पुरस्कारप्राप्त पुस्तकाचा विषय होता. त्या पुस्तकात मी काय सुधारणा करू शकते ते त्यांनी मला नंतर सांगितले. म.सा.प.मध्ये सरांना पीएच.डी.च्या प्रबंधाचे स्वरूप हा व्याख्यानाला दिलेला विषय होता. माझी म्हणजे पुरस्कारप्राप्त व्यक्तीची जिवाभावाची माणसे, नात्यागोत्यातील मंडळी, मित्रमैत्रिणी, सर्वांनाच या विषयाचे ज्ञान असेल असे नाही. त्या व्यक्तीच्या प्रेमाखातर ते लोक आलेले असतात. त्यांच्या दृष्टीने तो विषय 'जड' ठरतो; पण सरांचा समज झाला की मला भाषण रुचले नाही. अर्थात गैरसमजाचे हे धुके लगेचच दूर झाले आणि गोदुताई परुळेकरांचे संशोधकीय चरित्र सरांच्या मार्गदर्शनामुळे मी पुरे करू शकले. 'जिव्हाळ्याचा सोबती' हे माझे एल.पी.जी.वरील पुस्तक राज्यपुरस्कारासाठी पाठवावे हा सल्लाही सरांचाच! त्यांचा सल्ला ऐकून मी पुस्तक पाठविले. त्या पुस्तकाला राज्यपुरस्कार मिळाल्यामुळे सरांचा सल्ला चांगलाच लक्षात राहिला आहे. नवोदित लेखक-लेखिकांना पुढे येण्याचे बळ देणे हे कामही असे प्रशंसनीय ठरते. रूढ अर्थाने अगदी पीएच.डी. होईपर्यंत मी सरांची विद्यार्थिनी नव्हते. स्वत:च्या विद्यार्थ्यांसाठी दभिसर किती कष्ट घेत असतील ह्याची यावरून कल्पना करता येते.

सरांचे विद्यार्थिप्रेम व विद्यार्थ्यांचे त्यांच्यावरील प्रेमाचे दर्शन त्यांच्या 'अमृतमहोत्सवा'निमित्ताने नागपूरच्या सायंटिफिक हॉलमध्ये त्यांचा जो सत्कार झाला त्यावरून झाले. सोलापूर, नागपूर, कोल्हापूर, पुणे, मुंबई, अलीगढ, शांतीनिकेतन अशा विविध ठिकाणांहून अनेक चाहते व दभिंचे विद्यार्थी सहकुटुंब शेकडोंच्या संख्येते आले होते. आम्ही दोघे म्हणजे मी व माझे पती डॉ. श्री. ल. कोटबागी दभिंवरील लोभामुळे या कार्यक्रमासाठी मुद्दाम नागपूरला गेलो होतो. पाहुण्यांना उतरवून घेण्यापासून त्यांच्या राहण्या-जेवणापर्यंतची सारी व्यवस्था चोख होती. कार्यक्रम एकूण दोन दिवस होता. सत्कार सायंटिफिक हॉलमध्ये व इतर सर्व कार्यक्रम धरमपेठ राजाराम वाचनालयात. त्याला एखाद्या साहित्यसंमेलनाचेच स्वरूप प्राप्त झालेले होते.

तो सगळा माहोल बघून वाटले की अ.भा. साहित्यसंमेलनात तरी आणखी काय असते? चर्चासत्र, कविसंमेलन. गिरीश प्रभुणे या समाजकार्यकर्त्याचा सत्कार, ग्रंथप्रदर्शन, सरांच्या विद्यार्थ्यांच्या ग्रंथांचे प्रकाशन वगैरे. सरांनी त्यांच्या नऊ विद्यार्थ्यांना ज्ञानेश्वरीच्या प्रती व 'गुरू'चा खडा 'पुष्कराज' भेट म्हणून दिला. मराठीच्या प्रोफेसरांनीच निम्मा हॉल भरला होता. कार्यक्रमात शेवटी दभिंच्या पत्नीने पसायदान म्हटले. ते इतक्या मधुर आवाजात की कार्यक्रमाची सांगता श्रोत्यांनी कायम आठवावी. दभिंच्या ५०/६० वर्षांच्या वाङ्मयीन तपस्येनंतर अ.भा. साहित्यसंमेलनाचे अध्यक्षपद त्यांना अद्याप कसे दिले गेले नाही असा विचार आम्हा दोघांच्याही मनात आला व त्याबद्दल आम्ही बोललोही. पुढे २००९मध्येच निवडणूक जिंकून दभिंनी अध्यक्षपद मिळविले. सुदैवाने तो सोहळा आम्हा सर्व कुटुंबियांना अनुभवता आला.

दभिंच्या अध्यक्षतेखालील पुणे येथील अ.भा.साहित्यसंमेलनाबद्दल वर्तमानपत्रांतून भरभरून आले आहे; पण निवडणुकीपूर्वीची दभिंची भूमिका मला जास्त भावून गेली. ते म्हणायचे, ' मी अध्यक्षपदाच्या निवडणुकीसाठी उभा आहे. माझ्याबद्दल काय ते सांगा. पण प्रतिपक्षीय उमेदवाराबद्दल एकही वावगा शब्द बोललेला मला चालणार नाही.'त्यांच्या या सामर्थ्यशाली नैतिक भूमिकेचा मला अतिशय अभिमान आहे. कोणत्याही क्षेत्रातील निवडणूक लढविणाऱ्यांनी याचा कित्ता गिरवावा.

मुख्यमंत्री व अमिताभ बच्चन दोघेही साहित्यसंमेलनाचे आमंत्रित. काँग्रेस हायकमांडच्या हुकमामुळे त्या दोघांची अ.भा.सा.संमेलनाच्या व्यासपीठावर एकत्रित भेट होणार का नाही याबद्दल राजकीय चर्चा अगदी रंगात आली होती. अमिताभ यायच्या आत मुख्यमंत्री संमेलनाला धावती भेट देऊन गेले. त्यांच्या या वागणुकीचे एका नांदेडवाल्यानी समर्थनही केले. याखेरीज अमिताभला बोलवायला हवे होते का नाही ही चर्चापण जोरात होती. दभिंनी साहित्यसंमेलनाच्या व्यासपीठावर अमिताभचे येणे मान्य का करावे? हा माझा म्हणजेच त्यांच्या चाहत्यांचा प्रश्न होता. सरांचे उत्तर, 'अमिताभ त्याच्या वडिलांच्या हिन्दीतील महान कवी हरिवंशराय बच्चन यांच्या कवितावाचनासाठी येणार आहे. राष्ट्रभाषेचे व भाषाभगिनीचे आपण स्वागतच करायला हवे. शिवाय अभिनयकला व साहित्य हातात हात घालून चालतात. कलाकार म्हणून अमिताभचे मी स्वागत करणार आहे. संमेलनामध्ये अपेक्षेप्रमाणे अमिताभला बघायला तरुणांनी भाऊगर्दी केली. महामहोपाध्याय शास्त्रीजींच्या संस्कृतमधील भाषणाला तरुणांनी टाळ्या वाजवायला सुरुवात केली. प्रसंगावधान राखून विद्यार्थ्यांना योग्य दिशादर्शन करण्याची सवय असलेल्या दभिंनी वेळीच खडसावले पण अत्यंत संयत शब्दात. त्या भाऊगर्दीला त्यांनी जागेवरच ठेवले. स्वतःच्या अध्यक्षीय छापील भाषणाला पुरेसा

वेळ मिळणे शक्य नाही म्हणून छापील भाषण बाजूला ठेवून ऐनवेळी उत्स्फूर्त भाषण केले. हे उत्स्फूर्त भाषण आता हेमांगी दिवाळी अंक २०१० मध्ये प्रकाशित झाले आहे.

अमिताभ ताड-माड उंच तर संस्कृत पंडित महामहोपाध्याय शास्त्रीजी बटूमूर्ती व स्वत: दभि सर कृष्णवर्णीय मध्यममूर्ती! व्यासपीठावर शास्त्रीजी दिसेपर्यंत सरांनी त्यांना पाहिलेही नव्हते; पण अमिताभ व शास्त्रीजींना बघून सरांना अटलजींची कविता आठवली व सर म्हणाले,

हे प्रभो, मुझे इतना उंचा मत कर
की मै अपनों को गले न लगा सकू।
पण मी म्हणतो,
हे प्रभो मुझे इतना नाटा मत कर
की मै अपनोंका चेहरा भी न देख सकू।।

ही जी औचित्यबुद्धी, विदग्धबुद्धी आणि समधात वृत्ती साऱ्या रसिकांना बघायला, ऐकायला मिळाली. त्यांच्या या उद्गारांना श्रोत्यांसह महामहोपाध्याय आणि महानायक यांनीही हसून दाद दिली.

संमेलनाला साठ हजारांची गर्दी होती असे आकडे सांगतात. त्यावरून तरुणांना ग्रंथप्रदर्शन व साहित्यसंमेलनाकडे खेचून आणण्यात संमेलन यशस्वी झाले असेच म्हणावे लागेल.

निवडून आल्यानंतर वर्षभर सरांनी वेगवेगळ्या भागांचे दौरे केले. 'अध्यक्ष'या नात्याने त्यांनी सीमाप्रश्नासाठी बेळगाव दौरा केला. त्याची साक्षीदार मीही होते. सीमाप्रश्नासाठी आपण काय करू शकता, सीमावासीयांनी काय करायला हवे हे त्यांनी स्पष्ट सांगितले. तोंडापुरते, श्रोत्यांना खुश ठेवायचे म्हणून आश्वासन त्यांनी दिले नाही. 'अनुभव' दिवाळी अंक २०१० मध्ये 'माझी भ्रमंती : माझे अनुभव' यामध्ये हे सत्यकथन आहे.

स्वत:जवळचे ज्ञान भरभरून दुसऱ्याला देण्याचा, हातचे काहीही राखून न ठेवण्याचा, अगदी पूर्णपणे मदत करण्याचा सरांचा स्वभाव दिवसेंदिवस प्रत्ययाला येत होता. त्यांचेकडे गेले असताना त्यांना येणारे सततचे फोन व माणसांची वर्दळ थक्क करणारी असते आणि केवळ साहित्यक्षेत्रातीलच नव्हे तर चित्रपट, नाट्य, संगीत, नृत्य या क्षेत्रांतील मंडळींचीही ये-जा असते. एकदा मी व माझे पती सरांना व सौ. शिवरंजनींना भेटायला म्हणून गेलो होतो. त्यादिवशी संध्याकाळी सरांकडे एक प्रौढ स्त्री पूर्वीची काही ओळख नसताना व पूर्वनियोजित भेटीची वेळही न ठरवता आली. तुकारामांच्या अभंगांवर त्यांचे लेखन

चालू होते. त्यांना काही शंका होत्या. सरांनी क्षणाचाही विलंब न करता त्यांच्यासाठी अर्धापाऊण तास दिला. ते हाडाचे शिक्षक आहेत म्हणून कुणाचेही शंकासमाधान करायला तयार असतात. एखाद्या विशिष्ट व्यक्तीलाच नाही तर प्रश्नकर्त्याला, त्यांच्याकडे येणाऱ्या विविध स्तरातील लोकांना, विद्वान, अभ्यासू, वाङ्मयप्रांतातील अनभिज्ञांनाही आपुलकीने ज्ञानामृत देताना दिसतात. आपल्या ज्ञानाचा झरा लेखणीद्वारे आणि वाणीद्वारे त्यांनी वाहता ठेवला आहे. सरस्वती वाग्देवतेच्या स्वरूपातही त्यांच्यावर प्रसन्न आहे. त्यांच्या आईचे नावही सरस्वती आहे.तल्लख स्मृती हेही सरांना लाभलेले एक वरदान आहे. म्हणूनच व्याख्यानामध्ये अनेक कवींचे संदर्भ सांगताना त्यांच्या कवितेच्या ओळीच्या ओळी ते उद्धृत करू शकतात. कुठल्याही प्रश्नाचे सांगोपांग उत्तर, एखाद्या विषयाच्या सर्व बाजू, एखाद्या मुद्याचे विश्लेषण फोनवरही ते मोकळेपणाने करतील. काही विद्वानांत आढळणारी 'आढ्यता' अजिबात नाही. त्यांच्या लेखनिकेशी त्यांची वागणूक स्वत:च्या मुलीशी असते तशी दिसली. माणसांची वर्दळ व फोनची घंटी यांना तोंड देत, तो व्यत्यय सहजपणे स्वीकारत लेखनातील पुढचा मुद्दा ते डिक्टेट करीत असतात. ते प्रवाहीपण त्यामुळे खंडित होत नाही. त्यांच्या सहवासातील माणसाची वाङ्मयीन समज आपोआपच वाढीस लागते. शिकवण्यात, नवीन काही सांगण्यात, ऐकवण्यात व ऐकण्यात ते रमून जातात. त्यांच्यातील आस्वादक व सर्जनशील समीक्षक सदैव जागा असतो. कुठल्याही कवितेचा अर्थ ते फार चांगल्या रीतीने उलगडून दाखवितात. तो ऐकण्यात एक वेगळाच आनंद असतो. अगदी अलीकडचे उदाहरण म्हणजे कवी नारायण सुर्वे यांच्या 'भारतीय जवानाचे पत्र' या कवितेवरील त्यांचा लेख व व्याख्यान. हा लेख सकाळमध्ये 'नारायण सुर्वे अमर रहे' या शीर्षकाखाली प्रसिद्ध झालेला आहे. नारायण सुर्वेंची योग्यता किती मोठी व कवितेत किती अर्थ दडलेला आहे हे त्यांनी फार सुरेख तऱ्हेने विशद केले आहे. समीक्षक कलाकृतीला नवा जन्म देतो म्हणतात तो हा असा!

पुण्यातील वसंतव्याख्यानमालेतील, टिळक प्रांगणातील 'ज्ञानेश्वरी: नवे आकलन!' हे सरांचे व्याख्यानही असेच रंगले. पुण्यातील सर्व जाणकार श्रोते मंत्रमुग्ध होऊन ज्ञानेश्वरीवरील त्यांचे विचार ऐकत होते. तेव्हा श्रोतृसमुदाय गूढगहन शांत रसाचा अनुभव घेत होता. भाषणानंतर एक तऱ्हेचे भारलेपण तेथे जाणवत होते. 'ज्ञानेश्वरी'वर इतक्या अधिकारवाणीने बोलणारे दभि 'मर्ढेकर व जी.एं.' वरही तितक्याच ताकदीने बोलताना मी ऐकलेले आहे.

व्यासंगी, विद्वान असूनही सरांची विनोदबुद्धी चांगल्यापैकी शाबूत आहे. सरांच्या पत्नी कोकणस्थी गोऱ्यापान तर यांचा वर्ण देशस्थी! त्यांची नात त्यांच्या शेजारी बसलेली असताना मी तिला म्हटलं, ''तुझा रंग हल्ली उजळलेला दिसतो आहे.'' तर

ते म्हणतात, ''पूर्वी तुम्ही तिला तिच्या आजीजवळ बघायच्या. आज ती माझ्याजवळ बसली आहे त्या तुलनेत तुम्हाला ती उजळ वाटते.''

'डीएसके' मध्ये राहून, 'रानवारा'पिऊन, 'विश्वाची' समीक्षा करीत साहित्याच्या धुंदीत जगणारे 'दभि' माझ्या 'तेजस्वी तारा : गोदूताई परूळेकर' या पुस्तकप्रकाशनाच्या वेळी सहजपणे बोलून गेले की, 'पुण्याने मला काय दिले?' याची एक यादी आहे. त्या यादीतील दोन गोष्टी मला माहीत आहेत. एक म्हणजे अ.भा. साहित्यसंमेलनाचे अध्यक्षपद व दुसरी गोष्ट त्यांच्यावरील पुणेकरांचे उदंड प्रेम; आणि मला अभिमान वाटावा अशी गोष्ट सरांनी जाहीर केली की ह्याच पुण्याने उषाताईंसारखी पोक्त व प्रगल्भ बहीण मला दिली. माझ्या दृष्टीने इतर कुठल्याही पुरस्कारापेक्षा हा 'दभि'चा जाहीर पुरस्कार मला फार मोलाचा वाटतो. बहीण-भावाचं नातं किती दृढ असतं हे नव्यानं सांगायला नको. त्याच नात्याने मी सरांना मनापासून सांगते की ज्ञानदानाचे कवाड गेली साठ वर्षे तुम्ही उघडलेले आहेच, ते असे उघडलेलेच ठेवा - ते ठोठावण्याची गरजच पडू नये.

भ्रमणध्वनी : ९८८१७३७२७१

ठसा

दिलीप प्रभाकर गडकरी

पुणे येथे झालेल्या ८३ व्या भारतीय साहित्यसंमेलनाच्या अध्यक्षपदी ज्येष्ठ साहित्यसमीक्षक डॉ. द.भि.कुलकर्णी निवडून आले यासारखा आनंद नाही. त्यांनी साहित्यक्षेत्रात आजवर केलेल्या तपश्चर्येचाच हा गौरव आहे. यापूर्वीही त्यांनी साहित्यसंमेलनाची निवडणूक लढवली होती, पण गटातटाच्या राजकारणामुळे त्यांना पराभव पत्करावा लागला होता. वास्तविक दभिंसारख्या साहित्यक्षेत्रातील तपस्वी माणसाला बिनविरोध निवडून द्यायला हवे होते, पण मनाचे इतके मोठेपण दाखवणारी माणसे इतर क्षेत्रातही कमी आहेत. मग साहित्यक्षेत्रालाच दोष देऊन कसे चालेल! मात्र त्यांच्या निवडीने अध्यक्षपदाची शान वाढली आहे एवढे मात्र नक्की. दभिंनी जवळजवळ पन्नास वर्षे साहित्यक्षेत्राला प्रामाणिकपणे वाहून घेतले. त्यांच्या या सेवेचे चीज झाले आहे. अध्यक्षपद मिळावे म्हणून ते श्रेष्ठ ठरतात असे नव्हे. आजपर्यंत अध्यक्षपद न मिळालेले मर्ढेकर, बा.भ. बोरकर यांच्यासारखे अनेक ज्येष्ठ आणि श्रेष्ठ साहित्यिक या पदापासून वंचित राहिले ते केवळ काही साहित्यिकांच्या अहंगंडाने, पछाडलेल्या राजकारणामुळे आणि अध्यक्षपद निवडणुकीच्या वादग्रस्त पद्धतीमुळे, पण यावर्षी या साऱ्यावर मात करून दभि निवडून आले याचा आनंद असंख्य मराठी साहित्यरसिकांना होईल याविषयी शंका नको, कारण दभि. जे विचार मांडतील त्यात त्यांच्या आजवरच्या साहित्यविषयक विचारमंथनाचे प्रतिबिंब पडलेले असेल आणि त्यातून मराठी साहित्यचळवळीला नक्की एक प्रेरणादायी दिशा मिळेल याची खात्री साहित्यरसिकांना आहे. केवळ साहित्याचाच नव्हे तर साहित्यक्षेत्रात घडणाऱ्या प्रत्येक घटनेचा विचार सवंग प्रसिद्धीसाठी न करता सर्व बाजू लक्षात घेऊन करणारे हे परखड व्यक्तिमत्त्व आहे. वेळप्रसंगी यापूर्वीही या क्षेत्रात वडीलकीच्या नात्याने त्यांनी दिशा चुकलेल्या साहित्यिकांना खडे बोल सुनावले आहेत याचीही आठवण साहित्यरसिकांना होईल. सरकार आणि साहित्यिक यांच्या संबंधाविषयी गाजलेल्या एका वादात ते

म्हणाले होते, 'अधिकांश मराठी साहित्यिक प्रसिद्धी, पैसा,पद, मानसन्मान यांच्यापायी आपला व्रतस्थपणा गहाण टाकत असतात. असा स्वाभिमानशून्य साहित्यिक नागरिक म्हणून स्वाभिमानी कसा राहू शकेल! केवळ व्यक्तिगत स्वार्थ, पक्षीय हितसंबंध, भीरुता यांच्या आहारी जाणारा कुठलाही माणूस, अभिव्यक्तीस्वातंत्र्य सत्कारणी लावू शकत नाही हे उघड आहे. इतिहासाचार्य राजवाडे, स्वातंत्र्यवीर सावरकर ही नावे तर फार मोठी आहेत, परंतु पु.भा.भावे, बा.सी.मर्ढेकर, जी.ए. कुलकर्णी यांच्याइतका व्रतस्थपणा दाखविणारे साहित्यिक तरी आज किती आहेत? दभिं.सारखा साहित्यिकच इतका व्यापक विचार करू शकतो. त्यांच्या वाङ्मयीन विचारांची बैठक तशीच विस्तृत आणि एखाद्या विषयाचा सर्वांगीण वेध घेणारी असते आणि तिचा पाया पाश्चात्त्य साहित्यविचारांवर आधारित नसून हिंदुस्थानी साहित्यशास्त्रावर आधारलेला असतो एवढे लक्षात आले तरी त्यांचे इतर समीक्षकांपेक्षा असलेले वेगळेपण ध्यानात येईल. २५ जुलै १९३४ रोजी नागपूर येथे जन्म झालेल्या दभिं.चे प्राथमिक, महाविद्यालयीन, विश्वविद्यालयीन शिक्षण नागपुरात झाले. १९५९ साली एम.ए.ला सर्वप्रथम आल्यावर त्याच वर्षी त्यांनी बनारस हिंदू विश्वविद्यालयात अध्यापनकार्याला प्रारंभ केला. १९६४ पासून नागपूर विद्यापीठाच्या मराठी विभागाचे ते प्रपाठक होते. नागपूर विद्यापीठाची पीएच.डी. त्यांनी १९६७ मध्ये मिळवली. आजपर्यंत पंचवीसहून अधिक विद्यार्थ्यांनी त्यांच्या मार्गदर्शनाखाली डॉक्टरेट मिळवली आहे. आपल्या वाङ्मयीन कारकिर्दीची सुरुवात त्यांनी काव्य व कथालेखनापासून केली असली तरी खऱ्या अर्थाने ते रमले समीक्षाक्षेत्रातच. 'दुसरी परंपरा', 'महाकाव्य', 'स्वरूप आणि समीक्षा', 'पहिली परंपरा', 'तिसऱ्यांदा रणांगण', 'चार शोधनिबंध', 'पार्थिवतेचे उदयास्त', 'नाट्यवेध', 'मर्ढेकरांचे सौंदर्यशास्त्र', 'प्रतीतिविश्रांती', 'युगास्त्र', 'द्विदल', 'पहिल्यांदा रणांगण', 'अपार्थिवाचे चांदणे', 'जी.एं.ची महाकथा', 'समीक्षेची सरहद्द' इत्यादी समीक्षाग्रंथातून दभिं.च्या वाङ्मयीन विचारांचा व्यापक पैस लक्षात येतो. प्राचीन आणि अर्वाचीन या दोन्ही साहित्यपरंपरांचा त्यांचा भरपूर व्यासंग आहे. ज्ञानेश्वर, मर्ढेकरपूर्व आधुनिक कविपरंपरा, मर्ढेकर, मुक्तिबोध, दिलीप चित्रे यांच्याविषयीच्या त्यांच्या लेखांतून त्यांची मर्मग्राही चिकित्सक वृत्ती आणि सौंदर्यग्राही अभिजात रसिकता यांचे एकत्रित दर्शन घडते. त्यांच्या 'महाकाव्य : स्वरूप आणि समीक्षा' या ग्रंथात पाश्चात्त्य महाकाव्ये, पौर्वात्य महाकाव्ये, आधुनिक काळातील महाकाव्यसदृश रचना इत्यादीसंबंधी मूलभूत स्वरूपाचे चिंतन आहे. या विषयावरील हा मराठीतील एकमेव ग्रंथ म्हणावा लागेल. त्यांची समीक्षापद्धती व वाङ्मयमूल्ये पौर्वात्य साहित्यशास्त्र परंपरेच्या तत्त्वांचा स्वीकार करून घडवलेली असल्यामुळे

त्यांची समीक्षा त्यांच्या समकालीन समीक्षकांपेक्षा वेगळी ठरली. दभिंची समीक्षा पूर्वसूरीच्या समीक्षेचा परामर्श घेत, मर्मदृष्टीने कलाकृतीचा नव्याने वेध घेणारी, त्यांच्या वाङ्मयप्रेमाची व अभिजात रसिकतेची साक्ष पटवणारी आहे. म्हणूनच अध्यक्षपदी निवडून आल्यावर त्यांनी म्हटले की, आता माझ्यावर नव्हे तर माझ्या वाङ्मयीनकृतींवर 'फोकस'करा. त्यानिमित्ताने माझी पुस्तके अधिक साहित्यप्रेमी वाचतील व माझे विचार अधिकाधिक लोकांपर्यंत पोहोचतील. दभिंचे म्हणणे योग्यच आहे. त्यांनी नवसाहित्याच्या बहराचा चैतन्यदायी काळ पाहिला आहे. त्या काळाने त्यांना जी नवी साहित्यदृष्टी दिली ती त्यांनी आजपर्यंत जोपासली आहे. आज तोलामोलाचे लेखन दिसत नाही ही त्यांची खंत आहे. आजचे बहुसंख्य लेखक सावटाखाली लेखन करीत आहेत हे त्यांचे निरीक्षण आहे. कलाकृतीला पुनर्जन्म देण्याचे काम सच्च्या समीक्षकाला करावे लागते व ते काम कलावंताच्या तोडीचेच असते हे दभिंच्या समीक्षालेखनावरून लक्षात येते. त्यांची समीक्षा वाचताना ती एखाद्या कलाकृतीप्रमाणे श्रेष्ठ प्रतीचा आनंद देऊन जाते हे ती वाचणारे अनुभवू शकतात. दभिंनी बृहन्महाराष्ट्र पालथा घातला आहे. तेथील साहित्यविषयक जाणिवा व प्रश्न याविषयी विचार मांडण्यास ते उत्सुक आहेत. भाषिक संदर्भातील देशातील अस्वस्थता दूर करण्यासाठी त्यांच्या मार्गदर्शनाची गरज आहे. भाषा समृद्धीच्या चळवळीसाठीही ते उत्सुक आहेत. वाचनसंस्कृती वृद्धिंगत करण्यासाठी ते प्रयत्न करणार आहेत. बोलीभाषांचे महत्त्व वाढावे अशी त्यांची तीव्र इच्छा आहे. प्रमाण मराठी भाषा दिवसेंदिवस रुक्ष, लयहीन आणि कोरडी होत चालली आहे. आपल्याच बोलीशी तिचा दुरावा आहे ही गोष्ट हिंदी-इंग्रजीच्या आक्रमणापेक्षा घातक आहे असे त्यांना वाटते. त्यांच्या अध्यक्षीय भाषणात त्यांचे विचारमंथन होईलच. मराठी साहित्यरसिकांचे कान दभिंचे मौलिक विचार ऐकण्यासाठी आतापासून टवकारले आहेत.

भ्रमणध्वनी : ९९७०१९७६६६

मर्ढेकर, जीए आणि दभि पुनर्भेट

मिलिंद जोशी

वेळ - रात्री १२.३० वाजता

स्थळ - डीएसके विश्व, वसुधा, ई ००४, धायरी, पुणे ४१

दभि आपला डावा हात कोरलेल्या दाढीजवळ ठेवून झोपलेले आहेत. तेवढ्यात उशाशी दोन आकृत्या येऊन बसल्याचा भास दभिंना होतो. दभि खडबडून जागे होतात. मर्ढेकर आणि जीएंना पाहाताच हात जोडून नमस्कार करतात.

''अभिनंदन!, जीए आणि मर्ढेकर एका सुरात म्हणतात. नाजुकसे स्मित करीत, उजव्या हाताची बोटे एकमेकावर घासत दभि म्हणतात, ''मर्ढेकर, मी आपणांस गुरुस्थानी मानून समीक्षेची वाट चोखाळली. आपल्याला संमेलनाध्यक्षपद मिळाले नाही. माझ्या रूपाने ते आपल्यालाच मिळाले आहे, अशी माझी नम्र भावना आहे.'' जीएंकडे एक कटाक्ष टाकत शांतपणे दभि म्हणतात, ''आपल्याला तर या गोष्टीत कधीच रस नव्हता.

''संमेलनाच्या पिपात मानाचा उंदीर होऊन पडणे मला कधीच आवडले नसते.'' मर्ढेकर म्हणाले.

''नियतीच्या (संयोजकांच्या आणि मतदारांच्या रूपात वावरणारी) मनात असल्याशिवाय या साहित्यविश्वात काहीच मिळत नाही.'' जीए गंभीरपणे म्हणाले.

''दभि, तुमची साहित्यसंमेलनाध्यक्षपदी निवड झाली याचा आम्हा दोघांनाही मनोमन आनंद वाटतो. ललित लेखकांना हे पद खूप वेळा मिळते. आपण नेहमीच न्यायाधीशांप्रमाणे तटस्थ राहिलात. समाजापासून आणि साहित्यसंस्थांपासून दूर राहिलात. तरीही साहित्यक्षेत्रातील जाणकारांनी आाणि रसिकांनी आपल्या नावाला पसंती दिली.'' मर्ढेकर म्हणले.

दभि दोघांनाही वाकून नमस्कार करतात.

'निवडणूक निर्विघ्न पार पडली. आता संमेलनही निर्विघ्न पार पडू द्या.' मर्ढेकर, जीए आशीर्वाद देतात.

''आता महाकाव्यापासून महाकथेपर्यंत विविध विषयांवर वाङ्मयीन चर्चा करूया का?'' प्रसन्न मुद्रेने दभि म्हणाले.

दभिंकडे रागाने एक कटाक्ष टाकत मर्ढेकर म्हणाले, ''काय राव दभि? पुण्यात आल्यापासून चांगलेच बदलले आहात की. आलेल्या पाहुण्यांना चहा-नाष्ट्याचं विचारायचं सोडून वाङ्मयीन चर्चेला हात घालताय तुम्ही?''

स्वत:ला सावरत दभि म्हणाले, ''अहो मी पुण्यात कुठे राहातोय? पुण्यापासून लांब असलेल्या या डीएसके विश्वमध्ये धायरीला राहातोय. पुण्याचा वाण नाही तरी गुण लागणारच म्हणा की.''

''अभिनंदन'' अशी आपल्या मुलाला हाक मारत दभि स्वयंपाकघरात गेले आणि तसेच बाहेर आले.

''अभिनंदन चहा करतो आहे आणि सोबत खारीही आहे. पाचएक मिनिटात चहा तयार होईल.''

दभिं.कडे पहात जीए गंभीरपणे म्हणाले, ''मी आणि मर्ढेकर मिळून तुमच्याकडे आलो ते तुमचे अभिनंदन करण्यासाठी, पण आमचा दुसराही उद्देश आहे. आम्हाला काही गोष्टी तुम्हाला सांगायच्या आहेत. संमेलनाध्यक्ष म्हणून आमच्या तुमच्याकडून काही अपेक्षा आहेत. मर्ढेकर तुम्हाला सांगतील.''

''मी त्या जरूर पुऱ्या करण्याचा प्रयत्न करीन.'' दभि म्हणतात.

मर्ढेकर म्हणतात, ''आपण सर्व समीक्षक अतिशय अवघड आणि क्लिष्ट भाषेत आपले विचार मांडतो. समीक्षावलोकन करताना ते ठीक आहे पण साहित्यसंमेलनात समोर सामान्य जनता असते, याचे भान ठेवून साध्या सोप्या शब्दांत अध्यक्षीय भाषण करा. आपले भाषण क्लिष्ट झाले तर, ''नको रे बाबा यापुढे समीक्षकाला अध्यक्ष करायला. अशी त्यांची भावना होईल आणि पुढच्या पिढीच्या समीक्षकांना हे पद कधीच मिळणार नाही.''

''मी साधे सोपे आणि काव्यात्मक भाषण करीन'' दभि आश्वासन देतात.

मर्ढेकर म्हणतात, ''मिळालेल्या पदाला जागा. कार्यकाल संपल्यानंतर महामंडळ किती वाईट आहे, घटना किती संकुचित आहे अशी अरुण साधू आणि मधु मंगेश कर्णिकांप्रमाणे सर्व काही भोगून झाल्यानंतर टीका करू नका. इथून पुढच्या ज्या अध्यक्षपदाच्या निवडणुका होतील त्यात मतदानाचा अधिकार बजावा. साधू आणि कर्णिकांप्रमाणे लोका सांगे ब्रह्मज्ञान आपण कोरडे पाषाण, अशी अवस्था होऊ देऊ नका.''

''हे पथ्य मी जरूर पाळीन.'' हनुवटीवर नाजूकपणे बोटे फिरवीत दभि आश्वासन देतात.

''साहित्यसंमेलनाचा अध्यक्ष हा दहा कोटी मराठी जनतेचा प्रतिनिधी असतो. संमेलनात थोडे काही घडले की म.द हातकणंगलेकरसरांसारखे रुसून जाऊ नका. (महाबळेश्वर संमेलनात ते रुसून गेले पण मानधन आणि गाडीभाडे घेऊन) वडिलधाऱ्यांनी असे पोरकटपणे वागू नये, असे मला वाटते.'' मर्ढेकर.

''असे काहीही माझ्याकडून घडणार नाही.'' आर्जवी स्वरात दभि सांगतात.

''पुढची महत्त्वाची गोष्ट, त्या ठाले-पाटलांचे भाषण अगोदर नीट वाचा. ते दोन भाषणं तयार करतात. एक महामंडळाच्या बैठकीत दाखविण्यासाठी आणि दुसरे प्रत्यक्ष संमेलनात वाचण्यासाठी. महामंडळात ते भाषण सदस्यांना दाखवतात आणि सांगतात हेच मी संमेलनात वाचणार आहे; पण ठालेपाटील ते भाषण संमेलनात कधीच वाचत नाहीत. भलतेच भाषण वाचून सगळ्याचीच गंमत करून टाकतात.'' मर्ढेकर

''नाही असं होणार नाही. ठालेपाटील माझे मित्र आहेत.'' दभि सांगतात.

''संमेलनात कुणीही कुणाचा मित्र नसतो आणि शत्रूही नसतो मर्ढेकर बजावतात. आमचा काळ सुखी होता, कारण त्यावेळी पत्रकारांचे पेव फुटलेले नव्हते. आता पत्रकारांचा फार सुळसुळाट झालेला आहे. आनंद यादवांच्या आणि विदर्भाच्या प्रश्नाबाबत ते तुम्हाला खोदून खोदून विचारतील तेव्हा मौन पाळायचं हे लक्षात ठेवा.'' दभि मान हलवतात आणि त्रस्त मुद्रेने मर्ढेकरांना विचारतात, ''म्हणजे अभिव्यक्ति स्वातंत्र्य वगैरे विषयावर मी बोलायचेच नाही का?''

''नाही. या विषयावर अजिबात बोलायचे नाही. फारच रहावले नाही तर मसापत्रिकेत अथवा ललितमध्ये एखादा लेख लिहायचा. लेख फारसा कुणी वाचत नाही. त्यामुळे वादळ निर्माण झाले तरी ते फारसे घोंघावणार नाही. फार फार तर तथाकथित विचारवंत चहा-पोहे खाताना चर्चा करतील'' मर्ढेकर सांगतात.

''किती महत्त्वाच्या गोष्टी सांगितल्या तुम्ही मर्ढेकर. या गोष्टी माझ्या लक्षातही आल्या नसत्या'' दभि कृतज्ञ भावनेने गहिवरून येतात.

''आता आपण प्रत्यक्ष भेटलो आहोत म्हणून विचारतो, तुमच्या त्या पिपात मेले ओल्या उंदीर या कवितेचा अर्थ अजून मला समजलेला नाही. मी आणि विजया राजाध्यक्ष आणि इतर समीक्षक या कवितेच्या अर्थावरून नेहमी भांडत असतो. तशी मी तुमच्यावर दोन पुस्तकेही लिहिली आहेत'' दभि म्हणतात.

''तुम्ही लोक वेडे आहात. उगाच काथ्याकूट करीत बसता. मला काय म्हणायचे आहे ते मलाच ठाऊक आहे. ते मी तुम्हाला कधीही सांगणार नाही. यात माझा स्वार्थ नाही. निर्मितिप्रक्रियेचा शोध घेण्याची तुमची वृत्ती तरुण आणि टवटवीत राहावी, हीच

माझी यामागची भावना आहे'' मर्ढेकर सांगतात.

''अहो, पण माझ्यासारख्या मर्ढेकरप्रेमीला तरी तुम्ही सांगायलाच हवे'' दभि हट्ट धरतात.

''नाही, मी कधीही सांगणार नाही. जीएंबरोबर असल्यामुळे शक्यतो कोडे सुटू द्यायचे नाही असा निश्चय करून आम्ही आलेलो आहोत'' मर्ढेकर म्हणतात.

''अहो, पण'' असं म्हणत दभि स्वप्नातून जागे होतात. दारावरची बेल ऐकून दरवाजा उघडण्यासाठी लगबगीने धावतात. दारात एक मुलगा उभा असतो.

''एवढ्या पहाटे कशाला आलात?''

''मर्ढेकरांची अनन्यता समजून घ्यायला'' तो मुलगा शांतपणे उत्तर देतो.

''वेळकाळ काही आहे की नाही?'' दभि रागावून विचारतात.

''आपण आता संमेलनाध्यक्ष आहात. दहा कोटी जनतेचे प्रतिनिधी आहात. इतके दिवस अभ्यासासाठी एकांतात रमलात, आता आपल्याला लोकांसाठी वेळ द्यावाच लागेल.''

दभि खुर्चीवर बसत डोक्याला हात लावतात.

साधारणपणे दहा एक वर्षांपूर्वीची गोष्ट असावी. पुण्यातल्या एका कार्यक्रमात दभिंची गाठ पडली. समीक्षक म्हणून एखाद्या व्यक्तीची आपल्या मनात जी प्रतिमा असते तिच्यापेक्षा वेगळे असे दभिंचे रूप होते. त्यावेळेपर्यंत बुल्गानिन दाढी मला परिचित होती, दभिंनी ठेवलेली एकच पट्टी तिला काय म्हणायचे? असा प्रश्न माझ्या मनात निर्माण झाला आणि दभिं स्टाईल असेच मी त्याचे नामकरण केले. एखाद्या पाश्चात्त्य लेखकाला शोभावे असे टाय, कोट अशाप्रकारचे त्यांचे व्यक्तिमत्त्व वेगळेच वाटले. अतिशय शांत स्वरात, कोणताही अभिनिवेश न आणता सूत्रबद्ध पद्धतीने विचार मांडण्याची दभिंची शैली पाहिल्यानंतर मी त्यांच्या दिशेने आकर्षित झालो. पुणे हे विद्येचे माहेरघर आहे. महाराष्ट्राची सांस्कृतिक राजधानी आहे, असे आपण अभिमानाने म्हणतो. उथल्या प्रत्येक गल्लीत आंतरराष्ट्रीय ख्यातीचा एक माणूस भेटतो असे पु.ल. देशपांडे म्हणत. या सर्व गोष्टी क्षणभर बाजूला ठेवल्या तरी पुण्यातच विद्वानांचा कस लागतो असे मला वाटतं. याचं कारण म्हणजे उथे असणाऱ्या कार्यक्रमांची रेलचेल. चांगल्या वक्त्यांच्या वाट्याला रोज एक कार्यक्रम येतो. श्रोते तेच असतात. वक्ता नवीन काय बोलतो याकडे साऱ्यांचे लक्ष असते. रोज नवा विचार सांगणे हे वाङ्मयापुढे एक आव्हान असते. दभिंची पूर्वीही अनेक भाषणे मी ऐकली; आजही ऐकतो आहे. जुन्याची पुनरावृत्ती न करता दभि प्रत्येक वेळी नव्याने काहीतरी देत असतात. स्फूर्ती आणि तिची अभिव्यक्ती हे शद्बप्रयोग नेहमी सर्जनशील लेखकाच्याबाबतीतच वापरले जातात. दभिंकडे सर्जनशील समीक्षक म्हणून पाहिले

पाहिजे असे मला वाटते.

कोणतीही साहित्यकृती जेव्हा जन्माला येते तेव्हा तिच्यात बीजे सुप्तावस्थेत असतात. त्यांचा ना लेखकाला परिचय असतो ना वाचकाला. त्या सुप्तबीजांच्या आधारे त्या साहित्यकृतीकडे पाहण्याची एक दृष्टी समीक्षक देत असतात. हे वाङ्मयीन काम दभि गेली अनेक वर्षे निष्ठेने करीत आहेत. उथळ मनोप्रवृत्तीला दभिंचे लेखन आणि त्यांच्या कामाचा आवाका झेपणारा नाही. गंभीरपूर्वक, अभ्यासूच्या जिज्ञासेने जे दभिंच्या कामाकडे आणि त्यांच्या लेखनाकडे पाहतील त्यांनाच त्यांची महता लक्षात येईल. दभिंच्या लेखनाचे विषय वेगळे आहेत. त्यांची विचारसृष्टी मळलेल्या वाटेवरून जाण्यात धन्यता मानत नाही. जे वेगळे आहे, अस्पर्श आहे, अनाकलनीय आहे, जे अभ्यासताना अभ्यासकाचा कस लागावा अशा विषयांची दभिंना गोडी आहे. त्यांनी लिहिलेली पुस्तके आणि त्यांची शीर्षके पाहिल्यानंतर हे आपल्या लक्षात येते. 'ज्ञानेश्वरांचे श्रोतृसंवाद, ज्ञानेश्वरांची प्रतीतिविश्रांती, समीक्षेची सरहद्द, समीक्षेची वल्कले, पार्थिवतेचे उदयास्त, युगास्त्र, द्विदल, मर्ढेकरांचे सौंदर्यशास्त्र : पुन:स्थापना, हिमवतीची सरोवरे आणि अशी अनेक. आपल्याला ज्ञानेश्वर पाहता आले नाहीत. माझ्या पिढीने मर्ढेकर, जी.ए. आणि पु.भा. भावेंनाही पाहिले नाही. ही थोर माणसे त्यांच्या साहित्यकृतींच्या आधारे समजावून देण्याचे मोठे काम दभिंनी केले आहे. महाकाव्य ते महाकथा अशी दभिंच्या समीक्षेची झेप आहे. हातकणंगलेकरांनी दभिंना मर्ढेकर, दि.के. बेडेकर यांच्यानंतरचे महत्त्वाचे समीक्षक मानले आहे. मर्ढेकर व ग.त्र्यं. देशपांडे यांना दभि आपले वाङ्मयीन गुरू मानतात. गुरूनी आखून दिलेल्या मार्गावरून चालण्यात धन्यता मानणारे शिष्य पुष्कळ आहेत. पण गुरूची परंपरा समृद्ध करीत स्वत:ची वेगळी वाट निर्माण करणारे दभि म्हणूनच इतरांपेक्षा वेगळे वाटतात.

कुसुमाग्रजांची कविता प्रकाशात यावी यासाठी वि.स. खांडेकरांनी पुढाकार घेतला होता, नारायण सुर्वेंना उजेडात आणण्यासाठी कुसुमाग्रजांनी प्रयत्न केले, दत्ता हसलगीकरांची कविता रसिकांसमोर यावी यासाठी सुर्वे प्रयत्नशील राहिले. मागल्या पिढीचा हात हातात घेऊन त्यांना आपल्याबरोबर आणण्याची पुढच्या पिढीची परंपरा आज खंडित होताना दिसते. दभिंनी मात्र ही परंपरा टिकवली आहे. डॉ. यशवंत मनोहर, डॉ. ज्योती लांजेवार, डॉ. विनायक तुमराम, डॉ. प्रभा गणोरकर, डॉ. सुलभा हेर्लेकर, डॉ. सदाशिव कुल्ली, डॉ.प्रमोद मुनघाटे असे कर्तृत्वसंपन्न साहित्यिक विद्यार्थी घडविण्याचे काम दभिं.नी मनोभावे केले आहे. शिक्षक म्हणूनही त्यांचे योगदान खूप मोठे आहे.

८३व्या अ.भा. मराठी साहित्य संमेलनाच्या अध्यक्षपदी निवड झाल्यानंतर पुण्याच्या महाराष्ट्र साहित्य परिषदेत दभिंचा मिरासदारांच्या हस्ते सत्कार झाला. त्यात

दभिंनी व्यक्त केलेली भावना महत्त्वाची आहे. साहित्यसंस्था आणि लेखक यांच्यापासून दूर राहून मी माझे काम करीत राहिलो. न्यायाधीश जसे समाजापासून अलिप्त राहून काम करीत असतात त्याच पद्धतीने मी काम करतो आहे. त्यामुळे जे चांगले त्याला चांगले आणि जे वाईट त्याला वाईट मी म्हणू शकतो. साहित्यात समीक्षकांचा एक धर्म असतो. तो म्हणजे उत्तम साहित्यकृतीचे सर्जन आणि दुय्यम कलाकृतीचे हनन. हा समीक्षाधर्म दभि काटेकोरपणे पाळत आले आहेत. आजकाल लेखक आणि पुस्तके गाजविणाऱ्या टोळ्या साहित्यक्षेत्रात कार्यरत आहेत म्हणूनच दभिंसारख्या ताजवेतोल पद्धतीने साहित्यचिकित्सा करणाऱ्या समीक्षकाची साहित्य संमेलनाच्या अध्यक्षपदी निवड होणे याला एक वेगळा अर्थ आहे.

दभि पुण्यात राहत असले तरी ते पुण्याबाहेरच असल्यासारखे असतात. कारण ज्या परिसरात ते राहतात, तो डीएसके विश्वचा भाग म्हटलं तर पुण्यात आहे किंवा पुण्याबाहेर आहे. उंच डोंगरावर असलेले दभिंचे निसर्गाच्या सानिध्यातले घर म्हणजे त्यांची चिंतनगुंफा आहे असे मला वाटते. त्यांच्या घरी जायचे म्हणजे चार दोन तासाचा वेळ काढून जावे लागते. तो वेळ सार्थकी लागावा इतकं दभिंनी त्या भेटीत आपल्याला भरभरून दिलेलं असतं. दभि पुण्यात मध्यवस्तीत राहत असते तर त्यांच्या वाट्याला रोज एक कार्यक्रम आला असता. त्यांच्या चिंतनाला आणि अभ्यासाला बाधा आणणारीच ही गोष्ट आहे. त्यामुळे ते दूर राहतात हे मला एका अर्थाने चांगले वाटते.

बोरकरांना फोन केल्यानंतर 'पोएट बोरकर स्पिकिंग' असं ते म्हणत. दभिंना फोन केल्यानंतर 'दभि बोलतोय'असे शांत स्वरात शब्द कानावर पडतात. दभिंशी मैत्री करताना वय आडवे येत नाही आमच्या वयातले छत्तीस वर्षांचे अंतर कधी मैत्रीच्या आड आले नाही. गुणदोषांसकट माणूस स्वीकारण्यात आणि समजून घेण्यात त्यांना रस आहे. दभिंच्या प्रत्येक भेटीतून विचारांचे नवं खाद्य घेऊन मी आलो आहे. वृत्तीतला मोकळेपणा, संवादातली सहजता, ऐकून घेण्याची मानसिकता यामुळे त्यांना भेटणाऱ्या प्रत्येक माणसाला दभि आपले वाटतात. दभिंबरोबर प्रवास म्हणजे गप्पांची न संपणारी मैफलच असते.

दभिंची साहित्य संमेलनाध्यक्षपदी निवड झाली पण या यशाला दुःखाची किनार आहे. मी उंदूरला कार्यक्रमासाठी आलो होता. 'मुक्त संवाद' चा कार्यक्रम झाल्यानंतर उज्जैन परिसरात फिरत होता. श्री. व सौ. निरखीवाले, श्री. व सौ. दत्ता हलसगीकर, श्रीकांत तारे, मोहन रेडगावकर बरोबर होते. उज्जैनला प्रवासात असतानाच माझी मुलगी पुण्यात डेंग्युने अस्वस्थ असल्याची बातमी समजली. आनंदात सुरू असलेला

प्रवास एकदम गंभीर झाला. माझे मनोधैर्य वाढवीत इंदूरकरांनी मला व दत्ताजींना विमानाने पुण्यास पाठविले. मी पुण्यात पोहोचलो. दभिंच्या पत्नीचे दु:खद निधन झाल्याची बातमी वृत्तपत्रात आली होती. माझ्या मुलीची प्रकृती गंभीर होती त्यामुळे मी त्यांना लगेचच भेटायला जाऊ शकलो नाही. आठ-दहा दिवसांनी मी, डॉ. अरुणा ढेरे, द.मा. मिराजदार दभिंना भेटायला गेलो. दभिंचे कोणत्या शब्दात सांत्वन करावे हे सूचत नव्हते. आम्ही तिघे त्यांच्या घरी पोहोचलो. दभि बाहेरच उभे होते. आम्ही तिघेही शांतच होतो. दभिनी माझा हात हातात घेतला आणि म्हणाले, ''तुझ्या मुलीची आणि माझ्या नातीची तब्येत कशी आहे?' स्वत:चं दु:ख विसरून दभि माझ्या मुलीची विचारपूस करत होते. दोन तास दभिंनी दु:ख विसरावं यासाठी आम्ही काव्य शास्त्र विनोदाच्या गप्पा मारल्या. जाताना मी दभिंचा हात हातात घेतला. त्यांच्या आयुष्यात आलेले रितेपण त्या स्पर्शातूनही मला जाणवले. अशी ही जिव्हाळ्याची नाती आहेत. माणूस म्हणून त्यांच्यातला वेगळेपणा मी नेहमीच अनुभवत आलो आहे. आपल्या प्रत्येक कृतीतून स्वत:चे वेगळेपण जपणारे दभि आपला ठसा उमटवून जातात.शांताबाईंच्या शब्दात सांगायचं तर

माझीया शब्दांवरी माझा ठसा माझा ठसा
हे शब्द माझे चेहरे अन् हे शब्द माझा आरसा

भ्रमणध्वनी : ९८५०२७०८२३

सत्तरीतील प्रतिभावंत

तेजस्विनी शिरोडकर

पाच वर्षांपूर्वीची घटना. डी.एस.के विश्वमध्ये दरवर्षी गणेशोत्सवात विविध कार्यक्रम होतात. त्याप्रमाणे आम्हा तिघांच्या काव्यवाचनाचा कार्यक्रम ठरला होता. मी, ऋत्विज काळसेकर व गुरुराज गर्दे. कार्यक्रमाची रूपरेषा आखायला आम्ही एकत्र जमलो होतो. रूपरेषा आखून झाली. निघताना ऋत्विज म्हणाला, दभिंना कार्यक्रमाला बोलवूया. ते आता पुण्यातच स्थायिक झालेत. इतका मोठा समीक्षक आपल्या कविता ऐकायला येईल? मनात विचार आला. मी गप्पच. मी काहीच बोलत नाहीसं पाहून, ''अगं! आपल्या विश्वमध्येच राहायला आलेत. आजच सकाळी मी त्यांच्या घरी जाऊन आलो'' असं म्हणून त्यानं माझ्याकडे उत्तराच्या अपेक्षेनं पाहिलं. ''ऋत्विज, अरे! आपल्या शेजारी राहायला येणं वेगळं आणि कार्यक्रमाला येणं वेगळं. त्यांच्याकडे आपल्यासाठी वेळ तरी असेल का? आणि समीक्षक म्हणजे...

सायंकाळचे सात-साडेसात झालेले. बेल वाजवायची वेळच आली नाही, कारण प्रवेशद्वार पूर्ण उघडे होते; स्टॉपर लावून अर्ध उघडं ठेवायची वगैरे भानगड नव्हती. दाराबाहेर चार-पाच वहाणांचे जोड होते. दिवाणखान्यात दोन-चार पुरुषमंडळी व दोन बायका बसलेल्या होत्या. ऋत्विजला पाहून दभिंनी ये असं प्रेमानं म्हटलं. त्यांच्या 'ये' च्या उच्चारातलं ममत्व जाणवलं आणि अर्धा जीव भांड्यात पडला. चला! सुरुवात तर बरी झाली आता पुढे...ऋत्विजनी आमची ओळख करून दिली. आमच्या येण्यामागचं प्रयोजनही सांगितलं. आमच्या कार्यक्रमाची तारीख ऐकून त्यांनी नम्रपणे नकार दिला. त्यादिवशी त्यांचा दुसरीकडे कार्यक्रम ठरलेला होता. आमचे हिरमुसलेले चेहरे वाचून त्यांनी पुढच्यावेळी नक्की येईन, असे आश्वासन दिले. इकडच्या-तिकडच्या गप्पा झाल्या. प्रत्येकाच्या हातावर पेढा ठेवून दभिंनी निरोप दिला.

तो दिवस आणि आजवरचा प्रत्येक दिवस जेव्हा जेव्हा मी दभिसरांकडे जाते तेव्हा तेव्हा गोड पदार्थ हातावर ठेवतातच. तोंड गोड झाल्याशिवाय सरांना भेटायला आलेला माणूस परत जात नाही हे वैशिष्ट्य.

या प्रसंगानंतर सरांची आणि माझी भेट वरचेवर होत राहिली. वाङ्मयीन चर्चा करताना, व्यासपीठावरील त्यांची व्याख्याने ऐकताना सरांचे वेगळेपण प्रकर्षाने जाणवलं. जाणवलं की वाङ्मयाखालोखाल त्यांचं दुसरं प्रेम त्यांच्या विद्यार्थ्यांवर आहे. सरांच्याच शब्दांत सांगायचं तर माझ्या विद्यार्थ्यांशी असलेलं माझं हे प्रेमाचं नातं ज्ञानाशी जवळीक साधणारं आहे. खऱ्या अर्थानं ते ज्ञानाचं नातं आहे.

सरांच्या स्नेहीजनांत डॉक्टर, इंजिनिअर, बँकर, कारकून, गृहिणी, प्राध्यापक, संशोधक अशी विविध व्यवसाय असणारी, करणारी माणसं आहेत. त्यातील कित्येकांनी तर कामाव्यतिरिक्त एक अक्षरही वेगळे लिहिलेले नसेल अशांनाही सरांनी लिहितं करून त्यांचा आत्मविश्वास वाढवला आहे. सर कायम सांगतात, तुम्हाला जे जीवनात अनुभव आलेत, कामाच्या ठिकाणी आले असतात किंवा इतरत्र, ते शब्दबद्ध करायची सवय लावून घ्या. हळूहळू उत्तम लेख लिहिण्याचा सराव होईल. सरांच्या मते प्रत्येकात एक लेखक दडलेला असतो. त्याला आविष्कृत व्हायची संधी दिली पाहिजे.

सरस्वतीचा वरदहस्त असलेल्या सरांचे जीवनदैवत म्हणजे ज्ञानेश्वर. माउलींच्या चरणी स्वत:च्या प्रत्येक पुस्तकाची प्रत अर्पण करताना नतमस्तक होणारे सर म्हणजे निर्गुणोपासक ज्ञानयोगीच. कर्मकांडावर विश्वास नसणाऱ्या सरांचा मात्र ज्योतिष व हस्तसामुद्रिक हा संशोधनाचा विषय आहे. यंदाच्या छंदच्या दिवाळी अंकात त्यांना मर्ढेकर आणि जीए यांच्या जन्मपत्रिकांवरील लेख जिज्ञासूंनी अवश्य पाहावा असा आहे.

समीक्षा हा विषयच मुळी लोकांची रुष्टता ओढवून घेणारा आहे. फार पूर्वी मला प्रश्न पडला होता की, हे समीक्षक कशासाठी लागतात? ते जे काय लिहितात ते अर्ध्याहून जास्त तुमच्या साहित्यकृतीतील उणिवाच दाखवणारे असते. काही पुस्तके वाचकांना खूप आवडतात तर यांची काय हरकत आहे? काही काळाने जेव्हा वाचनाची आवड वाढत गेली तेव्हा या प्रश्नाचं उत्तर सहज हाती आलं. ते असं, सामान्य वाचक व सुज्ञ रसिक दोघंही पुस्तक वाचतात. सामान्य वाचकाला पुस्तक खूप आवडतं; पण ते का आवडलं ते सांगता येत नाही. तेच पुस्तक सुज्ञ रसिक रसिकतेने आस्वादतो. ते साहित्य अभिजात आहे हे त्याला कळतं, ते कशामुळे उत्कृष्ट झाले आहे हे उमगतं पण सांगता येत नाही. हे सांगण्याकरताच आपल्याला समीक्षकाची गरज भासते.

लाक्षणिक भाषेत सांगायचे झाले तर दभिंची शैली वातानुकूलित आरामदायी पण मध्येच धक्के खाणाऱ्या बससारखी आहे. समीक्षेचा रस्ता खडकाळ आहे. तो जेवढा सुखदायी करता येईल तेवढा करावा असे म्हणणारा बसचा मालक म्हणजे

दभिंमधला अध्यापक होय. दभिंच्या लेखनाला नाद आहे, लय आहे, त्यातून अर्थवाहकता ते साधतात. अत्यंत मोजक्या आणि निवडक शब्दांत दभि विचार मांडतात.

सरांकडे गेलं की नजरेला पडतात ती असंख्य पुस्तकं, रॅक्स भरून ओसंडणारी, गठ्ठ्यात बांधून घेऊन स्टँडवर विराजमान झालेली, काही गुळगुळीत वेष्टणातली तर काही पुठ्ठ्यात लपलेली. दरवेळी मी सरांना भेटायला गेले की, माझी भिरभिर नजर पुस्तकांच्या रॅक्सवर. ''सर! अमुक अमुक पुस्तक वाचायचं राहून गेलंय. तुम्ही द्याल का?''

'' त्याच लेखकाचं दुसरंही पुस्तक छान आहे ते वाचलंयस का?'' सरांचा प्रति प्रश्न.

''नाही'' माझे गुळमुळीत उत्तर.

''मग, तुला हवंय ते पुस्तक वाचायला ने पण त्यासोबत दुसरंही देतो तेही वाच.''

सरांच्या मते खरा वाचक ग्रंथांकडून जेवढे घेत असतो तेवढेच ग्रंथाला देतही असतो. त्याला मग ते इतरांनाही द्यावेसे वाटते. खरा लेखक प्रसिद्धी, पैसा, महत्त्वाकांक्षा यासाठी लिहीत नसतो, तसा खरा वाचकही फॅशन, उधारी, व्यवसाय म्हणून वाचत नसतो. ते दोघेही आत्मसमृद्धीसाठी वाचत असतात. खरा लेखक तो जो उत्तम वाचकही असतो. खरा वाचक तो जो उत्तम लेखकही होऊ शकतो. वाचताना होतोच. (स्फटिकगृहीचे दीप)

मागे एकदा प्रतिभा, प्रतिभावंत कलावंत म्हणजे काय यावर सरांशी चर्चा केली होती. तसं पाहिलं तर चर्चा दोन्होअंगी असते तेव्हाच चर्चा म्हणणे सयुक्तिक ठरते. आमची आपली एकाच अंगी, म्हणजे सर सांगतात, आमची आपली श्रवणभक्ती. तर सरांनी कलावंत हा प्रतिभावंत कलावंत कसा होतो हे समजावले. खूप थोडे साहित्यिक खूप आणि खरं वाचन करतात. त्यांना विदग्ध कलावंत म्हणतात. प्रतिभा हा नैसर्गिक नजराणा आहे. तो असतो किंवा नसतो. नसतो तेव्हा तो उसना मिळविता येत नाही. काही इलाज नाही; पण असतो तेव्हाही त्याच्यावर संस्कार करावे लागतातच. तसे केले की तो प्रतिभावंत कलावंत होतो. नहून तो फक्त प्रतिभावंतच रहातो. ज्ञानेश्वर-मोरोपंत, मर्ढेकर-कुसुमाग्रज, रेगे-चित्रे, बेडेकर-जीए हे असे कलावंत आहेत.

सरांच्या मार्गदर्शनाखाली २८ संशोधकांना पीएच.डी. ही पदवी मिळाली आहे. त्यात डॉ. यशवंत मनोहर, डॉ. ज्योती लांजेवार, डॉ. दा.स. गजघाटे इत्यादी नामवंत दलित प्राध्यापक, डॉ. विनायक तुमराम यांच्यासारखा नामवंत आदिवासी कार्यकर्ता,

डॉ.प्रभा गणोरकर, डॉ. सुलभा हेर्लेकर अशा प्रसिद्ध कवयित्री , डॉ. सदाशिव कुल्ली, डॉ. प्रमोद मुनघाटे, डॉ. श्यामला मुजुमदार, डॉ. कल्पना व्यवहारे, डॉ. शकुंतला खोत, डॉ. संध्या अमृते, डॉ. ललिता साठे, डॉ.अंबादास असोलकर, डॉ.वीणा मुळे, डॉ. शुभांगी पातुरकर, डॉ. विणा ठाकरे, डॉ. निर्मला काकडे, डॉ. श्याम धोंड इत्यादी संशोधकांचा समावेश आहे. एम. ए.व एम.फिल पदव्यांसाठी पन्नासहून अधिक विद्यार्थ्यांचे शोधनिबंध सादर व मंजूर झाले आहेत. सौ. शुभांगी आगलावे यांना विदर्भ साहित्य संघाच्या साहित्याचार्य या पीएच.डी. समकक्ष पदवीसाठी यशस्वी मार्गदर्शनही केले आहे. शैक्षणिक आणि वाङ्मयीन सन्मान सरांना तर पुष्कळच मिळाले. यंदाचे संमेलनाध्यक्षपद म्हणजे सरांचे चाहते किती आहेत याचेच उदाहरण म्हणता येईल.

परवा सरांना सहज विचारलं, संमेलनाध्यक्षपदाच्या शर्यतीत भाग घ्यावासा का वाटला? सरांनी क्षणाचाही विलंब न लावता उत्तर दिले, तुमच्यासारख्यांचा स्नेह, त्यांनीच माझे नाव अध्यक्षपदाच्या निवडणुकीसाठी सुचविले. मी होकार दिला. आयुष्यात आजवर मोठमोठे निर्णय पटकन घेतले. जसे विवाह करणे, नोकरी करणे-सोडणे, स्थलांतर करणे, स्थायिक होणे अशा कित्येक मोठ्या घटनांचे निर्णय क्षणार्धात घेतले पण लहान लहान गोष्टी मात्र खूप विचारांनी करतो. जसे हिरवी शाई वापरायची का निळी शाई? आज फिरायला जावं की नाही? मग फिरायला गेलेला वेळ फुकट जाईल का चिंतन होईल? अशा अनेक छोट्या गोष्टीत विचार करायला वेळ घेतो; पण मोठ्या गोष्टी मात्र पटकन करतो. वयाच्या विसाव्या वर्षी सचिवालयातली नोकरी पटकन सोडली. प्रकाशन विभागात सहसंपादक होतो. यशवंतराव चव्हाण, वसंत सबनीस यांसारख्या मोठ्यांचा सहवास होता. स्वत:चं क्वार्टर होतं; पण आई-वडील दूर नागपुरात, नोकरी मुंबईत, तितकसं रुचलं नाही. क्षणार्धात गव्हर्नमेंट नोकरी सोडली.

रजनी गाडगीळ माझी विद्यार्थिनी, वय वर्षे १९, प्रेमात पडली. तत्काळ होकार दिला. मी पंचविशीचा ती १९ ची. मी देशस्थ. ती कोकणस्थ. आईवडिलांना काळजी वाटत होती. यांचं कसं जमायच. मी सावळा. ती गोरीपान, नाजूक. माझ्या आईवडिलांना वाटायचं आमचा मुलगा फर्स्टक्लास फर्स्ट, तिच्या आईवडिलांना वाटायचे आमची मुलगी गोरीपान, रूपवान. हा काळा जावई काय उपयोगाचा? पण रजनीला होकार दिला. रजनीची सौ. शिवरंजनी कुलकर्णी झाली. कोल्हापूरला नवीन नोकरी धरली. चार वर्षांच्या कोल्हापूरच्या वास्तव्यात खूप काही मिळालं. शिवरंजनी बी.ए. झाली. सलग चार वर्षे महालक्ष्मीचे दर्शन घेता आले. विदर्भाच्या तुलनेत कोल्हापूरचं वास्तव्य

जास्त भावलं. चार वर्षांनी पुन्हा नागपूर युनिव्हर्सिटीत बोलावणं आलं. त्यानंतर १९६४ ते ९४ ही उणीपुरी तीस वर्षे नागपुरात घालवली. लेक्चरर म्हणून लागलो ते एच.ओ.डी. म्हणून रिटायर झालो. शिवरंजनीनेही नागपूर युनिव्हर्सिटीतून एम.ए.ची पदवी घेतली. नंतर मराठीची प्राध्यापक म्हणून नोकरीही केली. पुण्याला जायचं, स्थायिक व्हायचं हेही असंच क्षणार्धात ठरवलं. अभिनंदन २००० साली पुण्यात आला. मग त्याच्यामागे २००२ला पुणे गाठलं. डी.एस.के.चं वसुधातलं ग्राऊंडफ्लोअरचं घर पाहिलं. पाहताक्षणी आवडलं. पटकन ठरवलं की आता यापुढे इथेच राहायचं. मग काय? नागपूरचं घर विकून येथे पुण्यात स्थायिक झालो. नागपूरच्या घराप्रमाणे इथेही सजावट केली. अंगणात झोपाळा ठेवला. या घराची रचना नागपूरच्या घराशी मिळतीजुळती केली. नागपुरातले स्नेही म्हणत होते की, आता सत्तरीत कुठे स्थलांतर करताय? कसं जमेल? पण एकदा ठरवलं ते ठरवलं. नागपूरचा एक तुकडा डी.एस.के. विश्वमध्ये कलम केला. आता त्या कलमाने छान पाळंमुळं रूजवून घेतली. चांगली पालवी फुटून झाड डेरेदार होऊ लागलं होतं. नियतीच्या मनात काही वेगळंच होतं. आज शिवरंजनी माझा संमेलनाध्यक्षपदाचा सत्कार पहायला आपल्यात नाही. ही बोच खोलवर आहे. सरांचा आवाज जड झाला.

१ नोव्हेंबर २००९ रोजी सौ. शिवरंजनी कुलकर्णी (आमच्या मॅडम) यांना देवाज्ञा झाली. पन्नास वर्षांचा सरांबरोबरचा सहवास क्षणार्धात मागे सोडून मॅडम निघून गेल्या.

आज नियतीने सरांना बहुमान देऊ केलाय तर मॅडम सोबत नसल्याचे शल्य फार मोठे आहे. सरांच्या मनाची स्थिती जीवन हे असं असतं, फसवं, नाजूक प्रकृतीच्या, सोज्वळ, सात्त्विक, मायाळू, प्रेमळ, कधीच अपशब्द न वापरणाऱ्या मॅडम खूपच सुंदर होत्या. सासरची माणसं त्यांना फुलपाखरू म्हणत. मॅडम होत्याच तशा, फुलपाखरासारख्या नाजूक आणि सुंदर.

मॅडमचा सरांच्या आयुष्यात प्रवेश म्हणजे जणू कविता. 'मेरसोलचा सूर्य' या कविता संग्रहातून समीक्षक दभिंच्या आड कविमनाचे दभि उरात खोलवर सुप्तावस्थेत आहेत हे जाणवतं. सरांच्या ताकदीच्या कविता वाचताना पटतं की, मॅडम जे लोकप्रभाच्या मुलाखतीत म्हणाल्या होत्या ते चांदीच्या बंद्या रुपयाप्रमाणे चोख, खणखणीत होतं. मॅडम म्हणाल्या, 'इतर कवी ज्या शक्तीने कविता करतात त्याच शक्तीने दभि समीक्षा करतात. सरांनी जर अजून कविता केल्या असत्या तर त्याही समीक्षेइतक्या खणखणीत झाल्या असत्या.'

वास्तवाचिया किनाऱ्यावरी
मम स्वप्नांच्या फुटल्या लाटा
सप्तरंगी ते तुषार पाहून
रसिक बोलला : ''सुंदर कविता!''

मसापने सरांचा संमेलनाध्यक्ष झाल्याचा पहिला सत्कारही केला आहे. अध्यक्षीय भाषण करताना डोळ्यात 'प्रिया आज माझी नसे साथ द्याया...'हे भाव दाटून आले असतील. सरांच्याच शब्दांत मांडायचं असेल तर,

तुझ्या स्मृतींचे नजराणे हे
अवचित जेव्हा असे तळपती
पैलूंचा जणू हिरा गिळावा
तशी आतडी कापुन निघती

'मेघ, मोर आणि मैथिली' या लेखसंग्रहात सरांनी वेगवेगळे विषय हाताळलेत. मोजक्या शब्दांतले जणू लघुनिबंधच. समीक्षकाचे हे वेगळे ललित लेखकाचे रूप पाहून अचंबित व्हायला होते. हेच का ते दभि समीक्षा लिहिणारे? असा प्रश्न माझ्यासारख्या सामान्याला पडतो. या ग्रंथातील 'मृत्यो' हा लेख वाचताना थरकाप उडवतो. लेखाची सुरुवातच लेखणीची ताकद दाखवून देते.

''तुला एकदा लहानपणी दारावरून जाताना पाहिले. चार माणसांच्या खांद्यावर तू शांत पहुडला होतास. समोर एकाने मडके धरले होते. मागे पाच-सात मंडळी होती. कुणी बोडके होते, कुणी पांढरे फडके गुंडाळले होते. साऱ्यांचे चेहरे केवढे भेसूर होते; पण तुझ्या चेहऱ्याकडे पाहिले नि मला किती बरे वाटले. तुझे डोळे अर्धवट मिटलेले होते. आकाशासारखा तुझा चेहरा निर्विकार होता. तुझी ती भेसूर मिरवणूक मात्र मला आवडली नाही.

'मृत्यो, तू मला आवडलायस'' हे धीटपणे सांगताना त्याच्या न आवडलेल्या गोष्टीही सर स्पष्टपणे विशद करतात. ज्ञानेश्वरांनी जीवनेच्छा जिंकताना मृत्यूलाच जिंकले तेव्हा मृत्यो तुला काय वाटले? असा बेदरकार सवाल सरांची लेखणी करते. पण ते त्याची उपेक्षा कधीच करीत नाहीत. ते त्याला आपला बालमित्र मानत असले तरी तुझी वाट पाहणार नाही, असेही सांगतात.

''आणि तूही पूर्वसूचना देऊ नकोस. म्हातारपणी माझी दृष्टी अधू झाली असेल तर एका शब्दाने ओळख दे. उमेदीने धुंद झालो असेन तर दारावर नुसती टिचकी वाजव. विरंगुळ्याची सारी कामे टाकून मी येईन.

पण तू येत नाहीस तोवर ही भातुकली मी मन लावून खेळणार आहे. चालेल ना?''

मृत्योकडे इतक्या नम्रपणे परवानगी मागितलेली माझ्या तरी वाचनात, आठवणीत अजून आलेली नाही.

कितीतरी कवी सरांकडे कवितासंग्रह घेऊन येतात. सरांनी त्यावर चार शब्द सांगावे ही इच्छा व्यक्त करतात. त्यात सर्व वयोगटातील, विविध थरातील, विक्षिप्त वृत्तीचे नि वकुबाचे लोक असतात. हल्ली कविकट्‌ट्यासारखी व्यासपीठे निर्माण होताना दिसतात. या गोष्टीकडे सरांचे लक्ष वेधले असता सरांनी दिलेले उत्तर नक्कीच विचार करण्याजोगे आहे.

पूर्वी एकत्र कुटुंबपद्धती होती. भिन्न वयोगटांची माणसे एकत्र नांदत होती. त्यांच्यात सुखाच्या गुजगोष्टी होत तशी भांडणेही होत; पण त्यातून आत्माविष्कार करता येत असे.

आज विभक्त कुटुंबपद्धती आहे. प्रसारमाध्यमांच्या गर्दीमुळे आपला शेजाऱ्यापाजाऱ्यांशीही संवाद तुटला आहे. सामाजिक दुरावा वाढला आहे. माणूस 'एकटा' पडला आहे. या कोंडीतून सुटका करून घेण्यासाठी त्याने आत्माविष्काराचा हा मार्ग शोधला असावा, असं सरांना वाटतं.

बापरे! समीक्षक! म्हणून खांदे उडवणाऱ्यांना मला एकच सांगावेसे वाटते, माझ्याप्रमाणे दभिंना भेटायला जाताना घुटमळू नका, तर मोकळ्या मनाने, कोरी पाटी घेऊन जा. कारण पाटी कोरी असेल तरच तुम्ही मौलिक विचार लिहून घेऊ शकाल. सत्तरीतला हा तरुण प्रतिभावंत तुमचं स्वागतच करेल.

आज ऋत्विज या जगात नाही. पण त्याने मला दिलेली ही अपूर्व भेट मी कायम त्याच्या ऋणात रहावं अशीच आहे. या दभि नावाच्या कल्पवृक्षाला माझे साष्टांग दंडवत.

भ्रमणध्वनी : ९८५०९७६२९९

मार्गदर्शनविद्या

निर्मला काकडे

ज्ञानाचे क्षेत्र अमर्याद असते. त्या क्षेत्रात प्रवेश करण्याची ज्यांना इच्छा असते त्यांच्यासाठी ज्ञानाची कवाडे सताड उघडी असतात. पण आत प्रवेश करणे मात्र कठीण असते. त्यासाठी काही गोष्टींची नितांत गरज आसते. ज्ञानलालसा जशी महत्त्वाची तशीच तिची पूर्तता योग्य मार्गाने होणेही तितकेच महत्त्वाचे आणि त्यासाठी तुम्हाला मग मार्गदर्शनाची गरज भासू लागते. योग्य मार्गदर्शक गवसला तर ज्ञानाच्या अथांग सागरात कशा डुबक्या मारायच्या व ज्ञानमोती नेमकेपणाने कसे संग्रहित करायचे याबाबत निश्चिंतता असते. अन्यथा हातात गारगोट्याच येण्याची शक्यता अधिक असते.

ज्ञानाच्या क्षेत्रात प्रवेश मिळवून द्यायला, ज्ञानाची नेमकी दिशा दर्शवणाऱ्या मार्गदर्शकाला आपल्याकडे 'गुरू' म्हणतात. 'गुरुबिन ज्ञान' केवळ अशक्य! गुरू कसा तर साक्षात परब्रह्मासारखा. अशा गुरूपुढे नतमस्तक होण्याची शिकवण आपल्या संस्कृतीने आपल्याला दिली आहे. असे गुरू आम्हाला लाभले हे आमचे सद्‌भाग्य! ज्यांचे नाव ऐकताच मस्तक आदराने नत व्हावे, नाव उच्चारताना स्वर नकळत नम्र व्हावा व मान अभिमानाने ताठ व्हावी असे आमचे गुरू, मार्गदर्शक आहेत डॉ.दभि.कुलकर्णी!

प्रख्यात समीक्षक, आदर्श शिक्षक व उत्कृष्ट मार्गदर्शक म्हणून दभिसर अवघ्या महाराष्ट्रात नावलौकिक मिळवून आहेत. सरांच्या समीक्षेने मराठीच्या साहित्यक्षेत्रात वचक निर्माण केला. त्यांच्या अध्यापनाचा अनुभव घेतलेले शेकडो विद्यार्थी सरांसारखे शिक्षक लाभल्यामुळे कृतार्थता व्यक्त करताना दिसतात. त्यांच्या मार्गदर्शनाचा लाभ अनेकांना झालेला आहे. यापुढेही होत राहाणार आहे. अध्ययन, अध्यापन, मार्गदर्शन ह्या तीन बाबी सरांच्या जीवनातील अत्यंत आनंदाच्या बाबी आहेत. आपल्या या आनंदात ते इतरांनाही सतत सहभागी करून घेत असतात असा निरपेक्ष, निरलस

आनंद इतरांनाही वाटून देताना सर विशेष आनंदी होतात, त्यांच्या चेहऱ्यावर बुद्धिमत्तेचे तेज तर झळकत असतेच; आता त्यात निर्व्याज हास्याने भर टाकलेली असते. व्यवहारी दुनियेशी त्यांचे काही एक देणे-घेणे नसते.

एम.फिल व पीएच.डी चे ते विद्यापीठ मान्यताप्राप्त मार्गदर्शक आहेत. निवृत्तीनंतरही मार्गदर्शनाचे काम तेवढ्याच निष्ठेने आजतागायत सुरूच आहे. एम.फिल.च्या अनेक विद्यार्थ्यांना त्यांनी शोध प्रबंधिकेसाठी मार्गदर्शन केले आहे. पीएच.डी.च्याही अनेक अधिछात्रांना त्यांनी यशस्वी मार्गदर्शन केले आहे. आजपर्यंत त्यांच्या मार्गदर्शनाखाली एकवीस संशोधकांना आचार्य पदवी प्राप्त झाली आहे, म्हणजे एकवीस संशोधक सरांच्या मार्गदर्शनाखाली अक्षरश: 'तयार' झाले आहेत. सर गंमतीने त्यांना 'एकवीस मोदकां'ची उपमा देतात. प्रत्येक मोदक आपआपल्या गुणवैशिष्ट्याने स्वतंत्र व परिपूर्ण! (एकवीसही प्रबंधाचे विषय अगदी स्वतंत्र व एकल आहेत.) अर्थात त्याचे सर्व श्रेय खरे तर सरांनाच आहे; पण ते सार श्रेय सर कधीच स्वत:कडे घेत नाहीत, उलट विनम्रतेने म्हणतात, "ज्या माझ्यासारख्याला आयुष्यात कधी समाधानकारक वाङ्मयीन, शैक्षणिक गुरू लाभले नाहीत त्याने एक एका छात्रासच गुरू करावे यात नवल ते काय!" असे मार्गदर्शक आजच्या काळात खरेच दुर्मीळ होत चालले आहेत.

दभिसरांच्या मार्गदर्शनाखाली तयार होणारे संशोधक हे खऱ्या अर्थाने सं-शोधक होतात. यात अतिशयोक्ती नाही. त्यांच्या मार्गदर्शनाच्या पद्धतीबद्दल अनेकांना कुतूहल आहे. मार्गदर्शनाला आनंदाचा भाग समजणारे सर मार्गदर्शकाची भूमिका एखाद्या दीपस्तंभासारखी पार पाडतात, असे म्हणता येत नाही; त्याच्याही पुढे जाऊन असे म्हणावे लागते की दीपस्तंभासारखी तटस्थता सर मार्गदर्शन करताना बाळगू शकत नाहीत. दीपस्तंभ अंधाराला बाजूला सारून दिशादर्शन करण्याचे काम करतो. प्रकाशित झालेल्या मार्गावरून कसे चालायचे हे ज्याचे त्याने ठरवावे. सरांना ही तटस्थता जमत नाही. ज्याला मार्गदर्शन करायचे आहे त्याच्याशी भावनिक नातेही जुळलेले असते; म्हणून प्रकाशित झालेल्या मार्गावर असणाऱ्या खाच-खळग्यांचा निर्देश ते अत्यंत काळजीने करतात, म्हणून मग म्हणावेसे वाटते सर म्हणजे मार्गदर्शनाचा चालता-बोलता दीपस्तंभ.

त्यासाठी मार्गदर्शनामागची सरांची भूमिका समजून घेणे आवश्यक आहे. 'साहित्यकृतीतील ज्ञानात्मक कस वाढविण्यासाठी, संशोधन- प्रक्रियेतील मौलिकता जपण्यासाठी आपल्या हाती 'मार्गदर्शन' हे एक सूक्ष्म आयुध असल्याची जाणीव' सरांना असल्यामुळे या आयुधाचा वापर त्यांनी अत्यंत काळजीपूर्वक केला असल्याचे लक्षात येते. संशोधक निवडताना (त्याला ते आधिछात्र असे संबोधतात) आणि

त्याला विषय सुचवताना त्यांनी घेतलेली दक्षता याची साक्ष देते.

संशोधकाची निवड करण्याचे संपूर्ण स्वातंत्र्य सर घेतात. शक्यतोवर त्यांच्या एम.ए, एम.फिलच्या वर्गात बसणारा विद्यार्थी (कारण त्याने सरांचे सत्त्व जाणलेले असते किंवा सरांनी त्याचे सत्त्व जाणलेले असते.) सरांच्या मार्गदर्शनाचा लाभ होऊ शकतो (यालाही काही अपवाद आहेत)विद्यार्थ्याच्या कौटुंबिक, शारीरिक, मानसिक, बौद्धिक कुवतीकडे सर कटाक्षाने लक्ष पुरवतात. त्याची वाङ्मयीन अभिरुची, संशोधनामागचा उद्देश ह्याचीही चाचपणी होते. विद्यार्थ्याचा स्वभावही लक्षात घेतला जातो. या सर्व चाचण्या विद्यार्थ्यांच्या नकळत घेतल्या जातात. त्यातल्यात्यात सरांना 'एखादा रसरशीत कोंब, एक स्वाभाविक उल्हास, स्वत:च्या मर्यादांचे भान, अपूर्णतेची जाणीव आणि पूर्णतेची ओढ असणारा' विद्यार्थी दिसला की सर स्वखुशीने त्याचे मार्गदर्शक होतात. पुढे तो विद्यार्थी 'संशोधक' व सर 'मार्गदर्शक' असा प्रवास सुरू होतो. विषयनिश्चिती केली जाते. ती करताना विद्यार्थ्याची वाङ्मयीन अभिरुची व सरांची वाङ्मयीन अभिरुची (याला मर्यादा नाहीत.) बरोबरच जे विषय संशोधनाच्या क्षेत्रात उपेक्षित आहेत. (यात उपेक्षित साहित्यिकांच्या उपेक्षित साहित्यकृती, समीक्षेच्या क्षेत्रात उपेक्षिल्या गेलेले साहित्यविषय इत्यादींचा समावेश होतो.) ज्यांच्यावर संशोधन होणे अत्यंत गरजेचे आहे कारण त्यामुळे साहित्यक्षेत्राला अधिक समृद्धता प्राप्त होऊ शकते. पुढच्या पिढीला ते मार्गदर्शक होऊ शकेल; नवे साहित्यमूल्य त्यातून निष्पन्न होऊ शकेल अशा नवनवीन ज्ञानशाखांचाही विचार केला जातो. याबरोबरच एक भावनिक गुंतवणूकही त्यात असते जसे की 'खरे तर आपल्यालाच हे काम करायचे होते पण आता काही कारणांमुळे ते शक्य नाही म्हणून ते आपल्या संशोधकांच्या हातून व्हावे,'' अशी सुप्त ऊर्मीही त्यामागे असते. असे विषय मग त्या-त्या संशोधकाला दिले जातात. हे अधिछात्र म्हणजे स्वत:ची आत्मरूपेच तर असतात. असा वात्सल्यभावही. ''हे सगळे अधिछात्र म्हणजे मार्गदर्शकाच्या पारंब्याच'' असे सर मानतात. केवढी कुटुंबवत्सलता त्यातून जाणवते हे अनुभवाशिवाय कसे कळणार? हा अनुभव फक्त दभिंच्याच विद्यार्थ्यांना येणार!

एकदा विषयनिश्चिती, दोघांच्याही संमतीने झाली की मग दोघांमधला 'आत्मसंवाद' सुरू होतो. सर मार्गदर्शनाच्या अनुभवाला वाङ्मयीन सहप्रवासाची, ज्ञानसंभवाची, प्रत्यक्षनिर्मितीची प्रचिती मानतात. त्यासाठी विद्यार्थी व मार्गदर्शक यांच्यात आत्मसंवाद साधला गेला पाहिजे असे त्यांना वाटते. प्रबंधाची रूपरेषा तयार केली जाते त्यानुसार प्रकरणांची मांडणी करायची असते. प्रत्येक प्रकरण लिहिण्याआधी व लिहिल्यानंतर त्यावर चर्चा होणे अपरिहार्य असते. त्यासाठी आवश्यक असणारे

वाचन-मनन-चिंतन यासाठी मार्गदर्शन केले जाते. आवश्यक ते संदर्भ सुचवले जातात. त्यासाठी लागणारी संदर्भसाधने यांचा उल्लेख सर करतात. एखादे संदर्भासाठी आवश्यक असणारे पुस्तक विद्यार्थ्याजवळ नसेल तर ते कुठे व कसे उपलब्ध होऊ शकेल याचे अचूक ज्ञान सर करून देतात. इथे सरांच्या दांडग्या स्मरणशक्तीचे कौतुक करावे तितके थोडेच आहे. एखाद्या संदर्भासाठी सरही मदतीला तत्पर असतात. स्वत:च्या जीवापलीकडे जपलेल्या पुस्तकांतून एखादे पुस्तक सर आपले बाळ दुसऱ्याला स्वाधीन करावे तसे करतात. पुस्तकावर कुठल्याही खुणा न करण्याची सक्त ताकीदही मिळते. पुस्तक देताना व परत घेताना त्याची नोंद विद्यार्थ्याला करणे आवश्यक असते. पुस्तक वेळेवर परत केले नाही की विद्यार्थ्याला सरांचे स्मरणपत्र गेलेच म्हणून समजा. इतकी जागरूकता पुस्तकांच्या बाबतीत सर नेहमी बाळगतात. तुम्ही त्यांच्याकडे गेलात तर एका छोट्याशा रॅकमध्ये मिठाईचे डबे पाहून तुम्हाला प्रश्न पडेल की हे डबे इथे कशाला; पण त्यात वेगळीच मिठाई असते. मिठाईच्या त्या रिकाम्या डब्यांचा वापर विद्यार्थ्यांचे पत्ते, त्यांनी नेलेली पुस्तके यांची नोंद केलेले कागद ठेवण्यासाठी केलेला असतो. ते कळले की प्रश्नाची जागा आश्चर्ययुक्त आनंदाने कधी घेतली ते तुमचे तुम्हालाही कळणार नाही.

हळूहळू प्रबंधलेखन आकार घेऊ लागते. एक-एक प्रकरण तयार करून सरांकडे तपासायला दिले की सरांमधला 'सर्जन' जागा होतो. करड्या शिस्तीखाली तयार केल्या गेलेल्या प्रकरणाची पुरेशी चिरफाड परंतु अतिशय काळजीपूर्वक, काटेकोरपणे व ममतेनेही केली जाते. त्यातील त्रुटी निदर्शनाला आणून दिल्या जातात. शुद्धलेखनाबद्दल वारंवार कानपिचक्या दिल्या जातात. सूचना व प्रतिक्रिया नोंदवल्या जातात. त्यात लेखनाबद्दल समाधान, असमाधान मोकळेपणाने व्यक्त केले जाते. ही 'शल्य-चिकित्सा' वेळप्रसंगी डोळ्यांत पाणी आणणारी असली तरी ती त्या विद्यार्थ्याला-संशोधकाला फलप्राप्ती करून देणारी असते. सगळ्यात शेवटी सर्व प्रकरणांची पुनर्तपासणी झाली की मग प्रबंध तयार झाला असे समजायचे. मग तो विद्यापीठाला सादर करण्यायोग्यतेचा होतो. ही जी सर्व प्रबंधलेखनाची प्रक्रिया मार्गदर्शक व संशोधक यामध्ये चालू असते त्याला आता सरांच्या दृष्टीने पूर्णविराम दिला जातो; पण सर व विद्यार्थी यातून बरेच काही शिकत जातात. यामागेही सरांची निश्चित अशी भूमिका असते. इथे सरांना प्रबंधलेखनाच्या निमित्ताने विद्यार्थ्यांशी आत्मसंवाद साधायचा असतो हे तर खरेच पण त्यांना विद्यार्थ्याला संपूर्णतया घडवायचेही असते म्हणून मग सर विद्यार्थ्यांच्या लेखनातील चुका दुरुस्त करण्यापेक्षा विद्यार्थीच दुरुस्त करण्यावर भर देतात. म्हणून मग विद्यार्थ्यांना घडवायची जबाबदारी सर अत्यंत दक्ष असलेल्या मातेप्रमाणे पार

पाडतात. अन् या विद्यार्थ्यांचेही अनघड, दुघड,सुघड, विघड असे प्रकार असतात बरं का! म्हणजे मूर्ती घडवणे इतके सोपे नाही तर! घडणारा आणि घडवणारा दोघांनाही फार सोसणं आलं. म्हणूनच तर सर त्याला आत्मसंवाद म्हणत नसावेत ना? हे सर्व कशासाठी तर सरांच्या मते केवळ पीएच.डी धारकांची संख्याच वाढून उपयोगाचे नाही तर 'ज्याप्रमाणे पाश्चात्त्य देशांमध्ये एक एक विद्यापीठ एका एका वाङ्मयीन स्कूलसाठी विख्यात असते, तिथे त्या त्या वाङ्मयीन धारणेची अखंड तपासणी होते, पिढ्यान पिढ्या तो वैचारिक कंद शुद्ध केला जातो, जोपासला जातो. तिथले अध्यापक-अधिछात्र अशा ज्ञानप्रक्रियेने एकमेकांशी बांधलेले असतात. तसेच आपल्या इथेही विद्यापीठाचे विभाग हे एकेका स्कूलचे प्रवर्तक ठरले पाहिजेत; तिथून अनुयायी निर्माता न होता एक एका विचाराचे, वाङ्मयीन भूमिकांचे 'संशोधक' निर्माण झाले पाहिजेत. तिथे विशिष्ट भूमिका टोकापर्यंत लढविली आणि शुद्ध केली गेली पाहिजे. ''माझ्या संपूर्ण अध्यापन कार्यात मी असे चार-दोन ज्ञान संक्रमक निर्माण करू शकलो असेन तर ते मी माझे भाग्य समजेन'' ज्ञानाचे व्रत स्वीकारलेल्या सरांना आपला ज्ञानवंश आपल्या विद्यार्थ्यांनी चालवावा असे मनापासून वाटते. विद्यार्थ्यांकडून केलेली अपेक्षा, दर्शवलेला विश्वास व बाळगलेली आकांक्षा व या सर्वांना प्रत्यक्षात साकार होताना बघून सरांच्या तोंडून आपसूकच 'सुखी रहा' असे आशीर्वचन बाहेर पडते. केवळ तेवढ्या एका आशीर्वादासाठी तरी हा ज्ञानवंश ही ज्ञानपरंपरा अखंडित राहायला हवी. उतणार नाही, मातणार नाही घेतला वसा टाकणार नाही हे एवढे आश्वासन आज मी माझ्या वतीने सरांना नक्कीच देईन म्हणते.

यावर्षी गुरुपौर्णिमा कोणत्या तारखेला येते ते बघण्यासाठी दिनदर्शिका बघत होते. २५ जुलै २०१० रविवारचा दिवस. चला, म्हणजे सुटीच्या दिवशी गुरुपौर्णिमा आली. त्या सुटीच्या दिवसाला जोडून एक संदर्भही लगेच आला. जसा तो वर्षातला पहिला सण तसा आपल्या गुरुवर्यांच्या वाढदिवसाचाही; आणि अरे हो! यावर्षी गुरूंच्या जन्मतिथी व वाढदिवसाच्या तारखेनेही मेळ साधलेला. त्यात गुरूंनी सत्त्याहत्तर वर्षांची वयोमर्यादा गाठलेली; अर्थात गुरू आपले वय झाल्याचे अजूनही मान्य करत नाहीत हा भाग अलाहिदा!

गुरुपौर्णिमेच्या दिवशी अनेक गुरूंची गुरुपूजा होत असते; पण आमच्या गुरुजींचे सगळे काही आगळेच. 'जरा हटके' म्हणतात तसे. वाढदिवसाला त्यांनी त्यांच्या शिष्यांचे सत्कार केले. शिष्यांच्या पुस्तकांची प्रकाशने थाटामाटात केली. शिष्यांचा कुटुंबकबिलाही तो कौतुकसोहळा अनुभवत असतो. शिष्यांच्या मुलाबाळांनाही आपले आई किंवा बाबा खरेच कुणीतरी आहेत याची खात्री पटते. यात गुरूंची धोरणकृती

मात्र वेगळी दिसून येते. यंदा गुरुपौर्णिमेच्या दिवशी वयाला सत्याहत्तर वर्ष पूर्ण झाल्यानिमित्त त्यांच्या स्वत:च्याही तीन पुस्तकांची प्रकाशने हमखास होणार. आता तुम्ही सांगा वयाच्या ७७व्या वर्षीही तीन-तीन पुस्तकांचा प्रकाशन सोहळा होताना पाहून शिष्याला काय वाटत असेल? मग तोही बिचारा लाजेकाजेनं का होईना पण आपलंही काहीतरी लेखन म्हणा वा इतर क्षेत्रात गाजवलेलं कर्तृत्व म्हणा आपल्या गुरूंच्या निदर्शनाला आणून देण्याचा प्रयत्न करणारच ना? नाही, निदान ज्या आपल्या सारख्या दुघड, अवघडांना छिन्नी-हातोड्याचे घाव घालून सुघड बनवलं; (थोडक्यात प्राध्यापक, प्राचार्य, लेखक अजूनही बरेच काही) त्याप्रती काही कृतज्ञभाव व्यक्त करावा, गुरुऋणातून थोडंतरी उतराई व्हावं म्हणून तरी, आपणही काहीतरी चांगलं करून दाखवावं, केलं नसेल तर गुरुपौर्णिमेच्या निमित्तानं काही संकल्प बोलून दाखवावेत, म्हणजे सरांना जऽऽरा बरं वाटेल. या ऊर्मीने गुरुपौर्णिमेच्या दिवशी निरोपा-निरोपी करून इकडे-तिकडे विखुरलेला शिष्यपरिवार गोळा होतो. स्वयंस्फूर्तपणे गुरुपौर्णिमेच्या कार्यक्रमाचे आयोजन केले जाते. यथाशक्ती-यथामती आपआपला सहभाग नोंदवला जातो आणि गुरुपौर्णिमा साजरी केली जाते. त्या गुरुपौर्णिमेच्या आयोजन समितीला 'प्रास' असं सुंदर नाव आहे. त्या 'प्रास'चे कायमस्वरूपी अध्यक्ष असतात 'डॉ. दभि.कुलकर्णी' तेच आमचे गुरू. अशी गुरुपौर्णिमा जगाच्या पाठीवर कुठेही साजरी केली जात नसावी अशी माझी भाबडी समजूत आहे!

गेली पन्नासवर्ष इमानेइतबारे साहित्यसेवा करणाऱ्या दभिसरांवरही गुरुमाउलीची कृपादृष्टी आहेच. त्यांची गुरुमाउली संत ज्ञानेश्वर. त्याशिवाय का ते ८३व्या अखिल भारतीय मराठी साहित्यसंमेलनाचे अध्यक्ष होऊ शकले? तेही संस्कृतीचा वारसाहक्क सांगणाऱ्या पुणे शहरात!

अनेकदा अनेकांना खुणावणारे, (खुनशी बनवणारे), हुलकावणी देणारे, त्यासाठी आपापसात सुंदोपसुंदी करायला भाग पाडणारे, हेवे-दावे, रुसवे-फुगवे, अफवांचे पेव फोडणारे, टीकेची झोड उठवणारे असे हे साहित्यसंमेलनाचे अध्यक्षपद खरेच का इतके मोलाचे असते? असो बिचारे! शेवटी त्या अध्यक्षपदाची माळ दभिसरांच्या गळ्यात पडली. ज्ञानेश्वर माउलींची कृपा दुसरे काय? त्यांनीच व्यंकटी सांडली म्हणायची. बरे त्या साहित्यसंमेलनाचा दिमाखही दिमाखदारच (एकाच वेळेला दोन सुपरस्टार स्टेजवर) पाहणाऱ्यांचे डोळे, ऐकणारांचे कान, खाणाऱ्यांची रसना तृप्त करणारे. 'याची देही याची डोळा, अनुभवला तो अनुपम्य सोहळा' तो खरेच धन्य झाला. शब्दात मांडणे कठीण! सगळं काही आगळं वेगळं. यात अतिशयोक्ती नाही; उलट ऊनोक्ती होण्याचीच भीती. विरोधकांचा विरोध नाही. त्यांनीही संयम दर्शवलेला.

कुठल्याही प्रकारची निदर्शनं नाहीत. कुठेही कोणतीही अडवणूक नाही. वाद–विवाद झालेच नसतील असे नाही; पण ते दभिंच्या बाबतीतले खचितच नव्हते. ग्रंथ संस्कृतीचा लोप होतो आहे अशी ओरड करणाऱ्यांची तोंड बंद होतील अशी चिकार गर्दी ग्रंथप्रदर्शनात. तिकडे पुस्तकांच्या खरेदी–विक्रीची धूम चाललेली पण त्यापेक्षाही दभिंच्या दोन्ही भाषणांना झालेली अलोट गर्दी. (त्यात अमिताभचे आकर्षण होतेच) बरे त्यात हौसे, नवसे, गवसे यांनीही रेकॉर्डब्रेक केलेला. त्यात तरुणवर्गाची हजेरी. ते काय करतायत तिकडे? त्या तरुणवर्गात सगळे साहित्यप्रेमी थोडेच होते? तेही इतक्या उत्कटतेने, एकाग्रतेने 'क्या सही बोलतायत यार?' अशा स्वरूपाच्या त्यांच्या वयाला शोभेलशा कॉमेंट्स करत दभिसरांचं भाषण ऐकत होते. ते काय म्हणून? मग लक्षात आलं, अरे त्यांच्या पेहरावात मॉडनेस आहे, विचारात मात्र मॉडनेस नाही. अजूनही युवापिढीला असं अस्सल, देशीय, उत्स्फूर्त, मायेची साय पांघरलेलं, आश्वासक शब्दांत हळूवारपणे पण अत्यंत तळमळीनं, त्यांच्याच फायद्याचं सांगणारं भेटलं तर तिथे दभि असोत की अमिताभ किंवा इतर कोणीही, ही युवापिढी त्यांना तसाच प्रतिसाद देत राहाणारच. साहित्यसंमेलनाची यशस्विता याच्यापेक्षा वेगळी काय असू शकेल? त्यासाठी खरोखरच चांगल्या गुरूंची, त्यांच्या मार्गदर्शनाची गरज आहे व त्या गुरूंचा गौरव करणाऱ्या गुरुपौर्णिमांची व साहित्यसंमेलनांचीही.

भ्रमणध्वनी : ९८५०९४६८१५

दभिस्पंदन

स्नेहा शिनखेडे

आपली प्रत्यक्ष ओळख नाही. पण नातं मात्र आहे. आपल्या दोघींमध्ये नात्याचा अदृश्य पूल बांधणारी व्यक्ती म्हणजे गुरुवर्य दभिसर. खरं म्हणजे तुम्ही मला कितीतरी सिनियर आहात. अगदी माझ्या जन्माच्या वेळेपासून तुम्ही सरांच्या विद्यार्थिनी. मी १९८६ ते ८८ या काळातील सरांची विद्यार्थिनी. फक्त दोन वर्षे. बस्स. माझ्या वाट्याला सरांचे तेवढेच अध्यापन आले. रूढार्थाने. त्यांचे अध्यापन ही कधीही न सरणारी अखंड प्रक्रिया आहे. एम.ए. झाल्यानंतर एम.फिल, पीएच.डी काहीही मी केलं नाही. सरांचा ज्ञानात्मक सहवासही मला जास्त लाभला नाही. तरीही 'समीक्षेची क्षितिजे' हा आपण संपादित केलेला दभि अमृतग्रंथ वाचला आणि जाणवले की केवळ दोन वर्षांत, वर्गात दभिसरांचे हे परिपूर्ण व्यक्तिमत्त्व आपल्यालाही गवसले आहे. असे कसे? असे का?

हा अमृतग्रंथ वाचत असताना मला आठवली माझी मीच. ती भावूक, स्वप्निल डोळ्यांची, दोन वेण्यांमधली छाया. विद्यापीठामधला तो पहिला दिवस. सर वर्गात आले. मला त्यांच्या व्यक्तिमत्त्वामागील वलय ठाऊक नव्हते. स्वत:ची ओळख करून दिल्यावर त्यांनी चक्क आमचे शुद्धलेखन घेतले. रु आणि रू मधला फरक समजावून सांगत असताना मी अनवधानाने म्हटले, "मी हे शिकले आहे." सर आश्चर्यचकित होऊन म्हणाले, 'कुठे?' डॉ. शि.गो. देशपांडेसरांनी बी.ए.ला हे शिकवले म्हटल्यावर सर हसले. हं, ते माझेच विद्यार्थी– एवढंच म्हणाले. मग मलाही कळले की सरांचा पहिलाच तास असताना तो आपल्याला इतका ओळखीचा का वाटतोय ते. त्यांनी माझे नाव विचारले आणि ते चांगलेच लक्षात ठेवले.

संत ज्ञानेश्वर, तुकाराम, रामदास शिकवताना अपरिहार्यपणे येणारे 'मर्ढेकर, बालकवी, जी.ए. यामुळे मी विविध अंगांनी समृद्ध होत गेले. सरांना जास्त नोटस् घेतलेल्या आवडत नसत. चेहरा दिसला पाहिजे हा त्यांचा आग्रह असे. शिकवण्याकडे

लक्ष द्या असं ते म्हणत तेव्हा उतरवून घेतले नाही तर ही अमृतवाणी आपण विसरून जाऊ असे मला उगीचच वाटत असे. बघा ना, संत ज्ञानेश्वर, तुकाराम यांचे फोटो चिकटवलेली ती वही आजही माझ्या आवडत्या ग्रंथांसोबत आहे. पण ती उघडून बघायची गरज वाटत नाही. इतके ते तास डोक्यात पक्के बसले आहेत. स्वरबद्ध केलेले तुकारामांचे अभंग आम्ही वर्गात ऐकत असू. लताबाईंचा स्वर्गीय आवाज आणि सरांची ती अलौकिक अमोघ अमृतवर्षा; आजही तो एकेक शब्द माझ्या स्मरणात आहे. संतपरंपरा समजली ती अशी विविध ज्ञानसाधनांच्या माध्यमातून. सर वर्गात येत ते विशिष्ट लयीत हसत हसत. कधी कोट, टाय, बूट तर कधी चित्रविचित्र रंगीत शर्ट-पँट. फुलाफुलांचा शर्ट घालूनही ते विद्यापीठात येत तेव्हा मजा वाटायची पण आज कळतं, विद्यार्थ्यांमध्ये मिसळून जाण्याची ही छोटीशी कृती असायची. त्यांच्यामधला समीक्षक, संशोधक सतत जागा असायचा. कधी कधी एखादा कवी, लेखक त्यांच्या तावडीत सापडला की झाले. संपले. एकदा ते कवी मंगेश पाडगांवकरांवर घसरले. म्हणाले, 'ही काय कविता? संथ निळे हे पाणी वर शुक्राचा तारा'घडवलेलं आहे सारं. मी म्हटलं, का? प्रतिबिंब पाण्यात पडू शकतं ना? जिज्ञासा दिसली की मग शिकवण्याला बहर आलाच म्हणून समजा. त्यादिवशी बालकवी, पाडगांवकर छानच समजले मला.

फियाटमधून सर विद्यापीठात येत तेव्हा आमच्या ग्रुपमधला एखादा मित्र-मैत्रीण त्यांच्या बाजूला असे. त्यांचा मला सूक्ष्म हेवा वाटायचा; पण त्या दोनवर्षात एकदाही मी सरांना तासाव्यतिरिक्त भेटले नाही. एम्.ए. च्या शेवटच्या पर्वात मी आध्यात्मिक पुस्तकं वाचायचा झपाटा लावला होता. तेव्हा फक्त एकदाच कर्म, फळ, प्रारब्ध अशा विषयी काही शंका घेऊन मी त्यांच्याकडे गेले होते. नंतर रिझल्ट लागल्यावर पेढे द्यायला. सरांचे अध्यापन इतके पुरेसे होते की खाजगी भेट घ्यावी असे कधी वाटलेच नाही. नंतर माझे आणि सुनीलचे लग्न झाले. सुनील शिनखेडे, सरांचाच विद्यार्थी. एम.ए.ला आम्ही दोघे पुढे मागे होतो. लग्नापूर्वी आणि नंतर सरांच्या घरी माझे येणे-जाणे होऊ लागले. सर अधिक आणि वेगळ्या (लग्न झाल्यामुळे मोठी झाले!!)तऱ्हेने समजू लागले. पुढे आमचा चैतन्य झाल्यावर दभिआजोबा लोभस वाटले. त्या भेटीत चर्चा होत असे, आनंद मिळत असे. त्यानंतर अचानक सुनीलच्या नोकरीबदलामुळे मी १९९१ साली नागपूर सोडून औरंगाबादला गेले. सरांशी संपर्क तुटला. मध्यंतरी सरांविषयी खूप काही एकले. पेपरमधून वाचले पण त्यांना भेटले नाही. आणि एक दिवस सरांचे पत्र आले. त्यात त्यांनी सविस्तर लिहिले. सरांच्या आयुष्यामधले ते पर्व मी किती लक्षात घेतले कोण जाणे. त्यानंतर पत्रव्यवहार सुरू झाला. (तेव्हा फोन

नव्हता म्हणून) मी काहीबाही प्रश्न - अगदी माणसं, नवीन गाव, ऊन-पाऊस, चैतन्यचं बालपण, आर्थिक ताणतणाव काहीही लिहावे. त्यांचे लगेच उत्तर यायचे. कधी कधी त्यांचे म्हणणे मी वेड्यासारखे खोडूनही काढले आहे. मग नागपूरला गेलो की भेटी व्हायच्या. ते आम्हाला कोराडी, अंबाझरी कुठे कुठे फिरवून आणायचे. डोसा, आइस्क्रिम....नाते फुलत होते. त्यात सुनीलचा पहिलावहिला कवितासंग्रह निघाला. प्रकाशन समारंभ नागपुरात होता. मी आनंदाने सरांना निमंत्रण दिले. खात्री होती. सर येतीलच. तेच म्हणायचे ना...मार्गदर्शकाबरोबरच तुला एक वत्सल पिताही लाभला आहे. समारंभाच्या दिवशी माझे उत्सुक डोळे दरवाज्याकडे होते. सर कधी येतील? पण छे, सर आलेच नाहीत.

सुनीलभोवती असलेली मंडळी कट्टर दभिविरोधक. त्यांच्यात मी एकटी किल्ला लढवायचे. मी दिसले की हल्ला झालाच पाहिजे. सुनील त्यात सामील होत नसे, पण विरोध करणे त्याचा स्वभाव नाही. त्यादिवशी मात्र मी हरले. सर्वांनी माझा पुरेपूर उपहास केला. मित्रमंडळ म्हणाले, 'बोले तैसा चाले त्याची वंदावी पाऊले' हे तुझं तत्त्व ना? तुझे सर यात बसतात का? आज प्रकाशनसमारंभाला उपस्थित मंडळी त्यांची नावडती. त्यांच्या अहंकाराने तुझ्या प्रेमावरती मात केली. सरांना वाचताना चुकतेस तू. मला वाईट वाटलं. वाटलं सरांना मुलगी हवी होती. माझं दु:ख ते समजू शकले असते. (आज त्यांची नात नेहा त्यांच्याभोवती व्यापून उरली आहे. यामुळे शांत शांत वाटतं) त्यानंतर मी सरांकडे गेलेच नाही. खूपच रागावले त्यांच्यावर, पण विसरले नाही हं! थंड डोक्याने विचार केल्यावर वाटले, असे का घडले? बरोबर. सरांकडे एक व्यक्ती म्हणून बघितले मी. त्यापूर्वी सर माझ्या मनात होते फक्त त्यांच्या वैचारिक, निर्गुण रूपात. एक गंमत सांगते, एक दिवस आमच्या एका मित्रासह आम्ही सरांकडे गेलो होतो. उन्हाळ्याचे दिवस. सर पायजम्यावर उघडेबंब बसले होते. चैतन्य सहा-सात महिन्यांचा होता. त्याला कडेवर घेऊन ते खेळवत बसले. पान-तंबाखू खात गप्पा सुरू होत्या. बाहेर पडल्यावर मित्र म्हणाला, सर म्हणजे अजब व्यक्ती आहे. साधा शर्टही घालून आले नाहीत. तंबाखू काय खाल्ला. शोभतं का हे? खरंच माझ्या कसं हे लक्षात आलं नाही? मित्र म्हणाला, कमाल आहे तुझी. सरांचं दिसणं, बोलणं, वागणं, खाजगी जीवन मला का म्हणून माहीत असावं? गरज काय त्याची. त्यांचा मेंदू तेवढा मला ठाऊक; पण त्या दिवशी म्हणजे प्रकाशनाच्या दिवशी मी चुकले. दभि.कुलकर्णी ही व्यक्ती तेवढी दिसली मला. बरं सुनीलवर माझं जीवापाड प्रेम. त्यामुळे त्याचे वर्तुळ मला प्रिय करून घ्यावेच लागले. सरांशी कुठलीच गाठ-भेट नाही म्हटल्यावर निंदा कमी झाली. फारकत झाली तरी विस्मरण

नाही. शिक्षणाचा, जगण्यात समावेश करायला शिकवले कुणी? सरांनी? मग, ते होतेच अवती-भवती. ज्ञानरूपात. ज्योतीसारखे. ही गोष्ट आहे १९९७ सालची.

मध्यंतरी जीवनात बरीच स्थित्यंतरे घडली. वेगवेगळ्या गावी बदल्या झाल्या. सर हा कप्पा बंद होता. काहीच माहिति नव्हती आणि मागच्या वर्षी अंतर्नादचा दिवाळीअंक हाती आला. त्यात सरांचा लेख, संपूर्ण पत्ता, फोन नंबर. कसल्याशा ओढीने मी नंबर फिरवला. 'दभि.कुलकर्णी'सरांचा चिरपरिचित आवाज आला. हृदयात हाललं काहीतरी. मी सवयीने म्हटले, 'मी स्नेहा शिनखेडे बोलतेय' 'हं बोला छायाबाई.' ते मिस्किलपणे म्हणाले. झालं. पुन्हा धागे जुळले. तो ज्ञानसंवादाचा झरा झुळूझुळू वाहू लागला. केव्हाही फोन लावावा, विचारावे सर फुगडी का हो खेळायची उत्सवात? सर सांगतात, फुगडी हा नृत्य प्रकार, खेळ अजून खूप काही. मी म्हणते, वैश्विक नाही का यात काही? ते खुलतात. सखोल चिंतन बोलू लागते. माझी तंद्री लागते. संवाद काहीसा गूढ, क्लिष्ट होऊ लागता. आनंद वाढत जातो. परवा त्यांना सांगितले, सर तुम्ही पुण्यात अक्षरधारा पुस्तक प्रदर्शनाचं उद्घाटन केलंत आणि सोलापूरात मी. ते म्हणाले, फार छान. एका पणतीने दुसरी पणती लावली की प्रकाश महत्त्वाचा. त्या पणतीला कुणी विचारत नाही हा प्रकाश तू घेतला कुठून?

नुकतेच सरांच्या आग्रहावरून सुनीलचे ना.धों.महानोरांच्या कवितांच्या समीक्षेचे पुस्तक प्रकाशित झाले. त्यासाठी सरांची चक्क भेटही झाली. प्रत्यक्ष. फक्त चार तास. पण का कोणजाणे सरांना भेटून काहीच उमटले नाही माझ्या मनात. सरांचे वय किती? काय? कानात मनात रुंजी घालत होते फक्त त्यांचे बोल. छानच वाटले मला. परत पूर्वपदावर आलो आपण.

-पण नुकताच वाचला- दभि अमृतग्रंथ-'समीक्षेची क्षितिजे'. दभिसरांचे झळझळते व्यक्तिमत्त्व विविध स्तरांवर सामोरे आले. केवढ्यांदा दचकले मी. आता सरांशी नाते वेगळ्याच पातळीवर असताना परत दभि? सरांचे मोठेपण ठाऊक आहेच की मला. तरीही माझ्या वयाच्या ह्या टप्प्यावर त्यांच्याशी कशी वागते, बोलते मी? त्यांच्यामधले शैशव खुणावते मला. कधी कधी मीच 'मोठ्ठी' होते त्यांच्याहून. थट्टा, मस्करी, विनोद आणि कुठलीच सीमारेषा नसलेले अनौपचारिक बोलणे. छे छे, ह्या ग्रंथामुळे सर पुन्हा व्यक्ती म्हणून दिसू लागले. आता पुन्हा तीच चूक करायची नाही मला.

बघा हं, ज्ञानेश्वरीसारखा ग्रंथ. त्याची योग्यता ती काय वर्णावी? मोठमोठ्या व्यक्ती, योगी बोलतात तिच्यावर. व्याख्याने, प्रवचने, पारायणे, पण आपली स्वत:ची असलेली ज्ञानेश्वरी किती जवळची असते आपल्याला. तिच्या मुखपृष्ठापासून ती

आपली असते. काही खुणा केलेल्या असतात. आवडीच्या ओव्या असतात. मध्येच काहीतरी आपल्याला समजले, गवसले ते बाजूला रेखाटलेही असते आपण. तिच्याशी संवाद असतो आपला. आणि अनोख नातंसुद्धा. तिची साथसोबत असते आपल्याला. आपण कसेही वागलो तरी. म्हटलं तर तिचं ऋण असतं आपल्यावर नाही तर ऋणातीत सख्यभाव. बस्स. सर तसेच आहेत माझ्यासाठी धर्मग्रंथासारखे पवित्र. आत्मीय. आठवण येईल तेव्हा हा ज्ञानग्रंथ उघडून बसावा. वाचावा. चिंतन,मनन करावे. सुचेल ते लिहून काढावे. या ज्ञानग्रंथाचे वैयक्तिक आणि त्या सभोवतीच्या विश्वाशी माझे काहीच देणे-घेणे नाही. मला कधी त्यांची शिडी करून वर चढायचे नाही. व्यवहारात त्याचा वावरही नको मला. आता हवा आहे फक्त चैतन्यमयी आल्हाद, आनंद, पूर्णानंद

दत्तजयंती उत्सवाच्या सांगतेला आम्ही स्त्री-पुरुष असा भेद न मानता भान विसरून फुगड्या खेळलो. खेळताना उखाणे घातले. नंतर वाटले यामागे नक्कीच काहीतरी शास्त्र असले पाहिजे. मी वही-पेन हातात घेते आणि दभिसरांना फोन करते. 'सर, फुगडी का खेळतात?' 'तो एक नृत्यप्रकार आहे. शिवाय आनंद व्यक्त करीत स्वभान परमेश्वरात परावर्तित करण्याची ती एक उपासनापद्धती आहे' सर सांगतात! माझे समाधान होत नाही. मी अजून प्रश्न विचारते. ते माझ्या कुवतीचा अंदाज घेत बोलतात. 'सर यात वैश्विक काही आहे का?' मी विचारते. सर खुलतात. धरती, आकाश, सूक्ष्म मन, स्थूल देह, वेग आणि शांतता या विषयी दृष्टांत देत ते 'फुगडी' उलगडायला लागतात. संवाद गूढ होत जातो. मनात आनंदाची पेरणी होऊ लागते. सर विश्ववाङ्मयाचे खतपाणी घालू लागतात आणि मग कधीतरी माझी लेखणी सृजनाचा ध्यास घेत डोलू लागते. लेखणीधारी विद्यार्थी हा दभि सरांचा विकपॉईंट. अशा विद्यार्थ्यांवर सरांचे शिक्षकरूपी वात्सल्य मुसळधार बरसत राहते. त्यात चिंब होण्याचा आनंद काही और.

पुण्यातील एखादा टॅक्सी ड्रायव्हर दभिसरांना विचारतो, 'धर्म, अर्थ, कामं, मोक्ष अशीच मांडणी का? सरांमधला समीक्षक अचूक उत्तर देतो. सरांचे मित्र प्रसिद्ध स्त्रीरोगतज्ज्ञ डॉ. संगमनेरकर सरांना वैद्यकीय परिषदेत प्रज्ञावंतांच्या मांदियाळीमध्ये प्रमुख पाहुणे म्हणून भाषण करण्याचा आग्रह करतात. सर म्हणतात, ' अहो, मी वाङ्मयाचा डॉक्टर. तिथे माझे काय काम?' डॉक्टरांना सरांच्या प्रतिभेची झेप माहीत असल्यामुळे ते सरांना संवाद साधायला सांगतात. शरीर, मन, आरोग्य आणि वाङ्मय यांची सांगड घालीत सर 'माणूस'नावाचे कोडे सोडवणारा मूलभूत सिद्धांत मांडतात. 'सर्जन' मंडळींना ही सर्जनशीलता भावते. सरांचा दूरध्वनी नेहमी खणखणत असतो.

संपूर्ण महाराष्ट्र आणि त्याबाहेर असणारी ज्ञानोत्सुक मंडळी सरांशी विश्वातल्या न सुटलेल्या प्रश्नांविषयी जाणून घेत असतात. सर मन:पूर्वक बोलत असतात. वेगवेगळ्या क्षेत्रातील अद्ययावत ज्ञान सरांना आहेच. हो, कारण सर त्यांच्या विषयातील प्रगाढ पंडित आहेत. आयुष्यभर निष्ठुर वाङ्मयसाधना करणाऱ्या सरांनी तत्त्वांशी कधीही तडजोड केली नाही. लोकापवादाची पर्वा केली नाही जे रुचले, पटले तेच बोलण्याचा स्वभाव असल्यामुळे पालापाचोळा सरांजवळ कधीच जमा झाला नाही. मूळ रुजवून बहरणारी, फुलणारी झाडं, त्या सभोवतीची गार सावली याचे सरांना वेड. त्यामुळेच नागपुरातील गोतावळा सोडून ते पुण्यात स्थायिक झाले तेव्हा लगेच बुद्धिवंत, प्रतिभावंत त्यांच्याभोवती जमले. सरांचे व्यक्तिमत्त्व अमुक एका वर्तुळाभोवती फिरत नाही. सीमारेषांचे कुंपण नसलेली त्यांची प्रतिभा चोहीकडे प्रकाशाची किरणे घेऊन जाते. म्हणूनच सर अखिल भारतीय साहित्यसंमेलनाचे अध्यक्षपदी निवडून आल्याचा जास्त आनंद आम्हा विद्यार्थ्यांना झाला. सरांच्या साहित्यदरबारात यामुळे थेट सामान्य रसिकांना आता प्रवेश मिळेल. त्यांचे अध्यक्षीय भाषण घराघरात आणि मनामनात एखादा कोपरा व्यापल्याशिवाय राहणार नाही.

साहित्यिकांना आपल्या प्रतिभाबळाचा विसर पडत चालला असून त्यामुळे त्यांचे विश्व संकुचित झाले आहे. विकास खुंटल्यामुळे संवेदना हरवत चालल्याची खंत सर हल्ली सतत बोलून दाखवतात. वाङ्मय हा माणसाच्या जगण्याचा श्वास आणि आनंद असल्यामुळे लेखकांनी नेहमीच जागरूक आणि सजग राहिले पाहिजे. याकडे समीक्षक म्हणून सरांचा कटाक्ष असतो. सतत चिंतन आणि मनन यामुळे सारख्या प्रसवणाऱ्या उर्मी सरांना व्यापून असतात. त्यामुळे एखाद्या कलाकृतीचे 'नवे आकलन' ही प्रक्रिया सुरू असते. 'संशोधन' हा सरांच्या आवडीचा प्रांत. सरांच्या मार्गदर्शनाखाली पीएच.डी केलेल्या प्रबंधांचे विषय एकदा जिज्ञासूंनी अवश्य पडताळून बघावेत. वाङ्मयविश्वात मोलाची भर टाकणारे 'जरा हटके' विषय नवे विश्व आपल्यासाठी खुले करतात. एम.ए.ला विद्यापीठात शिकत असताना, ज्ञानाची दालने उघडत ते प्रबंधासाठी अनेक विषय सुचवत. वहीच्या मागच्या पानावर निराळ्या अनोख्या विषयांची यादी आजही माझ्याजवळ आहे. वय आणि बुद्धीनुसार आयुष्याच्या प्रत्येक टप्प्यावर मेंदूचे कप्पे जसजसे प्रगल्भ होत जातील तसतसे संत ज्ञानेश्वर आणि कवी मर्ढेकर आपल्याला सरांच्या दृष्टिकोणातून समजत जातात. या दोन व्यक्तिमत्त्वांबरोबरच जी.ए., सुरेश भट, बालकवी, मोहन राकेश, मदन मोहन, लताबाई, हृदयनाथ, मुक्तिबाध, पु.भा. भावे ही सरांची आवडती व्यक्तिमत्त्वे. यांच्याबद्दल बोलताना त्यांच्यातील समीक्षक बहरून येतो.

स्वार्थ कमी करीत दुसऱ्याच्या मनातील सुख-दुःखे जाणून घेत संवेदना जपणे म्हणजे अध्यात्म असे सर म्हणतात. माझ्या मनाच्या कुपीत अत्तराचा सुगंधी झरा नेहमीच झुळझुळत असल्याने बाहेरील आगींचे भय मला वाटत नाही आणि त्यामुळेच आज वयाच्या पंचाहत्तरीमध्येसुद्धा मी स्वप्नाळू आणि भावूक आहे असेच सर म्हणतात. ग्रंथांवर सरांचे अतोनात प्रेम. त्याचे स्वरूप खाजगी असल्यामुळे पुस्तकांच्या कपाटावर एक पाटी होती, 'तुम्ही दुसऱ्यांची अंतर्वस्त्रे वापरता का? दुसऱ्यांच्या देवघरातील देव तुम्ही उसने मागता का? पुस्तके तशीच असतात.' सरांच्या घराच्या फाटकावर पूर्वी एक पाटी असायची. 'सकाळभेट वर्ज्य' त्यांचे स्वतःचे असे नियम होते. आजही आहेत. त्यांचे पालन ते कसोशीने करतात.

संमेलनाध्यक्ष ही मोठी सामाजिक आणि वाङ्मयीन जबाबदारी आहे. सरांचा अमिट ठसा त्यावर उमटेल अशी खात्री आहे.

दभिसर म्हटले की मला तो बावीस-तेवीस वर्षांपूर्वीचा काळ लख्ख आठवतो. कॅम्पसला वळसा घालून डौलदारपणे उभी राहणारी, विद्यार्थ्यांचे आकर्षण असणारी सरांची फियाट. विद्यापीठाचा मनभावन परिसर आणि सुटाबुटात हसत हसत वर्गात येणारे सर. तास सुरू झाला की, मनामनात एक शिल्प साकारण्याची प्रक्रिया सुरू व्हयची. शांत, संयमी, ठाम आणि ओघवती रसाळ समीक्षा बोलायला लागली की नको असलेले चिंपोरे, कंगोरे खटाखट तरीही सावधपणे उडायचे. धूसरपण जाऊन एखादी कलाकृती हळूहळू तिचा आकार घेत एकदम समोरी आली की ते कलाशिल्प स्मरणामध्ये कायमचे कोरले जायचे. अगदी त्याच्या अंतरंगासह. दर्जेदार कलाकृतींची वाङ्मय-शिल्प आपल्या विविध रूपांत माझ्या मनात सदैव जागी आहेत ती केवळ अंतरिचा ज्ञानदीप उजळण्याचा ध्यास असलेल्या सरांमधील खऱ्या 'शिक्षका'मुळेच.

सारे जग विज्ञान आपल्या कवेत घेत असताना 'मराठी वाङ्मय' हा विषय घेऊन पदव्युत्तर शिक्षणासाठी प्रवेश घेणाऱ्या विद्यार्थ्यांच्या मनात न्यूनगंडासह अनेक प्रश्न उभे असत. पुढे आपल्याला भविष्य आहे का? असल्यास कोणते? परंतु सरांच्या तासानंतर विद्यार्थ्यांचे चेहरे प्रफुल्लित असायचे. सरांजवळ असलेली 'तुतारी'विद्यार्थ्यांचे विश्व बदलून टाकायची. जगण्याचा श्वास असलेले वाङ्मय हेच काय ते विश्वात शाश्वत हीच त्यांची धारणा व्हायची. असे काय आहे सरांच्या वाङ्मयीन व्यक्तिमत्त्वात? 'समीक्षक आणि शिक्षक' या भूमिका एकमेकीस पूरक. एकाच भूमिकेचे ते दोन पैलू. त्यामुळे असेल, माझ्या सर्व शक्ती एकवटून मी समीक्षालेखन करू शकतो. वर्गात साहित्याची मौखिक समीक्षा करू शकतो असे सर नेहमी म्हणत आले. शिकताना सरांची मौखिक समीक्षा आम्ही विद्यार्थ्यांनी मनोभावे अनुभवली आहे. संत ज्ञानेश्वर

आणि कवी मर्ढेकर या दोन व्यक्तिमत्त्वांचा सरांना ध्यास. ज्ञानेश्वरीचा दुसरा अध्याय आम्हाला अभ्यासाला होता; परंतु संपूर्ण ज्ञानेश्वरीतील सारेच अलौकिक पैलू, त्यांच्या प्राचीन आणि अर्वाचीन टीकाकारांचे भाष्य, संत तुकाराम, एकनाथ यांच्या साहित्यावर असलेला ज्ञानेश्वरीचा प्रभाव आणि ठळक ओव्यांमधील सौंदर्यस्थळांचे रसग्रहण यामुळे संपूर्ण ज्ञानेश्वरी वाचण्याचा मोह प्रत्येक विद्यार्थ्याला होत असे. मर्ढेकरांचे सौंदर्यशास्त्र शिकवताना सरांमधील समीक्षक बहरून येत असे. आजही येतो. मर्ढेकर शिकत असतानाच बालकवी, केशवसुत, बी कवींपासून पाडगांवकर, भट, ग्रेसांपर्यंत सारेच कवी त्यांच्या कवितेतून आम्हाला आपोआप समजले.

वाङ्मयाकडे बघण्याची वैज्ञानिक दृष्टी सरांनी दिली. उत्क्रांतिजन्य चंचलता हा विज्ञानाचा धर्म असून एखादा समृद्ध सिद्धान्त मोडून पडायला एक वैज्ञानिक प्रयोग पुरेसा असतो. हे जसे वैज्ञानिक सत्य आहे, तसे आपले प्राचीन संतवाङ्मय हेही चिरंतन शाश्वत ज्ञान आहे, हेही सत्य आहे. त्या वाटेवर चालताना मेंदूचे कप्पे बुद्धीनुसार जसजसे प्रगल्भ होत उघडत जातील, तसतसे त्यातील अक्षय्य आनंदाचे अनुभव मन उन्नत करतात. याची प्रचीती सरांशी बोलताना आज मला वारंवार येते. एखादी ओवी, अभंग, जेव्हा वेगळ्याच अर्थाने समोर येतो तेव्हा श्रुती आणि तर्काच्या पलीकडची अनुभूती प्रत्ययाला येते.

'सकाळभेट वर्ज्य' अशी दारासमोर एकेकाळी पाटी लावणारे सर आज मात्र आवर्जून सांगतात, 'सकाळी सहा ते रात्री दहापर्यंत तुम्ही कधीही माझ्याशी संवाद साधू शकता आणि तसा अनुभवही येतो. या ज्ञानपोयीचा यथेच्छ लाभ पुणेकर घेत असतात. वाङ्मयीन जाणकार आणि व्यासंगी लोकांचा वेढा सरांभोवती असतो. मेंदू पातळीवर जगणाऱ्या बुद्धिवंतांना आणि प्रतिभावंतांना सर वाटत असलेला बौद्धिक मेवा फार भावतो. अगदी परवा परवा 'दभिआजोबा'नी माझ्या मुलाला सुरेश भट यांची 'मग' ही गझल त्याच्या आगेमागे असलेल्या अर्थवलयांसह उलगडून दाखवली. मणिबंधावर येऊन बसणारा कवितेचा पक्षी आपला वाटतानाच त्याची दूर जाणारी आकाशातील झेप आपल्याला अस्वस्थ करीत हुरहुर लावते आणि एका क्षणी ब्रह्मांड कवेत घेणाऱ्या शलाकेसारखी उजळून जात आपल्या मनात आनंद पेरायला लागते. सरांची रसाळ समीक्षा ऐकताना आम्ही उभयता सरांचे विद्यार्थी होतो याचा सूक्ष्म हेवा माझ्या मुलाला वाटला.

वर्षाच्या शेवटच्या तासाला शिक्षणाचा जगण्यात उपयोग कसा करायचा, हे सर एखाद्या अक्षर वाङ्मयीन कलाकृतीद्वारे समजावून सांगायचे. 'हिंदी नाटककार मोहन राकेश, संगीतकार मदनमोहन, जी.ए., पु.भा. भावे, त्र्यं. वि. सरदेशमुख, हृदयनाथ,

श्रीनिवास खळे, लताबाई यांच्या अजरामर कलाकृतींची आस्वाद समीक्षा आयुष्यभर पाठपुरावा करणारी, न संपणारी शिदोरीच. स्नेहप्रभा प्रधान यांच्या आत्मचरित्रातील पहिलेच वाक्य 'अमुक एक घटना माझ्या आयुष्यात कधीच घडणार नाही असे राव काय रंक काय कुणीच म्हणू नये' आणि एका उर्दू शायराने म्हटलेले 'मला बाहेरील आगीचे भय कधीच वाटत नाही. मला भय वाटते ते आतील आगीचे. ती कधी मला जाळून न टाको.' ही दोन वचने सरांनी विद्यार्थ्यांच्या मनावर अक्षरश: ठसवली. 'लौकिकांची सारी दारे बंद झाल्यावरच पारलौकिकाचे दार उघडते.' हे सरांचे वाक्य आणिबाणीच्या प्रसंगी जीवनात मला सदोदित साह्य ठरते.

संमेलनाध्यक्षपदी विराजमान झालेल्या सरांना बघून आम्हा विद्यार्थ्यांना आनंद होणे स्वाभाविक आहे. ही सामाजिक आणि वाङ्मयीन जबाबदारी सर सहजगत्या पार पाडतील हा विश्वास आहे.

भ्रमणध्वनी : ९८२३८६६१८२

मल्हाराचे चंद्रभान

सुलभा हेर्लेकर

आदरणीय दभिसरांना,

२२ जुलैला म्हणजे शुक्रवारी, गुरुपौर्णिमा. तुमचा वाढदिवस आणि त्यानंतर विद्यापीठातून, प्रदीर्घ अध्ययनसेवेनंतर तुम्ही निवृत्त होणार. या गोफातून तुमच्या व्यक्तिमत्त्वाचा एक पदर उलगडून द्यावा नव्हे तो देण्यासाठी हे पत्र!

तसे तर पीएच.डीचा प्रबंध लिहिण्यापूर्वी मी तुमची कधीच विद्यार्थिनी नव्हते. ओळख होती ती फक्त तुमच्या अमोघ वक्तृत्वशैलीशी! भरजरी पैठणीसारखी शब्दांची गुंफण घेत विषय उकलत नेणाऱ्या तुमच्या भाषेशी. पीएच.डी. करावेसे वाटले तरी तुमच्याशी ओळख नव्हतीच अणि तुमचा लौकिक तर असा, की 'सर' खूप कडक शिस्तीचे आहेत. विद्यार्थी पटला नाही तर ते गाईड व्हायला तयार नसतात. त्यामुळे इंदिरा संतांवर पीएच.डी करायचे ठरले पण थोड्या ओळखीवर तुम्हाला कसे म्हणावे या प्रश्नातच मी गुरफटले. या कोड्यातून तुम्हीच मला वेळ देऊन इंदिरा संतांवर चर्चा करण्यासाठी बोलते केले.

सर, यावेळेस चर्चा करताना काव्यावर बोलताना, तुमच्याशी, तुमच्यातल्या स्वभावाशी मी ओळखीची होत गेले. तुमच्याबरोबर चर्चा करणं म्हणजे काव्यमय होत जाणंच! मग या चर्चेतूनच तुम्ही मला इंदिरा संतांवर लेख लिहिण्यास सांगितला. 'प्रास' या संस्थेत मला इंदिराबाईंवर एक शोधनिबंधही सादर करायला सांगितला. 'प्रास'मध्ये तशी मी नवीनच होते, पण तुम्ही मला ही संधी दिलीत यावर चर्चाही झाली. तुम्हाला माझी काही मते पटली तर काही नाहीत. पण त्यावेळेस तुम्ही काही म्हणाला नाहीत. एक मात्र झाले, या चर्चेच्या निमित्ताने तुमच्या चौफेर समीक्षादृष्टीचा प्रत्यय मला आला. या चर्चेच्या प्रवासातून तुम्ही माझी जणू परीक्षाच घेतली. हा अनुभव मला जसा नवा होता तसा आत्मविश्वास वाढविणाराही होता.

प्रबंधाच्या नोंदणीपासून तर तो पुरा होईपर्यंतच्या काळात, तुम्ही प्रासतर्फे अनेक

कार्यक्रम कार्यान्वित केले. जी.ए.कुलकर्णींच्या कथेवरचा देखणा, वैचारिक कार्यक्रम तर आमच्यासारखे विद्यार्थी कधीच विसरणार नाहीत.

सर, हे पत्र लिहित असताना, सतत आठ दिवसांपासून पाऊस कोसळतोय. हजारोजण बेघर झालेत, हिरव्या झाडांची पडझड झालीय. हे सारं बघताना मला आठवले, माझ्याकडे तुम्ही केलेले 'सावित्रीचे' वाचन. पु.शि. रेगे तुमचे आवडते कवी! त्यांच्या 'सावित्रीचे' वाचन हा एक प्रयोग होता. त्यादिवशीही कृष्णमेघांनी आभाळ भरून आलेलं होत आणि चक्क चार वाजता, दुपारी सारा आसमंत गडद अंधारून आलेला. प्रकाशाचं अस्तित्व पुसून गेलेलं आणि कोसळत्या पाऊसधारा... मला वाटलं आता सावित्रीचे वाचन कसे होणार? लोक येतील का नाही? पण सावित्रीला पावसाच्या धाराची पार्श्वभूमी व्हायला शुभशकुनच वाटला. समोर अशी हिरवीगार हिरवळ आणि आत इथे माझ्या कौलारू घराच्या एका बंदिस्त खोलीत अमृता प्रीतमच्या ओळींचा सहवास! 'यह एक शाप है, एक वर है, और जहां भी आझाद राह की झलक पडे! समझना वह मेरा घर है।' अशा आश्वासक ओळींनी सावित्रीला एक हळुवार संवेदनांचे भारलेपणाचे वातावरणच मिळाले.

पण थोड्या वेळातच अंधारून आलेलं आभाळ स्फटिकासारखं स्वच्छ, स्पष्ट होत गेलं आणि वातावरण सुगंधी होऊन गेलं. या वातावरणातच मग तुम्ही संवेदनशील मनानं सावित्रीचं वाचन केलं होतं. सतत वाङ्मयीन आस्वादात बुडलेले तुम्ही, काही अभिनय वगैरे न करत नाट्यवाचन करता, हे ऐकिवात नव्हतं, पण सावित्रीच्या वाचनाने खरोखरच तुमच्या अष्टपैलू व्यक्तिमत्त्वात आणखी एक तुरा खोवल्या गेला. सर, तुमची तारीफ म्हणून नव्हे पण सावित्रीचे वाचन सावित्रीमय होऊन करणे आणि तो समृद्ध अनुभव असा प्रसादासारखा इतरांना देणे याला भाग्य लागतं. असे आठ-दहा भाग्यवान या मैफिलीत उपस्थित होते. या मैफिलीचा कुठेही वर्तमानपत्री गाजावाजा होऊ द्यायचा नव्हता, कारण तुम्हाला त्यातले त्या अनुभवाचे नाजूकपण व खाजगीपण जपायचे होते, पावित्र्य ढळू द्यायचे नव्हते. नेहमीचे तुम्ही सावध असलेले दभि या वाचनावेळी नव्हतेच तर सावित्रीत रममाण होणारे, सावित्री होऊन वाचन करणारे होते. हळुवार नादातून ज्ञानेश्वरीच्या ओव्या म्हणाव्या तशा आवाजात एखाद्या मंदिराचा गाभारा धूपदीपांनी त्या सुरांसह दरवळावा तसे सर, तुम्ही त्यादिवशी वाचन केले. खरं तर हे तुमचं जगणंच होतं. आस्वादाच्या अंगाने एखाद्या वाङ्मयीन कलाकृतीचे मर्म कळून त्या कलाकृतीच्या वैशिष्ट्यांसह आणि मर्यादासकट तुम्ही जणू वाङ्मयीन कृतीच्या कर्त्याशीच संवाद करताय हे जाणवलं होतं. काव्यकृतीशी इतकं एकरूप होणं हे तुम्हीच करू जाणे! सावित्रीचे रेशमी महावस्त्र तुम्ही आमच्यासमोर असे

उलगडले, की त्या उभ्या आडव्या रेशमी लयीत 'आनंदाच्या डोही आनंद तरंग' अशी आम्हा सर्वांची अवस्था न झाली तरच नवल! सर, तुमचे वाचन रंगले तेव्हा सर्वांच्या श्वासाचे हुंकारही स्तब्ध झाले होते. इतक्या शांततेत सारे ध्यानमग्न झाले होते. रामदास भटकळांना तुमचा हा अनुभव नवीन होता. तसे त्यांनी त्यादिवशी बोलूनही दाखवले.

आज हे सारे आठवले या पावसामुळे. लगेच शंकर पवार यांचेकडे झालेल्या जी.एं.च्या स्वामी कथेचे वाचन! असे कितीतरी उपक्रम की ज्यातून तुमचे कलासक्त मन कळत गेले. मला आठवत जेव्हा मी सिनॉप्सिस तयार करण्याकरता तयारीला लागले तेव्हा कळलं की विद्यापीठात या मधल्या काळात इंदिरा संतांवर माझ्याच एका मैत्रिणीने रजिस्ट्रेशन केले आहे. मग तर माझा उत्साहच संपला. एक उदासीच दाटून आली, कारण कुठलातरी विषय मला घ्यायचा नव्हता. या आवडीच्या विषयाने माझ्यातले कवित्व मला जागते ठेवायचे होते. अभ्यासाने विकास होतो. हे तुमचे म्हणणेही मला पटले होते. या मन:स्थितीत किती सहजपणे तुम्ही मला पु.शि.रेगे आणि इंदिराबाईंचा विषय दिला आणि प्रोत्साहनही! एखाद्याने वाटेलाही लावून दिले असते पण तुमच्यासारखे विद्यार्थीप्रेम आणि वाङ्मयप्रेम हे एखाद्याजवळच असते. सुरुवातीला थोड्या नाखुशीने 'रेगे' हाती घेतले पण जसजसे अभ्यासत गेले तसतशी मला रेग्यांची कविता आव्हानात्मक वाटली आणि हा दुर्मीळ असा विषय माझ्यापुढे आव्हान म्हणून आला.

तुम्ही दिलेल्या प्रोत्साहनामुळे आणि अभ्यासाने संशोधनाची जाणही आली.

काव्य असो, कादंबरी असो प्रत्येक चर्चेच्या वेळी सर तुम्ही नवीन मुद्दे देत असत. त्या वेळी विषयाचे ज्ञान, आकलन व चिंतन हे मी अनुभवले आहे. आणि हळूहळू मला आत्मविश्वास वाटू लागला. स्वत: कवयित्री असल्याने व ललित लेखनाकडे कल असल्याने हे संशोधनपर लिखाण मला जमेल की नाही हा प्रश्न सततच नाउमेद करायचा, पण तुमच्याशी अभ्यासात्मक चर्चा झाली विद्यापीठात, की मी पुन्हा दुप्पट उत्साहाने कामाला लागायचे. हा आत्मविश्वास निर्माण करण्याचे सारे श्रेय सर, तुम्हालाच आहे. एखादा विषय तुम्ही दिला की तुम्ही त्याचा किती बाजूनी विचार करायचे व विद्यार्थ्यांत समरस होऊन जायचे हे मी अनुभवले आहे. या विषयाकरता तुम्ही स्वत:जवळची पुस्तके कधी दे, तर लगेच कुणाला फोन करून मदत कशी होईल, ते सांगायचे. लायब्ररीत कुठली नवीन पुस्तके आलीत ती घेऊन जायला तुम्ही सांगत. एवढ्यानेच तुम्ही थांबला नाहीत तर एखादे दुर्मीळ पुस्तक वाचून त्यातील महत्त्वाचा भाग झेरॉक्स करून वाचायलाही पाठवून देत. सर तुमच्या या मदत करण्याला आणि विद्यार्थ्यांना सर्वतोपरी विषयाच्या अनुरोधाने परिपूर्ण करण्याला

सीमाच नाही. ही तुमच्यातल्या सौजन्याची, संशोधनाची आणि अभ्यासकाची भूमिका कळण्यासाठी तुमचे विद्यार्थीच व्हावे लागते. ते दुर्मीळभाग्य मला लाभलं.

सर प्रबंधाच्या निमित्ताने कधी विद्यापीठ तर कधी तुमच्या घरी येण्याचेही योग आले. तिथेही तुमचे वाङ्मयप्रेम हे चहुबाजूंनी वेढलेल्या तुमच्या घराच्या मनीप्लँट्सच्या हिरव्यागार पानांप्रमाणे ताजेच असे. या पानाफुलांनी वेढलेल्या चौरंगी जागेत एखाद्या पुरातन आश्रमासारखे वाटायचे आणि चर्चा, अभ्यास, गप्पा रंगायच्याही. तुमची वाङ्मयविषयक मतं ही निश्चित स्वरूपाची असत पण दुसऱ्याचे पटले नाही तरी त्यात कटुता व आग्रह नसायचा. याचा अनुभव मी, डॉ. गिंडे (मराठी विभाग प्रमुख, पंढरपूर) तुमच्या घरी आले असताना अनुभवले आहे. एखाद्या निरामय आणि प्रसन्न अभंगासारखे वातावरण तुमच्या घरचे...आणि सौ. शिवरंजनीताईही आम्हा विद्यार्थ्यांसाठी सौजन्यपूर्ण व अतिथ्यशील त्यामुळेच चर्चा रंगतही.

परवाचाच तर प्रसंग! पाऊस कोसळून तुमच्या घराजवळची भिंत पडली आणि पुराचे पाणी आत घुसावे तसे पाणी आत घरात घुसलेलं! आम्ही दोघं तुम्हाला भेटायला आलो तेव्हा नुकतेच तुम्ही बहिणीच्या तेरावीच्या क्रिया-कर्मातून मुक्त झाला होतात. घरी पाहुणे होते आणि पाण्यानेही तुमच्या घराचे पाहुणेपण स्वीकारले होते. ते दृश्य बघून आम्ही अवाक् झालो. शिवरंजनीताई म्हणत होत्या, 'अहो धान्यही सर्व पाण्यात नी ह्यांची पुस्तकं, महत्त्वाच्या फाइली सारेच पाण्यात! शेवटी आम्ही आधी पुस्तकांनाच भराभर उचलून घेतलं. धान्य गेलं तरी चालेल पण पुस्तकं नकोत. हे त्यांचे म्हणणे म्हणजे दाटून आलेल्या या पूरपाण्यातही वाङ्मयावरचे तुम्हा दोघांचे नि:सीम प्रेमच नव्हते का?

असे किती प्रसंग या चार वर्षांच्या वाटचालीत आले. आता तो औपचारिकपणा गळून पडला. नुकत्याच झालेल्या अभिजात साहित्यसंमेलनातही मर्ढेकरांचे मोठेपण सांगता सांगता तुम्हीच किती उंच होत गेलात हे तुम्हाला नसले तरी आम्हा विद्यार्थ्यांना कळले आहे. मर्ढेकरांसारख्या एका क्रांतिकारी कवीच्या गावाला एका साक्षेपी समीक्षकाने अध्यक्ष म्हणून जावे हा सर तुमचा वाङ्मयीन गौरवच म्हणावा लागेल.

म्हणूनच तुम्ही दिलेल्या प्रबंधाचा सुंदर विषय, त्यामुळे माझ्या मनाचा होत गेलेला विकास आणि इंदिराबाई व पु.शि.रेगे यांच्या काव्याचा झालेला एक अनोखा परिणाम मला या प्रबंधामुळे प्राप्त झाला. त्याचे सार श्रेय पुन्हा तुम्हालाच, तुमच्यातल्या मार्गदर्शकालाच मी देतेय.

सर गुरुपौर्णिमेच्या निमित्ताने मला हे सारे लिहावेसे वाटले. आषाढी पौर्णिमा म्हणजेच गुरुपौर्णिमा! ओशोने त्यांच्या गीतादर्शनमध्ये म्हटलेय, ''शिष्य सब तरह के

जन्मों-जन्मों के अंधेरे को लेकर आ गये है। वे अंधेरे बादल है, आषाढ का मौसम है। उसमे भी गुरू चाँद की तरह चमक सके, उस अंधेरेसे घिरे वातावरण में भी रोशनी पैदा कर सके तो ही वो गुरू है। इसलिए आषाढ की पूर्णिमा। वह गुरू की तरफ भी इशारा है और शिष्य की तरफ भी इशारा है। और स्वभावत: दोनो की सार्थकता गुरुशिष्य रिश्तेमें है।'' हे उद्‌गारच तर तुमची सार्थकता पटवून देतात.

भ्रमणध्वनी : ९८२२५३४०७०

रोजनिशीतील पाने

संकल्प गुर्जर

२५ मार्च २०१०

आज साहित्यसंमेलनाचे उद्घाटन झाले. संध्याकाळी ग्रंथदिंडी होती. अतिशय विस्कळीत आणि प्रभावहीन झाली. तिला अधिक चांगल्या पद्धतीने मॅनेज करणे शक्य होते. पुण्यातील ट्रॅफिकचा नीट विचार करून तिची आखणी करायला हवी होती. त्यातच झेड-ब्रिजजवळ (आणि बहुतेक सर्वच ठिकाणी)पुणेकर वाहनचालकांना दिंडी ब्रेक करून पुढे जाण्यात काय आनंद मिळत होता कळत नाही. दिंडीमधील विद्यार्थ्यांचा उत्साह चांगला होता; पण त्यांचे ताल ट्रॅफिकमुळे चुकत होते. त्यातच नाशिक ढोल हे आकर्षण ठरले होते. त्यांच्यासमोर इतरांचा काही प्रभाव पडल्यासारखा वाटत नव्हता. ग्रंथदिंडी म्हटली की ग्रंथविश्वाचे कर्ते-लेखक, प्रकाशक, संपादक असायला हवे होते; पण त्यांचा विशेष सहभाग दिसला नाही. साहित्यिकांचे फोटो लावून फलक घेऊन काही मुले चालत होती; पण फलकावर साहित्यिकांची नावे पुरेशी मोठी नव्हती. लग्नाची मिरवणूक, अधिक शाळकरी संचलन, अधिक काही प्रमाणात साहित्यविश्वाचा सहभाग = दिंडी असे सूत्र मांडता येईल.

त्यातच अध्यक्षपदाची सूत्रे कोणाकडून स्वीकारावीत यावरून वाद निर्माण झाले. आधीच साहित्यविश्वाची अवस्था फार काही चांगली नाही, त्यातच हे क्षुद्र राजकारण. (साहित्यात राजकारण असणे वाईट नाही; हेतू व परिणाम यावरून राजकारणाचे मूल्यमापन केले जायला हवे)

रात्री नऊनंतर एस.पी.कॉलेजमध्ये सहज फेरी टाकली. उद्यापासून तीन दिवस गर्दीत जायचे आहेच तर, रिकामी जागा बघून घ्यावी हा मूळ हेतू! टिळक रोडवरून जाताना ड्यूटीवरून घरी जाणाऱ्या पोलिसांच्या अनेक गाड्या पाहून उगीचच काही वेगळं होतंय असा फील येत होता.

काही गोष्टी देखण्या उभारल्या आहेत. तिथे अन्नपदार्थांचे स्टॉल्स दिसले. दुपारचे जेवण ८० रुपये व रात्रीचे ७० रुपये असा फरक का? ते काही बोर्डवर क्लॅरिफाय केलेले नव्हते. मौज, मॅजेस्टिक असे काही स्टॉल्स दिसले, बरे वाटले. वि.का.राजवाडे संशोधन संस्थेचा स्टॉल साधाच; पण तिथली माणसं हसतमुख होती. खरं तर, अशा निमित्ताने लहान, फारशा प्रसिद्ध नसलेल्या प्रकाशकांनी योग्य संधी साधून आपले स्टॉल्स अत्यंत आकर्षक व नेटके उभे करायला हवेत. लोकांपर्यंत पोचायला हवे. लहान, अप्रसिद्ध प्रकाशकांना जागा पण तशाच आतल्या दिलेल्या आहेत. मोठ्या प्रकाशकांनाच मोक्याच्या जागा नेहमी का द्याव्या? कधीतरी त्यांनाही थोड्या आत जागा द्या. अप्रसिद्ध लोकांना पुढे येऊ द्या की!

'साहित्यसंमेलनात काय होतं?' असा प्रश्न एकाने संध्याकाळी सहाला विचारला आणि ते कशाचं असतं?' असा दुसरा प्रश्न होता. विचारणारा मुलगा लातूरचा बारावीचा एक विद्यार्थी होता.

'साहित्यसंमेलनाला कोण कोण येणार आहे? काय असणार आहे? असाच एक प्रश्न. मी सांगितल्यावर उलटा प्रश्न की मग 'अमिताभ का येतोय?' म्हटलं, 'तूच विचार कर'

साहित्यसंमेलन म्हणजे पुस्तकांशी संबंधित काहीतरी आहे असं कळताच एकाची कॉमेंट, 'म्हणजे तू तिथे पडीक असणार!'

साहित्यसंमेलनात मराठी कोट्स असलेले टी-शर्टस मिळतील का? जर हो तर सांग. मी येतो. विकत घेऊ'

तिथे तरुण किती असतील? जर चांगल्या मुली असतील तर फेरी मारायला माझी काही हरकत नाही.

मुंबईचे एक नोकरदार गृहस्थ फोनवर - 'साहित्यसंमेलन पुण्यात असलं तरी मला माझे व्याप सांभाळून यायला जमणार नाही.' 'अहो पण तुम्हाला इतकं प्रेम आहे ना, या सर्वांसंबंधी मग या' 'साहित्यसंमेलन जर मुंबईत असेल तर जाईन मी.'

'अरे साहित्यसंमेलनात चेतन भगतची पुस्तकं मिळतात का? जर हो तर घेऊन ये.'

'आय.पी.एल.ची मुंबई विरुद्ध चेन्नई मॅच सोडून मी भाषण ऐकायला येणार नाही.

'साहित्यसंमेलनात वेगवेगळ्या राईटर्सचे इंटरव्ह्यूज घेतले जातात, जे आपल्या फार कामाचे नसतात.'

'कॉमन पुस्तकं तर सगळीकडेच मिळतात, आपण जरा दुर्मीळ वेगळी पुस्तकं शोधू या. त्याला किमान चार तास हवेत. तू येशील का?'

आज २५ मार्च. माझी परीक्षा चालू आहे. याचा विसर पडावा असा दिवस. कारण काय? तर म्हणे 'पुण्यनामक (तथाकथित) सुसंस्कृत शहरात साहित्यिकांची जत्रा भरणार आहे. अनेकविध विचारांत गुंतलो आहे आणि समोर दिवसाचा पट सरकून जात आहे.'

'काय काका! आज साहित्यसंमेलन आहे, आत जाऊन आलात का?' या प्रश्नावर तंबाखू चोळणारा तो रिक्षावाला माझ्याकडे बघून सूचक हसला आणि तंबाखूचा हात झटकताना नाकात कण गेल्यामुळे मला ठसका लागला. त्याच्या हसण्यात हे सूचित होत होतं की, 'हे येडं दिसतंय, काहीही प्रश्न विचारतंय. साहित्य वगैरे आपलं काम नाही.'

असे प्रसंग घडत राहतात आणि मनात विचार येत राहतात. उलटसुलट प्रश्न पडतात. साहित्य ही काहीचजणांची मिरासदारी अशी भावना का? संमेलनात काहीच आकर्षक नाही का? पुस्तकांवर प्रेम करणारी, विकत घेऊन वाचणारी माणसं अल्पसंख्येत का? साहित्यकृती छान असते, पण मग साहित्यव्यवहार इतका असा का? (असा चा अर्थ ज्याला हवा त्याने तसा घ्यावा) साहित्यसंमेलनात टी-शर्टस् का नसावेत अणि इंग्रजी पुस्तकांचे स्टॉल्स पण का नसावेत? जर लोक काही ना काही करून लोकांपर्यंत पोहोचतात, तर टीशर्टस आणि इंग्रजी पुस्तकांचा वापर का करू नये?

इंग्लिश पुस्तकं विकणारे मॅनिजसारखे, स्ट्रँडसारखे लोक. त्यांचा पॉशनेस, आकर्षकपणा. माझी मराठी (म्हणजे सर्वांचीच) भाषा, तिचा व्यवहार असा का नाही? केवळ वाचक नाहीत अशी ओरड कितीकाळ ऐकायची? तेच ते जुने प्रश्न आणि त्यांची तीच ती उत्तरं. कंटाळा, कीव, राग सर्व भावना दाटतात. नवी माध्यमं, नवी सजावट, नव्या प्रकारच्या गोष्टी का नाहीत? काही तुरळक अपवाद दिसतात, पण तरीही ते वाळवंटात ओॲसिससारखे वाटतात.

तरीही एक श्याम जोशी असतो. अनुदान न घेता पंधरा हजार पुस्तकांची लायब्ररी बदलापूरमध्ये उभी करतो. अभ्यासिका उभी करतो. ती उभारणारा एक श्याम जोशी स्वत:ची सर्व पुंजी त्यात घालतो. लोक अशा उपक्रमांना प्रतिसाद देतात, करण्याची इच्छाशक्ती लागते. त्यांनी दोन दिवस बदलापूरला दभि महोत्सव साजरा केला.

मराठीमध्ये बदल होत आहेत; पर ते तितकेच पुरेसे नाहीत. त्यांची व्याप्ती, झेप वाढायला हवी. बघूया. पुढचे तीन दिवस काय दिसतंय ते....

२६ मार्च २०१०

आमच्या बॅगेत जणूकाही किलोभर आरडीएक्स असल्यासारखे चेकिंग. आम्ही म्हणजे कसाबचे भाऊबंदच अशी वागणूक! सुरक्षेच्या सर्व नियमांची आवश्यकता, आमचे सहकार्य इत्यादी बाबींचा विचार केला तर सहजपणे मनात येते की त्यांनी लोकांना जर नीट वागणूक दिली तर काय यांचा पगार कमी होणार आहे का? पण नाही, ते तसेच उर्मटपणे वागणार.

काल रात्री १० नंतर एस.पी.कॉलेजमधून बाहेर पडताना 'जय हो' गाणे लाऊडस्पीकरवर लागले होते. मनात सनातनी विचार आला की, मराठी साहित्यसंमेलनात हिंदी गाणे ते पण रॉक स्टाईलचे! परंतु मग नीट विचार केल्यावर वाटले की, काय प्रॉब्लेम आहे 'जय हो' लावले तर?

फक्त मराठी गाणी लावायची, हिंदी नाहीत असा काय नियम नाही आणि मराठी श्रेष्ठ आहे हे सांगण्यासाठी हिंदी किंवा इतर कोणाचाच द्वेष करण्याची गरज नाही. मराठी साहित्यसंमेलनात हिंदी, इंग्रजी पुस्तक असली तर काय बिघडलं? विचार, भावना भाषेचं बंधन ओलांडून पलीकडे जातात. (असं कोणीतरी म्हटले आहे, म्हणजे ते ग्रेट वाक्य आणि सांगणारा पण ग्रेट असणार!)

साहित्यसंमेलनाला जाणं ही एक वेगळी (!) मौज असल्यासारखे आता वाटत आहे. तिथे येणारी माणसं पाहाणं, त्यांच्याशी बोलणं आणि एकूणच फील घेणं हा एक 'वर्थ' अनुभव आहे.

दुपारी साडेतीनला यशवंतराव चव्हाण सभागृहात एक वक्ते आजपासून शंभरवर्षांपूर्वीची, दोनशे वर्षांपूर्वीची स्थिती तत्सम विषयावर बोलत होते. निमंत्रितांसाठी राखीव असलेल्या जागा सोडल्यास प्रेक्षकांच्या पन्नास टक्के जागा पण भरल्या नव्हत्या. अण्णाभाऊ साठे कविकट्ट्यात पोलिस गप्पा ठोकत बसले होते. फार कमी लोक तिथे असताना सर्व फॅन्स चालू होते. (माझ्या मनात उगीचंच चीड दाटून आली - यांना पर्यावरणाचं काहीच कसं वाटत नाही वगैरे...) आचार्य अत्रे सभागृहात पण फार गर्दी नव्हती. चारच्या सुमारास पण लोक मस्तपैकी ढेकर देत होते. फोनवर बोलत होते इत्यादी. एका हॉलमधल्या कार्यक्रमाचा आवाज दुसरीकडे डिस्टर्बन्स आणत होता मग आमचं लक्ष गेलं पुस्तकांकडे. हाफ-चड्डी, कॅप, सँडल, टी-शर्ट पाठीवर सॅक अशा ड्रेसमध्ये मी एन्ट्री करताच, मी जणू दरबारचा फार मोठा नियम मोडला असून राजाचा वैयक्तिक अपमान वगैरे झाला आहे अणि मला कठोरात कठोर शिक्षा व्हायला हवी, अशा नजरा पडल्या.

एका स्टॉलवरचे प्रकाशक एका ग्राहकाशी बोलताना आतील सर्वांना ऐकू जाईल अशा आवाजात बोलत होते, 'मी याहून जास्त पुस्तके घेऊन शिवाजी मंदिरला जातो; पण तिथे कोणी डिस्काऊंट मागत नाही. इथे लोक एन्ट्री करण्याआधी डिस्काऊंट किती ते विचारतात. आता वाचकांना चांगल्या पुस्तकांबरोबर किंमत पण रिझनेबल लागते. (याचा अर्थ असा नक्कीच नाही की मराठी पुस्तकांच्या किमती अनरिझनेबल आहेत, पण दर्जा, आशय लक्षात घेता किंमती जास्त भासतात.) हा त्यांचा दोष असू शकेल!

त्या पुस्तकप्रदर्शनाला एका स्टॉलवर विविध खाद्यपदार्थ मांडले होते! कथा, कादंबऱ्या, कविता यांच्या बोर्डवर एक खिळा ठोकून 'कोळंबी लोणचे आहे' चा बोर्ड! कोळंबी विकायला हरकत काही नाही; पण ते खाण्याच्या स्टॉल्सवर विकायचे. बाकी स्टॉल्सवर पुस्तके नीट मांडली गेली नव्हती, हवी ती सापडत नव्हती, मस्त गोंधळ चालला होता.

काही स्टॉल्स लक्षवेधी होते. राज्यशासनाचे स्टॉल्स, आरटीआयवाल्याचा स्टॉल, इस्लामिक मराठीवाल्याचा स्टॉल असे काही वेगळे स्टॉल्स होते. 'लोकमान्य'वाले त्यांच्या ड्रेसेसमुळे लक्ष वेधून घेत होते, तर ज्ञानप्रबोधिनीच्या स्टॉलवर दुर्मीळ गोष्ट होती - उत्साह! 'राजवाडे'वाले नेहमीप्रमाणेच हसतमुख आणि न कंटाळता बोलत होते. एका स्टॉल वर तर एन्ट्रीच्या उजवीकडे 'धन्यवाद'चा बोर्ड होता, जणू आत येण्याची तसदी घेऊ नये असाच त्यांचा प्रयत्न असावा.

त्यातच एका संस्थेचे एक मान्यवर लेखक येणार असल्याची घोषणा ऐकू येत होती. त्यांच्या सहीसाठी लोक बऱ्यापैकी गर्दी करताना दिसले.

पुस्तके बघत असताना काही गोष्टी जाणवत राहिल्या. बरेचजण असे बसले होते की जणू ते इतर वेळी वागतात ते चांगले असा (गैर)समज झाल्यामुळे मालकाने त्यांना इथे येण्याची शिक्षा वगैरे दिली असावी. एक आमदार आले तर त्यांच्यासाठी सिक्युरिटीचा केवढा बाऊ करत होते! एका निमंत्रित स्त्रीकडे कागदी/कापडी पिशवी खूप मस्त होती, त्याबाबत एका व्यक्तीने त्यांना विचारले असता त्या तुटकपणे उत्तर देऊन निघून गेल्या. अशा वागणुकीने मनावर एकतरी ओरखडा उमटतोच.

संध्याकाळी सातनंतरसुद्धा प्रदर्शनात फार गर्दी, उत्साह जाणवत नव्हता, कथावाचनाच्या कार्यक्रमास तशी गर्दी होती. पण जो एक चार्म असायला हवा तो एस.पी.कॉलेजभर शोधूनही सापडत नव्हता.

अशीच एक गंमतीदार गोष्ट. कुर्ता, दाढी, चष्मा या वेषातल्या कोणत्याही व्यक्तीकडे आपसूकपणे आदरार्थी (कदाचित ते शब्दसृष्टीचे ईश्वर असावेत!) या

अर्थाच्या नजरा जात होत्या. काही शाळांमधल्या मुली युनिफॉर्ममध्ये पुस्तकं बघत होत्या.

बघू या, आज तसा पहिलाच दिवस होता. उद्या बघू की गर्दी किती आणि कार्यक्रमांचा दर्जा कसा असेल ते.

मला 'अभिधा' माहित आहे हे कळल्यावर 'अभिधा' नंतर प्रकाशनाच्या स्टॉलवरची व्यक्ती भलतीच खुशीत येऊन बोलत होती. 'उद्या ये! सवलत आणि इतर काही डिटेल्स कळतील' असे सौजन्य पण त्याने दाखविले. नाव, मोबाईल नंबर व ई-मेल अॅड्रेस घेऊन एक प्रकाशन संस्था पुस्तकं फ्री देत होती.

साहित्यसंमेलनात 'अमिताभ' येणार म्हटल्यावर साधारणत: रिअॅक्शन्स अशा की 'त्याचा आणि साहित्याचा काय संबंध?' 'वा! अमिताभ येतोय. जायला पाहिजे' अतिशय स्टेरिओटाईप भूमिका! सेम अबाऊट साहित्यसंमेलन इन अमेरिका. एका तरुण मित्राशी (म्हणजे माझ्याच वयाच्या) बोलत होतो तर तो सहजपणे बोलून गेला की जर अशा घटनांनी साहित्याचा असलेला दर्जा, लोकप्रियता इत्यादी उंचावणार असेल तर त्यात वाईट काय? जर टी-शर्ट, कोटसूच्या माध्यमातून चांगल्या, अभिजात कविता अधिकाधिक लोकांपर्यंत पोहोचल्या तर त्यात प्रॉब्लेम काय? अशा प्रकारची मते ऐकताना बरं वाटतं, कारण तो काहीतरी वेगळं मांडत असतो. 'काहीतरी वेगळं द्या' अशी मागणी नकळतपणे वेगवेगळ्या माध्यमातून व्यक्त होत असते.

म्हणजे साहित्यसंमेलनासारख्या व्यासपीठांवर काहीतरी वेगळं, ओरिजनल, इनोव्हेटिव करण्याची गरज आहे का? मग नक्की काय करावे लागेल? साहित्यसंमेलनास राज्यभरातून प्रकाशक येतात. काही प्रश्न सहज त्यानिमित्ताने मनात आले - ह्या प्रकाशकांची राहण्याची व्यवस्था काय? इतक्या लांब अंतरावरून पुस्तके घेऊन यायचे. वाहतुकीचा खर्च, राहाण्या-खाण्याचा खर्च आणि अपेक्षित सेल झाला नाही तर? (कदाचित असेल त्या तोट्यात आणखी भर.)

एक लेखक असेच एका प्रसिद्ध संस्कृत ग्रंथाचा काव्यानुवाद कोणी विक्रीस ठेवतंय का? असा शोध घेत फिरत होते आणि एका स्टॉलवरच्या माणसाने 'इथे फक्त अमूक अमूक प्रकाशकांचीच पुस्तके आहेत' असे उत्तर दिले अणि ते लेखक महाशय हौसेने दाखवत असलेले पुस्तक पाहिलेसुद्धा नाही. आता मान्य की काही बिझिनेस पॉलिसीज असतात, हे साहित्यसंमेलन पुण्यात आहे! तरी पण केवळ ते पुस्तक चाळून त्या लेखकाला हसतमुखाने सांगता येणे शक्य नाही काय? पण ती व्यक्ती तसे का वागली नाही?

२७ मार्च २०१०

आज शनिवार. सकाळपासूनच संमेलनाचे वेध लागलेले होते. गेलो. नेहमीप्रमाणे कार्यक्रम चालू होते. जाताना माझी बॅग चेक झाल्यावर मी मित्रासाठी बाहेरच थांबलो होतो. मित्र आल्यावर पोलिसांनी परत बॅग चेकिंगसाठी मागितली. त्यांना सौम्य शब्दांतत बॅग मागणं शक्य होतं, पण नाही. त्यांनी मागताच त्यांना सांगितलं की आधीच चेक केली आहे, पण ते ऐकायलाच तयार नाहीत. मग काय, दिली. जाता जाता सहज काही बाबी चमकून गेल्या.

अतिरेक्यांचा धोका असल्याने काटेकोर सुरक्षायंत्रणेची गरज नक्कीच आहे, त्यात पोलिसांचा रोल महत्त्वाचा असेल. परंतु त्यांचे तशाप्रकारे ट्रेनिंग होणे गरजेचे. नाहीतर ज्यांची सेवा करायची त्यांना अपराध्यासारखी वागणूक मिळते. मला तरी स्वत:ला फार ह्युमिलेटिंग वाटलं की माझी बॅग दोनदा चेक केली गेली अणि महत्त्वाचे म्हणजे ज्या पद्धतीने चेक केली त्यामुळे जास्तच वाईट वाटले. सर्व प्रकारच्या पोलीस रिफॉर्मसमध्ये हा मुद्दा चर्चिला गेला आहे की, पोलिसांची संख्या वाढवायला हवी. त्या दृष्टीने प्रयत्न काही होत आहे का? पोलिसांची संख्या वाढवून भागणार नाही. इफिसिएन्सी आणि इफेक्टिवनेस पण वाढला पाहिजे. मुख्या म्हणजे आपण कोणासमोर माज करायचा आणि कोणासमोर नाही यासंबंधी त्यांना ट्रेनिंग द्यायला हवे.

कालच्या तुलनेत आज लोकांची संख्या बरी वाटली. स्टॉल्सवरचे लोकही थोडे रुळल्यासारखे वाटत होते. सी-डॅकवाल्यांचा स्टॉल, साधनाने दिलेले ४0 टक्के डिस्काऊंट, पॉप्युलरवाल्याचे स्टॉल्स ही काही आजची उल्लेखनिय माहिती आणि हो! टी-शर्टवाल्याचा एक स्टॉल होता. आमच्या बदलापूरच्या राऊतांचे प्रदर्शनही छान. मीही बदलापूरचा असे त्यांना सांगितल्यावर मलाच जास्त बरे वाटले.

मुलाखतींना, चर्चासत्रांना फार गर्दी दिसतच नव्हती. कदाचित हॉल मोठे आहेत! काव्यसादरीकरणास बऱ्यापैकी गर्दी होती. नंतर गर्दी वाढली, पण तिथे सादर होणाऱ्या कविता फार काही दर्जेदार नव्हत्या. त्यातच श्रोतेही इतक्या सवंगपणे दाद देत होते की काही विचारू नका. एका कवीने पाडगावकरांच्या सलाम(!) या कवितेला समोर ठेवून लिहिलेली कविता आणि त्याला श्रोत्यांची दाद ऐकताना असे वाटले की ही दाद पाडगावकरांना तर नाही ना?

मुख्य म्हणजे नवे असे काही मांडण्याचा, देण्याचा फारसा प्रयत्न होताना दिसत नव्हता. कविताकट्ट्याच्या बाहेर पेन्सिलने रेखाचित्र काढून देणाऱ्यांकडे बऱ्यापैकी

गर्दी होती. बाकी फिरणं, बघणं चालूच. पोलिसांच्या एका गाडीमध्ये चार पोलीस पत्त्यांचा डाव टाकत होते. कदाचित त्यांचा विरंगुळा (किंवा गरज).

एक जाणवणारी गोष्ट म्हणजे पुस्तकांच्या प्रदर्शनात जर सहज उभे राहिलो तर फारसे उकडत नव्हते. बरचे सर्व फॅन्स चक्क चालू होते! अत्रे सभागृहात लावलेल्या 'स्क्रीन'चा अँगल नीट ॲडजस्ट करायला हवा होता. बाहेरच्या उन्हामुळे स्क्रीनवर फार काही स्वच्छ आणि स्पष्ट दिसत नव्हते.

एक मान्यवर मेहता प्रकाशक पुस्तकप्रदर्शनात नाहीत हे जाणवलं. सहज बाहेर आलो तर ग्राहकपेठेच्या पहिल्या मजल्यावर त्यांचे ४० टक्के डिस्काऊंटचे प्रदर्शन चालू होते. काही वादविवाद झाले असू शकतील, एका वाचकाची अशीच एक प्रतिक्रिया होती की 'बरे झाले! कौतिकराव गेले. मराठी साहित्यावर पडलेली रात्र दूर होऊन आता उष:काल होत आहे.'

एकूणच सिक्यूरिटीच्या लोकांचा आविर्भाव असा की 'किती लोक येत आहेत! यांना काही काम नाही काय? येतात आपले. फुकट आमचे काम वाढते की.' काही प्रकाशकांची बॉडी लँग्वेज अशीच होती. एकूणच सरकारी खात्यात असे का होते? जबाबदारीची जाणीव संपली आहे का? नागरिक म्हणून आपण नक्की कुठे चुकतो? प्रकाशक, लेखक, वाचक, सरकारी अधिकारी, नागरिक अशा प्रकारच्या संबंधात आपण कुठे चुकतो? आपल्या जबाबदाऱ्या आपल्याला माहीत असतात का? मंत्रालयात तर असेच काही चालू असते. शेवटी एक दिवस असा येतो की, मुख्यमंत्री जाहीर करतात की या आठवड्यात कोणीही लाच द्यायची-घ्यायची नाही! हेतू, कार्यक्रम चांगला, पण मग याचा अर्थ असा पण होतो की, वर्षातला असा एक आठवडा वगळला, तर उरलेले ५१ आठवडे ते लाच घ्यायला मोकळे.

२८ मार्च २०१०

रविवार. म्हणजे सुट्टी. असं एकदा मनात आपोआप तयार झालेलं समीकरण. गेले दोन दिवस वृत्तपत्रांनी दिलेले कव्हरेज, जाऊन आलेल्यांच्या चर्चा, सोमवारी पेपर असणाऱ्यांना मिळालेली सुट्टी, नोकरदार लोकांना असणारा ऑफ, अमिताभ येणार म्हणे, त्याचं आणि मुख्यमंत्र्यांचं वाजलंय म्हणे अशा सर्व फॅक्टर्सनी गर्दी वाढलेली होती.

कार्यक्रमांचा दर्जा, त्यांचे वृत्तांत, मान्यवरांचे मुख्य मुद्दे इत्यादी बाबी कव्हर तर झाल्याच आहेत, वृत्तपत्रांनी चांगले कव्हरेज दिले आहे. त्याविषयी वेगळे काही

लिहिण्याची गरज नाही, आपण सहज फिरावे, जाणवले ते नोंदवावे अशी साधी भूमिका होती.

सभागृहात कार्यक्रम चालू असताना फोनवर बोलणे, पाणी पिणे इत्यादी कृती कितपत योग्य? काही साध्या गोष्टी आपण पाळू शकत नाही का? आणि त्याहून वाईट म्हणजे आपण असं वागतो याबद्दल आपल्याला काहीच वाटत नसते.

एक समाज म्हणून आपण कसे वावरतो? आपल्या वर्तणुकीसाठी काही वेगळे प्रयत्न करण्याची गरज आता आहे का? एन्ट्रीसाठी लेडीज, जेन्ट्स असे दोन स्पष्ट विभाग करूनही कोणीही, कुठेही घुसतं अणि अशांना कोणी अडवत नाही, कोणालाच काही सोयरसुतक नसते.

केवळ 'साहित्यसंमेलन' सुटे करून त्याचा विचार करणे योग्य नाही. एक समाज म्हणून आपलं जगणं आणि साहित्यसंमेलनासारख्या ठिकाणी त्याचं पडणारं प्रतिबिंब असा समग्रतेने विचार व्हायला हवा.

साहित्यसंमेलनातून विविध चर्चासत्रांतून फारसे काही निष्पन्न झाले नाही, भरीव काही हाताला लागले नाही अशी ओरड करणे फारच सोपे आहे. पण समाज म्हणून याबाबत आपल्यावर येणारी जबाबदारी टाळूनही उपयोगाची नाही.

संपूर्ण साहित्यसंमेलनाचे तीन-चार दिवस फिरताना, विनय हर्डीकरांच्या 'सुमारांची सद्दी' लेखाची सतत आठवण येत राहिली.

आज सकाळी उठल्यापासून मनात एक द्वंद्व होते की जायचे की नाही? पेपरचा अभ्यास करायचा असल्याने पहिले ठरवले की जायचे नाही, पण मग विचार आला की नको, आपण जाऊ या.

टिळक रोडवर जाता जाता काही फँटसीज मनात आकार घेत होत्या. साहित्यसंमेलनात अनेक लेखक, कवी अगदी निवांत, मोकळे भेटत आहेत. त्यांच्याशी भरभरून गप्पा होत आहेत हेही पहिले. अनेक वाचक एकत्र जमून छान काही बोलत आहेत, काही आदान-प्रदान होत आहे की दुसरी. वर मेन्शन केलेल्या फँटसीज कोणत्याही प्रॅक्टिकल अडचणी न येता प्रत्यक्षात घडत आहेत ही तिसरी.

मराठी साहित्यसंमेलन, पुणे याचा शेवटचा दिस गोड असेल का? तशी काल रात्री साहित्य परिषदेला लायटिंग झाली होती. शिवाय आजचे विषय, वक्ते नावाजलेले आहेत.

राजकीय नेत्यांना परिसंवादास बोलाविणे ही स्वागतार्ह गोष्ट आहे; पण त्यांनी राजकीय हिशेब बाजूला ठेवायला हवा. काहीतरी वेगळे बोलावे यासाठी त्यांना इथे बोलावले आहे. बाकी प्रचारकी भाषणे तर आपण ऐकतोच, हे नेते काय बोलणार आहेत? ते बोलणार आहेत की भांडणार आहेत?

एका मंडपात असे वक्ते असताना दुसरीकडे गो.मा.पवारांच्या अध्यक्षतेखाली स्वागतार्ह चर्चासत्र आहे. दोन्हीकडे गर्दी होवो हीच इच्छा मनात. रविवारी सगळे सेलिब्रिटीज बोलावणे यामागे संयोजकांचे काय प्लॅनिंग आहे? त्यातच अमिताभ-चव्हाण वाद, समारोपास होणारी गर्दी, पेपरचा विचार इत्यादी बाबींनी मी समारोपास उपस्थित नव्हतो. टुबी व्हेरी फ्रँक, वर दिलेली सर्व कारणे खोटी. मला इच्छा राहिली नव्हती. गेले तीन दिवस अखंड फिरताना जे काही पाहिलं त्याचा तर हा परिणाम नाही ना?

पुण्यातले लोक कार्यक्रमास येणार म्हणजे बरेच जण गाड्या घेऊन येणार. त्यांच्या असंख्य गाड्यांच्या पार्किंगची सोय ही मोठीच डोकेदुखी. खरं सांगायचं तर कधीकधी पुरेशी पार्किंगची सोय नसताना अतिक्रमणवाल्यांनी गाड्या उचलणं अयोग्य वाटतं, ज्याची गाडी उचलली त्याची फजिती बघताना कीव येते, पण काही गोष्टी कराव्याच लागतात.

साहित्यसंमेलनाच्या निमित्ताने निदान काही दिवस साहित्यविश्व चर्चेत आले ही पॉझिटिव्ह गोष्ट समजायची का? महाराष्ट्र शासनाच्या वेगवेगळ्या स्टॉल्सवर हवी ती माहिती योग्यपणे मिळणे हा सुखद धक्का होता! बाकी कार्यक्रमपत्रिका देखणी छापली होती. एस.पी.कॉलेजच्या बाहेर लावलेले वेगवेगळे बोर्ड्स आकर्षक होते. त्यांचे अनेकांनी फोटो काढून घेतले.

अजून एक फँटसी चमकली की जशा आंतरराष्ट्रीय कॉन्फरन्सेस होतात तसे साहित्यसंमेलन पण ए.सी.हॉलमध्ये व्हावे. त्यांची हजारो प्रेक्षकांनी सामावून घेण्याची क्षमता असावी. ज्याप्रमाणे युधिष्ठिराच्या दान-समारंभाची कीर्ती ऐकून मुंगुस पत्ता शोधत आले तसे न्यूयॉर्क-टोकियोतील लोक आपल्या संमेलनाचा पत्ता शोधत यावेत. संमेलनाच्या निमित्ताने विविध भागामध्ये आवश्यक इन्फ्रास्ट्रक्चर उभे राहावे आणि एकूणच एक समृद्ध असा समाज, संस्कृती घडविण्याच्या दिशेने प्रयत्न व्हावे.

मनात काय फँटसी कधी आकार घेईल सांगता येत नाही. सहजच एक असाही विचार आला की, दरवर्षी संमेलन, शाळा-कॉलेजातल्या मुलांच्या परीक्षांदरम्यान, नोकरदार लोकांवर वर्षाच्या शेवटची कामे असताना का येतं? त्याची वेळ बदलता नाही येणार? काही तांत्रिक अडचणी येतील हे मान्य; पण तरीसुद्धा याचा विचार केला जायला हवा का?

संमेलनात वावरताना असा फील कायम आला की आपले मन काही बाबतीत नको इतके आधुनिक तर काहीत नको इतके परंपरावादी, आग्रही असते. दोन्हीतले बरेचसे दुर्गुण, त्यातच विवेकनिष्ठ वास्तवविचारांची कसोटी लावण्याचा अभाव अशा

बऱ्याच गोष्टींनी आपल्या पर्सनॅलिटीचे विचित्र कॉंबिनेशन झाले आहे.

नवीन वाचकांनी पुस्तके विकत घेतली की ती सर्वांना दिसतील अशी दाखवत फिरणे ही गंमतच होती. उपस्थित लोकांच्या वेगवेगळ्या ड्रेसेसवरून त्यांची आर्थिक स्थिती काय असेल याचा अंदाज बांधणारे काहीजण इतरांना ऐकू जाईल, अशा आवाजात टिप्पणी करीत होते. मी एक दृश्य शोधत होतो, की नव्या पुस्तकांचा सुगंध हुंगणारा कोणी दिसतंय का ते, पण मला तरी कोणी नाही दिसलं. मुंबईत अप-डाऊन करताना नवीन पुस्तके घेतली की त्यांचा ट्रेनमध्ये सुगंध हुंगणे, ब्लर्ब, प्रस्तावना वाचणे अशा कृती सहजच व्हायच्या. नकळतच अंगावर एक उबदार शाल पसरली गेल्याची भावना व्हायची. आजूबाजूचे लोक मात्र सुशिक्षित दिसतोय खरा; पण ज्याअर्थी ठाण्याला चढला त्याअर्थी 'त्यातला' असावा हा-अशाच नजरेने बघायचे. (ठाण्यास मेंटल हॉस्पिटल आहे हे सुज्ञांस सांगण्याची गरज नाही) येथे तसा कोणी दिसत नसला तरी काय झालं? मी विकत घेतलेल्या पुस्तकाचा मनभरून सुगंध हुंगला. तेव्हाची आलेली तलफ भागली गेली.

आता परत उन्हात काय चालायचे? पण नाही राजा, तू चाललेच पाहिजे. आणि मग काय, ए.पां.रेंदाळकरांची आठवण काढत आम्ही 'अजूनि चालतोचि वाट.'

भ्रमणध्वनी : ९८६७२३८३१४

पायंडेदार संमेलन

प्रदीप कुलकर्णी

आधीचे पायंडे मोडायचे अणि नवे पाडायचे, हा ८३ व्या अखिल भारतीय मराठी साहित्यसंमेलनाने पाडलेला मोठा पायंडा! मोडलेले सगळेच पायंडे चांगले नसतात असे नाही आणि पाडलेले सगळेच पायंडे वाईट असतात असेही नाही. या संमेलनात किमान तीन नव्या पायंड्यांचा जन्म झाला आहे.

पहिला म्हणजे नव्या संमेलनाध्यक्षांना सूत्रे कशी सोपवावी याबाबतचा, दुसरा म्हणजे उद्घाटनाच्या दीपप्रज्वलनात सर्वसामान्य व्यक्तीला सहभागी करून घेण्याचा आणि तिसरा म्हणजे वाचनसंस्कृती वाढीस लावण्यासाठी, प्रबोधन करण्यासाठी संमेलनाध्यक्षांना पुढील वर्षभर महाराष्ट्रात हिंडता-फिरता यावे म्हणून एक लाख रुपयांच्या विशेष तरतुदीचा.

सूत्रे सोपविणे ही बाब एरवीही तशी 'अदृश्य'च असते. पूर्वाध्यक्षांनी नव्या अध्यक्षांना सूत्रे सोपवायची, असा पायंडा पूर्वापार चालत आलेला आहे. दोनेक संमेलनांचा अपवाद वगळता, ही प्रथा आजवरच्या संमेलनांमध्ये यथासांग पार पाडलेली आहे. मात्र हा पायंडा या संमेलनात मोडला गेला आणि हे कृत्य जाणीवपूर्वक झालेले आहे, हे महत्त्वाचे.

'संत तुकाराम' या कादंबरीमुळे गेल्या वर्षीच्या संमेलनाचे अध्यक्ष आनंद यादव यांची मोठीच पंचाईत झाली होती व संमेलनाध्यक्षपदाचा अगदी तोंडाशी आलेला त्यांचा घास हिरावला गेला होता. या कादंबरीतील काही आक्षेपार्ह उल्लेखांमुळे यादव यांना संमेलनाच्या तोंडावरच अध्यक्षपदाचा राजीनामा द्यावा लागला होता. त्यामुळे ८३ व्या संमेलनात सूत्रे कोणाच्या हस्ते सुपूर्त करायची, ही तांत्रिक आडचण होती. त्यामुळे गेल्याच्या गेल्या संमेलनाचे अध्यक्ष म.द हातकणंगलेकर यांच्या हस्ते सूत्रे स्वीकारायला आपल्याला आवडेल असा पर्याय ८३ व्या संमेलनाचे अध्यक्ष डॉ. द. भि. कुलकर्णी यांनी मांडला. मात्र तसेही होऊ शकले नाही. शेवटी याबाबत

'महामंडळ जो निर्णय घेईल, तो आपल्याला मान्य असेल' अशी भूमिका दभिंनी घेतली.

संमेलनाचे उद्घाटन होण्यापूर्वी नवे अध्यक्ष या नात्याने दभिंचा सत्कार करण्यात आला आणि हा सत्कार झाल्यानंतर 'महामंडळाने अध्यक्षपदाची सूत्रे दभिंकडे सुपूर्त केली आहेत, अशी घोषणा सूत्रसंचालक सुधीर गाडगीळ यांच्याकरवी करण्यात आली. सत्काराच्या हारात जणू काही ही सूत्रे लपवून देण्यात आली!

यादव यांना गेल्या वर्षी संमेलनाध्यक्षपदाच्या खुर्चीवर भलेही बसता आले नसेल; पण ते निवडणुकीद्वारा रीतसर निवडून आलेले अध्यक्ष होते. शिवाय ८३ व्या संमेलनाच्या मंडपातही ते उपस्थित होते. तरीही त्यांच्या हातून सूत्रे सुपूर्त करण्यात आली नाहीत. मात्र पूर्वाध्यक्षांच्या सत्काराच्या वेळी जेव्हा यादव यांचाही सत्कार करण्यात आला, तेव्हा उपस्थितांनी टाळ्यांचा जो काही प्रचंड कडकडाट केला तो खूपच बोलका होता. सर्वसामान्य साहित्यरसिकांनी वर्षभराने यादव यांच्याबद्दल व्यक्त केलेली ती आपुलकीच होती म्हणायची.

दुसरा एक स्तुत्य पायंडा या संमेलनाने पाडला तो म्हणजे नामवंतांबरोबरच सामान्य माणसाच्या हस्ते संमेलनाचे उद्घाटन अशी घटना यंदा प्रथमच घडली असावी. गेले सुमारे अर्धशतक रस्त्यावर जुनी, दुर्मीळ पुस्तके विकणारे वसंतराव आठवले यांचाही हात उद्घाटनाच्या वेळच्या दीपप्रज्वलनाला लागला. उद्घाटन करताना भावुक होऊन ना.धों. महानोर म्हणालेच होते, की माझ्या हस्ते उद्घाटन होताना विंदा करंदीकर यांचेही हात या दीपप्रज्वलनाला लागलेले आहेत. (पूर्वनियोजनानुसार विंदांच्या हस्ते उद्घाटन होणार होते.) म्हणजे या संमेलनाचे उद्घाटन तीन-तीन जणांच्या हातांनी झाले म्हणायचे! 'देणाऱ्याने देत जावे, घेणाऱ्याने घेत जावे' या विंदांच्या ओळींना स्मरून खरोखरच सर्वसामान्य व्यक्तीला उद्घाटनाचा हा मोठाच मान देणाऱ्याने दिला याबद्दल संयोजक रास्त कौतुकाला पात्र आहेत.

एकूण सूत्रे सुपूर्त करणे आणि संमेलनाचे उद्घाटन अशा दोन 'नमना'च्या गोष्टीच वेगळ्या पद्धतीने झाल्या. याशिवाय साहित्याशी थेट संबंध नसलेल्या पण वडिलांच्या कवित्वामुळे या शब्दसंपदेवर हक्क सांगणाऱ्या अतिवलयांकित व्यक्तींना संमेलनाच्या व्यासपीठावर आणण्याचाही हा बहुधा पहिलाच पायंडा. (नाटककार सुरेश खरे यांच्या अध्यक्षतेखालील नाट्यसंमेलनात यापूर्वी अमिताभ बच्चन उपस्थित होते, ते वेगळे.)

८३ व्या संमेलनात उद्घाटक ना.धों. महानोर यांच्या भाषणाने खूपच लांबण लावली; तर संमेलनाध्यक्ष डॉ. द.भि. कुलकर्णी यांचे भाषण उपस्थित सर्वसामान्यांच्या डोक्यावरून गेले.

होऊन गेलेल्या संमेलनामधील उद्घाटक-अध्यक्ष यांच्या भाषणांची तुलना प्रत्येकवेळी करणे बरोबर नसते. ते जरी कळत असले तरीही ती होते आणि मग अपेक्षाभंगाशिवाय पदरी काही पडत नाही.

संमेलनाच्या समारोपाचा दिवस होता तो महानायक अमिताभ बच्चन यांचा. बच्चन यांच्याकडून एक अख्खी मराठी कविता ऐकायला मिळणार, अशीच साऱ्या उपस्थितांची अपेक्षा होती. मात्र त्यांनी फक्त पहिलेच कडवे म्हणून आवरते घेतले, पण तेही नसे थोडके.

लाभले अम्हास भाग्य बोलतो मराठी
जाहलो खरेच धन्य ऐकतो मराठी
धर्म, पंथ, जात एक जाणतो मराठी
एवढ्या जगात माय मानतो मराठी

या ओळी साक्षात अमिताभ बच्चन म्हणत आहेत. हीच गोष्ट उपस्थितांच्या अंगावर रोमांच आणणारी आणि त्यांच्या 'भाग्या'ची होती! यानंतर

मंगल देशा!पवित्र देशा! महाराष्ट्र देशा!
प्रणाम घ्यावा माझा हा श्रीमहाराष्ट्र देशा!

या गोविंदाग्रजांच्या ओळी सादर करून बच्चन यांनी महाराष्ट्राचे त्यांच्या आयुष्यातील स्थान किती मोलाचे आहे हे सांगितले. मी आज जो काही आहे, तो केवळ महाराष्ट्रामुळेच, असेही त्यांनी नमूद केले अणि उपस्थितांची मने जिंकून घेतली. केवळ राजकारणाचा भाग म्हणून पूर्वनियोजित कार्यक्रमात बदल करून समस्त मराठी जनांचे प्रतिनिधी असलेले मुख्यमंत्री अशोक चव्हाण हे बच्चन यांच्या समवेत उपस्थित राहण्याचे टाळतात आणि बच्चन मात्र अतिविनम्रतेने इथे येऊन महाराष्ट्राचे मराठीचे गुणगान करीत साऱ्या संमेलनाला मंत्रमुग्ध करून सोडतात, हीही गोष्ट खूप काही सांगून गेली.

यानंतर बच्चन यांनी सादरीकरणासाठी वडील हरिवंशराय बच्चन यांच्या अशा कविता निवडल्या की गेले काही दिवस त्यांच्या विरोधात काँग्रेसने जे रान उठविले होते त्याचा हिशेब चुकता व्हावा!

'खून के छापे' आणि 'भारतीय साँप' या कवितांनी श्रोते अंतर्मुख झाले आणि आपल्या शत्रूला सूचकतेनेच कसे गारद करावे याचा जणू काही धडाच बच्चन यांनी घालून दिला. समारोपाची सारी सायंकाळ बच्चन यांच्याच नावावर होती, हे खरे! पण आणखी एक अनोखे दृश्यही याच संमेलनस्थळी पाहायला मिळाले. इकडे बच्चन यांचे काव्यवाचन सुरू होते आणि तिकडे कविकट्ट्याच्या मंडपात नवकवीही जोशात

होते! आपल्या कवितेपुढे बच्चन यांची उपस्थिती, त्यांचे काव्यवाचन याचे काहीच अप्रूप या नवकवींना नव्हते. एकामागोमाग एक कविता सादर करण्याचा त्यांचा धडाका सुरूच होता!

विख्यात संस्कृत कवी ज्ञानपीठ पुरस्कारविजेते सत्यव्रत शास्त्री यांनी आपले छोटेखानी भाषण संस्कृतमध्ये केले. दर वर्षी साजऱ्या होणाऱ्या मायमराठीच्या या उत्सवाची प्रशंसा त्यांनी केली.

संमेलनाध्यक्ष दभिंचे समारोपाचे भाषणही नेटके आणि आटोपशीर झाले. 'साहित्यसंमेलनाचा हा समारोप नसून, खरे तर प्रारंभच आहे' असे त्यांनी स्पष्ट केले. (हाही एक पायंडा म्हणायला हरकत नाही) पाच-दहा मिनिटांचे भाषणही शांतपणे ऐकून न घेणाऱ्या श्रोत्यांची संस्कृतीही दाखवून द्यायला ते विसरले नाहीत. दभिंनी त्यांच्यातील कडक प्राध्यापकाचे दर्शन उतावीळ श्रोत्यांना असे घडविले ते योग्यच झाले.

बाकी, मराठी सक्तीची व्हायलाच हवी, कथा हा वाङ्मयप्रकार मुळीचच गौण नाही, असे परिसंवाद नेहमीच्या पद्धतीने पार पडले. गर्दीचा महापूर म्हणावा असे चित्र ग्रंथप्रदर्शनात होते. आपल्याला हव्या त्या पुस्तकांची खरेदी वाचकवर्ग मोठ्या उत्साहात करीत होता. थोडक्यात, दभिंच्याच भाषेत सांगायचे, तर हा 'महासरस्वतीचा सण' तीन दिवस मोठ्या उत्साहात पार पडला. नेटक्या संयोजनाने या सणाचा आनंद द्विगुणित केला.

आता प्रश्न असा येईल, की साहित्यसंमेलनाचे यश किंवा अपयश मोजायचे कशात? ते मोजमाप करण्याचे एकच एक असे परिमाण नाही. साहित्यिक, वाचक, ग्रंथविक्रेते, आयोजक-संयोजक हे वेगवेगळ्या फूटपट्ट्या घेऊन बसलेले असतात आणि त्यांच्या त्यांच्या समाधानानुसार किंवा असमाधानानुसार ठरते की सारस्वतांचा हा मेळा यशस्वी झाला की अयशस्वी? साहित्य हा एक संस्कार आहे आणि तो संस्कार आहे हे सर्वमान्य व्हायला हरकत नसावी. हा संस्कार ही काही तीन-चार दिवसांत पूर्ण होणारी प्रक्रिया नसते. ती सावकाश पण सतत चालणारी प्रक्रिया होय. असे साहित्यमेळे नववाचकांवर वाचनसंस्कार घडवीत असतात. मनाच्या ज्या काही भुका असतात, त्यांपैकी साहित्यमय वातावरण, नवीन ग्रंथांचे अवलोकन, ज्यांची पुस्तके आपण वाचलेली आहेत, त्या साहित्यिकांना भेटणे, संधी मिळाली तर त्यांच्याशी संवाद साधणे, वाचलेल्या पुस्तकांविषयी मनात उमटलेल्या विचारांची देवाण-घेवाण करणे आणि यातले अगदीच काही नाही जमले तर निदानपक्षी स्वाक्षरी तरी घेणे, ही समाजातील एका मोठ्या वर्गाची एक भूक असते. साध्या वाचकाचा इतकाच माफक

उद्देश या शब्दसोहळ्याकडे पाहण्याचा असतो. त्यांना एवढे मिळाले, की त्यांच्या दृष्टीने झाले साहित्यसंमेलन यशस्वी!

अशा महोत्सवांनी उपस्थित साहित्यिकांचा आत्मगौरव होत असतो. तो त्यांच्या दृष्टीने मोठाच लाभ म्हणता येईल. ग्रंथविक्रेत्यांची नजर तिथे होणाऱ्या ग्रंथविक्रीतील अर्थप्राप्तीवर असेल. आयोजक-संयोजकांचा हेतूही अर्थप्राप्ती नसतोच असे नाही; या शिवाय संबंधित व्यक्तींना, त्यांच्या संस्थेला तीन दिवस सतत प्रकाशात राहाण्याची ही नामी संधी असते...असे ज्याचे-त्याचे अनेक फायदे-तोटे या तीन दिवसांच्या 'साहित्यसणा'त आणि आड दडलेले असतात. तिसऱ्या दिवसाच्या अंती हिशेब करायला बसले, की मग संमेलनाच्या यशापयशाची अशी मांडामांड सुरू होते...जो तो कुठली ना कुठली ऊर्जा अशा संमेलनामधून घेऊन जात असतो आणि ही ऊर्जाच पुढचे अनेक दिवस बळ देत असते.

या संमेलनात तरुण वर्गाची संख्या लक्षणीय होती आणि हे तरुण प्रामुख्याने लोटले होते ते ग्रंथप्रदर्शनात. यातून शे-पाचशे नवे वाचक तयार झाले, तर तेही मोठे यश म्हणता येईल! शिवाय पुढील वर्षभरात दभिंसारखे कसलेले समीक्षक, शिस्तीचे प्राध्यापक ही वाचनसंस्कृती वाढीस लावण्यासाठी राज्यभर फिरते राहाणार आहेतच....

थोडक्यात, प्रायोजकत्वामुळे उद्‌भवलेला सुरुवातीचा वाद वगळता, सारस्वतांचा हा महोत्सव नंतरचे तिन्ही दिवस यथासांग पार पडला, हे निर्विवाद!

अखिल भारतीय साहित्यसंमेलन २०१०

माधव ठाकूर

नुकतेच ८३ वे मराठी साहित्यसंमेलन पुण्यामध्ये पार पडले. आतापर्यंत झालेल्या सर्व संमेलनांचा विचार करता, हे संमेलन अनेक बाबतीत जरा वेगळी दिशा देणारे त्याचप्रमाणे नवे चांगले पायंडे पाडणारे होते असे म्हणावयास हरकत नाही.

जरी तारखेप्रमाणे संमेलन २६, २७, २८ मार्च रोजी झाले असले तरी त्याची तयारी व त्यासाठी लागणारे वातावरण तयार करण्याचे काम जवळपास जानेवारीपासूनच सुरू झाले होते.

संमेलनाचे यजमानपद पुणेस्थित महाराष्ट्र साहित्यपरिषद व पुण्याच्याच पुण्यभूषण फौंडेशन यांनी एकत्रितपणे स्वीकारले होते. संमेलनाच्या वातावरणनिर्मितीसाठी संमेलन पूर्वसंमेलने हा एक वेगळा उपक्रम एस.एम.जोशी सोशालिस्ट फौंडेशन या संस्थेची मदत घेऊन राबवण्यात आला. यामध्ये डॉ. रामचंद्र देखणे यांचा साहित्यातील लोकरंग हा कार्यक्रम, ज्येष्ठ कवी विठ्ठल वाघ यांच्या अध्यक्षतेखाली झालेले कवी संमेलन, माजी संमेलनाध्यक्ष यांच्याशी झालेला सुसंवाद, महानुभाव व मराठी साहित्य या विषयांवरचा परिसंवाद, उद्योजकांची साहित्यभरारी हे चर्चासत्र, असे अनेक कार्यक्रम संमेलनाच्या वातावरण निर्मितीकरिता करण्यात आले होते.

याखेरीज संमेलनाच्या बोधचिन्हासाठी स्पर्धा घेतली गेली. त्याचप्रमाणे संक्रांतीला साहित्यकृतींचे नामकरण असलेले पतंग उडविणे, विद्यार्थ्यांच्या निबंध स्पर्धा घेणे, विद्यार्थ्यांची साहित्यिकांशी भेट घडवून आणणे आणि पुण्यातील सर्व प्रमुख रस्त्यांवर ८२ ठिकाणी लक्षवेधक अर्धकमानी उभारणे असे अनेक नवीन उपक्रम राबवण्यात आले. त्यामुळे बाहेरगावाहून पुण्यात साहित्यसंमेलनाला येणाऱ्या रसिकांना त्यांच्या स्वागतासाठी पुणे सज्ज झाल्याचा प्रत्यय येत होता.

प्रत्यक्ष संमेलनासाठी निवडलेली जागा ही सर्व दृष्टिकोनातून विचार करूनच निवडल्याचे दिसत होते. स.प. महाविद्यालयाचे भव्य पटांगण हे पूर्णपणे व्यापण्यात

आले होते. संमेलनाचा मुख्य मंडप त्याचप्रमाणे इतर दोन मंडप पुस्तकप्रदर्शनासाठीची जागा, स्वयंपाक व जेवणासाठीची जागा या सर्व गोष्टी एकाच प्रांगणात असल्यामुळे हा सर्व भाग कायमच गजबजलेला व जिवंत वाटत होता.

पुण्यभूषण फौंडेशनचे प्रमुख व संमेलनाचे स्वागताध्यक्ष डॉ. सतीश देसाई यांनी पुण्याला साहित्यसंमेलन होणार हे जाहीर झाल्यापासून ते हायटेक करण्याचा निर्धार व्यक्त केला होता आणि त्याला अनुसरूनच www.sahitya.sammelan२०१०.com या संकेतस्थळाचे उद्‌घाटन करण्यात आले होते आणि त्यामुळे हे संमेलन महाराष्ट्रातील अमरावती, अकोला, औरंगाबाद,धुळे, नांदेड, नागपुर, कोल्हापूर, नाशिक, रत्नागिरी या ९ ठिकाणी वेबकास्टिंग तंत्रज्ञानाद्वारे मोठ्या पडद्यावर लाईव्ह दाखविण्यात आले.

दरवेळी संमेलनाच्या पहिल्या दिवशी काढण्यात येणारी ग्रंथदिंडी यावेळी संमेलनाच्या आदल्या दिवशी काढण्यात आली. त्यामध्ये विद्यार्थ्यांची संख्या मोठ्या प्रमाणात होती पण त्यातही आणखी एक कौतुकाची बाब म्हणजे या विद्यार्थ्यांमध्ये मुस्लीम विद्यार्थ्यांचे असणारे मोठे प्रमाण. त्याचप्रमाणे लमाण समाजाचा व कष्टकरी महिलांचा असलेला सहभाग.

फादर थॉमस डाबरे यांच्या हस्ते दिंडीचे उद्‌घाटन झाले आणि नंतर डाबरे व फ्रान्सिस दिब्रिटो यांनी पालखी घेऊन दिंडीची सुरुवात केली. मुख्य रस्त्यांवरून दिंडी फिरून आल्यानंतर संमेलनाच्या जागी ती आणण्यात आली. त्याचवेळी कादंबरीकार विश्वास पाटील यांच्या हस्ते ग्रंथप्रदर्शनाचे उदघाटनही करण्यात आले.

संमेलनापूर्वी झालेला आणखी एक मुख्य कार्यक्रम म्हणजे स्मरणिकेचे प्रकाशन. हा स्मरणिका प्रकाशन सोहळा डॉ. अभय बंग यांच्या हस्ते करण्यात आला. त्यावेळी केलेल्या भाषणात डॉ. बंग यांनी माणिकचंदचे प्रायोजकत्वावर टीका केली होती पण त्या टीकेला अनुसरून दुसऱ्याच दिवशी डॉ. सतीश देसाई (स्वागताध्यक्ष) यांनी त्यांनी दिलेले पैसे परत केले होते. ग्रंथ दिंडी व स्मरणिकेचे प्रकाशन हे दोन कार्यक्रम संमेलनाआधीच केल्यामुळे हे दोन्ही कार्यक्रम नेहमीप्रमाणे घाईगडबड न होता व्यवस्थित पार पडले.

स.प. महाविद्यालयाच्या प्रांगणात भरलेल्या या संमेलन नगरीला ज्ञानपीठ विजेते विंदा करंदीकर यांचे नाव देण्यात आले होते. तर या नगरीमध्ये प्रवेशासाठी असलेल्या तीन मुख्य प्रवेशद्वारांना कविवर्य कुसुमाग्रज, श्री. श्री.म. माटे व मराठीतील पहिले ज्ञानपीठविजेते श्री. वि.स. खांडेकर यांची नावे देण्यात आली होती.

या संमेलनाचे उद्‌घाटन खरे म्हणजे ज्ञानपीठ पुरस्कार विजेते श्री. विंदा करंदीकर यांच्या हस्ते होणार होते. पण त्यांच्या आकस्मिक झालेल्या निधनामुळे उद्‌घाटनाची

जबाबदारी सर्वानुमते प्रसिद्ध कवी श्री. ना.धों.महानोर यांच्याकडे सोपवण्यात आली होती. त्यांनी अर्धा स्वत:चा व अर्धा हात विंदांचा या भावनेनेच दीप प्रज्वलित करून संमेलनाचे रीतसर उद्घाटन केले. या उद्घाटनप्रसंगी लक्षात राहण्यासारखा आणखी एक क्षण म्हणजे इतर मान्यवरांबरोबर यावेळी प्रथमच एका पुस्तकविक्रेत्याला मिळालेली दीपप्रज्वलनाची संधी आणि हा मान मिळाला तो पुण्यात बाजीराव–लक्ष्मी पथावर गेली पंचेचाळीस वर्षे जुनी पुस्तके विकणारे श्री. वसंत आठवले यांना.

उद्घाटनाप्रसंगी सर्वात प्रभावी ठरली ती विंदा करंदीकर यांच्यावरची एक छोटीशी २० मिनिटांची चित्रफीत. या चित्रफितीतील विंदांच्या काव्यवाचनात देणाऱ्याने देत जावे, घेणाऱ्याने घेत जावे, येणे, माझ्या घरी तुकोबाचे भेटी शेक्सपियर आला या कविता व लागेल जन्मावे पुन्हा नेण्या तुला माझ्या घरी ही गझल ऐकावयास मिळाली. त्यामुळे विंदा प्रत्यक्ष जरी नसले तरी त्यांचे प्रत्यक्ष बोलणे, रूप व त्यांचा मिष्कीलपणा या चित्रफितीतून रसिकांपर्यंत पोहोचला.

उद्घाटनाच्या आपल्या भाषणात ना.धों.महानोर विंदांच्या आठवणी जाणवल्याचा पण त्याचबरोबर शासनाने मराठी भाषेच्या वृद्धीकरिता स्थापन करण्यात आलेल्या पु.ल.देशपांडे कलाअकादमी, आंबेडकर समग्र साहित्यसमिती, अण्णा भाऊ साठे लोककला महामंडळ इत्यादी संस्थांची शासनाच्या दुर्लक्षामुळे होत असलेली फरपट सर्वांच्या नजरेसमोर आणून दिली. पण या सर्व गोष्टी त्यांनी पाल्हाळीकपणे सांगितल्यामुळे त्यांचे भाषण अर्ध्यातासाऐवजी दीड तासाचे झाले आणि त्यामुळे संमेलनाध्यक्ष डॉ. द. भि. कुलकर्णी यांना काहीसा वेळ कमी पडला.

अध्यक्ष डॉ. द. भि. कुलकर्णी यांनी अध्यक्षीय भाषण सुरू करण्याआधी त्यांच्या भाषणाच्या छापील प्रती उपस्थितांना देणे सुरू करण्यात आले. पण त्यांनी छापील भाषण न वाचता उत्स्फूर्तपणे केलेले भाषण लोकांना भावले. आपल्या भाषणात त्यांनी मराठी साहित्यिकांना प्रज्ञाबळ आणि प्रतिभाबळाचा पूर्णत: विसर पडल्याचे आणि त्यामुळेच दर्जेदार साहित्य निर्माण होत नाही असे सांगितले. त्यांनी उपस्थितांशी थेट संवाद साधताना, साहित्यासाठी महाराष्ट्रातील देशभरातील आणि जगभरातील लोक येथे जमले आहेत; पण मुळातच हा सोहळा काही आस्वादप्रधान नाही, साहित्य हा एकांताचा उत्सव असतो. एकांताच्या इतर उत्सवांपेक्षा तो अधिक उत्कट, उन्नत व पवित्र असतो. आपण काही इथे ग्रंथालयाप्रमाणे बसणार नाही. कुणी कवी लेखक प्रतिभासाधना करताना दिसणार नाही. संमेलनात असे काहीच होत नाही. मग आपण कशासाठी एकत्र आलो आहोत? आपण एकमेकांच्या वाङ्मयीन सहवासासाठी येत आहोत. बाहेरच्या राज्यात राहणाऱ्या मराठी लोकांची दृष्टी बदलत

असते. त्यांना मराठीव्यतिरिक्त अन्य भाषांतील साहित्याची जाण असते. मला त्यांना सांगायचे आहे, न्यूनगंड सोडा, मुलांना मराठी शिकवा.

या तीन दिवसांच्या साहित्यसोहळ्यात एकुण दहा परिसंवाद, तीन मुलाखती, एक कथाकथनाचा कार्यक्रम, झी वाहिनीच्या सहकार्याने झालेला आनंदयात्रा हा सांस्कृतिक कार्यक्रम. दोन आमंत्रित कवींचे कविता वाचनाचे कार्यक्रम, एक अखंड चालणारा कवी कट्टा आणि शेवटच्या दिवशी सांगतासमारंभात झालेला अमिताभ बच्चनचा कविता वाचनाचा कार्यक्रम, असे कार्यक्रम होते.

श्री. मंगेश पाडगांवकरांचा मुलांशी झालेला मुलाखतीचा कार्यक्रम हा खरं म्हणजे त्यांचा मुलांशी झालेला गप्पांचा कार्यक्रम होता आणि कार्यक्रम जरी लहान मुलांसाठी असला तरी मुलांबरोबर त्यांचे पालकदेखील या कार्यक्रमात मोठ्या संख्येने उपस्थित होते. हा कार्यक्रम मुख्य मंडपात न होता त्याच्या जवळच्याच मंडपात झाला पण या मंडपाची क्षमता कमी असल्याने अनेक लोकांना संपूर्ण कार्यक्रम उन्हात उभे राहूनच बघावा लागला.

कार्यक्रमाची सुरुवात 'सांग सांग भोलानाथ' या बालगीताने झाली आणि या मैफिलीचा शेवट 'तुमचं आमचं सेम असतं'ने झाला.

अनेक मुलांनी पाडगावकरांना त्यांच्या बालपणाविषयी अनेक प्रश्न विचारले आणि पाडगावकरांनीदेखील त्यांची मिस्कीलपणे उत्तरे दिली. पाडगावकरांनी त्यांच्या संभाषणामध्ये मुद्दाम सांगितले की मी ज्या कविता मुलांसाठी लिहिल्या त्या कुठल्याही कवितेमध्ये मुलांना संस्कार शिकवावे, उपदेश करावा असे काहीही केलेले नाही. मुलांनी कवितेचा आनंद घ्यावा आणि तो त्यांनी उत्स्फूर्तपणे व्यक्त करावा हीच त्यांची मुलांकडून अपेक्षा असते. कविता गाणारी आनंदी मुलं मला नोबेल पुरस्कारापेक्षाही मोठी वाटतात असे त्यांनी जाता जाता सांगून टाकले.

प्रसिद्ध लेखिका मेघना पेठे यांची मुलाखत घेतली ती प्रा. रूपाली शिंदे यांनी. मानवी संस्कृतीचा विकास होत असताना स्त्री आणि पुरुष यांच्यामधील दरी कशी वाढत गेली आणि त्यातून स्त्रियांच्या भावनांचा कसा संकोच झाला याचा आढावा सुरवातीला त्यांनी घेतला. मानवाची मूळ जाणीव एकटेपणाची असल्याचे त्यांनी सांगितले. वाचनात आलेल्या अनेक लेखकांचा आपल्यावर प्रभाव पडला, पण लेखनावर कोणाचाही प्रभाव नसल्याने स्पष्ट करून त्या म्हणाल्या, प्रभाव म्हणजे अनुकरण नाही. प्रत्येक व्यक्ती एकमेवाद्वितीय असल्यामुळे प्रत्येकाने स्वत:च्या पद्धतीने अभिव्यक्त होणे आवश्यक आहे.

मेघना पेठे यांची मुलाखत सुरू झाली ती 'साला मी नाही तुझी बायको होणार' या कवितेने. लेखन करताना तुमचं आतलं उमटलं पाहिजे. स्त्री म्हणजे समर्पण आणि पुरुष म्हणजे आक्रमण या प्रतिमा आपणच केलेल्याा आहेत पण निसर्गत: असे असू शकत नाही. व्यक्ती म्हणूनचा प्रवास कोणत्याही आधाराशिवाय एकटेपणाचा आहे, हे सत्य महिलांनी स्वीकारले पाहिजे असे त्यांनी ठामपणे सांगितले. स्वातंत्र्य, स्त्री-पुरुष संबंध, वाङ्मयीन प्रभाव या वरचे लेखिकेचे चिंतन किती खोल किती चौफेर आहे याची प्रचिती श्रोत्यांना नक्कीच आली.

प्रसिद्ध लेखक, नाटककार श्याम मनोहर यांची प्रकट मुलाखत घेतली ती डॉ. चंद्रशेखर जहागीरदार व डॉ. अरुणा दुभाषी यांनी. त्यांनी त्यांच्या मुलाखतीमध्ये लेखनामागील प्रेरणा आणि लेखनक्रिया याविषयी आपली मते व्यक्त केली. ते म्हणाले की मी मनातल्या मनात देखील उघड विचार करत नाही. आत होऊ देतो, मग तो विचार ताणत नेतो.त्याचा हृदयाला त्रास होतो की मेंदूला ते तपासतो. अंतर्मनातल्या होणाऱ्या त्रासाला महत्त्व देतो. आपण अनेक गोष्टींवर मात देतो त्यातली खरी किती आणि भासमान किती हे तपासले पाहिजे. भौतिक बाबींविषयी बोलायचं झालं तर मला भरपूर सूर्यप्रकाश लागतो. लिखाणाच्या जागी संपूर्ण शांतता लागते. अगदी कुणी काय लिहितो आहे हे विचारलेलंदेखील आवडत नाही. सुचेल तेव्हा सुचेल ते लिहून ठेवतो व मग योग्य ठिकाणी मांडणी करतो. खेकसून म्हणणे 'आय लव्ह यु' ही कादंबरी मी गेली काही वर्ष लिहितोच आहे. पारंपरिक अर्थाने येणारे अध्यात्म आपल्या लेखनात येत नाही असे ते म्हणाले. ही मुलाखतदेखील छान रंगली होती. संतसाहित्यावर परिसंवादात वसईतील बिशप फेलेक्स मिचॉडो व फादर फ्रान्सिक दिब्रिटो, वर्ध्याचे डॉ. किशोर सानप व डॉ. सदानंद मोरे यांनी भाग घेतला. आमदार उल्हास पवार हे कार्यक्रमाचे अध्यक्ष होते.

या कार्यक्रमामध्ये सर्वच वक्त्यांनी संतसाहित्याने माणसामाणसातील अंतर दूर करून त्यांना जवळ आणल्याचे सांगितले. संतांनी नेहमीच सत्याचा शोध घ्यायचा प्रयत्न केला असून हे विश्वची माझे घर ही संकल्पना संतांनीच त्यांच्या साहित्यातून मांडली आहे असे ते म्हणाले.

संतसाहित्याचे अभ्यासक डॉ. सदानंद मोरे यांनी संतसाहित्य हे कधीच न विसरता येणारे असे आहे हे उदाहरण देऊन सांगितले. त्यांनी सांगितले की प्रत्येक काळामध्ये सकस साहित्य निर्माण होते. पण ते ठराविक काळापुरते टिकते. खांडेकर-फडके, न.चिं. केळकर, मोरोपंत, होनाजी बाळा, या सर्वांचा त्या त्या काळावर प्रभाव होता. पण हे लेखक आता विस्मरणात जात आहेत. पण तेराव्या, चौदाव्या

शतकात लिहिलेले संतसाहित्य हे आजही मार्गदर्शक ठरत आहे.

अभिव्यक्तिस्वातंत्र्य आणि सामाजिक दबाव माध्यम तंत्रज्ञान आणि मराठी असे दोन वेगवेगळे असलेले परिसंवाद वेळेच्या अभावी एकत्र करण्यात आले आणि मुख्यमंत्री अशोकराव चव्हाण तिसऱ्या दिवसाऐवजी दुसऱ्या दिवशीच संमेलनाला हजर झाले. या एकत्रित कार्यक्रमाला नांदेडचे प्राध्यापक श्रीपत सबनीस, सुधाकर डोईमोडे, श्री जब्बार पटेल, अवधूत गुप्ते, राजीव खांडेकर, सुधीर गव्हाणे आदींनी हजेरी लावली. जब्बार पटेल यांनी साहित्यसंमेलनाच्या अध्यक्षांची निवडणूक होणे बंद केले पाहिजे म्हणून सांगितले. तर श्रीपाद सबनीस यांनी सर्वच राजकारण्यांवर टीकास्त्र सोडले. अवधूत गुप्ते काय बोलतात याबद्दल श्रोत्यांमध्ये उत्सुकता होती पण त्यांनी चमचमीत काही न सांगता असलेल्या वादाचे आपण शिकार झाल्याचे सांगितले. सर्वात परखडपणे बोलले ते स्टार वाहिनीचे राजीव खांडेकर. त्यांनी मुख्यमंत्र्यांना सरळ सांगितले की तुम्ही राज्याचे मुख्यमंत्री आहात. लोकांनी निवडून दिलेले आहात. तेव्हा पक्षातील काही लोकांच्या टीकेची पर्वा न करता ठरल्याप्रमाणे तिसऱ्या दिवशीदेखील संमेलनाला या. कारण अमिताभ हा मराठी नसला तरी त्याला मराठीचे प्रेम आहे. आणि मराठीच्या प्रेमापोटीच तो संमेलनात सहभागी होणार आहे. या सर्व सहमतांच्या गोंधळात परिसंवादाचे अध्यक्ष न्या. चपळगांवकर यांचं भाषण मात्र सर्वांनाच सल्ला देणारं ठरलं. आपल्या भावना प्रकट करताना भान राखल पाहिजे आणि मुख्य म्हणजे अभिव्यक्तिस्वातंत्र्यावर दुटप्पी भूमिका असू नये आणि समाजमानसाचे योग्य पद्धतीने मूल्यमापन केले पाहिजे असे ते म्हणाले.

अनिवासी भारतीयांचे मराठी साहित्यांत मोलाचे योगदान या विषयावरील चर्चा चांगलीच रंगली. सर्वच व्यक्तींनी, परदेशस्थ मराठी माणसांनी मराठी भाषा टिकवली, वाढवली व आपल्या अनुभवातून शब्दरूप देऊन मराठी साहित्यात मोलाची भर घातल्याचे आवर्जून सांगितले. कॅनडास्थित विद्युलेखा अकलूजकर या परिसंवादाच्या अध्यक्ष होत्या. अमेरिकेहून आलेल्या विद्या हर्डीकर-सप्रे, मुग्धा येवलेकर-अलुरकर, भूषण केळकर, सिंगापूरवरून आलेले माधव भावे आणि सौदी अरेबियाहून आलेल्या डॉ. उज्वला दळवी यांनी या परिसंवादात भाग घेतला. विद्या हर्डीकर यांनी अमेरिकेत प्रसिद्ध होणाऱ्या बृहन्महाराष्ट्रवृत्त या नियतकालिकाने मराठी भाषकांना कसे एकत्र आणले आहे, याबद्दल माहिती दिली. स्वत: संगणकतंत्रज्ञ असल्याने संगणकावरील मराठी फॉन्ट तयार करण्याच्या कामात मराठी भाषकांच्या सहकार्याबद्दल आनंद व्यक्त केला. सौ. अकलूजकर यांनी परदेशात गेलेल्या मराठी माणसांनी परदेशात प्रसिद्ध होणाऱ्या मराठी नियतकालिकांचा आढावा घेतला. भूषण केळकर यांनी पुस्तकांच्या

निर्मितीची कथा सांगितली. मुग्धा येवलेकर यांनी मराठी माणसे फक्त पु.ल. देशपांडे यांच्या साहित्यापुरतीच मर्यादित आहेत या आरोपाचे खंडन करीत गौरी देशपांडे, महेश एलकुंचवार व पु.शि. रेगे यांच्या साहित्यावर चर्चासत्र व परिसंवाद कसे घेतले याबद्दल माहिती दिली. वेळेवर सुरू होऊन नियोजित वेळेत संपलेल्या या कार्यक्रमाला श्रोत्यांचा चांगलाच प्रतिसाद मिळाला.

प्रेक्षकांच्या पसंतीला उतरलेला आणखी एक कार्यक्रम म्हणजे झी वाहिनीच्या सहकार्याने पार पडलेला आनंदयात्रा हा. या कार्यक्रमामध्ये संतरचनेपासून ते विंदांच्या काव्यरचनेपर्यंतचे सादरीकरण झाले. मकरंद अनासपुरे यांचे विनोद, त्याचप्रमाणे जोषात झालेली लावणी नृत्ये यामुळे खऱ्या अर्थाने हा कार्यक्रम रंगला. कविवर्य कुसुमाग्रज, गदिमा, पाडगांवकर, महानोर आणि सौमित्र यांची गाजलेली गाणी सादर केली गेली. गीतांना आवाज दिला होता तो चंद्रकांत काळे, रवींद्र साठे यांनी. या कार्यक्रमाची सांगता अमृता खानविलकरच्या 'अप्सरा आली' या नृत्याने झाली.

संपूर्ण तीन दिवसांमध्ये कथाकथनाचा एकच कार्यक्रम होता आणि तो रंगला देखील . या कार्यक्रमासाठी इंदूरहून श्रीकांत तारे, सांगलीहून बाबा परीर, जालन्याहून रेखा बैजल, बेळगावहून रेखा मराठे आणि डोंबिवलीहून माधवी घारपुरे आल्या होत्या. प्रत्येकानेच आपापल्या परीने कार्यक्रमाची रंगत वाढवली. पण सर्वात हसवले ते प्रतिमा इंगोले यांनी. त्यांची वऱ्हाडी बोलीमध्ये सांगितलेल्या कथेने सर्वांना आनंद दिला तर बाबा परीट व श्रीकांत तारे यांच्या कथा मनाला चटका लावून गेल्या.

कथांप्रमाणेच कवितांनाही रसिकांची मनापासून दाद मिळाली. अनेक कवींना वन्समोअर मिळत होता. पण वेळेच्या बंधनामुळे एक कार्यक्रम तर मध्येच थांबवावा लागला कारण त्यावेळी वाजले होते रात्रीचे १०.

विठ्ठल वाघ, किशोर कदम, संगीता बर्वे, संदीप खरे, दीपक करंदीकर, अशोक नायगांवकर अशा प्रथितयश कवींबरोबर काही नव्या दमाच्या कवींनादेखील चांगला प्रतिसाद मिळाला. कवितांमध्ये आता अनेक वेगवेगळे विषय येऊ लागले आहेत. आणि प्रेम, सूर्य, चंद्र याऐवजी आता शेती, लाच देणे, राजकारण या विषयांकडे कवी वळू लागले आहेत असे वाटते. जगतपुरिया यांनी राजकारण, अक्कलतारण या शब्दांमध्ये आजकालच्या राजकारणावर भाष्य केले तर शिवाजी चावक यांनी धरणासाठी झोपडीचे मोजमाप या कवितेतून धरणग्रस्तांची व्यथा डोळ्यांसमोर उभी केली.

शेवटच्या दिवशी मुख्य आकर्षण होते ते अमिताभ बच्चनचे. साहित्यसंमेलनाच्या सांगतासमारंभासाठी बच्चन यांचे ठीक ६ वाजता आगमन झाले. तोपर्यंत मुख्य सभागृह काठोकाठ भरून चारी बाजूंनी लोक उभे राहून शहेनशाहाची प्रतीक्षा करत होते.

त्यांच्या आगमनानंतर श्रोत्यांनी उत्स्फूर्तपणे उभे राहून टाळ्यांच्या कडकडाटात त्यांचे स्वागत केले. त्यानंतर व्यासपीठावर असलेल्या मान्यवरांचे सत्कार करण्यात आले. त्यामध्ये प्रमुख पाहुणे पद्मभूषण डॉ. सत्यव्रत शास्त्री, शाहीर आत्माराम पाटील यांचा समावेश होता. त्यानंतर व्यासपीठावरील उपस्थितांची भाषणे झाली.

नंतर शेवटी अमिताभ बच्चनने भाषणाच्या सुरुवातीलाच नमस्कार म्हटले आणि टाळ्यांचा एकच कडकडाट झाला आणि श्रोते त्यांच्या ताब्यात गेले. मग सुरू झाला तो बच्चनचा वन मॅन शो. पुणे, महाराष्ट्र व मराठी भाषेचे गोडवे गायल्यावर त्याने त्याच्या धीरगंभीर आवाजात सुरुवात केली ती सुरेश भटांच्या 'लाभले आम्हास भाग्य बोलतो मराठी' या कवितेने. नंतर राम गणेश गडकरींची 'मंगल देशा, पवित्र देशा' ही कविता होईपर्यंत संपूर्ण श्रोतृवर्ग त्यांच्या ताब्यात गेला होता आणि मग सुरू झाले ते अमिताभचे कवितावाचन आणि श्रोत्यांच्या टाळ्यांची जुगलबंदी. हरिवंशराय बच्चन यांची 'जीवन की इस आपाधापी मे कब वक्त मिला' ही कविता मुखोद्गत असल्याने त्यांनी अशा आवाजात सादर केली की श्रोत्यांना दाद देण्यापलीकडे दुसरा मार्गच नव्हता. त्यानंतर मधुशालाच्या 'दिनको होली, रात दिवाली रोज मनाती मधुशाला' या काव्यपंक्तींनी कार्यक्रम संपवायचा त्यांचा इरादा होता, पण श्रोत्यांच्या आग्रहामुळे भारत के सांप ही व्यंग कविताही सादर करण्यात आली आणि त्यानंतर परत जाणारा अमिताभ मागे फिरला तो श्रोत्यांच्या आग्रहामुळे. अग्निपथ, अग्निपथ असा आग्रह धरला आणि अमिताभ गाऊ लागला. 'वृक्ष हो भले खडे, हो घने हो बडे, एक पल छाह भी, मांग मत, मांग मत, मांग मत, कर शपथ,कर शपथ, अग्निपथ,अग्निपथ,अग्निपथ आणि त्या कानात घुमत राहणाऱ्या आवाजातच कार्यक्रमाची आणि संमेलनाची सांगता झाली.

कोकणातील थालिपीठ, घावन, काजूची उसळ, बिड्याची उसळ, तांदुळाची भाकरी, कोल्हापुरी मिसळ, काटवडा, खानदेशी वांग्याचे भरीत, नागपुरी वडाभात, शेंगभाजी, डाळवडे इत्यादी पदार्थ त्यात होते. त्यामुळे पुष्कळ वेळा भोजनगृहापेक्षा या दुकानावर दिवसभर गर्दी दिसत असे.

ग्रंथदिंडी व पुस्तकप्रदर्शनाचे उद्घाटन संमेलनाच्या आदल्या दिवशी झाल्याने ते कार्यक्रम घाईगर्दीने न होता व्यवस्थित झाले आणि त्यामुळे संमेलनाचे उद्घाटन दुपारनंतर न होता वेळेवर सकाळच्या वेळात झाले. ग्रंथदिंडीला सुरुवात झाली ती ३८व्या साहित्यसंमेलनात. हे संमेलन भरले होते पंढरपुरात १९५५ साली व त्याचे अध्यक्ष होते शं.दा. पेंडसे. संमेलनामध्ये पुस्तकप्रदर्शनाची सुरुवात झाली ती यवतमाळला झालेल्या ४९ व्या संमेलनापासून. त्यावेळी एका वर्गखोलीत पुस्तकांची मांडणी करून त्याची विक्री श्री अरुण गाडगीळ यांनी केली आणि त्यावेळचे संमेलनाध्यक्ष होते श्री. ग.दि माडगूळकर.

काही निरीक्षणे–

१. पुस्तक प्रदर्शन : साहित्यसंमेलनातील पुस्तकप्रदर्शनासाठीचा एक लाख स्क्वेअर फुटाचा मंडप, त्यामध्ये चारही बाजूंनी बंदिस्त असलेले स्टॉल्स, धुरळा होऊ नये म्हणून खाली कार्पेट व वर छत, स्टॉल्सची संख्या ३००च्या वर. ही या संमेलनातील ग्रंथप्रदर्शनाची वैशिष्ट्ये होती. या पुस्तकप्रदर्शनाला जवळ जवळ लाखभर पुस्तक प्रेमींनी भेट दिली. सर्व वयोगटातील वाचकांचा उत्तम प्रतिसाद मिळाला व पुस्तकांची उलाढाल ५ कोटी रुपयांपर्यंत झाली.

२. उद्घाटनसमारंभ असो वा कोणताही परिसंवाद असो, रसिकांचा उत्साह वाखण्यासारखा होता आणि त्यामध्ये तरुण मुलामुलींचा सहभाग हे एक आशादायक चित्र होते.

३. संमेलनाच्या उद्घाटनप्रसंगी नऊ पूर्वाध्यक्षांची उपस्थिती ही आयोजकांनी केलेल्या श्रमांची व कामांची पावती होती असे म्हणण्यास हरकत नाही.

४. मुख्य मंडप, इतर मंडप, भोजनगृह, पुस्तक प्रदर्शन हे सर्व एकाच ठिकाणी असल्याने सर्वांचीच चांगली सोय झाली.

५ साहित्यक्षेत्रात विशेष कामगिरी करणाऱ्याला पुढील वर्षापासून एक लाख रुपयांचा विंदा करंदीकर जीवनगौरव पुरस्कार देण्याचा निर्णय मुख्यमंत्र्यांनी जाहीर केला.

६ संमेलनाध्यक्ष डॉ. दभि. कुलकर्णी यांना स्वागताध्यक्ष डॉ. सतीश देसाई यांनी पुण्यभूषण फौंडेशनतर्फे एक लाख रुपयांचा चेक दिला. संमेलनाध्यक्षांच्या कार्यकाळात अध्यक्षांनी त्यांच्या कामानिमित्त बाहेरगावी जाणे–येणे, राहणे यासाठी त्याचा उपयोग करावयाचा आहे.

७. संमेलनाच्या भोजनकक्षाला लागूनच पुना गेस्ट हाऊसचे श्री. किशोर सरपोतदार यांनी महाराष्ट्राच्या विविध भागातील प्रसिद्ध असलेले खाद्यपदार्थ एकाच ठिकाणी मिळण्याची सोय केली होती.

पुणे येथे भरलेले ८३ वे अखिल भारतीय मराठी साहित्यसंमेलन असे सजले, गाजले आणि उजवलेही गेले.

निदिध्यास

ह.मो. मराठे

मी रत्नागिरीच्या कॉलेजमध्ये शिकत होतो. पदवीची पहिली तीन वर्ष तेथील गोगटे कॉलेजमध्ये झाली आणि बी.ए.च्या शेवटच्या वर्षाला आल्यावर वाटलं की, आपण पुण्याला जावं. पुणे विद्यापीठाची पदवी घ्यावी; कारण त्याच वर्षी शिवाजी विद्यापीठाची निर्मिती झाली आणि रत्नागिरीचं कॉलेज त्या विद्यापीठाला जोडलं गेलं. स्थापनेपासूनच शिवाजी विद्यापीठाच्या दर्जाविषयी लोक साशंक स्वरात बोलू लागले होते. तेव्हा मला वाटलं की, आपण पुणे विद्यापीठाची पदवी धारण केली पाहिजे. म्हणून मी उन्हाळ्याची सुट्टी संपल्यानंतर एका मित्राबरोबर पुण्याला यायला म्हणून निघालो. आर्थिक परिस्थिती बरी नव्हतीच; पण सरकारी स्कॉलरशिप, शिकवण्या, कर्ज, नोकऱ्या इतर काही काही काम करून पुण्यात चरितार्थापुरते पैसे मिळवूच असे मला वाटत होते. मित्र कोल्हापूरच्या कॉलेजमध्ये शिकत होता. त्याच्याकडून समजलं की, द. भि. कुलकर्णी नावाचे प्राध्यापक त्याच्या कॉलेजमध्ये असून ते मराठी फार छान शिकवतात.

मी बी.ए.ला मराठी हा स्पेशल विषय घ्यायचं निश्चित केलं होतं. दभिंचं नाव मित्राच्या तोंडून ऐकताच माझा बेत मी बदलला. खरंच पुण्याला जाण्याऐवजी कोल्हापूरलाच थांबावं आणि मित्र ज्या कॉलेजमध्ये शिकतोय त्याच कॉलेजमध्ये आपणही ॲडमिशन घ्यावी.

त्याआधी दभिंचा एकच लेख मी 'सत्यकथा' मासिकाच्या एका अंकात वाचला होता. त्या लेखाचे नाव होते 'उत्तररात्र' तो समीक्षात्मक लेख नव्हता तर एक ललित लेख होता. तो मी रत्नागिरीत असताना वाचला होता. मला फारच आवडला होता. त्या अंकातील लेखाने दभिंचे नाव माझ्या मनात ठसलं होतं. उत्तररात्र लिहिणारे दभिच मित्राच्या कॉलेजमध्ये मराठी शिकवतात म्हणून मी मित्राच्याच गोखले कॉलेजमध्ये ॲडमिशन घेतली.

बी.ए.चं शेवटचं वर्ष. सगळे पेपर्स मराठीचेच. तीन-चार प्राध्यापक ते शिकवीत. काव्याचा पेपर दभि शिकवू लागले. कॉलेज सकाळचं असे. आम्ही काही सकाळी अंघोळ वगैरे करूनच कॉलेजात येत असू असे नाही; पण दभि स्नान करून टिपटॉप पोशाख करून कोट-टाय घालून हातात पुस्तकांनी भरलेली लेदरची बॅग घेऊन वर्गात यायचे. व्याख्यान सुरू व्हायचे. टेबलाला टेकून उभे राहायचे, बसायचे नाहीत. संथ स्वरात व्याख्यान सुरू करायचे. लवकरच त्यांच्या बोलण्याला वेग येऊ लागायचा. आम्हा विद्यार्थ्यांना बरोबर घेत ते विषयात उतरू लागायचे. त्यांचं व्याख्यान ऐकताना असं वाटत राहायचं की, या विषयात आपण दभिंचं बोट धरून ते दाखवताहेत त्या जिन्याने हळूहळू एखाद्या खोल विहिरीत उतरावं आणि पाण्याचा तळ दिसू लागावा तसं उतरत आहोत त्या तळाच्या पाण्यापर्यंत आपण उतरतो आहोत. पाण्यात डोकावून वरच्या आकाशाचे प्रतिबिंबित झालेले रंग न्याहाळतो आहोत.

त्या वर्षी दभिंनी आधुनिक मराठी कविता आम्हाला शिकवली. नेमलेल्या पुस्तकांच्या आधाराने त्यांनी आधुनिक मराठी कवितेचा, तिच्या सामाजिक, सांस्कृतिक पार्श्वभूमीचा, संदर्भ-चौकटीसह, त्यातील ठळक टप्प्यांसह महत्त्वाच्या वळणांसह पट उलगडून आमच्यासमोर ठेवला.

सगळेच प्राध्यापक चांगलं शिकवीत हे खरं; पण दभिंच्या विश्लेषणाला शिस्त असे, निश्चित दिशा असे आणि व्यापकताही असे. ते स्वत:ची दृष्टी घेऊन विश्लेषण करताहेत असं जाणवे. माझं मराठी साहित्याचं वाचन त्यावेळी बऱ्यापैकी होतं. मी हायस्कूलमध्ये असतानाच मर्ढेकरांची कविता, गाडगीळ-गोखल्यांची कथा, पेंडसे-दांडेकरांच्या कादंबऱ्या वाचल्या होत्या. दभिंची व्याख्यानं संदर्भसमृद्ध असूनही ती समजायला मला फारसं अवघड जात नसे. उलट त्यांच्या व्याख्यानातील संदर्भसमृद्धी मला मोहित करी; पण इतर विद्यार्थ्यांनाही आपणाला ज्ञानाच्या वरच्या पातळीवर उचलून घ्यायचं आहे याची जाणीव दभिंच्या बोलण्यात असे. त्यासाठी ते आधी सर्वसामान्य विद्यार्थ्याच्या आकलनक्षमतेच्या पातळीपर्यंत खाली येत आणि हळूहळू त्याला वरच्या पातळीवर घेऊन जात. दभि फार तन्मयतेने शिकवीत. विषय विद्यार्थ्यांना समजला पाहिजे, जाणवला पाहिजे, त्याचं नीट आकलन झालं पाहिजे यासाठी ते प्रयत्न करीत. त्यात सहजता असे. हा गृहस्थ साहित्य आणि केवळ साहित्य यातच संपूर्ण रमून गेलेला आहे. असं त्यांच्याकडे बघितल्यावर वाटे. रस्त्यात कधी दिसले तरी जाणवे की, याही क्षणी सरांना साहित्यासंबंधी काहीतरी नवीन सुचतं आहे, काहीतरी नवीन त्यांच्या आत उत्कटतेनं उमलून येत आहे.

मी बी.ए.ची परीक्षा फर्स्ट क्लासमध्ये पास झालो. नंतर एम.ए. करायचं होतं, पण त्यासाठी थोडे पैसे साठवायला हवे होते. एक वर्ष नोकरी धरली. कोल्हापूर

सोडलं. एक वर्षानंतर एम.ए. करण्यासाठी आणि शिक्षणाबरोबरच पत्रकारितेतली उमेदवारी करण्यासाठी पुन्हा कोल्हापुरात आलो. एका वर्तमानपत्रात शिकावू पत्रकार म्हणून नोकरीही मिळाली. नोकरी, पत्रकारितेचं प्रशिक्षण आणि एम.ए.चा अभ्यास असं सुरू झालं. जोडीला थोडंसं लेखनही; पण मी पुन्हा कोल्हापूरला आलो तेव्हा दभिंनी कोल्हापूर सोडलं होतं आणि ते नागपूरला परतले होते.

माझं एम.ए. झालं. एक वर्ष मराठीची प्राध्यापकी करून मी पुन्हा माझ्या आवडत्या पत्रकारितेकडे वळलो. कोल्हापूर सोडून पुण्यात आलो. पत्रकारिता, स्वत:चं लेखन आणि इतरांच्या कथा-कादंबरीचं सवडीनुसार वाचन यात मी बुडलो. समीक्षेचं वाचन कमी झालं; त्याची फारशी गरज उरली नाही. प्राध्यापकाला जेवढं समीक्षाग्रंथाचं, समीक्षाप्रधान नियतकलिकांचं वाचन सातत्यानं करीत राहावं लागतं तेवढं लेखकाला, पत्रकाराला करावं लागत नाही. त्यामुळे दभिंचं समीक्षालेखन कोणत्या विषयावर चालल आहे, ते कुठे प्रसिद्ध होत आहे याची मला सलग अशी माहिती मिळत नव्हती. एवढंच माहीत झालं होतं, की त्यांचा महाकाव्य या विषयावरचा प्रबंध प्रसिद्ध झाला, मर्ढेकरांच्यावरचं त्यांचं एक पुस्तक प्रसिद्ध झालं, इतरही काही पुस्तकं प्रसिद्ध झाली; पण ही पुस्तकं काही वाचून बघायला मी पोहोचलो नव्हतो; पण नुकतंच त्यांचं 'हिमवंतीची सरोवरे' हे निवडक लेखांचं पुस्तक वाचलं आणि मधली गॅप भरून निघाली. या पुस्तकातील लेखातून दभिंची साहित्यदृष्टी, समीक्षापद्धती, लेखनशैली आणि साहित्यरसिकता अनेक अंगांनी प्रकटली आहे. दभि एकाच वेळी आनंदवर्धन आणि मर्ढेकर, ज्ञानेश्वर आणि जी.ए. कुलकर्णी, भा.रा.तांबे आणि केशवसुत हे तसे भिन्न भिन्न प्रकृतीचे, भिन्न भिन्न काळातले लेखक, कवी आणि साहित्यशास्त्री का आणि कसे समजून घेऊ शकतात हे या पुस्तकातील लेखांतून समजू शकतं. दभिंच्या ठायीचं अव्यभिचारी साहित्यप्रेम आणि प्रत्येकाचं वैशिष्ट्य व वेगळेपण हेही समजून घेण्याची बौद्धिक क्षमता यामुळेच त्यांना हे शक्य झाले आहे.

ज्ञानेश्वर, मर्ढेकर आणि जी.ए. कुलकर्णी हे दभिंचे खास आवडीचे विषय आहेत. साताऱ्याला दोन वर्षांपूर्वी जे अभिजात साहित्य-संमेलन झालं त्याचे दभि अध्यक्ष होते. त्यांनी मर्ढेकरांच्या काव्यावर तिथं दिलेलं प्रदीर्घ व्याख्यान ऐकण्याची संधी मला मिळाली. 'पिपात मेले ओल्या उंदिर' सारख्या मर्ढेकरांच्या कवितेचा दभिंनी लावलेला अन्वयार्थ पटला नाही तरी तो नावीन्यपूर्ण वाटला. काही काही कवितांचा अन्वयार्थ लावण्यासाठी वर्षानुवर्षे एखादा समीक्षक कसं चिंतन करीत असतो, ती कलाकृती त्याच्या संपूर्ण व्यक्तिमत्त्वावर कशी दीर्घकाळ आरूढ होऊन राहाते याचं ते विश्लेषण हे एक उदाहरण होतं.

ज्ञानेश्वरी हाही दभिंचा आणखी एक आराध्यविषय! एखादा देव हे एखाद्या माणसाचं आराध्य दैवत असतं तसाच ज्ञानेश्वरी हा दभिंचा आराध्यविषय ज्ञानेश्वरीचे असंख्य पैलू त्यांना भावत गेले आणि त्यावर त्यांनी लेख लिहिले. ज्ञानेश्वरीचा अभ्यास, ज्ञानेश्वरीचा निदिध्यास ज्ञानेश्वरीची आराधना फळाला आली. अर्धा लाख रुपयांचा भला मोठा पुरस्कार मंगेशकर प्रतिष्ठानने त्यांना घोषित केला. किरकोळ किरकोळ पुरस्कार मिळत राहण्यापेक्षा एखादाच घसघशीत पुरस्कार मिळाला की त्या माणसाच्या आयुष्यभराच्या निदिध्यासाचं सार्थक होतं. तस सार्थक अनुभवायची संधी दभिंना प्राप्त झाली.

दूरध्वनी : ०२०-२५४३७५३०

स्फटिकगृहीचा विवेकदीप

डॉ. कुमार शास्त्री

आजच्या युगाचा परवलीचा शब्द 'बाजार' बनला आहे. सर्वच क्षेत्रे 'बाजारू' झाली आहेत. अगदी वर्तमानपत्रातील साहित्यपुरवणीही याला अपवाद राहिलेली नाही. बेगडी, प्रदर्शनकारी, भडक, वरवरची मालमसाला देणारी चार पाने वाचकांना, हलकीफुलकी, रंजनकारी म्हणून दिली की, 'गंगेत घोडं न्हालं' याप्रमाणे घडत आहे. खरोखरीच साहित्यपुरवणीत 'साहित्य' कुठे हे शोधावे लागते. सामान्य वाचकांना या साहित्याचा निर्भेळ आनंद देणे ही कल्पनाच दुर्मीळ होत चाललीय. अशा या वाळवंटात एखादी हिरवळ जेव्हा प्रगल्भ वाचकाला भेटते तेव्हा तो हरखून जातो.

आसमंत पुरवणीतील साहित्याची ही सुखावह हिरवळ म्हणजे 'स्फटिकगृहीचे दीप' हे दभिसरांचे सदर. खरं तर याला सदर वा स्तंभ नावाने संबोधणे बरोबर नाही, कारण तथाकथित वर्तमानपत्रीय स्तंभाप्रमाणे 'मागाल ते देऊ' हा प्रकारच नाही. प्रचार, प्रदर्शन यापासून कितीतरी दूर, तसेच दभि सर स्तंभ वा सदर लिहितील हे त्यांना जवळून ओळखणारे मान्य करायचे नाहीत, कारण दभिंचा बाजच मुळी वेगळा. एक पृथगात्म समीक्षक, समकालीन साहित्याचे गाढे अभ्यासक अन् त्यांचा मूळचा पिंड हा अध्ययन-अध्यापनाचा. 'दभिं'नी केवळ तरुण भारतसाठी 'स्फटिकागृहीचे दीप' लिहिण्याचे मान्य केले याची आम्हाला जाणीव आहे. तरुण भारताच्या साहित्यप्रेमींसाठी ही एक पर्वणीच ठरली. 'दभिं'नी याच स्तंभातून वाचकांशी एक काव्यात्मक संवाद साधला. अगदी सहजतेने साहित्यशास्त्र अन् सौंदर्यशास्त्र सामान्य वाचकांपर्यंत पोहोचविले, रूजविले. तेही 'दभि' शैलीत. ही 'दभि' शैली म्हणजे श्रोतृसंवादाची. जिथे संवाद घडतो तिथेच साक्षात्कार घडतो. हा साक्षात्कार कधी साहित्यातील अनुभूतीचा, कधी साहित्य-निर्मितीच्या अनुभूतीचा तर कधी कलाकृतीच्या अनुभूतीचा. एक मात्र खरे की, अनुभूतीचा हा आनंद सामान्य वाचकाला एका वेगळ्या पातळीवर नेतो, एक ऊर्जस्वल साक्षात्कार घडवतो. आमच्यासारख्या

विद्यार्थ्यांना खूप काही शिकवून जातो अन् चिरस्मरणीय करून जातो. साहित्यातील काही साक्षात्कारांची स्मरणे ताजी टवटवीत करून जातो. इथेच सामान्य वाचकांची एक मांदियाळी नकळत तयार होऊन जाते. पुढे ती पत्ररूपाने भेटत राहते.

खरं तर 'दभि'सरांची अन् माझीही भेट पत्ररूपानेच घडत गेली. आजवर केवळ दोन-तीन वेळाच आम्ही एकत्र भेटलो असू. सरांना मी ओळखत होतो. कॅम्पसला माझ्या अर्थशास्त्राच्या तासिकांऐवजी कधी कधी मी, अ.ना.देशपांडे, दभि अन् प्रा. वाबगावकर यांचे पिरेड वर्गाबाहेरून ऐकत असे अन् तन्मय होऊन जात असे.

पण दभिसरांकडून मनसोक्त न शिकल्याची एक खंत मनात राहून जायची. 'ही खंत तब्बल वीस वर्षांनंतर आंशिकरीत्या पूर्ण झाली, ती 'स्फटिकगृहीचे दीप' या स्तंभ संवादाने :

एक गोष्ट इथे प्रारंभीच स्पष्ट करतो की, प्रस्तुत लिखाण हा काही स्तुतिपाठ नाही. ते 'दभि'स्तोत्रही नाही. 'दभि'स्तोत्र गाऊन अनेक शिष्य त्यांना प्रसन्न करून घेण्याचा प्रयास करतही असतील. सरही त्यांना ओळखत असतील – त्यातलाही हा प्रकार नाही. हा प्रयास एवढ्यासाठीच की, एखाद्या स्तंभलिखाणातून सहज लोकशिक्षणाचं, एक अंत:सूत्र तेवत ठेवण्याचा प्रकार, जो आज दुर्मीळ होत चालला आहे. ते अंत:सूत्र 'दभि'सरांनी पुन्हा एकवार जागवलं म्हणून हा सर्व लेखनप्रपंच.

प्रारंभी म्हटल्याप्रमाणे 'दभि' समकालीन साहित्याचे प्रगाढ अभ्यासक, आलोचक, साहित्य वाचस्पती, तेव्हा अशा या व्युत्पन्न व्यक्तीने वृत्तपत्रीय स्तंभातून एवढे जीवनगामी, जीवनसंबोधी लिखाणाकडे वळावे याचे मला अप्रूप वाटायचे. पत्रपंडित भाऊसाहेब माडखोलकरांचा 'वर्तमानपत्रे' नावाचा निबंध प्रसिद्ध आहे. त्यात ते म्हणतात की, व्युत्पन्न व्यक्ती वृत्तपत्रात लिखाण लिहिण्याचे टाळतात; पण ज्यांना लोकशिक्षणाची खरी उर्मी असते तेच या प्रवाहाकडे वळतात. ते खरे लोकशिक्षक असतात.

इथे मला वाटतं दभिंना साहित्याच्या मार्गदर्शनाची एक लोकविलक्षण उर्मी आहे; त्यातही जनसामान्यांना साहित्याचे दर्शन घडावे, जीवनदर्शन अन् साहित्यदर्शन या एकाच नाण्याच्या दोन बाजू आहेत, हे सामान्यांना कळावे तसेच लोकशक्तीची प्रबोधद्वारे खुली व्हावीत या प्रांजळ प्रवासातून दभिंच्यामधील खरा लोकशिक्षक जागृत होत असावा.

पुढे ज्ञानदेवाप्रमाणे हा शिक्षक एक आगळावेगळा श्रोतृसंवाद साधतो....

म्हणोनि सद्‌भाव जीवगत। बाहेरि दिसती फांकत।
स्फटिकगृहींचे डोलत दीप जैसे।। १३.४७६

मानवी मनात आंतरबाह्य सद्‌भाव जागविणे, त्यासाठी लोकमानसाची ज्ञानाची नेत्रांजने प्रकाशित करणे जरूरी ठरते. अज्ञानाची काजळी दूर झाली, की ज्ञानाचा

प्रकाश स्फटिकमय होतो, शतगुणित होतो; पण हे सर्व प्रबोधन करताना माउलींनी जी पथ्ये सांगितली आहेत ती मोलाची आहेत. प्रबोध हा विनयभावातून प्रगट व्हावा. या दृष्टीने श्रोतृसंवाद साधणे हे महत्प्रयासाचे कार्य ठरते. 'दभिं'नी नेमके हेच साधले. त्यांच्या हळुवार शैलीतून जो विनयभाव, तर्क, कल्पना अन् उपमा साधली आहे; ती अनुपम आहे, हेच खरे.

'दभिं'बाबत अनेक साहित्यिकांना खरा प्रश्न पडतो तो इथेच की, 'दभि' संशोधक की ललित लेखक? समीक्षक की रसिक आस्वादक? ते जीवनवादी की कलावादी? मला वाटतं, कधी कधी काही उत्तरे ही परिभाषेच्या पलीकडची असतात. तिथे काय उत्तर देणार! 'दभिं'नीच एका ठिकाणी रूढ परिभाषेच्या संदर्भात फार मार्मिक प्रश्न केलाय. माउलीच्या संदर्भाने बोलताना 'दभि' म्हणतात, 'माउलींनी सौंदर्याऐवजी 'लावण्य' शब्द वापरलाय. सौंदर्याबाबत साहित्यात बराचसा तर्क अन् शास्त्र सांगितले जाते. इथे 'दभि' विचारतात, ''श्रोते हो, लावण्याचे 'शास्त्र' सांगता येईल का?'' मला वाटतं वरील प्रश्नांचा प्रकार अशाच पद्धतीचा आहे. परिभाषांची चौकट जिथे थिटी पडते, तिथेच काहीतरी अनुपम विलोभनीय घडते. कुठेतरी मी वाचलं आहे, चौकटीत राहातात ती चित्र असतात, माणसं नाही.

स्फटिकगृहीच्या संवादातून 'दभिं'नी किती बहुविध वाङ्मयकृतींचा परामर्श घेतला म्हणून सांगावा! बहुस्पर्शित्वाचं ते एक मनोज्ञ दर्शन होतं एवढंच. अवघे साहित्यशास्त्र, सौंदर्यशास्त्र सहज सोप्या भाषेत लहानलहान दृष्टान्तातून विविध प्रकारे सामान्यांपर्यंत पोहोचवणे किती कठीण, पण हे इंद्रधनुष्य 'दभिं'सारखेच उचलू शकतात. नव्हे, त्यांच्या स्तंभसंवादाचे ते ध्येयप्रेरित खरे अंत:सूत्र होते. दभिंच्या या वाङ्मयीन ऊर्मीसमोर आमच्यासारखे सामान्य वाचक विनम्र होतात.

प्रस्तुत स्तंभसंवादातून 'दभिं'नी किती वेगवेगळे विषय हाताळले! साहित्याच्या संदर्भाने निर्मिती, कलाकृती, अनुभूती, तादात्म्य, कलाकृतीतील वाच्यार्थ अन् रूपकात्मक अर्थ, प्रतिमांचा शोध, जाणीव आणि नेणिवांच्या व्यापारातून उन्नत प्रतिमांचा वेध, त्यासाठी लागणारी प्रतिभा, प्रातिभ आविष्कारातून घडणारे आस्वादक दर्शन; तसेच साहित्यकृतीतील दोष, त्रुटी, विसंवाद या बाबी कशा दूर करायच्या हा सगळा वस्तुपाठ दभिंनी त्यांच्या शैलीतून शिकवला. आमच्यासारख्या विद्यार्थ्यांवर कळत नकळत एक वाङ्मयीन संस्कार घडविला.

मराठी साहित्याचा माझा अभ्यास फारसा नाही; पण चिकित्सक वृत्ती हाच समीक्षेचा मूलकंद असतो. केवळ दोष, त्रुटी, विसंवाद दाखविणे हा त्यामागचा उद्देश नसतो; तर त्यामागे हे दोष टाळून कलावंताने, लेखकाने पुढे जावे ही मार्गदर्शनाची

ऊर्मी असते. नेमकी हीच वाङ्मयीन महत्त्वाकांक्षा दभिंना अव्वल समीक्षकांची पावती देऊन जाते. खरा समीक्षक 'दभि' म्हणतात त्याप्रमाणे कलाकृतीच्या निर्मितीच्या अनुभूतीशी तादात्म्य साधतो. या अनुभूतीचे सूक्ष्म पदर सामान्य वाचकाला उलगडून दाखवितो. प्रस्तुत स्तंभसंवादातून 'दभिं'नी हाच विषय हाताळला. समीक्षेसारख्या बुद्धिगम्य कलेला 'दभि' जेव्हा ललित लेखनाच्या तरलतेचा आयाम देतात, तिथे 'दभि' शैलीला असंख्य आस्वादक दाद देऊन जातात. स्फटिकगृहीतील स्तंभातील अनेक आस्वादक वेचे टिपण्यासारखे आहेत. ही काही तरलस्पर्शी वाक्ये बघा –

''उपयोगितेच्या पलीकडे सौंदर्य असतं, 'निर्मिती–प्रक्रियेची उत्कटता' हे उत्तम कलाकृतीचं एक लक्षण आहे पण केवळ एकमेव नव्हे; विठ्ठलपंत हा त्यागी आणि 'जनस्वी' पुरुष होता.' स्पर्शसंवेदना लवकर शिणते....म्हणून तर समाजाने तिच्या भोवती बंधने आणि गोपनीयता आणली नसेल? जिथे परमतत्त्वाच्या प्रकाशात आत्मतत्त्वाचा प्रकाश मिसळून जातो तिथे 'स्व'ची ज्योत नाहीशी होते. ही अवस्था... शांतिपूर्ण क्षमा या भावनेने ती तुडुंबलेली असते! अशी जीवनरसायन सांगणारी किती तरी समीकरणे, जीवनप्रमेये स्फटिकगृहीच्या निमित्ताने त्यांनी सांगितली. प्रबोधनातून, संबोधनातून सहजतेने गूढरम्यतेकडे वळणे हाच तर खरा काव्यात्म संवाद ठरतो, अन् हीच खरी 'दभि' शैली ठरते. मग कधी ती कानडा विठ्ठलू. अभिनवगुप्त, ज्ञानदेवमाउली, मर्ढेकर ते कुसुमाग्रजांपर्यंत विविध संदर्भांना घेऊन वाचकांना प्रबोधित करते.

'दभिं'चे प्रबोधनही कसे प्रचोदक असते ते बघा. 'दभिं'नी कुसुमाग्रज स्मृतिनिमित्ताने तीन स्फटिकगृहीचे दीप लिहिलेत. खरं तर कणा ही कुसुमाग्रजांची अगदी साधी पण ख्यात कविता. पण या कवितेतील युवकाची एक नवी उर्मी किती प्रेरक आहे हे 'दभि' इतक्या नेमकेपणाने यथोचित सांगतात की, प्रत्येक विद्यार्थ्याने ही नवी उर्मी आत्मसात करावी. कोणती आहे ही नवी ऊर्मी – ही ऊर्मी आहे पुनर्निर्मितीची! पुराने उद्ध्वस्त जीवनाला पुन्हा एक नवा आशय देण्याची. कणा या कवितेवर 'दभिं'नी पुढील चार अनुबंध लिहिलेत – १. ओळखलं का सर मला? २. पडकी भिंत बांधतो आहे. ३. ओळखलं मी आता तुला ४. बंधच्छाया आणि कणा.

स्फटिकगृहीचे हे चार स्तंभसंवाद म्हणजे पुनर्निर्मितीची जणू चतुःसूत्रीच 'दभि' सांगून जातात.

'कणा' या कवितेतील युवकाची पुनर्निर्मितीची प्रेरणा किती कालसन्मुख होती! गुजरात, ओरिसा त्यावेळी निसर्गकोपाने हादरलेले होते. अशावेळी 'कणा' कवितेतील कोवळ्या वयाच्या या पोराची पुनर्निर्मितीची मनोभूमिका मार्गदर्शक ठरते. ती भूमिका निर्मितीच्या प्रक्रियेची आहे, परिवर्तनवादी आहे. लहानशा युवकाची ताकद ती किती?

तर इथे 'दभि' ज्ञानेश्वरांच्या टिटवीचे उदाहरण देतात. 'टिटवीने समुद्र रिता करावयाचा प्रयत्न....' असा मार्मिक दृष्टान्त देतात. गोदाकाठचा ऋषी (कुसुमाग्रज), अध्यापक नसताना, तो युवक त्यांच्याकडे का गेला? गंगामाई पाहुणी आली, हे सर्व संदर्भ कवितेचे चारुत्व सांगणारे कसे आहेत, हे 'दभि' दाखवून देतात. विपत्तीचे ऐश्वर्य अन् कवितेचे चारुत्व कुसुमाग्रजांसारखा मंत्रद्रष्टाच एकरूप करतो...हेही 'दभि' पटवून देतात. इथेच सामान्यांना कुसुमाग्रजांची 'उंची' कळते.

पैसे नकोत सर, जरा एकटेपणा वाटला.
मोडून पडला संसार तरी मोडला नाही कणा
पाठीवरती हात ठेवून नुसते लढ म्हणा.

'कणा' या कवितेतील युवकाची पुनर्निर्मितीच्या वृत्तीची संवेदनशीलता हाच तर मानवी मनाचा कणा व्हायला पाहिजे. पुढे 'दभि' लिहितात तो बंधच्छाया आणि कणा हा तर कलाकृतीचे आस्वादक विश्लेषण करणाराच अनुबंध!

खरोखर सर आमच्या साहित्यपुरवणीचा 'स्फटिकागृहीचे दीप' एक साहित्यप्रेरक 'कणा' ठरले आहे, असे म्हणावे लागेल.

मित्रहो, परवा व्यासपौर्णिमा आहे. प्रत्येक पौर्णिमेचे एक प्रयोजनमूल्य असते. व्यासांनी अविवेकाची, अंधाराची, अज्ञानाची काजळी फेडणारा स्फटिकगृहीचा विवेकदीप उजळला अन् सद्भावाची जीवनपौर्णिमा समाजजीवनात प्रकाशिली. महर्षी व्यास अप्रांतमति होते. ज्ञानदेवांनी त्यांचेच अनुसरण केले. पुढे हीच परंपरा गुरु-शिष्य रूपाने कायम झाली. ज्ञानदेव कृष्ण बनले तर श्रोता अर्जुन बनला. अर्जुनाचे सर्व विभ्रम, संभ्रम दूर झालेत ते गीतारूपी स्फटिकगृहीचे दीपाने!

व्यासपौर्णिमा हा 'दभिं'चा जन्मदिवस. स्फटिकगृहीच्या संवादातून 'दभिं'नी गुरुतुल्य भूमिकेतून आमचा विवेक जागविला. आपण विवेकाचा जो स्पर्शदीप जागवला त्यासाठी सर आपल्याला शतशत धन्यवाद!

सर, आज मूल्यांची प्रचंड पडझड होत असताना विभ्रमावस्थेत आपण घडविलेले साहित्यातून जीवनदर्शन ही तर आमची वैचारिक शिदोरी राहणार. जन्मदिनी आपल्याला 'जीवेत् शरद: शतम्'च्या शुभेच्छा देत, आपल्याला आम्ही एवढेच आशीर्वाद मागू -

मोडून पडला संसार तरी मोडला नाही कणा
पाठीवर हात ठेवून नुसते लढ म्हणा!

भ्रमणध्वनी : ९८२१५४१७४१

चैतन्याचं झाड

कै. चंद्रकांत कुलकर्णी

पुल, वाल यांच्याप्रमाणे 'दभि' या नावाचा उच्चार झाला की एक वाङ्मयीन वातावरण ताबडतोब तयार होते. गेली तीस वर्षे 'दभि' या अक्षरांचे विदर्भाच्या व महाराष्ट्राच्या साहित्यप्रांगणात एक विशिष्ट वजन आहे.

मी स्वत: द.भि.कुलकर्णी यांचा विद्यार्थी नाही. मी त्यांच्या वाङ्मयीन कुटुंबाचा सदस्यही नाही. दभिंच्या काव्यसमीक्षेचा अभ्यासक म्हणूनही माझी ख्याती नाही. तरी डॉ. दभि.कुलकर्णी या व्यासंगी वाङ्मयसमीक्षकाबद्दल मला जबरदस्त आकर्षण आहे.

माझे व लोकप्रिय दभिंचे मतभेद आहेत. त्यांच्या नेहमीच्या बैठकीतील खास मित्रांपैकी मी नसतानाही आमची दोघांची कुठेतरी वाङ्मयीन मैत्री जुळते. थोडक्यात आमची दोघांची कुठेतरी 'वेव्हलेंथ' जुळते व आम्ही दोघे कुठल्यातरी प्रश्नावर एकमेकांचे चाहते आहोत.

अनेक वर्षांपूर्वी बर्डीवरच्या राजाराम वाचनालयात आम्ही दोघांनी सुरू केलेल्या उपक्रमांमुळे आम्ही दोघे एकत्र आलो. निमित्त होते कै.बाळ सीताराम मर्ढेकरांच्या स्मृतिदिनाचे.

मराठी साहित्यात मूलगामी क्रांती करणाऱ्या कै. बाळ सीताराम मर्ढेकर यांचा स्मृतिदिन नागपुरातील साहित्यसंस्थानी करावा अशी आमची दोघांची फार इच्छा होती. शेवटी राजाराम वाचनालयात २० मार्च १९७० मध्ये आम्ही कै. मर्ढेकरांचा स्मृतिदिन साजरा केला. या कार्यक्रमात अपेक्षेनुसार डॉ.दभिंचे मर्ढेकरांच्या साहित्यशास्त्रावर अभ्यासपूर्ण व्याख्यान झाले. व्याख्यान खूपच चांगले रंगले. याच कार्यक्रमाने नागपूरला कै. मर्ढेकर स्मृतिदिनाचा प्रारंभ झाला. पुढे 'दभिं'च्या प्रेरणेने मी राजाराम वाचनालयात व विदर्भ साहित्य संघात मर्ढेकर स्मृतिदिनाचे कार्यक्रम दरवर्षी आयोजित केले.

एक वर्ष, मला वाटते १९७२ किंवा १९७३ साली मी विदर्भ साहित्य संघाच्या गडकरी सभागृहात मर्ढेकर स्मृतिदिन साजरा केला. या स्मृतिदिनाचे वैशिष्ट्य म्हणजे या वर्षी मी डॉ. कुलकर्णींची तीन दिवसांची व्याख्यानमाला आयोजित केली होती.

या गाजलेल्या व्याख्यानमालेचे पहिले पुष्प दभिंनी मर्ढेकरांच्या वाङ्मयावरच गुंफले होते. त्यादिवशी मर्ढेकरप्रेमी 'दभि' व्याख्यानात इतके रंगले की त्यांनी त्या दिवशी व्याख्यान साडेतीन तास रंगवले. गडकरी सभागृहात मी अनेक व्याख्याने व व्याख्यानमाला आजपर्यंत आयोजित केल्या. पण दभिंनी मर्ढेकर स्मृतिदिनी दिलेले हे व्याख्यान फार परिणामकारक वाटले.

याच व्याख्यानमालेत डॉ. कुलकर्णी यांनी पु.भा.भावे व शरच्चंद्र मुक्तिबोध यांच्यावरही व्याख्याने दिली. या व्याख्यानमालेला शरच्चंद्र मुक्तिबोध, डॉ. श्रीधर शनवारे, डॉ. वि.स. जोग यांच्यासारखे अभ्यासकही मोठ्या प्रमाणावर उपस्थित होते हे विशेष. विदर्भ साहित्यसंघाच्या इतिहासातील एक गाजलेली व्याख्यानमाला म्हणून डॉ. दभिंच्या व्याख्यानमालेची नोंद झाली हे विशेष.

दोन वर्षांपूर्वी विदर्भ संशोधन मंडळात मी व डॉक्टरसाहेबांनी मर्ढेकर व कै. जी.ए.कुलकर्णी स्मृतिदिनाचा कार्यक्रम फार मोठ्या प्रमाणावर साजरा केला होता. 'दभिं'च्या साहित्यवर्तुळातील वजनामुळे रामदास भटकळ, ह.मो.मराठे, शंकर सारडा ही बडी मंडळी या कार्यक्रमाला उपस्थित होती. या कार्यक्रमात सर्वांचे लक्ष वेधून घेणारी व्यक्ती होत्या कै. मर्ढेकरांच्या भगिनी.

मी व दभिंच्या टीमवर्कने आयोजित केलेला एक अविस्मरणीय कार्यक्रम अजूनही माझ्या स्मरणात आहे. बालकवींची जन्मशताब्दी बंद सभागृहात न करता निसर्गाच्या सान्निध्यात साजरी करण्याचे आम्ही दोघांनी ठरविले. तेलंगखेडीच्या उद्यानात एका सकाळी आम्ही सर्व एकत्र झालो व निसर्गवेड्या बालकवींची जन्मशताब्दी आम्ही मस्तपणे साजरी केली. वामन तेलंग, डॉ. आशा सावदेकर, डॉ. सुलभा हेर्लेकर ही सर्व नामवंत मंडळी या कार्यक्रमाचा आस्वाद घेण्यास तेलंगखेडी उद्यानात हजर होती. पत्रकार वामनराव तेलंगांनी या कार्यक्रमावर तरुण भारतात एक चटकदार स्फूटही लिहिले होते.

मर्ढेकर स्मृतिदिन, स्पंदन अभ्यासमंडळ या उपक्रमाद्वारे आम्ही दोघे कुलकर्णी एकत्र आलो. दभिंचे मार्गदर्शन घेऊन स्वातंत्र्योत्तर मराठी वाङ्मयाचा सखोल अभ्यास करणारी एक वेगळी संस्था उभी करण्याची माझी इच्छा होती. महाराष्ट्रात तरी ही संस्था फार वेगळी ठरली असती. पण तो योग आला नाही. याबाबतीत आमचे दोघांचे सूर जुळले नाहीत.

कै. गजाननराव माडखोलकरांनंतर विदर्भाला खरेखुरे वाङ्मयीन नेतृत्व लाभले नाही हे खरे. वाङ्मयीन नेतृत्वाअभावी विदर्भात साहित्य चळवळी फोफावल्या नाहीत ही वस्तुस्थिती आहे. माडखोलकरांनंतर या वाङ्मयीन नेतृत्वावर हक्क सांगणारे दोनच साहित्यिक आहेत. एक आमचे नानासाहेब शेवाळकर व दुसरे डॉ. दभि. कुलकर्णी. शेवाळकर व कुलकर्णी दोघेही कल्पक, व्यासंगी व लोकप्रिय. डॉ. दभि तर शेवाळकरांपेक्षा जास्त विद्यार्थीप्रिय. या दोघा मित्रांनी मनात आणले असते तर व थोडा वेळ चळवळीच्या नेतृत्वाला दिला असता तर विदर्भाच्या साहित्य चळवळीत नवे चैतन्य आले असते.

'दभिं'चा शिष्यवर्ग मोठा आहे. डॉ. सदाशिव कुल्ली, डॉ. प्रमोद मुनघाटे, डॉ. सुलभा हेर्लेकर, डॉ. ज्योती लांजेवार, डॉ. वि.स.जोग, डॉ. शुभांगी पातुरकर, डॉ. श्यामला मुजुमदार, डॉ. वीणा मुळे, डॉ. संध्या अमृते, सौ. शोभा उबगडे ही सर्व मंडळी सध्या विदर्भाच्या साहित्य चळवळीत फार मोठ्या प्रमाणात भाग घेत आहेत. दभिंच्या कुशल मार्गदर्शनाखाली ही कर्तृत्ववान मंडळी जर चळवळीसाठी एकत्र आली तर विदर्भाच्या साहित्य चळवळीवर एक वेगळी 'दभि'मुद्रा उमटली जाईल.

नागपूर विद्यापीठाच्या मराठी पदव्युत्तर विभागात डॉ. वि.भि.कोलते, प्रा. भ.श्री.पंडित, प्रा. म.शं.वाबगावकर, डॉ. शं.दा. पेंडसे, डॉ. अ.ना. देशपांडे इत्यादी नामवंत प्राध्यापकांनी अध्यापनाचे कार्य केले. आजही डॉ. सौ. आशा सावदेकर, यशवंत मनोहर, डॉ. अक्षयकुमार काळे, डॉ. मदन कुलकर्णी यांनी उत्कृष्ट प्राध्यापक म्हणून नावलौकिक मिळविला आहे. परंतु डॉ. दभिंनी जी लोकप्रियता मिळविली तेवढी विद्यार्थीप्रियता इतर प्राध्यापकांना मिळविता आली नाही. साहित्यशास्त्रासारखा कठीण विषय दभिंनी सहजतेने व वाङ्मयीन दृष्टी देऊन शिकविला.

विद्यापीठाचे विद्यार्थी नसतानाही दभिंच्या पिरेडला येऊन बसण्याची आमच्यासारख्या अनेक अभ्यासकांची इच्छा होत असे.

संशोधक, मार्गदर्शक म्हणूनही डॉ. कुलकर्णी यांनी मोठा दबदबा निर्माण केला आहे. जवळजवळ १७ संशोधकांना त्यांनी मार्गदर्शन केले आहे. हे डॉक्टरेट मिळविलेले त्यांचे विद्यार्थी आता संशोधक मार्गदर्शक झाले आहेत. दभिंनी या संशोधन कार्याला दिलेली नवी आधुनिक दृष्टी व शैली हे त्यांचे या क्षेत्रातील भरीव कार्य आहे. इतकी पद्धतशीर नीटनेटकी व शास्त्रोक्त मार्गदर्शनशैली फार थोड्या मार्गदर्शकांना जमली आहे. त्यादृष्टीने दभिंचे विद्यार्थी भाग्यवान आहेत.

दभिंनी संशोधनकार्यात सहभागी होणाऱ्या अभ्यासकांसाठी या दभि संशोधन शैलीवर एक ग्रंथ लिहिणे आवश्यक आहे.

दभि कुलकर्णी यांचे एक महत्त्वाचे वाङ्मयीन कार्य अजून पूर्ण झाले नाही. या कार्यात त्यांना मन:पूर्वक आनंद होणार आहे. हे कार्य म्हणजे त्यांचे आवडते शिक्षक डॉ. नानासाहेब देशपांडे यांच्या भारतीय साहित्यशास्त्र या ग्रंथाचे सौंदर्य उकलून दाखविणाऱ्या स्वतंत्र ग्रंथाचे लेखन.

असे आहेत आमचे दभि. गेली चाळीस वर्षे व्यासंग व शंभर टक्के वाङ्मयीन निष्ठा जतन करून त्यांनी आपला वाङ्मयीन संसार समृद्ध केला आहे. मी परत सांगतो, चंद्रकांत कुलकर्णी हा वाङ्मयाचा अभ्यासक, दभि वाङ्मयीन परिवाराचा सदस्य नाही. त्यांच्या समृद्ध समीक्षेचा मी चाहता आहे, पण अभ्यासक नाही. पण दभि या वाङ्मयीन वलयाचे मला आकर्षण आहे. दभिंच्या व्यासंगाचा व वाङ्मयीन निष्ठेचा मी चाहता आहे. त्यांच्या वाङ्मयीन गौरवाने मला आनंद होतो. दभिंच्या वाङ्मयीन कर्तृत्वाला माझे अभिवादन.

दभि. : ज्यांची प्रतिभा नभी

मधुकर हुद्दार

ते १९५८ साल होतं. मी व माझे मित्र गंगाधर बेडेकर यांनी इंटरमिजिएटची परीक्षा देण्याचा निश्चय केला होता. दिवसभर शाळेत शिकवून सायंकाळच्या ट्यूशन क्लासमध्ये या परीक्षेचा कोर्स पूर्ण करण्याची गरज होती. त्याकाळी नाईट कॉलेज नव्हतं. फार थोड्या ठिकाणी इंटरमिजिएटचे वर्ग व्हायचे. मला कुणीतरी बर्डीच्या एका खोलीत 'विकास नाईट क्लास' चालतो असं सांगितलं. आम्ही दोघांनी सीताबर्डीतील गल्ली-बोळातून विचारत विचारत, राजाराम दीक्षित वाचनालयाच्या पलीकडल्या गल्लीत प्रवेश केला.

कुणाला तरी विचारायचं म्हणून मी उजव्या हाताकडील पहिल्याच घरात चौकशी करावी या हेतूनं, बंद दारावर रुळत असलेली कडी जोरात वाजवली. दार उघडून एक काळाकभिन्न वर्णाचा अन् मोठे लाल डोळे असलेला माणूस बाहेर आला अन् म्हणाला,

''कोण हाय? माणूस की बाई?''

''अहो, असं काय विचारता? मी माणूसच आहे'' बेडेकर त्यांच्या सायकल जवळ हसत उभे होते. तो माणूस पुन्हा खेकसला, ''लवकर बोला, सवाष्ण की विधवा? तसं सामान बांधून देतो. बांबू पक्के आहेत. कापड,चोपड, राळ सर्वकाही. पण लवकर बोला.''

''तुम्ही हे काय चालवलं आहे? मला वेगळच विचारायचं आहे.''

''म्हणजे? साहेब हे मर्तिकाचं सामान मिळायचं दुकान आहे. हे बांबू, मडके, तिरडी तुम्हाले दिसली नाही?''

''नाही. आता माझी पुण्यतिथी करू नका. मला विकास नाईट क्लास या बोळीत कुठे आहे तेवढं सांगा.'' बेडेकरांचं हसणं सुरूच होतं.

''हे आदी काहून नाही बोंबलले मी म्हनतो? इथून सिधे जावा. सेवटी एक

जिना दिसन. त्यानं वर जा. तेथं चालते विकास हायस्कूल आन् रात्री किल्लास घेते तो वडस्कर. हेडमास्तर हाय. माहं पोट्ट तेथसाच सिकते. ए, बंड्या या दोनी सायबाले तुझ्या शाळेत वर घेऊन जा.''

''वर म्हणजे?''

''साहेब, जिना चढला, तर वरच जानार का न्हाई?''

बंडूने मला व बेडेकरांना बोळीच्या टोकाला असलेल्या बिल्डिंगमध्ये वर पोहचवलं अन् तो अंतर्धान पावला. हेडमास्तर वडसकरांना आम्ही शुल्क दिले व त्यांनी स्वत: आम्हा दोघांना एका वर्गात नेऊन बसवलं. थोड्याच वेळात बेल झाली अन् वडसकर एका तरुणाला घेऊन वर्गात आले. त्यांनी परिचय करून देताना म्हटलं,

''हे प्राध्यापक दभि.कुलकर्णी. हे तुम्हाला मराठी हा विषय शिकवतील'' असं सांगून वडसकर ऑफिसकडे निघून गेले. आम्ही दभि.कडे पाहू लागलो आणि ते आमची पारख करू लागले.

वर्गात सात-आठ मुली व आम्ही पुरुष दहाजण. त्यमुळे कॉलेजसारखंच वाटलं! कारण कॉलेजात पटावर एकशेवीस व वर्गात मात्र वीसच विद्यार्थी असत. आमचा पहिला दिवस असल्यामुळे दभिंनी प्रथम स्वत:चा परिचय करून दिला. ते म्हणाले, ''वडसकरांनी जरी माझा प्राध्यापक म्हणून परिचय करून दिलेला असला तरी मी प्राध्यापक नाही. मराठी एम.ए. पार्ट टूचा मी अभ्यास करतोय. त्यानंतर मी नक्कीच प्राध्यापक होईन.''

दभिंनी बोलायला सुरुवात केली तेव्हा त्यांच्या कंठातून जो स्वर, आवाज कानावर पडला, तो मला शास्त्रोक्त संगीतकारांचा सतार छेडताच खर्जातला 'सा' हा स्वर लागतो, तसाच त्यांचा आवाज कानाला भावला. संगीतकाराचा तापलेला आवाज असावा तसा दभिंचा आवाज; आजही त्यांचं भाषण ऐकताना मला तसाच वाटतो. अनेक वक्ते विद्वान असतात, वक्तृत्वाची देणगीही त्यांना लाभलेली असते. पण आवाज भसाडा, कर्कश्श किंवा कानाला त्रास देणारा वाटला तर भाषण कान देऊन ऐकावसं वाटत नाही! पण दभि.च्या आवाजावर मी प्रसन्न झालो. मी प्राध्यापक नाही हे प्रांजळपणे, स्पष्टपणे सांगितल्यामुळे त्यांच्यातील सच्चेपणा मला आवडला.

यानंतर त्यांनी प्रत्येकाला आपला परिचय द्यायला सांगितला. हा परिचयाचा प्रघात संपल्यावर दभि म्हणाले,

''मी शिक्षक व तुम्ही विद्यार्थी अशा भिन्न भूमिकेत जरी आपण असलो तरीही आपण मित्र आहोत असा विचार करत आपण वागूया. वर्गात गुरु-शिष्य व बाहेर मित्र, कारण आपण वयाने सारेच थोड्याफार फरकाने लहान-मोठे असू. तुमच्यापैकी

बहुतांश शिक्षक-शिक्षिका आहेत. एखादी व्यक्ती नोकरीही करीत असेल, म्हणून मी मित्र हा शब्द वापरला. आज मी शिकवणार नाही, पण शिकावे कसे हे मी सांगणार आहे. गुरुकिल्लीचा वापर करून तुम्ही बी.ए. होऊन कुठेतरी नोकरी करणार असाल तर प्रश्न वेगळा आहे. पण जर तुमच्यात वाङ्मयीन रुची असेल, साहित्यनिर्मिती करण्याची आकांक्षा असेल, तर तुम्हाला भरपूर वाचन करणं आवश्यक आहे. वाचताना, कथा-कविता, नाटक, कादंबरी असा कोणताही साहित्यप्रकार असो; त्याच्या अंतरंगात शिरा, लेखकाच्या भावनेशी तद्रूप व्हा. समरस व्हा. म्हणजे तुम्हाला प्रेरणा मिळेल. इंटरमिजिएट नंतर बी.ए.करून हायस्कुलात जाता येईल शिक्षक म्हणून. एम.ए. होऊन प्राध्यापक या नात्याने कॉलेजलाही जाता येईल. पण लेखक व्हायचं असेल तर जगाचं उघडं पुस्तक व त्यातली प्रकरणे म्हणजे माणूस, त्याच्या भावभावना, निसर्ग, प्राणी, आकाश या सर्वांचा समरसून अभ्यास करा म्हणजे तुम्ही उत्तम साहित्यिक होऊ शकाल. दभिंच्या डोळ्यावर चष्मा नसला तरी प्राध्यापकांमध्ये त्यांचा वरचष्मा होता. त्या पहिल्या लेक्चरमध्ये दभिंनी आम्हाला जिकलं. पुढे भविष्यात दभि जिंकतच गेले, कारण विकास नाईट क्लासमधील वर्गात बोललेल्या प्रत्येक शब्दाला ते जागले व आज ते प्रत्येक शब्दाला व श्रोत्याला जागवीत आहेत. माझा व त्यांचा परिचय विकास नाईट पुरताच राहिला नाही; तर कालानुसार वाढतच गेला. पहिले गुरू व मग मित्र असा माझा त्यांचा संबंध आहे.

इंटरमिजिएटच्या वर्गात त्यांची शिकवण्याची पद्धत मंत्रमुग्ध करणारी होती. कविता कशी रंगवावी, शब्दांच्या भावच्छटा कशा उकलाव्या, शब्दांचा वाच्यार्थच विचारात न घेता शब्दांच्या तळातून वाहणारा, भावना व विचाराचा झरा समजून, त्यात सूर मारून आपले मन सुस्नात कसे करावे हेही त्यांनी आम्हाला शिकवले. त्यामुळे मी स्वत: इंग्रजी व मराठीचा उत्तम शिक्षक म्हणून ओळखला जाऊ लागलो. याचे श्रेय दभिंना!

दभिंचा एक गुण जो कोणालाच ठाऊक नाही तो मी लिहितोय. परीक्षेत प्रश्नाचे उत्तर कसे लिहावे, याचे वर्तन प्रत्येकाच्या मानसिकतेवर अवलंबून असते. खूप माहिती असली की खूप लिहीत बसल्याने शेवटच्या दोन प्रश्नांना कमी वेळात रगडावे लागते. त्यामुळे उत्तराची लय बिघडते व पाचही प्रश्न सोडवले यातच समाधान मानले जाते. दभि याबद्दल मला एकदा म्हणाले, ‘‘तीन तासात पाच प्रश्न सोडवायचे म्हणजे प्रत्येक प्रश्नाचे उत्तर ३० मिनिटात समाधानकारक असे लिहिले गेले पाहिजे. त्यामुळे मी घड्याळ समोर ठेवून सराव करतो. लेखन मर्यादा घालताना प्रश्नाचा रोख कोणत्या मुद्याकडे आहे? परीक्षकाला नेमके काय अभिप्रेत आहे? त्यानुसार कोणते संदर्भ

द्यायचे? हा सर्व विचार करून मी रोज हा सराव करतो. या नेमकेपणामुळे मला पार्ट-वनला चांगले गुण मिळाले. सोबत अक्षर व परिच्छेद या गोष्टी, शुद्धलेखनाइतक्याच महत्त्वाच्या असतात. आज या दृष्टीने कोणीही शिकवत नाही म्हणून पात्रता असूनसुद्धा फक्त गुणांनी भागत नाही.''

दभिंचा हा नेमकेपणा आजही प्रत्येकाला मार्गदर्शक ठरावा. मराठी साहित्यातले जुन्या पिढीचे सुप्रसिद्ध लघुकथालेखक स्व. वामन कृष्ण चोरघडे, यांचाही सहवास मला लाभला आहे. ते एकदा म्हणाले होते, ''आपली कथा जिथं संपते, तिथंच आपण लिहिणं थांबवायला पाहिजे. एक शब्दही जास्त नको.'' हीच व अशीच शिस्त दभिंच्या शिकवण्यात व साहित्यात आढळते.

आम्हाला विकास नाईट क्लासमध्ये, एका वर्षात खूप काही शिकायला मिळाले. आयुष्यभर पुरेल इतकी शिदोरी, त्यांनी आमच्या हाती दिली. मराठीचं पुस्तक शिकवताना ते अनेक संदर्भ द्यायचे. वाचनाप्रमाणे त्यांची स्मरणशक्तीही दांडगी होती. नळाला जर पाणी असेल तर तोटी उघडताच जशी संततधार पडते, तसे त्यांचे ओघवतं शिकवणे होते. त्यांना शब्दांसाठी थांबावे लागत नसे. आजही त्या १९५८च्या विकास नाईट क्लासमधल्या स्मृती आम्हाला विकासोन्मुख करताहेत.

त्यानंतरच्या काळात एम.एच्या परीक्षेत प्रथम श्रेणीत प्रथम क्रमांकाने उत्तीर्ण होऊन त्यांनी आपला वाङ्मयीन आलेख चढताच ठेवला आहे. दभिंनी बरेच लिहिले आणि अजूनही त्यांची लेखनयात्रा चालूच आहे. त्यांच्या साहित्याची चिकित्सा करण्याची माझी पात्रता नाही. मला दभि एक हवीशी वाटणारी व्यक्ती या दृष्टिकोनातून त्यांचे व्यक्तिमत्त्व मला कसे व का आवडते हे लिहिणे हाच माझा हेतू आहे.

दभि अमरावतीरोडवरील 'जंतर-मंतर'मध्ये राहात असताना, मी अनेकदा त्यांच्या घरी गेलोय. मला नेहमी वाटतं की 'अमरावती' व 'जंतर-मंतर' या दोन नावांचा व दभिंचा पूर्वजन्मीचा काहीतरी संबंध असला पाहिजे, कसा तो पहा. दभि संतवाङ्मयाचे उपासक आहेत हे सर्वश्रुत आहे. संतज्ञानेश्वर हे त्यांचे आराध्य दैवत. भगवान श्रीकृष्णाने, कौरव-पांडव यांची सैन्ये एकमेकांसमोर युद्ध करायला उभी असताना, अर्जुन आपल्याच आप्तांशी कसे लढायचे? या प्रश्नाने संभ्रमित, हताश व मानसिक दृष्ट्या दुर्बल होत असलेला पाहून, त्याची कर्तव्यबुद्धी जागृत करण्यासाठी त्याला जो उपदेश केला तोच गीतेच्या रूपाने प्रगट झालाय. ही गीता संतज्ञानेश्वरांनी तत्कालीन बोलीभाषेत सोपी करून श्रोत्यांसमोर मांडली. परंतु समर्थ रामदासस्वामी, संत तुकाराम यांचे काव्य साधे सोपे व आकलनीय आहे तशी ज्ञानेश्वरांची भाषा नाही. आजही अनेकांना ती समजत नाही. अशा या संतज्ञानेश्वरनिर्मित ज्ञानेश्वरीतले मर्म दभिंनी आपल्या साहित्यातून

मराठी भाषिकांसाठी कमलदलासारखे उमलवून ठेवले आहे. हा 'जंतर-मंतर'चा प्रभाव असेल का? खरं पाहता जंतर-मंतर मध्ये येण्यापूर्वीपासूनच त्यांनी ज्ञानेश्वरांबद्दल लिखाण सुरू केले असेलही.

आता राहिला 'अमरावती'चा संबंध. भगवान कृष्ण हा विदर्भाचा जावई. श्रीकृष्णाने रुक्मिणीला अमरावतीमधील एका विहिरीतून म्हणजे बावडीसारख्या विहिरीतील गुप्त गुहेतून शहराबाहेर नेले व पलायन केले. याच श्रीकृष्णाने गीता सांगून अर्जुनाला युद्धप्रवृत्त केले. अशा कृष्णाच्या सासुरवाडीकडे जाणारा रस्ता म्हणजेच अमरावतीरोड. यातही एक गूढता आहे. दभिंकडे जायला फाटकातून बरच आत जावं लागतं. तीन-चार फ्लॅटस्‌ला वळसा घालून, मागल्या बाजूनं बरंच पुढे गेल्यावर एक लहानसं फाटक लागतं. या फाटकाला छोट्या-छोट्या घंटा टांगलेल्या आहेत. त्यांचा आवाज झाला की, दभिंना कळतं कुणीतरी आलंय.

दभि पलंगावर किंवा खुर्चीत बसलेले दिसतात. त्यांच्याकडे नेहमीच कुणीतरी आलेले असतात. ते येणाऱ्याची सर्वांशी ओळख करून देतात. आधी आलेले बाहेर गेले की जो समोर असेल त्याचं हसून स्वागत करतात. मी या प्रक्रियेतून बरेचदा गेलोय. त्यांच्या चेहऱ्यावरील मंद हास्य मला भावतं. मग गप्पा सुरू होतात. एवढ्यात एक मांजर येते व उडी मारून दभिंच्या मांडीवर बसते. ते मांजरीला प्रेमानं कुरवाळतात. डोक्यावरून, पाठीवरून त्यांचा हात फिरला की ही मांजर उडी मारून निघून जाते.

हे पाहिल्यावर वाटतं की, दभि फक्त माणसांवरच प्रेम करतात असं नाही, तर प्राणिमात्रांवरही त्यांचा जीव जडतो. सर्व प्राणिमात्रांचा अभिन्न मित्र म्हणजे दभि. त्यांचं निरागस, निरहंकारी मन आणि वागणं पाहिलं की, त्यांच्याविषयीचा आदर दुणावतो.

थोर समीक्षक, संतवाङ्मयाचे गाढे व्यासंगी, कवी मर्ढेकरांच्या कवितांमधील सौंदर्यशास्त्र व लयशास्त्राचे प्रवक्ते व अजून खूप काही असलेले दभि निर्लेप व निराभिमानी आहेत. ते कुणालाही लहान मानत नाहीत व स्वत:ला मोठा मानत नाहीत. कदाचित संतवाङ्मयाच्या संस्कारातून, ही वृत्ती निर्माण झाली असावी. मी काही अहंमन्य साहित्यिकांना जवळून अनुभवले आहे. मी मोठ्या धंतोलीत डॉ. व्हि.डी. देशमुखांच्या घरात राहात असतानाची गोष्ट. समोरच्या रांगेत जवळच एक थोर साहित्यिक राहायचे. त्याकाळात ते मॉरीस कॉलेजात प्रिन्सिपॉल होते. एकदा त्यांना गावाला जायचे असल्यामुळे त्यांच्या नोकराने पोपट असलेला पिंजरा माझ्या घरी आणून टांगला. पोपटाचे लालन-पालन आम्ही उत्तम रीतीने करीत होतो. माझे आई-वडील मांजरीपासून त्याचे रक्षण करायचे. हे थोर साहित्यिक परत आल्यावर

लगेच त्यांना मध्यप्रदेशातील छिंदवाडा येथे, मराठी भाषिकांचे एकमेव श्रीनाथ हायस्कूलच्या स्नेहसंमेलनाच्या उद्घाटनाला जायचे होते. मी छिंदवाड्याला दहा वर्षे राहिलो आहे. याच शाळेत विनावेतन मी चार वर्ष शिक्षक म्हणून पूर्ण वेळ काम केले होते. उद्घाटनानंतर दुसरे दिवशी मी नागपूरहून दोन गायक, विद्यार्थी घेऊन 'गीत रामायणा'च्या कार्यक्रमासाठी जाणार होतो. त्यासंबंधी श्रीनाथ हायस्कूलचे मुख्याध्यापक श्री. बापूजी रोडे यांना मला एक पत्र द्यायचे होते. ते घेऊन मी त्या साहित्यिकांकडे गेलो. त्यांना म्हटलं, ''तुम्ही आज छिंदवाड्याला जाणार आहात. मला एक पत्र श्री. रोडे यांना द्यायचं आहे. तुम्ही त्यांना द्याल का?'' त्यांनी रागाने माझ्याकडे पाहिले. म्हणाले, ''तुम्ही मला काय पोस्टमन समजता?'' त्यावर मी उत्तरलो, ''तुम्ही आमचं घर म्हणजे महाराजबाग समजता काय? तुमचा पोपट एक आठवड्यापासून माझ्या घरी आहे. आम्ही त्याची पूर्ण काळजी घेतो. हे लक्षात असू द्या.'' ते ओशाळले. ''बरं द्या. मी देईन त्यांना'' त्यांनी मुकाट्याने पत्र स्वीकारले.

अशा थोरांची अनेक उदाहरणे मला ठाऊक आहेत. पण हा दुर्गुण दभिंमध्ये लेशमात्रही नाही. व्यासपीठावर ते जे बोलतात, अंगी बाणायला जे सांगतात ते व्यासपीठावरून खाली उतरल्यावर स्वत: आचरणात आणतात. सर्वांशी शांतपणे व मित्रत्वाने बोलतात. इंग्रजीत एक विधान आहे There should be no gap between principal and practice. दभि असेच आहेत. म्हणूनच ते लोकप्रिय आहेत. नेहमी त्यांच्या भोवती ज्ञानेच्छू तरुण, वृद्ध, स्त्रिया व पुरुषांचा गराडा असतो. प्रत्येकाशी ते बोलतात. चौकशी करतात. त्यांच्या घरून निघताना विद्यापीठातून बाहेर पडल्यासारखे वाटते.

दभिंकडे पुस्तकांचा भरपूर साठा आहे. त्यांची स्वत:ची पुस्तके ते आत आलमारीत ठेवतात व ज्या लेखकांनी आपली पुस्तकं त्यांना वाचायला दिलेली आसतात ती बैठकीच्या दालनात एका उघड्या रॅकमध्ये ठेवलेली असतात. पुस्तक स्वीकारतानाच ते सूचना देतात, ''तुम्हाला पुस्तक परत हवं असेल तेव्हा आत यायचं अन् या रॅकमध्ये शोधून घेऊन जायचं. मी घरी नसलो तर रिकाम्या हाताने परत जायचं नाही व घरात कोणाला सांगायची गरज नाही. या, घ्या अन् जा.''

दभि असे आहेत, एक लोभस व्यक्ती म्हणून. सावळा वर्ण, डोळ्यांत बुद्धिमत्तेची चमक व चेहऱ्यावर मंद हास्य. कंटाळलेपणाचा स्पर्श त्यांना कधीच होत नाही. संत वाङ्मयात रमलेले असूनही त्यांनी दाढी वाढवली नाही. आटलेल्या नदीपात्रात एक बारीक धार जशी वाहात असते तशी केसांची एक बारीक रेषा हनुवटीचा मध्य साधून दोन्ही कल्ल्यांपर्यंत गेलेली दिसते. मला एक प्राध्यापक माहीत आहेत. एरवी पॅन्टमध्ये

शर्ट इन करून टिप-टॉप कॉलेजला यायचे. पण त्यांचा एक कविता संग्रह प्रकाशित झाला. मान्यवरांच्या हस्ते रीतसर विमोचन सोहळा झाला. वर्तमानपत्रात फोटो आला अन् चमत्कार झाला! दुसरे दिवशी मी त्यांना पाहिले तेव्हा, त्यांचा पेहराव वेगळाच होता. फुलपॅण्टवर पांढरा कुडता व केस जे एरवी नीट विंचरलेले असायचे ते आज पूर्णतः विस्कटलेले, दृष्टी उन्मनी अवस्थेत उर्ध्व लागल्यासारखी! मला आश्चर्य वाटले. अर्ध्या हाळकुंडात पिवळी झालेली माणसं पुढे अयशस्वी ठरतात.

दभिंकडे ज्ञानाचा पिसारा फुललेला दिसेल पण पुस्तकांचा पसारा नाही! दभिंमध्ये एक अनन्यसाधारण गुण आहे. मी एकदा त्यांना भेटायला गेलो असताना आळंदीचा विषय निघाला. मी त्यांना सांगितले, ''मी कालच पुण्याजवळील तळेगाव-दाभाडेला भाच्याकडे जाऊन आलो. त्याने मला देहू, आळंदी व संभाजीला औरंगजेबानें तुकडे करून ठार मारलं होते ते पाण्यानं वेढलेलं बेट दाखविलं.''

''आळंदीला कसं वाटलं?'' दभिं.नी उत्सुकतेनं विचारलं.

''त्यांच्या समाधीवर मस्तक टेकवलं तेव्हा शांत-शांत वाटलं. त्यांनी संजीवनी समाधी घेतल्याचं आठवलं आणि भारावल्यासारखं वाटलं''

''मी जेव्हा तिथं जातो. माथं टेकवतो तेव्हा शरीर रोमांचित होतं आणि डोळ्यातून अश्रूंच्या धारा वाहू लागतात. मी क्षणात सर्व जग विसरून जातो''

हे सांगतानासुद्धा दभिंचे डोळे पाणावले होते. तद्रुपता, समरसता, अद्वैत कशाला म्हणतात, याचे सर्वार्थाने उत्तर मिळालं. ज्ञानेश्वरी हा त्यांच्या रोमरंध्रात भिनलेला विषय. रामकृष्ण परमहंस व विवेकानंदांच्या ध्यानावस्थेत, त्यांच्याही नेत्रांमधून अशीच अश्रुगंगा वाहात असे असं मी त्यांच्या चरित्रात वाचल्याचं आठवतं.

संतज्ञानेश्वरांनी अजानवृक्षाच्या मुळा (अज्ञानरूपी वृक्षाच्या मुळा) उकलून समाजाला गीतेचा सार काव्यमय, रसमय करून सांगितला.

असं सांगितलं जातं की, 'ज्ञानेश्वरीतील एक तरी ओवी जगावी. अनुभवावी' मला वाटतं दभि संपूर्ण ज्ञानेश्वरीच जगताहेत, त्या शिवाय समाधीचा परिसस्पर्श होऊन हृदयाचे सोने झाल्या शिवाय, अश्रुपात होणार तरी कसा?

दभिंचे ज्ञान केवळ ज्ञानेश्वर, तुकाराम व अन्य संतांच्या चिकित्सेपुरते मर्यादित नाही, तर प्राचीन, अर्वाचीन, वर्तमानातील समकालीन कवी, कथाकार, नाटके इत्यादीची मार्मिक चिकित्साही ते व्यासपीठावरून करतात. विद्यार्थ्यांना साहित्याकडे पाहण्याचा दृष्टिकोन कसा असावा हेसुद्धा शिकवतात. दभि समीक्षक म्हणून जास्त प्रसिद्ध आहेत. बालकवी, मर्ढेकर, मुक्तिबोध यांच्या सौंदर्यदृष्टीची, त्यातील सौंदर्यबोध व लयतत्त्वाची चिकित्सक मीमांसा ते आपल्या समीक्षेत करतात. मर्ढेकर, जी.ए. कुलकर्णी हे त्यांचे

आवडते विषय. जीवनवाद व कलावाद, लौकिक व अलौकिक यावर ते भरभरून बोलतात व लिहितात. टॉलस्टॉय व ॲरिस्टॉटल यांचे वाङ्मयही त्यांनी वाचलेले आहे.

विश्राम बेडेकर यांच्या रणांगण कादंबरीबद्दल त्यांनी केलेली समीक्षा प्रसिद्ध आहे. महाकाव्यावर पीएच.डी मिळविल्यावर ते नागपूर विद्यापीठाच्या स्नातकोत्तर विभागात काही काळ शिकविल्यावर, स्वेच्छेने कोल्हापूर व बनारसला स्नातकोत्तर विभागात कार्यरत झाले. मी असं वाचलंय की दभिंनी १९व्या वर्षी लिहिलेल्या 'रेक्वियम' या कथेला प्रथम पुरस्कार मिळाला होता. तसेच महाराष्ट्र शासनाचा उत्कृष्ट शिक्षक पुरस्कारही त्यांना प्राप्त झाला. नागपूर, पुणे, कोल्हापूर व मराठवाडा इत्यादी विभागातील प्रबंधाचे परीक्षक होण्याचा सन्मान त्यांना मिळाला होता.

दभिंच्या बुद्धिमत्तेचा आलेख असाच वाढत राहिला. मराठी वाङ्मयकोष पूर्ण करण्यात, त्यांचा सिंहाचा वाटा आहे. याव्यतिरिक्त अनेक ग्रंथ त्यांनी लिहिले. यावरून त्यांचे चौफेर वाचन, चिंतन, मनन, विश्लेषण -समीक्षेसाठी लागणारी रामशास्त्री प्रभुणेंची न्यायबुद्धी, त्यांच्यात भरभरून असल्यामुळे मराठी सारस्वतातला मेरुमणी होण्याचे भाग्य त्यांना लाभले. हा त्यांच्या परिश्रमाचा परिणाम व त्याचे फलित, वाचकांना, अभ्यासकांना, श्रोत्यांना कस्तुरीमृगाप्रमाणे आकर्षित करते हे असं अनुभवास येतं. ज्ञानेश्वरीवर अनेकांनी ग्रंथरचना केली पण ती अनाकलनीय भाषेचे सुलभीकरण करून त्यातील अर्थ उलगडण्यापूरती मर्यादित राहिली, परंतु दभिंनी संतज्ञानेश्वरांच्या हृदयाच्या गर्भगृहात प्रवेश करून त्यांच्या तेजोमय भावनांचा आस्वाद घेऊन जी समीक्षा लिहिली, ती अनुपमेयच ठरावी.

खरे पाहता दभिंच्या साहित्यिक कलाकृतींचा आढावा घेण्याचा माझा हेतू नव्हता. दभि. एक व्यक्ती-माणूस म्हणून किती विलोभनीय व श्रेष्ठ आहेत याचा अनुभव वाचकांना करून देण्यासाठी मी हे मनोगत व्यक्त केले व एक अपरिहार्यता म्हणून त्यांच्या वाङ्मयाला स्पर्श केला आहे. शिवाजी थोर होते एवढ सांगून भागत नाही. त्यांची थोरवी सिद्ध करायला त्यांच्या पराक्रमांचे व हिंदुपदपातशाही स्थापन करण्यासाठी त्यांनी काय काय केले हे सांगणे जसे भाग आहे तसेच दभिंच्या थोरवीचे. शेकडो वर्षात एकच शिवाजी जन्माला आला. तसेच शेकडो लेखकात, समीक्षकात, प्रबंधकारात दभिं.च्या लेखन तपश्चर्येचे शिखर हे सह्याद्रीचे नाही तर ते हिमालयाचे- त्यातील एव्हरेस्टचे आहे असे मला वाटते.

एवढे असूनही दभि निरहंकारी, निगर्वी व सर्व लहान थोरांना आपले सगेसोयरे मानणारे आहेत. यातच त्यांचे श्रेष्ठत्व आहे. ''मी कितीही मोठा झालो तरी माझे पाय

जमिनीशी जुळलेले राहू दे'' हीच त्यांची भावना मला भावते.

दभि आता ७५ वर्षांचे झाले आहेत. ज्ञानेश्वरीतील पहिली ओवी वाचल्यापासून ते सहस्रचंद्रदर्शन होईपर्यंत ते ज्ञानेश्वरीतीला आशयगर्भ जीवन जगून आले आहेत. त्या प्रीत्यर्थ नागपुरच्या 'सायंटीफिक हॉल'मध्ये त्यांच्या सर्व चाहत्यांनी त्यांचा भव्य सत्कार केला. प्रत्येक वक्त्याने त्यांच्या कार्याचा आढावा घेताना एकच खंत व्यक्त केली की दभि नागपूर सोडून पुण्याला स्थायिक झाले आहेत. परंतु ते अजूनही विदर्भातच आहेत असे वाटणे स्वाभाविक आहे, कारण आता 'जंतर-मंतर'मध्ये जाऊन त्यांना सहजपणे भेटता येत नाही. परंतु मला तसं वाटत नाही.

दभि हे संपूर्ण महाराष्ट्राचे आहेत. त्यांना प्रादेशिक मर्यादेत बांधून ठेवणे योग्य होणार नाही. थोर साहित्यिक, संतमहात्मे, पुढारी हे सर्व देशाचे, धर्माचे असतात. प्रादेशिक मर्यादेत त्यांना बंदिस्त करणं सर्वथा अयोग्य.

दभिंनी सत्काराला उत्तर देताना माझे विदर्भाशी, नागपुराशी असलेलं नातं अतूट आहे. नागपूर ही माझी कर्मभूमी आहे, त्यामुळे माझा ओढा या नगराशी कायम राहणार आहे असे सांगितले. दभिंच्या सत्काराचा हा सोहळा हृद्य आणि नेत्रदीपक झाला.

दभि भरभरून बोलले. कृतज्ञतेचा ओलावा त्यांच्या प्रत्येक शब्दातून जाणवत होता. एखादे वासरू भूक लागली म्हणजे सहजपणे गायीच्या आचळाला तोंड लावते, त्याप्रमाणे दभि बोलण्याच्या ओघात अलगद ज्ञानेश्वरीच्या गर्भगृहात शिरले. ते म्हणाले,

''ज्ञानेश्वरीत काय सांगितले आहे ते समजून आत्मसात केले तर धर्मशास्त्र, नीतिशास्त्र, समाजशास्त्र, आदीचा वेगळा अभ्यास करण्याची गरज भासणार नाही. संतज्ञानेश्वरांनी काव्यमय भाषेत, उपमा, रूपकादि अलंकार वापरून दृष्टांतांची अशी मोहमयी सृष्टी निर्माण केली की, प्रत्येक दृष्टांतातून कथा, लघुकथा व कवितांनी जन्म घ्यावा. हे फार मोठं पण कठीण काम आहे. भगवद्‌गीतेत देव व असुर कुणाला म्हणावे हे श्रीकृष्णाने अर्जुनाला सांगितले. ज्या माणसात सव्वीस गुण असतील तो देव व ज्यात सहा दोष असतील तो राक्षस जाणावा! सव्वीस गुणांमध्ये २०वा गुण 'अपैशुन्य' असा दिला आहे. ज्ञानेश्वरांनी अपैशुन्य म्हणजे सौजन्य, सज्जनता असा अर्थ घेतला आहे. आपण नेहमी अनुभवतो की हरीण, मासा व सज्जन यांना विनाकारण तीन शत्रू असतात. शिकारी, धीवर व पिशुन! पिशुनाच्या विरुद्ध सज्जन असा अर्थवाहक दृष्टांत १६व्या अध्यायात आढळतो.

'गीतेत २५वा गुण 'अद्रोह' असा सांगितला आहे. अद्रोह म्हणजे द्वेष न करणे, कुणाबद्दल दुष्टपणा न बाळगणे, सुखामध्ये आडवणी न घालणे, दुसऱ्यांबद्दल प्रेम व

आस्था बाळगणे व दुसऱ्याच्या हितासाठी अव्याहत, मन:पूर्वक प्रयत्नशील असणे म्हणजे अद्रोह.

'थोडक्यात सांगायचे तर समाजात माणसाने कसे वागावे व कसे वागू नये हे ज्ञानेश्वरांनी या दृष्टांतातून सोपं करून, अमृताहूनी गोड करून पैज जिंकली आहे. साहित्यसोनियाच्या खाणी उभारल्या आहेत. नवरसांनी युक्त भावार्थांचा महासागर निर्मिला आहे.

'मी आजवर जे काही बरवे केले ते ज्ञानेश्वरीच्या आशीर्वादाने. हा विषयच असा आहे की मी जेवढं बोलेन तेवढ थिटंच राहील. त्यामुळे मी अधिक न बोलणेच इष्ट. आपण माझा सत्कार केला व मी १०० वर्षे जगावे असे अनेक वक्त्यांनी म्हटले. पण मी शेवटच्या श्वासापर्यंत आपलाच राहीन. दुरावा न ठेवता साहित्यसेवा करीत राहीन असं अश्वासन देतो. अधिक काय बोलू?''

या क्षणी दभि व श्रोते गद्‌गद्‌ झाले होते. सत्कार संपल्यावर मंचावर त्यांना वाकून नमस्कार करणाऱ्यांची इतकी गर्दी झाली होती की मी त्यांना 'अंभृणीत' भेटायचं ठरवून घरी परतलो.

दुसरे दिवशी धरमपेठेतील 'राजाराम दीक्षित वाचनालया'तर्फे त्यांचा सत्कार समारंभ झाला. दभि नागपूरला आले की याच वाचनालयाच्या जिन्याखाली एक लहानशी खोली आहे तिथेच त्यांचा मुक्काम असतो. या खोलीचं नाव 'अंभृणी' असं आहे. पंढरपूरला विठ्ठलाच्या मंदिरात प्रवेश करताना पहिल्या पायरीला पाय न लावता ओलांडून जावे लागते. या पहिल्या पायरीला लख्ख, चकचकीत पितळेचा पत्रा लावलेला आहे अन्‌ या पायरीखाली संत नामदेवाची समाधी आहे असं असल्यामुळे हा नियम भक्तगण पाळतात.

दभि जिन्याखाली अंभृणीत राहतात व डोईवर ज्ञानाचे भांडार-पुस्तकं-ग्रंथ इत्यादी! त्यामुळे मला नामदेवाची आठवण नकळत होते. इथेही त्यांना भेटणाऱ्यांची गर्दी असते. काही मार्गदर्शन प्राप्त व्हावे म्हणून येतात. म्हणजे 'जिथे जातो तेथे तू माझा सांगाती' असे होते.

एकदा राजकारणाला कंटाळून 'शांत रहावे' या हेतूने छत्रचामरे सोडून शिवाजीमहाराज मोजक्या सहकाऱ्यांसह साध्या वेशात अरण्यात गेले व एका मोठ्या शिळेवर 'हुश्श' म्हणून बसले. थोड्याफार वेळात कुण्या गुरुमहाराजांची पालखी बाजूच्या वाटेने जात होती. एकाचे लक्ष नकळत शिवाजीमहाराजांकडे गेले. तो लगेच छत्र धरून धावत शिवाजीमहाराजांजवळ आला अन्‌ म्हणाला, ''महाराज आपण राजे अन्‌ असे अनवाणी कसे?'' असं म्हणत त्याने छत्र शिवाजी महाराजांच्या डोक्यावर

धरले! काय वाटलं असेल महाराजांना? यालाच नियतीची कृपा म्हणावी काय?

दभिंचही असंच होतं. ते घोळक्याचे केंद्रबिंदूच होतात. पण ते भेटणाऱ्याला टाळत नाहीत किंवा कंटाळतही नाहीत! उलट उत्साहानं बोलत असतात. ज्ञानेश्वरीत कसे वागावे, कसे वागू नये याबद्दल जे सांगितले आहे, त्या प्रमाणेच त्यांचं वागणं बोलणं असतं.

राजाराम दीक्षित वाचनालयातील सत्कारसमारंभात दभि ज्ञानेश्वरीच्या अंगानेच बोलले. ज्ञानेश्वरीत केवळ गीतेचा भावार्थ नाही तर, हे मानवी जीवन कोणत्या गुणांनी सार्थकी लागेल याला विचार करून जगावे, असे अर्जुनाप्रमाणे सर्व जगाला सांगून एक संजीवनी अमृत ज्ञानेश्वरीत प्रदान केले गेले आहे.

संसारात अपण सर्वच अर्जुनाच्या भूमिकेत वावरत असतो. पण आपल्याला श्रीकृष्ण भेटत नाही असं नाही. सत्य हे आहे की ज्ञानेश्वरीच्या माध्यमातून किंवा दभिंच्या रूपाने तो आहे असे मानले तर. हे विधान अतिशयोक्त होईल का? मला ठाऊक नाही. आपल्या जीवनाला दोन टोकं असतात. जन्म आणि मृत्यू. मधले हे जीवन.

दभिंनी जगण्याची संजीवनी दिली. याची सुरुवात बर्डीमधील एका बोळीत माडीवर असलेल्या 'विकास नाईट क्लास' मध्ये असताना झाली. किती मार्मिक योगायोग! मी प्रारंभी क्लासच्या शोधात, एका मर्तिकाचे सामान विकणाऱ्याचे घर पत्ता विचारायला गाठले होते. पण विकास नाईट क्लास मध्ये दभि भेटले, ते संजीवनी अमृताचे पात्र घेऊन. मला अणि गंगाधर बेडेकरांना जीवनाचे सोने झाल्यासारखे वाटले.

एवढ्यातच मी बर्डीवर गेलो असताना मुद्दाम त्या गल्लीच्या तोंडाशी असलेल्या मर्तिकाच्या घराची कडी वाजवली. दार उघडलं पण या वेळी तो काळाकभिन्न यमराज नव्हता. त्याची जागा बंडूनं घेतली होती. त्याने मला ओळखलं. म्हणाला, "पुन्हा विकास का?" मी नाही म्हणताच त्याला बरं वाटलं अन् १९५८ चा तो प्रसंग मन:पटलावरून सरकला.

भ्रमणध्वनी : ९८५०३१५७५०

नातेपालट

सुगंधा जोशी

वयाचा वसंत आणि वाङ्मय यांचं फार जवळचं नात असतं. याच संगमावर या 'दत्तात्रेयाचं' मला दर्शन घडलं ते गुरू म्हणूनच. तोवर पहिली पदवी हातात पडलेली होती. बालपणापासूनच जन्मदात्या पित्यामुळे मनावर, बुद्धीवर, भाषेचे, वाङ्मयाचे संस्कार घडलेले होते. शालेय जीवनात प्रभा सहस्रभोजनी आणि शैलजा दर्पे (दभिंच्या ज्येष्ठ भगिनी) या शिक्षिकांनी अभिव्यक्तीची आणि अवांतर वाचनाची हौस निर्माण केली होती. भाषा हे आवडतं खेळणं बनलं होतं. त्यानंतर पदवी परीक्षेकरिता 'मराठी वाङ्मय' अभ्यासक्रमात होतं. डॉ. वि. भि. कोलते, शरच्चंद्र मुक्तिबोध, डॉ. मा.गो. देशमुख, सुरेश डोळके असे दिग्गज शिक्षक लाभले. या सर्वांची मौलिकता एवढी होती की दडपून जायला व्हायचं. पण त्या काळात झपाटल्यासारखं केलं होतं मराठी वाङ्मयानं. ह. ना. आपट्यांची यमू मनावर वज्राघात करून गेलेली तर राजकवी तांब्यांचे मधुघट आणि अंगण झाडणारी अपूर्व सगुण शक्ती मनात रुतून बसलेली. वाळिंब्यांच्या ग्रंथांतून ज्ञानेश्वरीतलं भावसौंदर्यदर्शन विस्मित करून गेलेलं तर हजारी कारंज्यावर उडी घेऊन दुसऱ्या माधवरावाच्या झालेल्या अटळ मृत्यूचं नाट्यदर्शन मनाला सुन्न करून गेलेलं. मुक्तिबोधांची 'सये पहा ढगावरी ढग आले ओथंबून' ही साद आपल्यालाच आहे असं वाटून ढळणाऱ्या कुसुमांनी झाकळून गेलेली वापी डोळे भरून न्याहाळण्याच्या आतच त्यांचा 'रुधिराच्या रक्तसड्यातच बाळ नवे रडते क्रंदुनि' हे छातीठोक कणखर विधान मनाला दचकावून गेलेलं. महानुभावांच्या लीळाचरित्रापासून संत, पंत, तंत काव्यापर्यंत, आगरकर टिळकांच्या लेखांपासून फडक्यांच्या गुजगोष्टी-कादंबऱ्यांपर्यंत मराठीचं सैरावैरा वाचन झालेलं. पण खऱ्या अर्थानं त्याचा अभ्यास-मनन-चिंतन-आस्वाद घडलेला नाही. मात्र हे काहीतरी विशेष आहे, आपल्या मन-बुद्धीला मोह घालत आहे. आपल्यातल्या सृजनशीलतेला चाळवत आहे. एवढं समजलं होतं. तोवर पदवी पार पडलीसुद्धा. चाळीस वर्षांपूर्वीची ही गोष्ट, आणि मग पदव्युत्तर

परीक्षेकरता मराठी वाङ्मय हा विषय निवडला. तसा निर्णय घेण्यात मला पूर्वसुकृताची किती जोड होती हे आज जाणवतंय. एम.ए.च्या पहिल्या वर्षी 'समीक्षा' शिकवायला दभि वर्गात. त्यांच्या सुप्रसिद्ध 'टाय'सह- कपाळावर उजव्या बाजूच्या भांगाने विभागलेल्या केसांच्या बटेसह दभिंची आजची उंची त्यावेळी त्यांनी गाठलेली नव्हती; पण आंबा मोहरायला लागलेला होता. चिकित्सक आभ्यासक म्हणून, रसज्ञ समीक्षक म्हणून कुशल अध्यापक म्हणून अनेक अंगांनी ते घडत होते. फुलासंगे मातीस वास लागून आम्हीही त्यांच्या हाती घडत होतो. पहिल्या एक-दोन व्याख्यानांनीच त्यांची रसाळ, सौंदर्ययुक्त, ओघवती संपन्न व्याख्यानशैली मोहवून गेली आणि बघता बघता अख्खा वर्गच झपाटलेला, भारलेला, मंतरलेला झाला. शिकवणाऱ्या शिक्षकाच्या तोंडचा शब्द न शब्द वहीत वेगानं टिपून घेण्याचा माझा 'अभ्यासू' परिपाठ होता; पण हळूहळू दभिंच्या व्याख्यानात बोटातली लेखणी अडू लागली. कान अधिक तल्लख मन अधिक एकाग्र, बुद्धी अधिक विचक्षण होऊ लागली. अवघ्या जाणिवाच साऊमोर होऊन गेल्या. सर खूप आवडायला लागले. तळातून गुरुभक्तीचे तरंग शहारायला लागले. सरांचं लेक्चर बुडवायला नको म्हणून माझ्या भावी पतीलाही मी तासभर विद्यापीठ वाचनालयाच्या आवारात झाडाखाली उभं राहायला लावलेलं!

सरांच्या समीक्षा शिकवण्यानं आम्हाला अभ्यासकाबरोबरच आस्वादक बनवलं. वाङ्मयीन संदर्भ रसिकपणे कसे पेरावेत ते त्यांच्याकडून शिकलो. त्यांनी माधव ज्यूलियनांचं विरहतरंग शिकवलं तेव्हापासून कॉलेजच्या वाटेवरचे आकाश मोह घालायला लागले. मृगवर्षेनंतर मृदुल मातीवर दिसणारा लाल किड्यांचा कुंकुमतिलक जाणवायला लागला. यापूर्वी आम्ही वाङ्मय शिकत होतो. आता सारे वाङ्मय 'भोगू' लागलो. आमच्यातली रसिकता जागी झाली ती कोणत्याही महान वाङ्मयकृतीनं नव्हे तर दभिंच्या रसाळ अध्यापन कौशल्यातून. एम.ए.च्या दुसऱ्यावर्षी सरांनी मर्ढेकर शिकवले. मर्ढेकरांवरील त्यावेळचे सर्व आक्षेप आणि गैरसमज मनात घेऊनच आम्ही वर्गात शिरलो होतो. पण मर्ढेकरांचं वाङ्मयीन महात्म्य, विदग्ध रसिकता, प्रखर सामाजिक जाणीव, विलक्षण आत्मभान आणि विवश प्रेमशरणता हे सारं गगन दभिंच्या व्याख्यान गंगेतच वितळलं. त्यांच्या व्याख्यानातूनच मर्ढेकरांच्या वाङ्मयीन मनामनाचे पोत अलगद उलगडत गेले आणि मग मर्ढेकरी प्रसरणशील प्रतिभेचं दिव्य दर्शन घडलं.

दभिंच्या वाङ्मयीन श्रेष्ठत्वाबद्दल, प्रखर विद्वतेबद्दल, अफाट ज्ञानलालसेबद्दल, मराठी समीक्षेत असलेल्या त्यांच्या मौलिक योगदानाबद्दल त्यांच्या पदव्या-परीक्षांबद्दल अथवा मिळालेल्या गौरवचिन्हांबद्दल, बक्षिसांबद्दल त्यांच्या विद्यार्थीप्रियतेबद्दल किंवा

त्यांच्या मौलिक लेखनाबद्दल - या कशाहीबद्दल मला काहीही सांगायचं-बोलायचं नाही. तो माझा अधिकार नाही. आवाकाही नाही आणि ते सारं सांगण्याची गरजही नाही. ते स्वयंसिद्ध आहेत. मला सांगायचं आहे ते माझ्या सरांबद्दल. त्यांच्यामुळे माझ्यावर झालेल्या वाङ्मयीन संस्कारांबद्दल - गेल्या चाळीस वर्षांत त्यांच्या-माझ्यात रुजून असलेल्या नात्याबद्दल- त्या नात्याला फुटलेल्या नवनव्या पारंब्यांबद्दल. एकोणीसशे पासष्ठ ते सदुसष्ठ ही एम.ए.ची दोन वर्षे त्यांच्या हाताखाली विद्यार्थी म्हणून वावरले, घडले. हाताची लेखणी अभ्यासेतर काही उगवू बघत होती. त्या दोन वर्षात मी सरांची आवडती विद्यार्थिनी होते. त्यांचं व्याख्यान समेवर आलं की दाद मिळण्याच्या अपेक्षेनं त्यांची दृष्टी अनेकदा माझ्याकडे वळे - माझीही मान डोललेली असे आणि मग एकदा 'ते' घडलं.

दभि मुलांना मार्क देण्यात, गुणगान करण्यात अगदी कंजूष होते. ज्ञानदान करतानाच सारं औदार्य त्यावेळी अगदी आटून गेलेलं असे. अशा या कंजूष माणसाकडून दहापैकी चक्क सहा गुण- कुणालाही आजवर त्यांनी न दिलेले मला दिले. लेखाला त्यांनी विषय दिला होता 'शिशिरागमातील मी' दभिंच्या रसिक अध्यापनकौशल्यानं माझ्यावर झालेले सारे आस्वादक संस्कार माझ्या लेखणीनं त्या लेखात उतरवले होते. काय काय लिहिलं होतं मी त्यात हे आता नीटसं स्मरत नाही; पण एवढं पक्क आठवतं की सरांनी तो लेख वर्गात वाचून दाखवला होता. जाहीर कौतुक केलं आणि वहीवर चक्क दहापैकी सहा गुण आणि 'चांगला' असा शेरा. त्यानंतर वर्गात माझी मान उगीचच ताठ झाली. मात्र सरांच्या माझ्याकडून अभ्यासाच्या, वाचनाच्या, चिकित्सेच्या, सृजनशील स्वतंत्र लेखनाच्या अपेक्षाही वाढायला लागल्या. स्वत:बरोबर माझे गुरू मलाही बोटाला धरून 'चल' म्हणत होते.

आणि मी कमी पडायला लगले!

सरांना दुर्दम्य विश्वास की मला चांगलं लिहिता येतं - येईल. अभ्यासाने, सरावाने मी स्वतंत्र लेखन करून माझं स्थान निर्माण करू शकेन. ते मला तसं सुचवीत, प्रोत्साहन देत, सांगत,आज्ञापितदेखील; पण मी गद्धे पंचविशीत. काही कथा-कविता सारेच लिहितात - तसं थोडफार खरडलंही पण ते माझं मलाच नकोसं वाटायचं. मौलिक निर्मिती करायची तर तपश्चर्या करावी लागते. ते असिधाराव्रत मी स्वीकारलं नाही. त्यासाठी लागणारे शारीरिक, बौद्धिक, मानसिक कष्ट खऱ्याखोट्या सबबी सांगून आजवर टाळत आले. सरांच्या आणि माझ्या परंपरागत गुरू-शिष्याच्या नात्याला एक हळुवार पदर होता तो त्यांच्या पत्नीमुळे - शिवरंजनी त्यांची पत्नी. हीदेखील एम.ए.ची दोन वर्षे आमच्याबरोबर वर्गात विद्यार्थिनी म्हणून होती. मी

आणि माझी त्यावेळची मैत्रीण आशा लिमये. शिवरंजनीला आधी जरा बिचकायचो गुरुपत्नी म्हणून; पण तिनं मैत्रिणीचा मोकळेपणा आम्हाला दिला आणि आम्ही तो हावरटासारखा स्वीकारला. शिवरंजनीच्या निर्हेतुक स्वच्छ मैत्रीबरोबरच आमच्या मैत्रिणीचा पती म्हणून दभिंचा परिचय घडू लागला. मैत्रिणीकडे जायच्या निमित्तानं सरांच्या घरात चंचूप्रवेश झाला. मी त्याला मुसलप्रवेश बनवला. दभि आणि शिवरंजनीच्या त्या घरकुलात छोटा अभिन होता आणि सरांच्या अभिनची मी मावशी आहे हे सांगायला मला मोठी ऐट वाटे. दभिंच्या चौफेर अध्यापन कौशल्याचं अमृतफळ मला मिळालं ते शेवटच्या वर्षाला निबंधाच्या पेपरला. शंभरातल्या बहात्तर गुणांच्या रूपानं. दभि पेपर कोणताही शिकवत असोत त्यांची व्याख्यानं नेमक्या संदर्भांनी - अवतरणं-उदाहरणांनी, टीका-टिप्पणीसह समृद्ध असत. वाङ्मयात कुठलंही अंग अनाघ्रात राहातच नसे. कोणताही निबंध तोलामोलानं लिहिण्याची विलक्षण ताकद त्या व्याख्यानांमधून मिळालेली.

एम.ए. झाले तोवर विवाहबंधनात अडकले होते. माझ्या पतीची आणि दभिंची परिचय-मैत्री-स्नेह अशी वाटचाल होत होती. तो आमच्या आनंदाचा, अभिमानाचा ठेवा होता. आम्ही अमरावतीला असताना दभि-शिवरंजनी-अभिनसह आमच्याकडे एक दिवस राहायला, गप्पा मारायला आले होते. गुरुशिष्य नात्यातला भावबंध अतिस्नेहाच्या स्पर्शाने पालवत होता.

पुढे एक दिवस माझ्या मनात वर्षानुवर्षे भरून राहिलेलं आभाळ सरांसमोर कोसळलं. ''सर, तुमच्याकडे यावं-जावं असं नेहमीच वाटे, पण कोणत्या नात्यानं? तुमचं माझं नातं गुरुशिष्याचं; पण मी शिष्यपण गमावलं आहे. तुमच्या माझ्याविषयीच्या सृजनशील लेखनाच्या अपेक्षा मी पूर्ण केल्या नाहीत, माझी कुवत नाही असंही मला वाटत नाही. तरी मी ते केलं नाही हे खरं. मग मी तुम्हाला तोंड तरी कसं दाखविणार? तुमच्याविषयी इतका अपरंपार आदर मनात आहे की तुम्हाला मित्र मानून बरोबरीचं नातं मी तुमच्याशी जोडू शकत नाही, प्रापंचिक तिखट-मिठाच्या किंवा राजकारणाच्या अथवा तोंडदेखल्या प्रशंसेच्या गोष्टी मला तुमच्याशी करता येणार नाहीत. म्हणून सर म्हणून मी तुम्हाला भेटणं टाळत होते.'' काय नि किती बोलले सरांसमोर, अश्रूंचे पूर काय वाहवले. आतून आतून कसे उमाळे आले माझं मलाच माहिती. आणि सर? सर शांत, संयमित चित्तानं माझ्या घरातल्या गच्चीवरच्या झोपाळ्यावर मंद झोके घेत होते. बाजूला गुरुपत्नी माझी मैत्रिण शिवरंजनी होती. ''वेडीच आहेस. रडतेस कशाला?'' तिनं ममत्वानं म्हटलं, '' अगं, मी कुठे लिहिते? त्यांना लिहिता-बोलता येतं - त्यांना वाटतं सगळ्यांनीच तसं करावं. तू लक्ष नको देऊस'' पण शिवरंजनीच्या

समजावण्यानं माझ्या पातकाचं क्षालन होत नव्हतं. रात्रीचा पहिला प्रहर भरात येत होता. माझा अवेग थोडा ओसरल्यावर सर स्थिर आवाजात बोलायला लागले, ''मधली काही वर्षे भेटगाठ झाली नाही. म्हणून खंतावू नकोस. आता आपण भेटल्यावर एवढी वर्ष मध्ये गेलीत असं वाटतं का? आपल्यातला स्नेह ओसरला का? नातं तुटलं का? अगं, सिद्धभेट होतच होती आपली. गुरुशिष्याचं नातं अनादिअनंत आहे आणि त्या नात्यानं आपण ईश्वरी इच्छेने जोडले गेलो आहोत. त्यात फरक होणे नाही.'' माझ्या कर्णसंपुटात अमृताचा घनू वोळत होता. मन आतून शांत शांत होत होतं. सर पुन्हा म्हणाले, ''प्रपंचात गुंतून त्यातल्या चढ-उतारांमध्ये आजवर लेखन नसशील केलं तू पण आता तुझ्या प्रापंचिक जबाबदाऱ्या सरल्या आहेत. आता प्रपंचातून थोडी मुक्त हो. आता स्वत:करता थोडावेळ काढता येईलच. आता लिही - अजून वेळ गेलेली नाही. तुझ्याजवळ शक्ती आहे असं मला वाटतं म्हणून सांगतो मी!'' (बघा, म्हणजे अजून टुमणं सुरूच!)

शांतावलेल्या माझ्या मानानं एक पलटी खाल्ली. बसल्या जागेवरून उठून मी सरांच्या पावलांवर मस्तक टेकलं अणि म्हटलं, ''सर माझे वडील गेले त्यावेळी समाचाराला आल्यावर तुम्ही मला म्हणाला होता आता बाबांची आठवण आली की माझ्याकडे यायचं माहेरपणाला!'' सर आता याच नात्यानं माझा स्वीकार करा.

भ्रमणध्वनी : ९८२२९३९३८३

पुण्यवान

माधवी मारोतकर

परवा सरांना भेटायला पुण्याला गेले होते. आज सहा वर्षांनंतर सरांना भेटणार होते. सर डीएसके विश्व, ऑफ सिंहगड रोड, धायरी, पुणे येथे राहातात हे माहीत होते. कारण डीएसके, अवघ्या सात लाखात मिळणारा त्यांचा गार्डन फ्लॅट, या सर्व गोष्टी माझ्या समोरच्याच. स्वस्तात आणि रमणीय ठिकाणी. हिलस्टेशनला चांगले फ्लॅट्स आहेत. मीही स्वत:साठी तेथे फ्लॅट बुक करावा असा सल्ला ब्रॉशर हातात देऊन त्यांनी मला तेव्हा तिला होता. अभिनदाची कामे पुण्याला चालायची, त्यामुळे अगोदरच तो तेथे राहायला गेला होता. पुण्यात आजीकडे तो राहात होता. अभिनदा आणि त्याचं कुटुंब–वहिनी–बच्चू नेहा डीएसकेला राहातील आणि सर, मावशी धायरी गावात एखादा रिसेलचा फ्लॅट बघून तेथे राहातील असं ठरलं होतं. डीएसकेमधील फ्लॅट पाचशे स्क्वेअर फूट, अन फक्त एक हॉल, बेडरूम किचनचा असल्यामुळे फार दूर नाही आणि अगदी घरातही नाही. प्रत्येकाला आपली प्रायव्हसी जपता यावी या उद्देशानं हा निर्णय घेतला गेला होता. डीएसकेत घर घेतानाची गंमत काहीशी चकित करणारीच होती. 'पुण्यात अशा पद्धतीचं घर आणि आपल्याला हवं तसं, आपल्या बजेटमधील आहे, तेव्हा बाबा तुम्ही नागपुरात हॉटेल सेंटर पॉइंटला लागलेलं त्यांचं एक्झिबिशन पाहून या, आजचाच शेवटचा दिवस आहे, असा अभिनदाचा पुण्याहून फोन आल्यामुळे सर आणि मावशी हॉटेल सेंटर पॉइंटला गेले. तेथील डीएसके चमूचं आगतस्वागत, एलसीडीवरील साईट्स, डोंगराच्या हिरव्यागार कुशीत वसलेले चंद्रमा, रोहिणी, भास्करा, वसुधा आदी अपार्टमेंट्स पाहून सर एकदम खूष झाले. मात्र सरांना त्यातील गार्डन फ्लॅटच पाहिजे होता. सेल्स एक्झिक्युटीव्ह डीएसकेची तारीफ करीत होता. स्वारगेटपासून अकरा किलोमीटर, रेल्वेस्टेशनपासून अठरा किलोमीटर, पलीकडे सिंहगड, खडकवासला धरण, धारेश्वर मंदिर आणखी काय ..काय ती मुलगी आदबीने सरांना फ्लॅट घेण्याविषयीचं आपलं कौशल्य पणाला लावून डीएसके फ्लॅट्सचे गुणगानच करीत होती. ती पुढे पुढे सांगतच होती आणि सर तिला 'बस्स! आता मला काहीही

सांगू नका, काहीही ऐकायचं नाही. मला शहरापासून दूर, निवांत ठिकाणी एक छोटंस, समोर गार्डन असलेलं, डोंगराच्या पार्श्वभूमीचं घर हवंय. फक्त तुमच्याकडे गार्डन फ्लॅट मिळेल का तेवढं सांगा. मी आजच फ्लॅट बुक करतो.' असं म्हणत होते. ''काय माणूस आहे. ऐकूनही घेत नाही नीट. आणि फ्लॅट बुक करतो म्हणतोय, जरा विचित्रच वाटतोय''असे भाव तिच्या डोळ्यात उतरले होते. 'सर गार्डन फ्लॅट तर आता शिल्लक नाही. पण थांबा हं!' असं म्हणत त्या मुलीने तिच्या पुणे ऑफिसला फोन लावला. 'हो सर! तसा एक गार्डन फ्लॅट शिल्लक आहे वसुधा अपार्टमेंटमध्ये. त्याचं लोकेशन असं आहे....' सांगतच ती लॅपटॉपवर काही करायला लागली. तेवढ्यात सर म्हणाले, 'मला ते काहीही दाखवू नका. माझा निर्णय फायनल आहे. तुमच्या माणसाला तुम्ही माझ्यासोबत पाठवा. मी लगेच त्याला टोकन अमाऊंटचा चेक देतो आणि परतीचे रिक्षाचे पैसेही देतो. ओ.के?'...ती मुलगी अन तिचे सहकारी बघतच राहिले. अशा पद्धतीने शिवरंजनी मावशीच्या नावे वसुधातला इ-००४ हा गार्डन फ्लॅट मिळाला.

मला आश्चर्यच वाटलं सर्व ऐकून. एवढं सहजतेनं? सरांच्याबाबतीत एक मात्र खरंय. सर मोठ्यातले मोठे निर्णय एका झटक्यात घेतात आणि करेक्शनकरिता कोणता पेन वापरावा, हिरवा की लाल याबद्दल विचार करतात. सरांचे झटक्यासरशीचे निर्णय अचंबित करणारे असतात. त्यांच्या निर्णयात जगरहाटीचा सर्वत्र दिसणारा व्यावहारिकपणा नसतोच कधी. त्यांना भावलं-पटलं, त्यांच्या मनातल्याप्रमाणे जुळणारं असलं की ते फायनल! मग ती मुंबईची माहिती व प्रकाशन विभागातील सहसंपादकाची शासकीय नोकरी विथ मुंबईत क्वार्टर्स असो, कोल्हापूर येथील विभागप्रमुखाची कॉलेज प्रोफेसरची नोकरी असो किंवा बनारस विद्यापीठातील अधिव्याख्यातापदाची लठ्ठ पगाराची नोकरी असो या सुखावह नोकऱ्या त्यांनी अगदी क्षणात सोडल्या. मावशींसोबत लग्न करण्याचा निर्णयही असाच. त्या त्या परिस्थितीत, तेव्हा तेव्हात त्यांचे निर्णय सर्वांना विचित्र वाटतात. मात्र ते सरांच्या प्रकृतीधर्माशी निगडित असून योग्यच होते याची खात्री नंतर सर्वांना पटते. सरांची सर्व कामे, व्यवहार, पारदर्शक सुसूत्र आणि आखीव-रेखीव असतात. त्यात कुठेच विस्कळीतपणा औषधालाही दिसणार नाही. सभ्यता आणि वक्तशीरपणा हे अलीकडे फारच दुर्मीळ होत चाललेले गुण. सरांच्या जीवनाचं स्वत:चं तत्त्व आहे. कोणाचे लांगुलचालन करणे, वाममार्गाने काही गोष्टी मिळविणे, खोटारडेपणा या गोष्टींचा स्पर्शसुद्धा कधी सरांनी स्वत:ला होऊ दिला नाही. शरच्चंद्र मुक्तिबोधांच्या कवितेच्या दोन ओळी सर नेहमी म्हणायचे, 'सत्याच्या जातीला, दु:ख असे मिळणारच! सत्याचे भव्य भाळ रक्ताने भिजणारच!' हयातभर सर आपल्या तत्त्वांना सोडून वागले

नाही की कुठे मर्यादांचं उल्लंघन केलं नाही. त्यांच्या विद्यार्थ्यांकडूनही सरांच्या तशाच अपेक्षा असायच्या. म्हणूनच 'दभिसरांचा विद्यार्थी' म्हणून स्वत:ची ओळख करवून देताना त्यांच्या विद्यार्थ्यांचा ऊर अभिमानाने भरून येतो.

मी सरांची विद्यार्थिनी नव्हते. मात्र माझ्या काही कामानिमित्त सरांकडे जात होते. वाङ्मयाची आवड असल्यामुळे तिथे रुळत होते. सरांच्या 'अंभृणी'त येणाऱ्यांच्या गप्पा-गोष्टी ऐकत होते. कधीतरी सरांचा लेखनिक नसला की त्यांचे डिक्टेशन घेत होते. एम.पी.एस.सी. राज्यसेवेच्या परीक्षेत मुख्य विषयांपैकी माझा एक विषय मराठी होता. त्याकरिता सरांचे मार्गदर्शन मिळावे, या हेतूने सर नागपूरला असताना मी त्यांच्याकडे जात होते. कारण सरांनी नागपुरातील जुने मॉरिस कॉलेज येथे तीन वर्ष आय.ए.एस.च्या विद्यार्थ्यांना शिकवले होते. त्यांच्या मार्गदर्शनात काही विद्यार्थ्यांनी आय.ए.एस. रँकसुद्धा मिळविलेली आहे. सर या स्पर्धा परीक्षांचे पेपरही तपासत असल्यामुळे आदर्श उत्तरे कशी लिहावीत याकरिता मला मार्गदर्शन लागत असे. आता गत सहा वर्षांत मीही स्वत:च्या एन.जी.ओ. (स्वयंसेवी संस्था) च्या कामानिमित्त सारखी नागपूरच्या बाहेर आहे. आता तर नागपूरशी जवळजवळ संबंधच तुटल्यासारखा झाला आहे. या धावपळीत सरांचा पुण्याचा लँडलाईनचा नंबर असलेली डायरी गहाळ झाल्यामुळे आणि एकदा मोबाईलमधील सर्वच नंबर उडून गेल्यामुळे माझा सरांशी संपर्कच तुटला. सर अ.भा.साहित्यसंमेलनाचे अध्यक्ष झाल्यापासूनच्या घडामोडी मी पेपरमध्ये कधीमधी वाचत होते. ग्रामीण भागात वृत्तपत्रे, बातम्या अशा कधीतरीच वाचायला-ऐकायला मिळतात, मध्यंतरी सरांचा फोन नंबर मिळावा म्हणून मी केलेली खटपट व्यर्थ ठरली. गेल्या अठवड्यात अचानक आठवलं, मुनघाटे सरांकडे दभिसरांचा नंबर मिळेल. मुनघाटेंचा नंबरही मला महिन्याभरापूर्वीच मिळालेला होता. त्यांच्याकडून सरांचा फोन नंबर घेतला. लावलाही लगेच. पलीकडून आवाज आला 'दभि.कुलकर्णी बोलतोय, 'सर, नमस्कार माधवी मारोतकर बोलतेय.' एकदम सरांचा स्वर पालटला. 'अरे माधवी, हं! कशी आहेस बेटा तू? किती दिवसांनी फोनवर भेटतोय आपण! प्रकृती कशी आहे तुझी आता? ठीक आहे ना सर्व? हं! पण एक सांग, कुठून बोलतेस? सध्या काय करतेस?' आईच्या ममत्वानं सर बोलत होते. आणि इकडे माझ्या डोळ्यात अश्रू दाटत होते. 'सर, मी सध्या कोल्हापूरला आहे आणि १० ऑगस्ट रोजी बुधवारी पुण्यात येत आहे. तुम्हाला भेटायची फार इच्छा आहे. सर मध्यंतरी मावशी गेल्याचं वाचलं. खूप दु:ख झालं. (सरांशी शिवरंजनी मावशींबद्दल बोलताना अचानक माझ्या मनात एक विचार चमकून गेला. सर स्थितप्रज्ञ असल्याने, साक्षीभावाने जगत असल्याने शिवाय माउलींची ज्ञानेश्वरीच त्यांचं जीवन असल्याने

मावशींचं जाणं ते तटस्थतेनं स्वीकारू शकले. उणीव आकाशाच्या पोकळीएवढी असली तरी त्यावर शांतचित्तानं मात करण्याचं दैवी आणि यौगिक सामर्थ्य सरांकडे आहे. या उलट झालं असतं तर मावशी कोलमडून गेल्या असत्या. सहन करू शकल्या नसत्या. खरं तर खुद्द मावशींचीच कोणा एकाला अगोदर जावे, असे असल्यास आपणच सरांच्या अगोदर जावे ही इच्छा होती. मी झटकन हा विचार बाजूला सारून मनातल्या मनात सरांविषयी दीर्घायुरारोग्य चिंतिले.) जरावेळ थांबून सर म्हणाले, 'दीड वर्ष झाले आता. बरं ते असू दे. कशी येणार आहेस ते सांग' असं म्हणून सरांनी 'वसुधा ई-००४' चा काटेकोर पत्ता सांगितला. 'स्वारगेटहून ११७ नंबरची डीएसके चीच बस घ्यायची ११७ नंबरची धायरीचीही बस असते, तीत चढायचे नाही. डी.एस.के. ही बस धायरी गावाजवळून उजवीकडे टेकडीवर डी.एस.के. विश्वला येते. तो अगदी शेवटचा स्टॉप असल्याने बावचळून जायचं कारण नाही. बस स्टॉप च्या समोर उभे राहिल्यावर डावीकडे 'विश्व' लिहिलेला एक सिमेंटचा गोलक आहे. ह्या गोलकाच्या अगदी पुढे उभे राहिल्यावर त्याच्या बरोबर डावीकडून आत यायचे. 'वसुधा' लिहिलेली दुसरीच बिल्डिंग आहे. ई-००४. इतर कुणालाही विचारायचं नाही. फ्लॅटला दोन एंटरन्स असल्यामुळे दिशाभूल होते. माझा फ्लॅट ग्राऊंडलाच आहे. घराची खूण म्हणजे हिरवे-पांढरे पट्टे असलेले पडदे आणि घरात दर्शनी भागात दिसणारी हजारो पुस्तके जिथे ग्रंथ एकमेकांशी चर्चा करतात ते दभिंचं घर एवढं लक्षात ठेव हं!' मी ऐकत होते. सर खरे शिक्षक! एवढे काटेकोर सांगितल्यावर विद्यार्थी चुकेलच कसा? आणि मूर्तिमंत पत्ता डोळ्यांसमोर उभा केल्यावर विद्यार्थी पैकीच्या पैकी गुण घेतल्याशिवाय राहीलच कसा? सर किती कुशल युनिव्हर्सिटी प्रोफेसर होते, ते यावरूनच कळावे. मी मात्र जवळचा रस्ता म्हणून गोलकाच्या समोरून न जाता मागून गेले आणि सरांनी फोनवरून सांगितलेली खूण पटली. ' अरेच्चा! ही तर सरांची नागपूरची आद्यायनी!' फाटकासमोर उभे राहून मी पुण्याच्या 'वसुधा इ-००४' मध्ये नागपूरच्या जंतरमंतर फ्लॅटची आद्यायनी बघत होते. फाटकावर तसल्याच बेल्स लावलेल्या. (त्या बेल्स बघितल्यावर मला नेहमी चर्चमधील बेल्स आठवतात) मात्र 'आद्यायनी' ही अक्षरे जशी घरावर दिसली नाही, तशी 'अंभृणी' लिहिलेली ती काळी पाटीही दिसली नाही. गार्डन छोटसंच, पण सुबक! त्यात असलेला सरांचा आवडणारा झोपाळा, टीपॉय, अभ्यागतांकरिता बसण्याची सोय केलेल्या खुर्च्या, गार्डनमध्येच किचनच्या खिडकीखाली एक बेसीन, त्याच्या बाजूलाच मनीमाऊसाठी एका बाऊलमध्ये ठेवलेले दुध-बिस्किटे!...येथे जागा लहान होती. मात्र सरांनी नागपूरची 'आद्यायनी' जिवंत ठेवल्याची क्षणोक्षणी जाणीव होत होती. किती अर्थगर्भ नाव दिलं होतं सरांनी

त्यांच्या नागपूच्या जंतरमंतरमधील फ्लॅटला! 'आद्यायनी!' स्वत:च स्वत:ची तयार केलेली वाट! सरांनीही स्वत:च्या आयुष्यात स्वत:ची एक वेगळी वाट तयार केली. सर भगीरथ! त्यांनी तयार केलेल्या वाटेवर आज त्यांचे हजारो विद्यार्थी आहेत. सरांच्या 'आद्यायनीनं' स्वत:चं लक्ष्य गाठलं. आपल्या ध्येयापर्यंत ती येऊन पोहोचली. म्हणूनच आता डी.एस.के.च्या या घराला सरांनी 'आद्यायनी' नाव दिलं नसावं आणि 'अंभृणी' मार्गदर्शनाची वेळ दु. ४ ते ७ या पाटीचाही आता तसा विशेष उपयोग राहिला नसावा. कारण सरांनी आता वयाची ७७ वर्षे पूर्ण ओलांडली आहेत. त्यांच्या मार्गदर्शनाखाली एकूण एकोणतीस विद्यार्थ्यांनी आचार्य पदवी प्राप्त केली आहे. त्यामुळे आता ते कोणाकरिता आचार्यपदवीसाठी मार्गदर्शक म्हणून काम करणार नाहीत. साहजिकच 'मार्गदर्शनाची वेळ' असा वेगळा भाग आता राहिला नाही. त्यामुळेही 'अंभृणी' पाटी लावली नसावी. सरांची नागपूरची अभ्यासिका खरोखरीच 'अंभृणी' होती. ही अंभृणी ऋग्वेदातील एक देवता आहे. ती म्हणते, ' यं यं कामये तं तं उग्रं क्रृणोमि। तं सुमेधाम् तं ऋषिणाम्। तं ब्रह्मरूपेण क्रृणोमि।' माझी उपासना करणाऱ्याला मी शक्तिमान करते, बुद्धिमान करते. ऋषितुल्य करते आणि शेवटी ब्रह्मरूप करते. सरांच्या 'अंभृणी'त येणारा प्रत्येकजण मानसिकरीत्या शक्तिमान झाला. अभ्यास-व्यासंगाने बुद्धिमान झाला. सरांवर ही अंभृणी विशेष प्रसन्न होती. तिने तर सरांना केव्हाच ऋषितुल्य केले आणि (कदाचित सरांना संकोच वाटेल पण...) त्यांच्याबद्दल मी केलेल्या अवलोकनातून मी सांगू शकेन की 'अंभृणी'ने सरांना ब्रह्मरूपही केले. एकदा मी सरांना तसे म्हटले, 'सर तुम्हाला अंभृणीने ब्रह्मरूपही केले.' सर फक्त हसले म्हणाले, 'माहीत नाही' आणि सरांनी ती गोष्ट तिथेच थांबविली. हो! पण मला माहितीय सरांचं ब्रह्मरूपत्व!

सर माझे पहिले आध्यात्मिक गुरू होते. माझ्यासाठी ते साक्षात दत्तगुरूच. अनेक संत दत्तरूप होते. श्रीस्वामीसमर्थ, श्रीगजानन महाराज, श्रीनृसिंहसरस्वती, टेंभे महाराज, वासुदेव महाराज, पंत बाळेकुंद्रीकर, बिडकर महाराज, शंकर महाराज असे बरेच संत. सरसुद्धा यांच्यातीलच! संतश्रेष्ठ एकनाथ महाराजांनी प्रपंचात राहून परमार्थ साधला. तुकोबारायांप्रमाणे परमार्थासाठी ह्यांना घर-संसार सोडावा लागला नाही. प्रपंचातच त्यांना तसं वातावरण मिळालं. सरांबद्दल मी जेव्हा जेव्हा विचार करते तेव्हा माझ्या लक्षात येतं सरांनाही एकनाथ महाराजांसारखा काहीवेळा प्रतिकूल परिस्थितीचा सामना करावा लागला. अनेकांनी कधीमधी त्यांच्यावर कुरघोडी करण्याचा प्रयत्नही केला. सरांनी मात्र तिकडे दुर्लक्ष करून त्यांना उदार अंत:करणाने माफही केले. मुळातच सरांना कोणाला त्रास देता येत नाही. वाईट बोलून दुखविता येत नाही. त्यांना

कोणी दिलेल्या त्रासाबद्दल कुठे वाच्यताही कराविशी वाटत नाही. त्याकरिता कोणाची निर्भत्सना कराविशी वाटत नाही. त्या सर्व गोष्टींकडे ते सहजतेने दुर्लक्ष करतात. सरांना हे सर्व साध्य होतं, ते त्यांच्यातील या संतगुणांमुळेच! संतांमधील उदारता, सर्वसमभाववृत्ती, भूतमात्रांविषयीचे प्रेम, आईच्या ठायी असलेलं वात्सल्य, अद्वैत, 'सोऽऽहम' - तो मीच! हा भाव, हे सर्व सर्व सरांमध्ये एकवटलेलं आहे. मला लाभलेल्या सद्भक्त आप्पामहाराज शेडसाळे (इचलकरंजीकर) यांच्या सत्संग आणि दैवी कृपेमुळे आज जेव्हा मी दभि सरांबद्दल आठवते, विचार करते तेव्हा त्यांच्यातील हा सर्वांकरिता अगदी नवीन वाटणारा संतगुण मी पाहू शकते. अवलोकू शकते. सर निर्गुणोपासक, एकदा प्रा. म.द हातकणंगलेकर यांच्या 'साहित्यातील अधोरेखिते' या पुस्तकातील 'हे दुःख-ते दुःख' यावर आम्ही काहीजण बोलत होतो. कोणाच्याही लक्षात येणार नाही; एवढ्या अस्फुटपणे सर आकस्मिक काहीतरी बोलून गेले. माझे कान अणि डोळे सरांकडे आल्यावर सदैव अटेन्शन मध्ये राहात असल्याने नेमकं मी त्यांचं बोलणं ऐकलं. ते म्हणाले, 'मला दुःख जनन-मरणाचं.' सरांना मोक्षाची आस आहे. सत्य त्यांना कळलेलं आहे. माझ्या लक्षात आलं. तत्क्षणी माझ्या मनात सरांबद्दल 'विश्वाच्या आर्ततेची' करुणा दाटून आली. मला सरांच्या मृदू करुण स्वभावाची एक छोटीशी तरीही आशयघनाने मोठी असलेली गोष्ट तेव्हा चटकन आठवली. सरांच्या नागपूरच्या 'आद्यायनी'च्या अंगणातील लाजवंतीच्या झाडाला गंमत म्हणून मी पटापट स्पर्श केला. सर बोलून गेले, 'लाजणाऱ्याला लाजवायचं नसतं बाळ' सर अध्यात्मातील ज्ञानमार्गावर असूनही त्यांच्या ठायी भक्तिभाव आहे. त्यांची भक्ती मांजराच्या पिल्लाप्रमाणे निश्चिंत म्हणूनच श्रेष्ठ आहे. सरांच्या ठिकाणी सर्व व्यापकत्व ज्ञान आहे. विविध विषयांवरील चतुरस्त्र ज्ञान त्यांना आहे. त्यांचा ज्योतिषशास्त्राचा-ग्रह-ताऱ्यांचा अभ्यासही विपुल आहे. सरांना जन्मपत्रिकांचा अभ्यास, हस्तरेषांचा अभ्यास आहे, हे माहीत असणाऱ्यांच्या खास आग्रहास्तव सरांनी आपल्या ज्योतिषविद्येच्या आधारे अचूक भाकितेही वर्तविली आहेत. खरी गोष्टच ही आहे की, सरांचे मुळातच कुठलेही अंदाज कधीही फोल ठरत नाहीत. अतिंद्रिय शक्तीद्वारे अध्यात्मातील तप:साधनेमुळे त्यांना अगोदरच काही घटना क्लिक होत असतात. खरं वाटणार नाही, पण काही गोष्टी माझ्या अगदी समोरच्याच असल्यामुळे नमूद करावेसे वाटते. सरांनी अनेकदा कडक उपवास, व्रतवैकल्ये केलेली आहेत. शिवोपासना, सूर्योपासना आदी कठोर नियमांच्या उपासनाही त्यांनी केल्या आहेत. संस्कृत भाषेचा गाढा व्यासंग, स्पष्ट मंत्रोच्चार यामुळे उपासनाकाळात पशुपक्षीही सरांच्या आज्ञेत असल्याप्रमाणे त्यांच्याकडे आकृष्ट होत असत. पंचमहाभूतांनी बनलेल्या आपल्या

देहातील दिव्यआत्म्याला त्यांनी सदैव जागृत ठेवले आहे. त्यांच्या ज्ञानेंद्रियांवर, मनावर त्यांच्यातील दिव्य आत्म्याचे अधिपत्य असल्यामुळे ते योगीपुरुष ठरतात. अशा महात्म्यांना कुठलीच गोष्ट असाध्य नसते. म्हणूनच ज्ञानाच्या कक्षेतील असं कुठलंच क्षेत्र नाही की जे सरांकरिता अस्पर्श असेल...या एका अर्थाने सर ज्ञानेश्वर! आणि माउली अर्थानेही ज्ञानेश्वर. मला माहितीय सरांच्या भिडस्त स्वभावामुळे सरांना मी बहाल केलेल्या या उपाधी मुळीच आवडणार नाहीत. मात्र काहीतरी आत्मिक बंध, नातं सर अन् ज्ञानेश्वर माउलींमध्ये आहे. त्याचा सर्वकाळ प्रत्यय येत असलेला आम्हाला जाणवतोय. प्रत्यक्ष ज्ञानेश्वरी जे जगले, बोलत राहिले, मनन करीत राहिले; त्या सरांनी आळंदीला आपल्या उभ्या हयातीत पहिल्यांदा केव्हा जावे २००८ मध्ये. पुण्यात सहा वर्ष राहूनही ज्ञानेश्वर माउलींच्या आळंदीला जाण्याची सरांना कधी गरजच भासली नाही. कारण त्यांचा ज्ञानेश्वर, ज्ञानेश्वरी, आळंदी सर्व काही त्यांच्या आतच आहे. त्यामुळे त्यांना बघायला सरांना अन्यत्र जाण्याची आवश्यकताच भासत नाही. त्यांच्या नित्य आत्मदर्शनाचा लाभ त्यांना होतच असतो. म्हणूनच आळंदीला जाण्याची विशेष ओढ त्यांना कधी झाली नव्हती. मात्र जेव्हा गेले; तेव्हा तेथे सरांना आलेले अनुभव हृद्य आहेत. माउलींनी त्यांना आत्मसाक्षात्कार घडविला. अशा घटनांकडे निव्वळ योगायोग वा सहज म्हणून बघायचं नसतं. त्यातलं अलौकिकत्व आपसूकच आपल्याला पटत असतं. सरांचंही असंच झालं. एकाच नाव-आडनावाच्या दोन व्यक्ती एकाच दिवशी प्रत्यक्ष वा फोनवर भेटणं अन् या घटनेची पुन:पुन्हा आवृत्ती होणं ही घटना निश्चितच सामान्य नव्हे. सरांनी माउलीला अशी अंतरीची खूण पटू दे म्हटलेलं - अगदी तस्स घडतंय अद्यापही. सरांच्या निकटतम वर्तुळातील लोकांनाही हा अनुभव येतोय. खरंच माउलीचं अन् सरांचं अंतरीचं नातं असेल! मुक्ताईनगर (एदलाबाद) वडोदे हे लहानसे खेडे. ते अहिल्याबाई होळकरांनी वसविलेले आहे. या लहानशा खेड्यातून किती कर्तबगार पुरुष निर्माण व्हावे? भारतातील आद्य कुष्टसेवक मनोहरजी दिवाण (दभिंचे मावसबंधू),चित्रकार-समीक्षक द. ग.गोडसे, व्यंगचित्रकार मनोहर सप्रे, हृदयरोगतज्ज्ञ - शल्यचिकित्सक डॉ. फडके, उद्योगपती आळशी आणि अर्थात दभि. आख्यायिका अशी आहे की कर्नाटकातून आळंदी, आपेगावमार्गे मुक्ताईची दिंडी वडोद्याला पोहोचली. योगिनी मुक्ताईने तिथे समाधी घेतली आणि दिंडीकर तेथेच स्थायिक झाले. कदाचित म्हणून असेल की दिंडीतील भक्त, प्रवचनकार, वादक, प्रतिभावंत यांची मांदियाळी आज वडोद्याने महाराष्ट्राला बहाल केली! ऋषीचे कुळ शोधायचे नसतात असे म्हणतात. पण कधी ते शोधले तर असे सुवर्णकण हाती येतात.

टेलिपथी हा सर्वसामान्यांमध्ये रूढ असलेला शब्ध सरांच्याबाबतीत फार घडायचा. अध्यात्म्याच्या भाषेत टेलिपथी म्हणजे 'आत्मसंकेत'. आत्मज्ञानाशिवाय मनविरहित अवस्था प्राप्त झाल्याशिवाय असे 'आत्मसंकेत' मिळूच शकत नाहीत. आपण सर्व परमात्मरूपच असल्याने जुळ्या भावंडांमध्ये घडावं तसं घडत असतं. एका भ्रमणध्वनीवरून दुसऱ्या भ्रमणध्वनीवर नंबर लावल्यास दोघांमध्ये जसा बिनतारी संवाद होतो, तसेच आपल्यातील अतिंद्रिय शक्ती जेव्हा स्फुल्लिंगित होते, तेव्हा आपल्या इच्छांच्या वेव्हज आसमंतात पसरतात, कार्यरत होतात आणि त्यानुसार घटना घडत जातात. सरांना वाटायचं बऱ्याच दिवसांत दीपक रंगारीची भेट झाली नाही, की हमखास त्याच दिवशी दुपारी चार वाजता दीपक रंगारी आलाच पाहिजे. 'काही नाही सर, इकडे परीक्षा भवनात आलो होतो, म्हटलं तुम्हाला भेटून जावं' मी सरांकडे बघून हसायचे. दीपक बिचारा भोळसट चेहऱ्यानं आमच्याकडे बघत राहायचा. अशा एक नाही अनेक गोष्टी. चार दिवसांपासून पाण्याचा नळ लिक झालाय. प्लंबरला निरोप पाठवून आला नाही म्हणत त्याला फोन करण्यासाठी सरांनी टेलिफोनची डायरी हातात घ्यावी की प्लंबर हजर! एक दिवस मी सकाळी नऊ वाजताच सरांकडे गेले होते. सर विचारांत गढलेले होते. मला म्हणाले, ' एस हे आद्याक्षर असलेले कोण असावेत बरं ते?' मी खोदून विचारताच त्यांनी सांगितलं ते विस्मयकारक, अंगावर शहारे आणणारं होतं. 'आज मी पहाटे ध्यान करीत असताना मला जाणवलं, एक भयंकर अपघात झालेला आहे. मोटारगाडीचा. 'एस' हे इंग्रजी आद्याक्षर असलेले तिघेजण त्यात होते. (ज्ञानेश्वर माउलींना नाही का, असाच आत्मसाक्षात्कार झालेला? कोणीतरी स्त्री अन् पुरुष नदीत आत्मसमर्पण करीत आहेत. कोण आई अन् बाबा तर नव्हे...? असे कीर्तनकार सांगतात.) मीही अस्वस्थ झाले. काही दिवसांनी वृत्तपत्रातून बातमी कळली, 'डॉ. श्रीकांत जिचकार, त्यांचे प्राध्यापक मित्र श्रीराम धवड यांचे अमरावती रोडवर मोटारअपघातात निधन झाले. सुदैवाने गाडीचालक बचावला. त्याला इस्पितळात उपचारार्थ दाखल करण्यात आले आहे.' काळजात चर्र झालं. डॉ. श्रीकांत जिचकार सरांचं आवडतं व्यक्तिमत्त्व होतं. ते सरांना आपले गुरू मानत. ज्योतिषशास्त्रापासून तर सूर्याखालील अनेक विषयांवर त्यांच्या चर्चा चालत. सर त्यांना सांगत, ' श्रीकांत तुम्ही राजकारणात प्रवेश करू नका. तुमच्यासाठी ते अनुकूल नाही. तुमची जन्मपत्रिका चांगली नाही. आणि मग दोघांचाही डॉ. जिचकारांच्या जन्मपत्रिकेवा खल चाले. सरांना जबरदस्त हदरा बसला. सर तेव्हा डॉ. श्रीकांत जिचकार यांच्या विश्वकोश निर्मितीकार्यातून नुकतेच मोकळे झाले होते. त्यांच्या सीबीएससी पॅटर्नच्या 'सांदीपनी विद्यालयात' सरांनी १९९५-९६ च्या दरम्यान एक वर्ष मानद सेवा म्हणून प्रायमरीच्या विद्यार्थ्यांनाही शिकविले होते.

सर नेहमी म्हणतात, 'धनु रास ही देवांची लाडकी रास आहे.' सरांची जन्मपत्रिकाही गजकेसरी योगाची. मुळातच गुरुग्रहाची रास आणि राशीस्वामीही गुरू असल्याने अध्यात्माकडे सरांचा सर्वाधिक कल आहे. उत्तम शिक्षक, मार्गदर्शक - समीक्षक-लेखक-पापभिरू, सत्त्वशील, सत्यवान, श्रद्धाळू, शांत, मनमिळाऊ, प्रेमळ हे गुण त्यांच्यात राशीमहात्म्यामुळे तर आलेच. शिवाय परिश्रम, चिकाटी, कुठलेही काम अर्धवट न टाकणे, त्रागा न करणे, शांतपणे आपण आणि आपलं काम, याप्रमाणे मार्गक्रमण करीत राहणे, सत्याचा मार्ग न सोडणे हे अंगीकारलेले गुण त्यांच्या व्यक्तिमत्त्वाच्या घडणीत मोलाची भर टाकणारे ठरले. सरांशी सहज म्हणूनही गप्पा करताना आपल्याला कितीतरी गोष्टींचं ज्ञान मिळत असतं. सरांकडून ज्ञान मिळविण्याकरिता किंवा मार्गदर्शनाकरिता 'सरांचा विद्यार्थी' हीच ओळख असणे मुळीच गरजेचे नसते. फक्त तुम्ही उत्तम कानसेन असले पाहिजेत. जिज्ञासू असले पाहिजेत, याचक असले पाहिजेत. सर अशांकरिता 'कर्ण' असतात. सरांकडे येणाऱ्यांना सरांनी कधी विन्मुख पाठविले नाही. मग ती मदत कुठल्याही प्रकारची असो. सरांनी स्वत:चा एक फंड तयार केल होता. 'संकटमोचन निधी' त्यातून ते नडलेल्यांना आर्थिक मदतही करतात. कुठेही वाच्यता न करता. मात्र निधी परत करताना आपल्या ऐपतीप्रमाणे तो वाढीव करून द्यावा, मग वाढीव रक्कम वापरलेल्या निधीपेक्षा एक रुपयाने का जास्त असेना, हीच एक अट असे. सरांना कोणी एखाद्या विषयाची माहिती विचारली आणि ती त्यांना अन्य नवीन पद्धतीने मिळाली, ती सर स्वत: फोन करून त्या व्यक्तीला ती माहिती पुरवितात. येथे सर फोनच्या वाढणाऱ्या बिलाचा विचार करीत नाहीत. सर खरे आचार्य, ऋषिवर्य! हातचे राखून बोलणे-सांगणे सरांना कधीच जमत नाही.

डिक्टेशनच्या वेळी तर सर शब्दांचे उच्चार, ते लिहिण्याचे स्वरूप, ऱ्हस्व-दीर्घ, स्वल्पविराम, अर्धविराम आदी बारकाव्यांसह सांगणार (बारकाव्यांसह तपशील - हा सरांचा स्वभावच आहे तो व्यवहारातही आहेच आहे. गावाला जाताना आपण तेथे काय कामे करणार आहोत, कुणाकुणाला भेटणार आहोत, त्यांचा पत्ता, फोन नंबर, वस्तू अशी सर्व गोष्टींची नीट यादी करा. ते आपणास सांगत असतात. बालपण बहिणी-त्यांच्या मैत्रिणी, आई यांच्या सहवासात अधिकांश काळ गेल्यामुळे असेल सरांना स्त्रीमनाचा एक कोपराही लाभलेला आहे.) डिक्टेशन देताना लेखनिकाला काय सांगावयाचे आहे, हे सरांच्या डोक्यात इतके फिट असते की डिक्टेशनच्या वेळी मध्येच इतरांशी बोलणे, फोन घेणे असले व्यत्यय आले तरीही सर विषयांवर, खाडाखोड करायला न लावता पुढे तोच धागा पकडून लेखनिकाला डिक्टेक्ट करायचे. सर

पुण्यात येऊन आठ वर्षे तरी झाली असावीत. पण सरांनी 'आदरातिथ्याचा' पुणेरी गुण? मात्र स्वत:त येऊ दिला नाही. नागपूरला सरांच्या 'अंभृणी'मध्ये -म्हणजेच अभ्यासिकेत जसे बाहेरून येणाऱ्यांसाठी हमखास काचेचे ग्लास, पाण्याची बॉटल आणि खायला काहीतरी असतं, तसंच पुण्यातही आहेच. काहीही न खातापिता सरांकहून कधीच कोणी गेलं नाही. आदरातिथ्याच्या मागे दडलेला सरांचा मायाळू स्वभावच याला कारण आहे. कोणाला काय लागू शकेल, हे ती (येणारी) व्यक्ती होऊन सर आपल्या अभ्यासिकेत व्यवस्था करून ठेवीत असत. इतके ते प्रत्येकाशी समरस झालेले असतात आणि हे सर्व सर न चुकता, बिनतक्रार, स्वखर्चाने कोणाहीकडून काहीही अपेक्षा न ठेवता करतात. त्यातून त्यांचं सर्वांवरील प्रेम दिसून येतं. आपण कोणासाठी काही नेलं, तर त्या व्यक्तीकडूनही काही मिळण्याची अभिलाषा धरणाऱ्यांच्या या समाजात सर निर्व्याजपणे, आनंदाने, स्वत:ला कंबरदुखीचा त्रास असूनही उत्साहाने करतात. नागपूरला असताना उन्हाळ्याच्या दिवसांत सरांच्या 'अंभृणी'मध्ये द्राक्षे ठेवलेली असत. सर ती द्राक्षे स्वच्छ धुऊन, स्वच्छ नॅपकीनने चांगले पुसून नंतरच खाण्यासाठी ठेवत. कारण काय तर त्यावर विषारी रसायनांची फवारणी केलेली असते. त्याचा खाणाऱ्याला अपाय होऊ नये इतका सूक्ष्म विचार सरच करू जाणे. आमची वैशालीताई बेझलवार तर 'अंभृणीत' आल्या आल्या सरांना विचारीत असे, 'सर आज काय आहे खायला?' सरही हजरजबाबीने म्हणत, ' एऽऽ काय आहे खायला, विचारायला हे काय हॉटेल आहे?' वैशालीताई तेव्हा सरांच्या मार्गदर्शनात पीएच.डी. करीत होती. ती, देवानंद सोनटक्के, मी आणि सर आमची मग हास्यमैफील जमत असे. सरांच्या अंभृणीत सरांची टेबल-खुर्ची या व्यतिरिक्त गोलाकार असलेल्या दोन खुर्च्या, वेताचे मोंढे, एखाद दुसरी वायरने विणलेली लोखंडी खुर्ची, त्यावर उशी, शिवाय भारतीय बैठक, सरांचा एक लाकडी पलंग, त्यावरील गादीवर दोन लोड ठेवलेले. मध्यभागी टीपॉय असा सर्व थाट असायचा. येणारी व्यक्ती आपल्या प्रकृतीधर्मानुसार आपण कुठे 'फीट' होऊ त्यानुसार जागा हेरून आसनस्थ व्हायची. सरांच्या 'अंभृणी'त फारच छान, प्रसन्न, खेळकर, ज्ञानदानाचं असलं तरी बोजड वाटणार नाही, असंच वातावरण होतं. आपण एखाद्या विषयाच्या माहितीची अपेक्षा व्यक्त केली, की सर लगेच त्यावरील पुस्तक, मासिके काही ना काही हमखास काढून देत असत. सर आम्हा सर्वांना म्हणायचे, 'तुम्ही कल्पवृक्षाखाली बसलेले आहात. येथे तुमच्या ज्ञानाच्या सर्व इच्छा पूर्ण होतील. आणि ते खरंच होतं. 'अंभृणी'त प्रवेश केल्यावर डावीकडे शांतचित्त, कनवाळू, 'ज्ञानाचा आगरू' ज्ञानेश्वर माउलींची मूर्ती दिसत असे. तिच्या कृपेनं आणि 'अंभृणी'च्या आशीर्वादानं सरांकडे येणारा प्रत्येकच

जण ज्ञानामृत चाखून जात असे. 'अंभृणी'नं नागपूर विद्यापीठाला एकोणतीस आचार्य दिले. (पैकी अमरावती विद्यापीठातील एका विद्यार्थ्यानं मराठी वाङ्मयात इंग्रजी भाषेतून पीएच.डी. केली) तसेच काही आय.ए.एस. अधिकारीही दिले.

अंभृणीच्या चारही बाजूंना हजारो पुस्तके ओळीने व्यवस्थित, कॅटलॉगच्या वर्गवारीनुसार रचलेली, मोठमोठ्या रॅकमधून डोकावून सरांच्या विद्यार्थ्यांशी हितगुज करीत होती. सरांनी आपल्या विद्यार्थ्यांना अभ्यासाची एक शानदार शिस्त लावली होती. कार्डांचा वापर करून नोट्स काढण्याची! अभ्यासाच्या बाबतीत सर कडक आहेत. त्यांच्या मार्गदर्शनात आचार्य पदवीसाठी संशोधन करणे सोपं काम नसायचे. अभ्यासाच्या बाबतीत केलेले बहाणे त्यांच्या चटकन लक्षात येत. पहिल्या वेळी विद्यार्थ्याची अभ्यास न केल्याची चोरी पकडूनही ते काही बोलत नाही वा दर्शवतही नाही. विद्यार्थीच गोरामोरा होऊन दुसऱ्यांदा प्रामाणिकपणे अभ्यास करून यायचा. एखाद-दुसराच नाठाळपणा करायचा. सर त्याची चांगली खरमरीत शब्दात कानउघाडणी करीत. व्यवस्थितपणा सरांना अतिशय प्रिय. ते स्वत: व्यवस्थित, शिस्तीचे भोक्ते असल्यामुळे आपल्या विद्यार्थ्यांकडूनही त्यांच्या तशा अपेक्षा असतात. सरांची ही सवय त्यांच्या लाडक्या बोक्याला 'माऊ'लाही सरावानं कळलेली होती. त्यामुळे माऊ घरात आवारात घाण न करणे याबद्दल दक्ष असायचा. सरांना मांजरीचं विलक्षण प्रेम आणि मांजरांनाही सरांबद्दल! नागपूरच्या माऊची तर तऱ्हाच वेगळी होती. तोही सरांसारखाच शाकाहारी. गुंड-मवाली बोक्यांच्या टोळीत सामील होऊन हुंदडत फिरण्यापेक्षा 'अंभृणी'त सरांच्या मांडीवर वा अगदीच खेटून बसणं पसंत करीत असे. सरांवर तो लहान मुलांसारखा हक्क गाजवायचा.

अंभृणीत केवळ मोठमोठे साहित्यिक, विद्यार्थी, ज्ञानपीपासूच नव्हे तर सरांवर प्रेम करणारे वेगवेगळ्या क्षेत्रातील, वेगवेगळ्या प्रकारची मंडळी येत असे. डॉक्टर्स-इंजिनियर्सपासून माळीदादांपर्यंत. पुस्तकातलं काही कळत नसलं तरी अंभृणीचं रूप पाहून ही मंडळी दीपून जायची. 'आपण आज एका फार मोठ्या व्यक्तीला' भेटल्याचे समाधान त्यांच्या चेहऱ्यावर विलसत असे. पं. हृदयनाथ मंगेशकर जेव्हा जेव्हा नागपूरला येत, तेव्हा तेव्हा अंभृणीत हमखास हजेरी लावणारच. उषा मंगेशकरही येत. सरांना पंडितजी आपले गुरू मानतात. ज्ञानेश्वरी, तीमधील अभंग ते सरांकडून समजावून घेतात. 'अंभृणी'ने सरांची अनेक रूपे पाहिली. साहित्य चळवळींना जन्म दिला. 'प्रास' (प्राध्यापक संघटनेचा) जन्मही अंभृणीतूनच झाला.

अंभृणीने कित्येकांना लिहितं केलं, वाचतं केलं, बोलतं केलं. सरांच्यात उत्तम शिक्षक, समीक्षक, साहित्यिक, द्रष्टा ज्योतिषतज्ज्ञ, संत, साधक, माउली पाहिली.

सरांनी अंगावर कोट चढविला की अंभृणीला कळायचं, सर आता कुठल्याशा कार्यक्रमाला बाहेर चालले आहेत.

असेच एक दिवस सर अंगावर कोट चढविलेले अंभृणीतून बाहेर पडले. सरांच्या पाठोपाठ ज्ञानेश्वर माउली, सरांची हजारो पुस्तके, अंभृणीतील टेबल-खुर्च्या, सरांचा पलंग..अगदी सर्व सर्व अंभृणीतून बाहेर पडले. पंचवीस वर्षे ज्या वास्तूला सरांचा लळा लागला होता ती अभ्यासिका -अंभृणी मागे राहिली होती.

आज मी डी.एस.के.च्या वसुधा ई-००४ समोर उभी आहे. गेट उघडलं. तोच घंटानाद झाला. 'या माधवीताई' सरांनी स्वागत केलं. मी आत आले आणि मला आश्चर्याचा सुखद धक्का बसला. नागपूरला सरांविना, पुस्तकांविना ओसाड - भकास झालेली अंभृणी मला दिसली. सळसळणारी, सतत उत्साहाने ओसंडणारी, चैतन्यानं मुसमुसलेली नागपूरचीच अंभृणी होती ही. माझ्या डोळ्यांत पाणी तरळलं. सरांची प्रेम करण्याची तऱ्हाच अशी न्यारी आहे. स्थळ बदललं तरी त्यांच्या आठवणी त्यांनी जिवंत ठेवल्या आहेत. पुण्यात असून नागपुरात आहेत. तळ्यात आहेत अन् मळ्यातही आहेत.

भ्रमणध्वनी :९९७५४१२६९७

यौवनाचं झाड

लीना निकम/अलका गायकवाड

दभि नागपूर सोडून पुण्याला स्थायिक होणार ही बातमी वाचली आणि अनेक वर्षांपूर्वीच्या आठवणी मनात कारंज्यासारख्या उसळी मारू लागल्या. मनात कुठेतरी उदासीनता दाटून आली. मन झाकोळून गेलं. त्या दिवशी गुरुपौर्णिमा होती आणि दभिंचा वाढदिवससुद्धा. मी लगेच त्यांना फोन लावला. त्यांच्या उत्साहभरल्या स्वरांनी माझ्या बोलण्याचे स्वागत झाले. इतकी वर्ष झाली तरी दभिंचा तोच आवाज. जराही कंप नाही. अजूनही बोलण्यात तोच उत्साह, अजूनही चेहऱ्यावर तेच हसणं.

कधी दभिंचा आकाशवाणीवरील आवाज ऐकला की कधी त्यांना दूरदर्शनवर बघितलं की कधी एखाद्या कार्यक्रमाच्या निमित्तानं स्टेजवर बघितलं की कधी त्यांचं पुस्तक वाचनात आलं की तर कधी त्यांचे पेपरमधील लेख वाचलेत की दभि डोळ्यासमोर येतात आणि लगेच बा.भ. बोरकरांच्या ओळी ओठांवर येतात,

या नदीच्या पार वेड्या यौवनाचे झाड आहे,
अमृताचा चंद्र त्याच्या पालवीच्या आड आहे.

दभिंनी मला एम.फिल.ला शिकवलय. आज २० वर्षे झाली. अजूनही दभि मनात ताजे आहेत. त्यांचे एकेका शब्दाचा स्पष्टपणे विद्यार्थ्यांच्या फक्त कानापर्यंतच नाही तर मनापर्यंत जाईल असा उच्चार करून हळूवार आवाजात शिकवणं अजूनही आठवतं. होय, अगदी हळूवार आवाजात! कारण यामुळेच आम्हा विद्यार्थ्यांना त्यांचा एक एक शब्द पकडून मनात साठवून ठेवता आला, जपता आला. त्यांच्या काळजातून निघालेला प्रत्येकशब्द कान व मन एकवटून ऐकत राहणे ही एक सुंदर अनुभूती होती.

आज मी विद्यार्थ्यांना शिकवताना दभिंसारख्या आदर्श गुरूंची 'स्टाईल' माझ्याही शिकवण्यात कशी येईल याचा प्रयत्न करीत असते. कालच विद्यार्थ्यांना जगण्याचा, जीवनाचा आस्वाद घेत कसं जगावं याविषयी सांगत होते. छोट्या छोट्या गोष्टींमध्ये आपल्याला आनंद कसा शोधता येतो याविषयी बोलणं चालू होतं आणि एकदम दभि आठवले.

''बागेत एखाद्या फुलझाडाला पहिलं, फुल फुललेलं दिसल्यावर मी त्याचं लहान बाळाचं घ्यावं तसं चुंबन घेतो'' हे त्यांचं वाक्य आठवलं. विद्यार्थ्यांना हे सांगितल्यावर त्यांच्या चेहऱ्यावरील एक आगळीवेगळी अनुभूती न्याहाळण्याचा आनंद मला घेता आला.

साध्या साध्या गोष्टीत आनंद वेचण्याची दभिंची ही सकारात्मक दृष्टी जगण्याला बळ देऊन जाते.

जीवनातला प्रत्येक क्षण उपभोगण्यापेक्षा प्रत्येक क्षणात जीवन कसे जगावे हे तत्त्वज्ञान दभिंनी आम्हाला शिकवलं. ते कसं विसरता येणार? दभिंचा प्रत्येक शब्द त्यांच्या अंत:करणातून निघत असल्यामुळे तो विद्यार्थ्यांच्या अंत:करणाला भिडायचा. ज्ञानेश्वरांच्या शब्दात 'ये हृदयीचे ते हृदयी घालणे' असा तो हृद्य संवाद असायचा.

आतापर्यंत मिळालेल्या आयुष्याविषयी ते म्हणतात, ''मी तृप्त आहे. मला सर्वांनी भरभरून प्रेम दिलं. मी जे काय मागितलं त्यापेक्षा कितीतरी अधिक मला मिळालंय'' (पस्तुरी)

हा दभिंचा आशावाद आपल्याही जीवनात आशा फुलवून जातो.

कुठलाही विषय असो, मर्ढेकरांचं सौंदर्यशास्त्र असो की भाषाशास्त्र असो, जी.ए.कुलकर्णींवर बोलणं असो की कवी ग्रेसांवर. दभि अगदी भरभरून बोलणार. सुरेश भटांच्या गझलांवर दभिंनी चढवलेला साज बघितला की 'वा! क्या बात है' हे शब्द ओठांवर आल्याशिवाय राहात नाही.

त्यादिवशी फोनवर दभि बोलताना म्हणाले, 'नागपूर सोडून जाताना तुम्हाला काही हूरहूर वाटते का असा प्रश्न मला वार्ताहरानं विचारला. मी त्याला म्हटलं, 'अरे बाबा माझं वय आता ७२ वर्षांचं आहे. माझ्या मनाची तर आता हे जग सोडून जाण्याचीही तयारी झालीय. तेव्हा नागपूर सोडून जाण्यात कसली आलीय हूरहूर.'

इकडे माझ्या डोळ्यातील अश्रुंचा बांध फुटला होता. सर, आम्हा विद्यार्थ्यांच्या मनात तुम्ही जे ठाण मांडलय तिथून मात्र तुम्हाला जाता येणार नाही.

दभिंना इतक्यातच मी माझे काही ललित लेख कुरिअरने वाचायला पाठवले होते. अगदी थोड्याच दिवसात माझ्या लेखांचे जाडजूड कुरिअर मला परत मिळाले पण ते सर्व लेख मोठ्या फॉन्टमध्ये कसे काय झालेत याचे मला आश्चर्य वाटले. दभिंना विचारले असता त्यांचे उत्तर ऐकून खरंच मी गद्‌गद्‌ झाले. त्यांनी ते माझे छोट्या फॉन्टमधील लेख नीट वाचता यावेत म्हणून आधी मोठ्या फॉन्टमध्ये केलेत, काळजीपूर्वक वाचलेत आणि लगेच पत्र लिहून शाबासकीची थापसुद्धा दिली. त्या लेखांचे पुस्तक प्रकाशित करण्याबद्दलचे त्यांचे सुंदर पत्र मला फार प्रेरणा देऊन गेले.

दभिंची शिस्त आणि कुठलेही काम वेळच्या वेळी पूर्ण करण्याची हातोटी या वयातही कायम होती तर! या आपलेपणाने कुणाला भारवल्यागत होणार नाही?

माझ्या पीएच.डी.च्या मौखिक परीक्षेच्या वेळी दभिंनी मला जे मार्गदर्शन केले ते तर मी कधीच विसरणार नाही. अशा मार्गदर्शनामुळेच दभिंचे विद्यार्थी यश मिळवताहेत व पुढे जात आहेत ही दभिंसारख्या गुरूंना अभिमानाचीच बाब होय.

एम.फिलला असताना दभिंचा स्मितहास्याने होणारा आमच्या वर्गातील प्रवेश कायमचा लक्षात राहणारा आहे. त्यांच्या चेहऱ्यावरील स्मितहास्य आम्हा विद्यार्थ्यांमध्ये चैतन्य निर्माण करायचे. सर्व विद्यार्थी डोळ्यांत आणि कानात प्राण आणून दभि आज काय शिकवणार यासाठी उत्सुक झालेले असत. दूरदर्शनवर आपण एखादी मालिका बघत असताना जसे प्रथम कालचे पूर्वसूत्र बघतो आणि नंतर आजची मालिका बघायला उत्सुक होतो तसे दभि काल शिकवलेल्या प्रकरणाचा सारांश आधी उलगडायचे व नंतर पुढील शिकवणे सुरू करायचे. दभिंचा प्रत्येक शब्द हृदयात झिरपायचा आणि त्या अमृतानुभवात विद्यार्थी न्हाऊन निघायचे. तासाची वेळ केव्हा संपली हे लक्षातच यायचे नाही. सूर्य रोज उगवतो पण रोज नवा भासतो तसे दभिंचे शिकवणे रोज नवे असायचे.

अध्यापनाची अशी आदर्श शैली दभिं.मुळेच आम्हाला अवगत करता आली. रवींद्रनाथांची एक कविता आठवते. तिचा सारांश असा :

'सूर्य अस्ताला जाताना विचारतोय माझ्यानंतर हे प्रकाशाचं व्रत कोण घेणार? मोठमोठे चंद्र, तारे, झगझगीत प्रकाशाचे दिवे? कुणीच तयार होत नाही शेवटी एक मिणमिणती पणती पुढे येते आणि म्हणते ''भगवन् मी प्रकाशाचं व्रत स्वीकारणार आणि माझ्याच्याने जेवढा अंधार दूर सारता येईल तेवढा अंधार मी दूर सारणार.''

दभिंच ज्ञानाचं व्रत स्वीकारणारी पणती आम्हाला होता येईल का? हा विचार एवढ्यात उगाचच अस्वस्थ करतो. ते काहीही असो पण एका विचारवंताचे विचार याठिकाणी आठवतात. तो म्हणतो, ''कनिष्ठ प्रतीचा शिक्षक केवळ कथन करतो. चांगला शिक्षक स्पष्टीकरण करतो. उत्तम शिक्षक दिग्दर्शन करतो. तर असामान्य शिक्षक प्रेरणा देत असतो.

सतत प्रेरणा देणारे दभिंसारखे असामान्य दर्जाचे शिक्षक आम्हाला मिळाले हे आमचे केवढे भाग्यच!

विद्वत्ता व वक्तृत्व यांचा सुरेख संगम त्यांच्या व्यक्तिमत्त्वात झाला आहे. ज्ञानाने संपन्न अनेक असतात, पण आपल्याजवळील ज्ञान दुसऱ्यापर्यंत पोहोचवण्याची हातोटी किती लोकांजवळ असते?

खलिल जिब्रान एके ठिकाणी म्हणतो,

“शिक्षकाने विद्यार्थ्यांना नसते करायची आज्ञा स्वत:च्या ज्ञानमंदिरात प्रवेश करण्याची, न्यायचे असते विद्यार्थ्यांना त्यांच्या मनाच्या उंबरठ्याशी, शिक्षक देऊ शकत नाही विद्यार्थ्याला स्वत:च्या नजरेचे पंख उसनवार अध्यापनाद्वारे.”

खलिल जिब्रानला अपेक्षित असलेला शिक्षक दभिंमध्ये आम्हाला भेटला.

फोनवरील संवादात त्यांच्यामधील विनोदी वृत्तीचा प्रत्यय येतो. त्यांच्या हसण्यामुळे आणि बोलण्यामुळे मनाला प्रसन्नता येते.

कालपरवाचीच फोनवरची गंमत, दभिंशी बोलता बोलता माझे गाईड, निवृत्त प्राचार्य रमेश अंधारेसरांचा विषय निघाला. माझ्या प्रकाशनाच्या वाटेवरील पुस्तकाला अंधारे सरांची प्रस्तावना घेते असे दभिंना सांगताच, “जरूर घे. माझा विद्यार्थीच आहे तो. छान लिहितो. फार गुणी मुलगा आहे तो!” असे दभि म्हणताच मला हसू फुटले. मी मनात म्हणाले, ‘वा दभि.! वय वर्षे ६०, सिनियर सिटीझनचा मान मिळालेल्या व्यक्तीला तुम्ही ‘मुलगा’ म्हणून संबोधता आहात. तुम्ही वय वर्षे ७६ म्हणजे अजूनही तुम्ही तारुण्यातच आहात की!’

झाले, मला लेखाचे शीर्षक सुचले. ‘यौवनाचं झाड!’

भ्रमणध्वनी :९८८१६६९३४५

दभि आणि रजनी

मीरा सहस्रबुद्धे

दभि माझे मोठे मेव्हणे, ज्ञानी, सुजाण, उमदं व्यक्तिमत्त्व. त्यांच्याविषयी माझ्यासारख्या अरे संसार संसार करणाऱ्या बाईने काही लिहायचे हे खरे तर धाडसच. पण दभिंविषयी असलेल्या आदरयुक्त प्रेमापोटी मी हे धाडस करते आहे.

दभि माझ्या चुलत बहिणीचे यजमान. आजच्या काळात नाते तसे दूरचेच. पण रजनीचे व माझे एकत्र कुटुंबात राहिल्याने खूप सख्य होते. आमच्या भावंडात मी मोठी आणि ती माझ्याहून थोडी मोठी. त्यामुळे मोठी बहीण या दृष्टीनेही आमची छान मैत्री होती. योगायोगाने माझे लग्न तिच्या आधी झाले आणि नागपूर सुटले. त्यामुळे रजनीचे शिक्षण चालू असतानाच दभिंशी असलेले प्रेम व नंतर झालेला प्रेमविवाह हे सर्व नंतर कळले. अर्थात लग्न दोन्ही घरच्यांच्या संमतीने व वडीलधाऱ्यांच्या आशीर्वादाने पद्धतशीर झाले. रजनीचे वडील नसल्याने माझे वडील 'बाबा' (वसंत नारायण गाडगीळ) यांनी पुढाकार घेऊन सर्व व्यवस्थित पार पाडले.

आमच्या बाबांना दभिंचे जावई म्हणून फार कौतुक होते. दभिंचे बोलणे, वागणे, अभ्यास आणि त्यांचा संसार याबद्दल बाबांकडूनच कळायचे होते. माझा त्यांचा प्रत्यक्ष परिचय झाला तेव्हा दभि सुवर्णपदक मिळवून एम.ए. झाले होते आणि पीएच.डी.साठी प्रबंधलेखन चालू होते. विषय होता अर्थातच महाकाव्य. एवढे सगळे ऐकल्यावर भेटीचे दडपण होते. पण अगदी मोकळ्या मनाने त्यांनी ओळख करून घेतली. कुठेही मोठेपणा दाखवला नाही. तेव्हा दडपण तर गेलेच आणि त्यांच्याबद्दल आदर व आत्मीयता वाढली.

पुढे त्यांना डॉक्टरेट मिळाल्यावर त्यांचे अभिनंदन करायला गेले होतेच. फारच कौतुक वाटत होते कारण तोपर्यंत जीवनात पहिल्याच डॉ.शी भेट झाली होती. त्यावेळी रामदासपेठेतले त्यांचे घर तसे लहानच होते. खोलीभर पुस्तकेच पुस्तके, अर्थात त्यांची नावेसुद्धा न कळण्याची माझी पात्रता. त्यामुळे एवढी पुस्तके वाचून त्यावर अभ्यास करून ग्रंथसंपदा करणे हे कसे काय करतात याचे खूप आश्चर्यमिश्रित

कौतुक वाटायचे. माझ्या समोरच एक गृहस्थ आले व त्यांनी एक ग्रंथ नेऊ का म्हणून दभिंना विचारले. त्यांनी नाही म्हटले. त्या व्यक्तीचा चेहरा उतरला व ते गेले. तेव्हा मी सहज त्यांना विचारले की, ' त्यांना तुम्ही नाही म्हटल्याचे आवडले नाही तेव्हा तुम्ही असे का केलेत?' तेव्हा दभिंनी सहज भाषेत समजावले की, 'अगं द्यायला हरकत नाही पण अनुभवातून सांगतो की नेलेला ग्रंथ कोणत्या स्थितीत कधी परत येईल याचा नेम नाही आणि त्याआधी मला एखाद्या संदर्भासाठी तो ग्रंथ लागला तर माझीच पंचाईत. तेव्हा काही वेळा वाईटपणा घ्यायला लागतो. आता त्यांच्याकडूनच चार जणांना ही गोष्ट कळली म्हणजे पुन्हा कुणी असे मागणार नाही.' जसा त्यांच्याकडे ग्रंथसंपदासंग्रह खूप तसेच त्यांच्याकडचे व सौ. रजनीच्या माहेरचे नातेवाईक खूप. त्यांच्याकडे गेल्यावर प्रत्येकाचा, घरात जे काही असेल व जशी वेळ असेल त्याप्रमाणे पाहुणचार होणारच. जेवायची वेळ असली तरी त्यांच्याबरोबर जेवणाचा आग्रह व्हायचा. दभि चवीने पण जे पानात पडेल त्याचे कौतुक करीत जेवत. कारण अन्न हे पूर्णब्रह्म नं! अर्थात रजनीच्या हाताची चवही खूपच छान होती.

रजनीने संसार करीतच अभ्यास केला. नोकरीला लागली. मुलगा अभिनंदनाचा सांभाळही छान केला. या सर्वांत दभिंचा पूर्ण पाठिंबा होताच. ते काही सुचवत, पण कोणत्याच बाबतीत आग्रही नव्हते. अगदी पूर्ण स्वातंत्र्य वागण्याचे, बोलण्याचे मुलाला व बायकोला होते. म्हणूनच एकुलता एक असूनही अभि एअरफोर्समध्ये जाऊ शकला.

नातेवाईक खूप. त्यांच्याकडे गेल्यावर वेळ काढून ते प्रत्येकाची चौकशी करायचेच. पण ते आवश्यक ठिकाणीच जायचे. माझ्या मुलींच्या नागपुरात झालेल्या लग्नालासुद्धा ते आले नाहीत. तेव्हा मात्र मी त्यांना विचारलेच की असे का? त्यावर त्यांचे समर्पक उत्तर होतेच की एक तर वेळ जातो आणि इतक्या कार्यक्रमांची इतकी निमंत्रण असतात की एकांकडे गेलो की ज्याच्याकडे जाणार नाही तो नाराज होणार. तेव्हा माझा जो मार्ग आहे त्यालाच मी जास्त वेळ व महत्त्व देणार.

पण त्यांना वयस्कांबद्दल अतिशय आदर. त्यांनी आपल्या आईची सेवा स्वत:चे घरीच आईला ठेवून मनापासून केली व म्हणूनच आईचे आशीर्वाद नेहमीसाठी पाठीशी राहिले. माझ्या वडिलांना भेटायला ते येतच असत. तेव्हा बाबांचे वय होते ९२ वर्षे.

एकदा लहानसे ऑपरेशन झाल्यावर विश्रांती घ्यायला ते १५ दिवस बाबांकडे राहिले होते. त्यानंतर भेट झाल्यावर बाबांनी सांगितले की एक आदर्श पेशंट कसा असतो ते मला कळले. कारण वक्तशीर तर ते होतेच; तेव्हा शारीरिक दु:ख सहन करून डॉक्टरांच्या म्हणण्याप्रमाणे तंतोतंत वागणे हे दभिच करू जाणेत.

त्यांचा विद्यार्थीवर्ग जसा मोठा व त्यांच्यावर श्रद्धा ठेवून प्रेम करणारा तशीच अनेक विद्वान मंडळी त्यांच्या संपर्कात येत की ज्यांची नावे फक्त आम्हाला माहीत

आहेत. त्यात श्रीकांत जिचकार, प्राचार्य शेवाळकर, मंगेशकर कुटुंबीय आणि तसेच अनेक.

विदर्भ साहित्य संघाचा पहिला डी.लिट. साहित्यवाचस्पती पुरस्कार त्यांना मिळाला याचा आम्हा सर्वांनाच खूप आनंद झाला होता. पण त्यानंतर त्यांना अनेक पुरस्कार मिळाले. सन्मान झाले याचाही आनंद आहेच. यात सतत भर पडत राहील याची खात्री आहे व इच्छा पण आहे. अर्थात हे सर्व आम्हाला पेपरमधून, दूरदर्शनवरून कळते. आणि तसे कळल्यावर फोन करून अभिनंदन करायचे एवढेच. कारण आता ते पुण्यात गेलेत ना!

दोन वर्षांपूर्वी मी पुण्याला त्यांच्या घरी गेले होते. सौ. रजनीची तब्बेत हळूहळू ढासळत होती. दभिंच्या उलट ती डॉक्टरांचे सांगण्याचे बाबत होती. कारण खाण्यापिण्यात खूप आवडीनिवडी होत्या. एक दिवस राहून मला पुण्यात पोहोचायचे होते, कारण डीएसके विश्व पुण्यापासून दूरच आहे. ते दोघेही मला पोहोचवायला निघाल्यावर रजनी म्हणाली की, 'आधी आम्हाला कुठेतरी फिरायला न्या. एवढी लहान बहीण आली आहे तर' यावर दभिंनी आम्हाला खडकवासला धरणावर नेले. भेळपुरी, बटाटेवडे, पाणीपुरी, नारळपाणी असे साग्रसंगीत करून पुण्याला सोडले. दभि ७३, रजनी ६८, मी ६६ वर्षांचे पण रजनीची हौस नं! मग ती पुरवायचीच.

देवधर्माचं अवडंबर त्यांनी कधी केलं नाही पण रजनीने एखादा धार्मिक कार्यक्रम ठरवला की दभिंची ना नसायची. त्यांची एकसष्टी, अभिनंदनची मुंज, लग्न रजनीने यथासांग थाटात केले. दभि सगळ्यात मनापासून सहभागी झाले.

त्यांच्याकडून रजनीला पूर्ण स्वातंत्र्य व पाठिंबा असल्यानेच रजनी कुणाकडची लग्न, कुणाची दुखणी यात मनापासून मदत करायची. थोडेफार घराकडे दुर्लक्ष व्हायचे, पण दभिंची कुरकूर नसायची.

दभि नागपूर सोडून पुण्याला गेले. भेटी विरळ झाल्या. दभिंचा ७५ वा वाढदिवस पुणेकरांनी साजरा केला. आम्ही फोन करून अभिष्टचिंतन केले. आता तर काय अखिल भारतीय मराठी साहित्यसंमेलनाचे अध्यक्षपद त्यांना मिळाले आहे. नेहा व अभिनंदन साथीला आहेत पण ५० वर्ष साथ देणारी शिवरंजनी त्यांच्याबरोबर नाही. तिचा आनंद गगनात मावला नसता. तिचे निधन १/११/२००९ वैकुंठचतुर्दशी रोजी झाले. देवाची इच्छा म्हणायची!

त्यांची उत्तरोत्तर प्रगती होवो. त्यांना अनेक सन्मान लाभोत हीच इच्छा व्यक्त करते. ही एका अज्ञानी व्यक्तीची ज्ञानी व्यक्तीला मानवंदना आहे.

दूरध्वनी : ०७१२-२४२९७९२

जीवनगौरव

संध्या अमृते

पद्मगंधा प्रतिष्ठान नागपूरतर्फे दिल्या जाणारा सन्माननीय नलिनी बाळकृष्ण देवपुजारी जीवनगौरव पुरस्कार यावर्षी ८३ व्या अखिल भारतीय साहित्यसंमेलनाचे अध्यक्ष, प्रथितयश ज्येष्ठ समीक्षक गुरुवर्य डॉ. द. भि. कुलकर्णी यांना प्रदान करण्यात आला. या आनंदमय सोहळ्याची मी एक साक्षीदार होते आणि दभिंच्या संदर्भात वक्ता म्हणून बोलण्याचे अहोभाग्यही मला लाभले हाही माझ्यासाठी अतिशय आनंदाचा क्षण होता.

पद्मगंधा प्रतिष्ठानतर्फे नलिनी बाळकृष्ण देवपुजारी जीवनगौरव पुरस्कार देण्याची परंपरा जवळजवळ आठ वर्षांपासून सातत्याने सुरू आहे. याआधी हा पुरस्कार अनेक स्तरातील सन्माननीय व्यक्तींना प्रदान करण्यात आला आहे. जागतिक कीर्तीचे खगोलशास्त्रज्ञ, पद्मविभूषण डॉ. जयंत नारळीकर, जागतिक कीर्तीचे भारतीय वैज्ञानिक पद्मविभूषण डॉ. रघुनाथ माशेलकर, पद्मविभूषण कै. बाबा आमटे, शिवशाहिर श्री. बाबासाहेब पुरंदरे, वक्ता दशसहस्रेशु प्राचार्य राम शेवाळकर, काश्मीर ब्रिगेडीअर जनरल डॉ. शेकटकर, श्री. अनंत लाभशेटवार या मान्यवरांना हा पुरस्कार प्राप्त झाला. याच कडीतील एक महनीय नाव म्हणजे डॉ. द. भि. कुलकर्णी.

हा समारोह पद्मगंधा प्रतिष्ठानने अतिशय देखणा असा आयोजित केला होता. देवपुजारी जीवनगौरवपुरस्कारासोबतच सौ. मोहना मार्डीकर पुरस्कृत स्व. सुधा डोंगरे स्त्रीशक्ती पुरस्कार संत वाङ्मयाच्या अभ्यासक व ज्येष्ठ समीक्षक डॉ. उषाताई देशमुख यांना प्रदान करण्यात आला. हा सोहळा मोठ्या दिमाखात ५ नोव्हेंबर २०११ ला संध्याकाळी ५ वाजता नागपूर येथे लक्ष्मीनगर सायंटिफिक सभागृहात संपन्न झाला. शाल, श्रीफळ, रोख, मानपत्र आणि मानचिन्ह असे या पुरस्काराचे स्वरूप होते. कार्यक्रमाच्या अध्यक्षस्थानी कविकुलगुरू कालिदास संस्कृत विद्यापीठाचे कुलगुरू डॉ. पंकज चांदे तर प्रमुख पाहुणे म्हणून सांस्कृतिक कार्यमंत्री माननीय श्री. संजय देवतळे उपस्थित होते. कार्यक्रमाचे उद्घाटन ज्येष्ठ समीक्षक डॉ. वि.स.जोग यांच्या

हस्ते झाले. डॉ. जुल्फी शेख, डॉ. संध्या अमृते वक्त्या म्हणून, पद्मगंधाच्या अध्यक्षा सौ. शुभांगी भडभडे याही व्यासपीठावर उपस्थित होत्या. सभागृहात डॉ. दभि.कुलकर्णी व डॉ. उषाताई देशमुख यांच्यावर मनापासून प्रेम करणारे सुहृद, रसिक श्रोते उपस्थित होते.

दोन्हीही सत्कारमूर्तींना व्यासपीठावर समोर उभे करून, एका बाजूला शारदा व दुसऱ्या बाजूला सरस्वतीरूपातील मुलींना उभे करून सतत पुष्पवृष्टी करण्यात आली. त्यावेळी म्हटल्या गेलेल्या संस्कृतमधील शांतिपाठाच्या मंत्रोच्चाराने सभागृहाची वास्तूही रसिकांएवढीच मोहरून गेली. ही फक्त पुष्पवृष्टी नव्हती, तो एक संस्कारविधी होता. पद्मगंधाच्या या संस्कारविधीने सर्व श्रोते भारावून गेले. नभातून गंधर्वच पुष्पवृष्टी करताहेत असे वाटत होते. सर्व आसमंत मंत्रोच्चाराने व पुष्पसुगंधाने पवित्र व मंगलमय झाला. त्यानंतर शाल, श्रीफळ, पुष्पगुच्छ, मानचिन्ह व मानपत्र देऊन डॉ. द.भि.कुलकर्णी व डॉ. उषाताई देशमुख यांचा सत्कार करण्यात आला. मानपत्राचे वाचनही सुरेलतेने झाले. या सर्व सोहळ्याच्या आयोजनात पद्मगंधा प्रतिष्ठानच्या अध्यक्षा सौ. शुभांगी भडभडे, उपाध्यक्षा सौ. विजया ब्राह्मणकर आणि सचिव वीणा कुलकर्णी यांचा सिंहाचा वाटा होता.

त्यादिवशी दभिंचे भाषणही खूपच प्रभावी झाले. शारदा आणि सरस्वती या दोन देवीरूपांचा विचार करताना शारदा कलेची व सरस्वती विद्येची देवता आहे का? असा प्रश्न त्यांनी उपस्थित केला. दोन देवतांची ही दोन भिन्न रूपे अभिन्नच आहेत का? हा मूलभूत प्रश्नही त्यांनी मांडला. कलात्मक सृजनाचा विचार मांडताना संगीत, चित्रकला व साहित्य-निर्मिती करताना कलावंत कसा सामान्यांपेक्षा वेगळा असतो यावर प्रकाश टाकून त्या संवादकला कशा आहेत याचे मार्मिक विश्लेषण त्यांनी केले. मानवी जीवनातील व्यामिश्र व गुंतागुंतीच्या परस्परसंबंधातील सूक्ष्म ताणा-बाणाचा, प्रेमाचा, अतूट बंधनांचा विचार साहित्य करते. मानवी जीवनाचा सूक्ष्मतर पोतच साहित्य उलगडत जाते. साहित्य कलात्मक आनंद देते, पण ते सामाजिक क्रांती करू शकत नाही. तरीही समाजाला स्वातंत्र्याची गरज आहे हे मात्र अभिव्यक्त करू शकते. यासाठी समाज साहित्याभिमुख असावा लागतो. मात्र मराठी समाज साहित्याभिमुख नाही असेही प्रतिपादन त्यावेळी दभिंनी केले. साहित्य आणि जीवन यांचा संबंध प्रस्थापित करताना साहित्याच्या कलात्मक अनन्यतेलाही त्यांनी स्पर्श केला. सरांचे भाषण ऐकताना श्रोते मंत्रमुग्ध झाले होते.

'आनंदाचे डोही आनंद तरंग
आनंदची अंग आनंदाचे' असे या अनुपम सोहळ्याचे वर्णन करावे लागेल,

'आषाढस्य प्रथम दिवसे' सारखे अनेक आठवणींनी मन भरून आले. संवेदनांची तीव्रता जशी वाढली तशी भावनांचीही.

दभि.कुलकर्णीसर हे फक्त महाराष्ट्राचे एक ज्येष्ठ व श्रेष्ठ समीक्षक नाहीत तर दभि हा एक संप्रदाय आहे.

'मै तो अकेलाही निकला था अपनी मंजिल की ओर

लोग मिलते गए कारवाँ बनता गया।

हा कारवाँ, हा संप्रदाय आपल्यासारख्या साहित्यप्रेमी, आस्वादक अनुयायांचा त्यांनी निर्माण केला. आपल्याबरोबरच कलात्मक जाणिवांची सत्त्वशील साहित्यिकांची नवी पिढी निर्माण व्हावी ही त्यांची जाणीव मराठी साहित्याला समीक्षेचे वरदान देणारी ठरली. त्यांचे विद्यार्थी आज अनेक क्षेत्रांत सक्षमतेने अध्ययन-अध्यापनाबरोबरच सामाजिक, सांस्कृतिक व साहित्यिक कार्य करताना दिसतात. सरांनी त्यांच्यात रुजवलेल्या जीवनजाणिवांचे व कलात्मकत जाणिवांचेच ते फळ आहे.

'महाकाव्याच्या' स्वरूपाचा काव्यमय आस्वाद घेताना रशियन लँग्वेजचा अभ्यास आत्मसात करून 'पहिली परंपरा व दुसऱ्या परंपरेचा' वेध घेत 'तिसऱ्यांदा रणांगणाचा' शोध घेत, 'द्विदलाचं युगास्त्र' शोधत 'ज्ञानेश्वरांचा श्रोतृसंवाद' साधत, 'प्रतीतिविश्रांत' होत,'पार्थिवतेच्या उदयास्ताचा' शोध घेत नाट्यवेधातून नाट्यजाणिवांना उजागर करीत, मर्ढेकरांच्या सौंदर्यशास्त्राची पुन:स्थापना करीत, हिमवंतीच्या सरोसरांवरून उड्डाण घेत, 'मेघ, मोर आणि मैथिलीत' ललित जाणिवा अभिव्यक्त करीत, 'स्फटिकगृहिचे दीप' पाजळत 'समीक्षेची चित्रलिपी' त्यांनी शोधली आणि 'अपार्थिवाचे चांदणे' सर्वत्र पसरविले. २००च्या वर त्यांचे समीक्षात्मक, संशोधनात्मक लेखही प्रकाशित झाले आहेत. म्हणूनच दभिंना अनेक पुरस्कारांनी सन्मानित करण्यात आले. महाराष्ट्र राज्याचा आदर्श शिक्षक पुरस्कार, 'साहित्य वाचस्पती' पुरस्कार, मा. दीनानाथ मंगेशकर स्मृतीप्रतिष्ठानतर्फे अखिल भारतीय गौरव पुरस्काराने त्यांना सन्मानित करण्यात आले. खरे तर काही व्यक्ती पुरस्काराने मोठ्या होत नाहीत तर काही व्यक्तींच्या व्यक्तित्वाची धार पुरस्करांनाच श्रेष्ठ करते. खरे तर ८३व्या अखिल भारतीय साहित्यसंमेलनाच्या अध्यक्षपदाचा मान त्यांना देऊन समीक्षकाचा गौरवच करण्यात आला. एका समीक्षकाला हे अध्यक्षपद मिळणे हा ऐतिहासिक क्षणच मानायला हवा.

दभिंचे व्यक्तिमत्त्व हे त्रिदलीय आहे. साहित्यिक व समीक्षक दभि, मार्गदर्शक व गुरुवर्य दभि आणि आस्वादक, रसिक दभि. दभिंच्या व्यक्तिमत्त्वाच्या केंद्रस्थानीच अध्ययन-अध्यापन आहे. ते जन्मजात अध्यापक जसे आहेत तसे ते सौंदर्यवादी कलात्मक समीक्षक आहेत. सृजनात्मक समीक्षक हा कलावंतही कसा असतो याचे

उत्तम उदाहरण म्हणजे दभि. कोणत्याही कलाकृतीचा अभ्यास कसा करावा? कलाकृतीच्या मूल बीजापर्यंत वा केंद्रापर्यंत कसे पोहोचायचे? याचे मार्गदर्शन करावे ते दभिंनीच.

रसिकांना सृजनात्मक आस्वादाची विलक्षणता पटवून देणाऱ्या दभिंची ज्ञानात्मक प्रक्रिया एखाद्या रुक्ष, तार्किक अभ्यासकाची नाही तर संवेदनशील आस्वादक कलावंताची आहे. सौंदर्याचा ध्यास असणाऱ्या सौंदर्यपूजकाची आहे. तत्त्वसिद्धांताला रसिकतेचा डोळा त्यांनी दिला आहे. ज्ञानेश्वर, तुकाराम, मुक्तिबोध, जीए, मर्ढेकर, विश्राम बेडेकरांचे 'रणांगण' अशा अनेक साहित्यिकांच्या साहित्याची समीक्षा दभिंनी केली. प्रखर बुद्धिवादी वैचारिक अधिष्ठानाच्या निकोपपणाला त्यांनी सर्जनाचे परिमाण दिले.

दभिंच्या वाङ्मयीन समीक्षेच्या परिसस्पर्शाचे सामर्थ्य एवढे असते की उपेक्षित विषयांनाही ते प्रस्थापित करू शकतात. समीक्षणात्मक लेखणीची गतिमानता. बीजतत्त्वाचे दृश्य रूप-यातून अनेक अंगाने ते कलाकृतीतील मूल्यप्रवाहाचा स्रोत आपल्यापर्यंत पोहोचवतात. जुन्या-नव्या असो किंवा संतसाहित्य असो की मध्ययुगीन असो, आधुनिक असो किंवा अत्याधुनिक असो - हे वाचताना रसिकांच्या मनात जे प्रश्न निर्माण होतात त्यासर्वांची खात्रीने समाधानकारक उत्तरे, दभि आपल्या समीक्षेतून देतात.

एक वाङ्मयीन संप्रदाय अतिशय सामर्थ्याने त्यांनी निर्माण केला कारण वाङ्मयावर त्यांची निष्ठा व श्रद्धा आहे. वाङ्मयाच्या अभ्यासातून सामाजिक, राजकीय, सांस्कृतिक अभिसरण होऊ शकेल, भारतीय परंपरा जपत कालसापेक्ष नवताही निर्माण होऊ शकेल. एक परिवर्तनशील, प्रकाशमय, चैतन्ययुक्त नवी संस्कृती, नवी मानसिकता आणि सर्वसमावेशक दृष्टी निर्माण होऊ शकेल असे त्यांना वाटते. म्हणूनच त्यांचे अध्यापन स्थितीशील नाही तर ते गतिशील आहे.

गुरुवर्य दभिंचा संप्रदाय हा जसा वाङ्मयीन आहे तसा तो संस्कारशीलही आहे. तो त्यांच्या शिष्यांच्या अध्ययनातून एखाद्या वटवृक्षासारखा फुलला आहे. सरांच्या वाङ्मयीन वटवृक्षाचा शाखोपशाखांनी व अनेक पारंब्यांनी होणारा विस्तार म्हणजे त्यांचे संशोधक विद्यार्थी आहेत. हिरेपारख्याने उत्तम हिरे पारखून घ्यावे तसे ते विद्यार्थी पारखून घेतात.

समीक्षक दभि स्वान्त:सुखाय कलाकृतीतील प्रत्यक्षाचा आस्वाद घेतात तर मार्गदर्शक दभि आपल्या अधिछात्रांचा हात हातात घेत, आत्मसंवाद साधत कलाकृतीचा आस्वाद घेतात. वाङ्मयीन कलाकृतीच्या जांभळ्या डोहाच्या पृष्ठस्तरावरून अवगाहन करीत त्याच्या अंतरंगाचा वेध घेण्याची दृष्टी त्यांच्या सहवासात अधिछात्रांना मिळते.

खरे तर डोळे विद्यार्थ्यांचे असतात पण दृष्टी सरांची असते.

त्यांची स्वत:ची अशी खास जीवनदृष्टी जशी आहे तशी साहित्यदृष्टीही आहे. अविरत अभ्यास, ध्यास, चिंतन, मनन यातून ती निर्माण झाली आहे. लेखक वाचक संदर्भात ते म्हणतात, ''खरा वाचक ग्रंथाकडून जेवढे घेत असतो तेवढेच तो ग्रंथाला देतही असतो- त्याला मग ते इतरांनाही द्यावेसे वाटते. खरा लेखक प्रसिद्धी, पैसा, महत्त्वाकांक्षा यासाठी लिहित नसतो, तसा खरा वाचकही फॅशन, उधारी, व्यवसाय म्हणून वाचत नसतो. हे दोघेही आत्मसमृद्धीसाठी वाचत असतात. हे दोघेही आत्मसमृद्धीसाठी लिहित असतात. खरा लेखक तो जो उत्तम वाचकही असतो. खरा वाचक तो जो उत्तम लेखकही होऊ शकतो. वाचताना होतोच. लेखक वाचक हा द्वंद्वसमास नाही. ते शिवशक्तीचे युग्म आहे. एकाशिवाय दुजा अधुरा आहे. (स्फटिकगृहीचे दीप - दभि. कुलकर्णी)

लौकिकात अलौकिकाचे सौंदर्य शोधणारे दभि नवलौकिकतावादालाही आपल्या समीक्षेतून उजाळा देतात. एका बाजूला तटस्थ दभि तर दुसऱ्या बाजूला आस्वादक, काव्यात्म दभि - अशी दोन अक्षांवर त्यांची साहित्यसमीक्षा तोलली गेली आहे.

'मेरसोलचा सूर्य' या कवितासंग्रहाचे निर्माते दभि स्वत:ला नि:संग म्हणवतात पण ते तसे नाहीत. आपल्या आप्तस्वकीयांवर, आपल्या संशोधक विद्यार्थ्यांवर प्रेम करणारे ते आहेत. ललिता आणि स.त्र्यं.कुल्लींसारख्या विद्यार्थ्यांचे अचानक जग सोडून जाण्याने शोकाकुल झालेले दभि, आपल्या विद्यार्थ्यांना प्रगतिपथावर पाहून हर्षाने उन्नत होणारे दभि, वत्सल भावाने सर्वांवर प्रेमाचा वर्षाव करणारे दभि आणि आपल्या जवळ जे ज्ञानधन आहे ते भरभरून इतरांना देणारे दभि नि:संग कसे असतील? ती त्यांची नि:संगता नाही तर तो त्यांचा साक्षीभाव आहे. मानवी स्नेहपरतेची एक अदम्य, अक्षय ऊर्जा त्यांच्या मन:पिंडात खोलवर रुजलेली आहे. या 'स्नेहज्योतीची ओवाळणीच' ते आपल्या विद्यार्थ्यांना देतात आणि त्यांच्या मनोगाभाऱ्यातील प्रभेला माणुसकीचे प्रकाशमान क्षितिज देतात.

लेखक, समीक्षक म्हणून दभि श्रेष्ठ आहेतच पण त्यांचे सारे थोरपण त्यांच्या नि:स्पृह वागण्या-बोलण्याला आहे. आपल्याजवळ असणारे सारे सारे ज्ञानधन, अनुभवधन ते दोन्ही हातांनी आपल्या विद्यार्थ्यांना देतात. सर म्हणजे चालते-बोलते कल्पवृक्ष आहेत. आपल्या सर्व विद्यार्थ्यांच्या ज्ञानात्मक इच्छा परिपूर्ण करणारे आहेत. ज्योतीने ज्योत प्रदीप्त करावी तसे ते ज्ञानदीप प्रदीप्त करणारे आहेत. हा ज्ञानाचा, आत्मज्ञानाचा यज्ञ सरांनी मांडलाय; अविरतपणे व सातत्याने तो चाललाय; तुमच्या माझ्यातून तो स्रवतोय. तेच अक्षय धन, ज्ञानधन, न संपणारे अव्याहत, असीमतेने

वाहणारे, प्रकाशमान करणारे, श्रीमंत करणारे, लावण्य वाढविणारे आणि अवयविचे सौंदर्यही द्विगुणित करणारे आहे. 'अंतरिचा ज्ञानदीप मालवू नको रे' हीच त्या सर्वेश्वराला प्रार्थना, सरांचा ज्ञानकोश, साहित्यकोश असेच अक्षय राहोत. सातत्याने हा ज्ञानयज्ञ होत राहो आणि आमच्याही अंतरज्योतींना वन्हीरूपता मिळत राहो - असे मनापासून वाटते. हा सरांचा अंतरसंवाद असाच अविरत असू दे. त्यातून ज्ञानात्मक साधना निर्माण होऊ दे. ज्ञानदेवांच्या शब्दात सांगायचे तर

''हे शब्दाविण संवादिजे।
इंद्रिया नेणिता भोगिजे।
बोला आधी झोंबिजे।
प्रमेयाशी।।

अमूर्ताला मूर्त करून अलवार तरलतेने साहित्यसंवाद साधणाऱ्या व समीक्षक मार्गदर्शक, अध्यापक, अभ्यासक, वक्ता, कवी, ललितलेखक व आस्वादक अशा अष्टपैलू व्यक्तित्वाचे धनी असणाऱ्या दभिंचा देवपुजारी जीवनगौरव पुरस्काराने नागपूरच्या पद्मगंधा प्रतिष्ठानने जो सन्मान केला त्यामुळे त्या पुरस्कारलाही श्रेष्ठत्व प्राप्त झालंय यात शंकाच नाही. देवपुजारी जीवनगौरव पुरस्काराने सन्मानित झालेल्या सरांचं मी मन:पूर्वक अभिनंदन करते.

भ्रमणध्वनी : ९९२३१४४६५४

संवाद

मिलिंद जोशी

नुकतीच 'अपार्थिवाचा यात्री' ही आपली आत्मकथा प्रसिद्ध झाली आहे. एखाद्या संमेलनाध्यक्षाने आपला कार्यकाल पूर्ण होण्यापूर्वी आपली आत्मकथा प्रकाशित करणे ही देखील वाङ्मयाच्या इतिहासातील अभूतपूर्व अशी घटना आहे. एक गोष्ट तितकीच महत्त्वाची आहे. आत्मकथा हा प्रकार वाचकांनाही आवडतो, जास्त आवडतो. या संदर्भातले आपले मत काय आहे?

आपण दुसऱ्याचे आत्मचरित्र वाचत असताना स्वत:चे 'आत्मचरित्र' जगत असतो. एकाच वेळी आपण दोन आत्मचरित्रे वाचत असतो. ही एक अनन्य अनुभूती असते. ती ना चरित्रवाचनात येते, ना ललितवाचनात येते. चरित्रवाचन आपण अंतर राखून करतो, ललितवाचन आपण 'स्व'चे विसर्जन करून करतो. एक आत्मचरित्र वाचन असे असते की तिथे नाग-नागिणीची जोडी एकमेकांना विळखा घालून शेपटीवर उभी असते.

आत्मचरित्रवाचन हा युग्मप्रत्यय असतो. आत्मचरित्रकाराच्या जीवनाशी आपण सतत आपले जीवन पडताळून पाहात असतो. आत्मचरित्राचा खरेपणा तपासण्याचा आपल्यापाशी हा एकमेव आधार असतो. आत्मचरित्रवाचन हा वाचकाचा आत्मशोध असतो. 'स्वे'तर शोध हा त्याचा केवळ आरंभबिंदू असतो. आत्मचरित्रकाराकडून आपली अपेक्षा अशी नसते की त्याने आपले अख्खे आयुष्य 'इतिहास' म्हणून मांडावे, पुरावे द्यावे, सगळे खरे खरे सांगावे. आपला मन:पिंड आणि आयुष्यपिंड शोधावा, आपले आयुष्य त्या पिंडधर्माशी सुसंगत घडले की विसंगत त्यांची कारणे सांगावीत, बस्स! एवढीच आपली अपेक्षा असते. मग ते आत्मचरित्र नटीचे असो व योग्याचे.

आपण 'अपार्थिवाचा यात्री' असे शीर्षक आत्मकथेला दिले त्याविषयी–

मी कधीच पार्थिवाचा प्रवासी नव्हतो. मी जन्माच्या आधीपासून अपार्थिवाचा यात्री होतो. हा पार्थिव प्रवास एक दिवस संपेल, पण ही अपार्थिवाची यात्रा अनंत काळ सुरू राहील. मला मुक्ती नको आहे, म्हणूनच हे शीर्षक मला योग्य वाटते.

आपण मूलत: कविप्रकृतीचे. सुरुवातीच्या काळात आपण कथालेखनही केले. आपण समीक्षक कसे झालात?

१९५७-५८ साली मी मुंबईला होतो. सत्यकथा, छंदच्या कार्यालयात जात होतो. साहित्यक्षेत्रात काही विचित्र घटना घडल्या होत्या. मर्ढेकर, पु.शि.रेगे, मुक्तिबोध यांना पुजणारे हातच आता पाडगावकर, बापट, करंदीकर यांना मुजरा करीत होते. कालचे निष्ठावंतच आज स्वत:च्या अभिरुचीशी प्रतारणा करीत होते. क्षणमात्र मी गांगरलो, चिडलो, स्तंभित झालो.

निर्मितीची प्रेरणा सौंदर्यदर्शनात नसते. सौंदर्यदर्शनातून निर्मिती नाही, आस्वादानंद निर्माण होतो. ओठावर आली पूजा, स्वप्नसाक्षात्कार, रहस्य, गाळ आणि फेस या कलाकृतींनी निर्मितीशी पैज घेणारा आस्वादानंद दिला होता आणि आता शब्दांचे तुरे मिरवणारी, रुद्र आशय लाडिकपणे चघळणारी, अर्थातिरेकांचे अवडंबर माजवणारी कविता उच्चासनावर बसत होती. या वाङ्मयीन प्रदूषणाने माझा अभिरुचीभंग झाला होता. वाङ्मयाच्या क्षेत्रात काहीतरी चूकभूल होते आहे असे पोटतिडकीने वाटत होते. प्रतिमासिके काढणे, चळवळ उभारणे, गय करणे हे माझ्या भावपिंडातच नव्हते. मी एकटा होतो आणि म्हणूनच भोवतीच्या त्या वाङ्मयीन प्रतारणेचे माझे क्लेश तीव्रतम होते. नवसाहित्याने घडविलेल्या माझ्या वाङ्मयाभिरुचीला तदुत्तर साहित्य व्यवहाराने प्रतिकूल धक्का दिला आणि माझा समीक्षानिर्झर खळाळून वाहू लागला. महाकाव्य आणि ज्ञानेश्वरी, तांबे आणि कुसुमाग्रज, बालकवी आणि जी.ए. अशी अनेक वळणे त्याने घेतली, पण त्यातील पाणी नवाभिरुचीचेच राहिले. मला समीक्षक व्हायचे नव्हते, मला समीक्षा लिहायची नव्हती, माझ्या अभिरुचिक्लेशाने मला समीक्षक केले. मला समीक्षा लिहायला भाग पाडले.

आज साहित्य निर्मितीचा केंद्रबिंदू पुण्या-मुंबईसारख्या शहरांपासून पुढे सरकत तो ग्रामीण आणि दुर्गम अशा आदिवासी पाड्यांपर्यंत पोहोचला आहे. अशा परिस्थितीत समीक्षेचाही परीघ विस्तारला पाहिजे असे वाटते का?

साहित्यनिर्मितीचा केंद्रबिंदू ग्रामीण, आदिवासी भागाकडे सरकतो आहे हे सत्य आहे, तेथील तरुण सकस साहित्यनिर्मिती करीत आहेत हे सत्य आहे. समीक्षेचे काम काय असते? समाजाची वाङ्मयीन अभिरुची समृद्ध करण्याचे काम समीक्षक करत असतो. आपल्याकडे कलाकृतींची रसस्थाने शोधणे, ती प्रगट करणे, कलाकृतीवर ललित लेखन करणे ही समीक्षकांची कामे गृहीत धरली जातात पण ती बरोबर नाहीत. उत्तम कलाकृतीचे सर्जन करणे आणि दुय्यम कलाकृतीचे हनन करणे हा उत्तम समीक्षकाचा गुणधर्म असला पाहिजे. समीक्षेला आव्हान देणाऱ्या कलाकृती निर्माण होताहेत का, याचाही विचार करणे जरूरीचे आहे.

जुन्या फूटपट्ट्यांनी नवे साहित्य मापू नका असे या नव्या पिढीतील लेखकांचे म्हणणे आहे. या संदर्भात आपल्याला काय वाटते?

समीक्षेचे नवे मापदंड निर्माण करणाऱ्या ताकदीच्या साहित्यकृती निर्माण होणार असतील तर मला जास्त आनंद आहे.

एकीकडे वाचनसंस्कृती क्षीण होत चालली आहे अशी ओरड होताना दिसते तर दुसरीकडे संमेलनातील पुस्तकविक्रीचे आकडे कोटीच्या घरात आहेत. या संदर्भात आपल्याला काय वाटते?

आज वाचकांच्या ज्ञानाच्या कक्षा रुंदावत चालल्या आहेत. त्यामुळे केवळ साहित्याचे वाचन करण्यापेक्षा माहितीपर अशी जी पुस्तके आहेत, ती मोठ्या आवडीने वाचली जातात. दुसरीकडे दूरचित्रवाणीची प्रभाव शक्ती वाढते आहे. आपले स्वातंत्र्य हिरावून घेण्याचे काम हे माध्यम करते. वाचनसंस्कृती वाचकाला स्वातंत्र्य देते, ती वाचकाला गुलाम करीत नाही किंवा त्याची चिंतनशक्ती नष्ट करत नाही. दृक्‌श्राव्य माध्यमांच्या वाढत्या प्रभावामुळे माणसांची कल्पनाशक्ती मारली जात आहे. वाचन संस्कृती अधिक बळकट करणे हाच त्याच्यावरचा उपाय आहे.

ग्रंथसंस्कृती महानगरातून कोमेजली आहे खरे. तिथे इंग्रजी माध्यमांचे प्राबल्य आहे. संमेलनाध्यक्ष झाल्यावर मी महाराष्ट्रभर फिरलो. हे माझे सत्कारसत्र नव्हते, सर्वेक्षणसत्र होते. कशाचे सर्वेक्षण? माझी भूमिका ग्रंथमित्राची, ग्रंथमित्रांना भेटणाऱ्यांची, त्याची वाङ्‌मयीन सुखदुःखे जाणून घेणाऱ्यांची. या सर्वेक्षणात मला कळले की मराठी भाषा, मराठी साहित्यकला, मराठी संस्कृती कोकणातल्या फणसासारखी, सोलापूरच्या ज्वारीसारखी, औरंगाबादच्या शिल्पांसारखी त्या त्या परिसरात सुरक्षित आहे. महानगरातील झोपडीत, चाळीत ती तग धरून आहे. तिथला मराठी समाज आज केवळ मराठी ग्रंथ वाचीतच नाही तर लिहितही आहे. उच्चभ्रू समाजाला अवश्य सांगा, मराठी ग्रंथ वाचा पण या सांदिकोपऱ्यातील माणसांना सांगायचे "प्रत्येक झोपडीत एक तरी ग्रंथकार निर्माण होऊ द्या" ज्ञानदेव-नामदेव यांच्या काळातही, राम जोशी, होनाजी यांच्या काळातही असेच घडले होते. आजच्या काळातही तसे घडणार आहे.

सुवर्णमहोत्सवी महाराष्ट्र हा सांस्कृतिक दहशतवादाच्या सावटाखाली वावरतो आहे असे चित्र आज महाराष्ट्रात आहे. या संदर्भात विचारवंतांनी, साहित्यिकांनी काय केले पाहिजे असे आपल्याला वाटते?

तुम्ही दहशतवादाला आततायी पद्धतीने उत्तर द्यावे आणि हुतात्मा व्हावे असे तुमच्या विरोधकांना वाटत असते. मर्ढेकरांवरही अश्लीलतेचा आरोप करण्यात आला. त्यांच्यावर खटला भरण्यात आला. आणीबाणीच्या मुद्यावरून दुर्गाबाई भागवतांनी

कडक भूमिका घेतली होती परंतु प्रत्येकाकडून अशी अपेक्षा करता येत नाही. गेल्या वर्षी आनंद यादवांच्या पुस्तकावरून झालेला वाद हा अभिव्यक्तिस्वातंत्र्याचा वाद नव्हता तर तो पावित्र्यविडंबनाचा होता. यादव वारकरी विरोधी नव्हते. तसे असते तर आणि त्यांनी ती भूमिका लावून धरली असती तर त्याला अभिव्यक्तिस्वातंत्र्याचा वाद असे म्हणता आले असते. यादव त्यांच्या लेखनामुळे एका वर्गाची भावना दुखावली होती. आपल्याकडून चूक झाल्याचे यादवांनी कबूलही केले, माफी मागीतली. त्यांना क्षमा करायला हवी होती. विचारवंतांचे, साहित्यिकांचे क्षेत्र चिंतकाचे आहे असे मी मानतो. त्यांनी पदोपदी संघर्ष केला तर त्यांच्या विचाराला बाधा येईल. दहशतवाद सर्वच क्षेत्रात आहे. त्याला आततायी उत्तर न देता विवेकाने उत्तर दिले पाहिजे. समाजातील विवेक जागा होणे हेच दहशतवादावरचे उत्तर आहे.

पुण्यात येण्यापूर्वी आपलं वास्तव्य नागपूरला होतं. पुण्यात झालेल्या साहित्यसंमेलनाचे आपण अध्यक्षपद भूषविले तेव्हा मनात नेमक्या काय भावना होत्या?

मी अतिशय आनंदी आणि समाधानी होतो. साहित्यसंमेलनाची परंपरा याच पुण्यातून सुरू झाली. महाराष्ट्र राज्याच्या निर्मितीचा सुवर्णमहोत्सव साजरा होत असताना संमेलन पुण्यात झाले. गंगेचा प्रवाह वाहत वाहत पुन्हा उगमाकडे वळावा असा सुंदर योग होता तो. प्रवाह मूळ उगमाकडे येतो तेव्हा तो अधिक पवित्र असतो असे मी मानतो, त्यामुळे जास्त आनंद झाला होता.

साहित्यसंमेलनाचा अध्यक्ष म्हणजे तीन दिवसाचा गणपती असे म्हटले जाते. आपण या टीकेकडे कशा पद्धतीने पाहाता?

साहित्यसंमेलनाचे अध्यक्षपद हे केवळ सन्मानाचे नाही तर साहित्यमीमांसेचे आहे. संमेलनाध्यक्षांकडे कोणतीही सत्ता नसते, कोणताही अधिकार नसतो, पण त्याच्या विचाराला समाजात मान असतो, अध्यक्षांचे विचार गंभीरतापूर्वक ऐकले जातात. सत्ता नसलेली वाङ्मयीन सद्सदविवेक बुद्धी म्हणजे संमेलनाध्यक्षपद. संमेलनाध्यक्षाने रस्त्यावर उतरून चळवळी करणे अपेक्षित नाही. त्या वर्षापुरते समाजाचे वैचारिक नेतृत्व करणे, साहित्याचा प्रचार आणि प्रसार करणे, साहित्याचा प्रत्येक प्रवाह समृद्ध होण्यासाठी प्रयत्न करणे हे संमेलनाध्यक्षांचे काम असले पाहिजे.

संमेलनाध्यक्षपदाच्या आपल्या कार्यकालाबाबत आपण समाधानी आहात का?

होय. मी समाधानी आहे. महाराष्ट्रातून आणि बृहन्महाराष्ट्रातून जिथून जिथून मला निमंत्रणे आली, तिथे तिथे मी गेलो. तिथली ग्रंथालये, साहित्यसंस्था, साहित्यिक,

साहित्यप्रेमी यांच्याशी संवाद साधला. त्यांच्या अडीअडचणी जाणून घेतल्या. माझा कार्यकाळ संपल्यानंतर या वर्षभरात मी काय काय काम केले या संदर्भातला लेख लिहून तो प्रसिद्ध करणार आहे. संमेलनाध्यक्ष म्हणून मला जे एक लाख रुपये मिळाले त्याचा विनियोग कोणत्या वाङ्मयीन कामासाठी केला याचा खर्च आणि हिशेबही मी जाहीर करणार आहे.

बृहन्महाराष्ट्रातील मराठी माणसे, त्यांची भाषा, संस्कृती टिकविण्या संदर्भातले प्रयत्न याबद्दल आपल्याला काय वाटते?

मराठी सारस्वताची उपासना करणारे अनेक सारस्वत बृहन्महाराष्ट्रात आहेत. मराठी साहित्यसंस्कृतीच्या सरहद्दीचे ते शिपाई आहेत. देशाच्या सरहद्दी सुरक्षित ठेवल्या तरच देश सुरक्षित राहातो. तद्वतच साहित्यसंस्कृतीच्या सीमांचे रक्षण केले तरच राज्य सुरक्षित राहाते. आपले सरहद्दीचे शिलेदार मराठी भाषेचे, मराठी साहित्याचे संगोपन करताहेत त्यांना आपण वेळोवेळी कुमक पुरवली पाहिजे. त्यांना वेळोवेळी सन्मानचक्र बहाल केले पाहिजे. साहित्याबरोबर पत्रकारिता, शिक्षण इत्यादी क्षेत्रात काम करणारी अनेक गुणवंत माणसे बृहन्महाराष्ट्रात आहेत. अशा या गुणवान प्रदेशांतील गुणवंताकडे आपण किती लक्ष देतो याचे चिंतन केले पाहिजे

आजच्या मराठी साहित्यिकांबद्दल काय वाटते?

आजचा मराठी साहित्यिक आपले प्रज्ञाबळ आणि प्रतिभाबळ विसरला आहे. अनुभव आला, लिहा कथा-कविता, इतिहास-चरित्र-पुराण यांतील कथावस्तू घ्या, लिहा त्यावर नाटक-कादंबरी. ललित साहित्याचे नाते घटितापेक्षा स्वत्वाशी असते. स्वत्वग्रहणासाठी प्रतिभेची, तत्त्वग्रहणासाठी शास्त्रज्ञानाची गरज असते. नुसते सांस्कृतिक गंड, घोषवाक्ये, हुळहुळीत भाषा, एकेरी रूपके, भळभळती भावना, असंबद्ध तार्किक प्रतीके यांतून व्याजसाहित्य जन्मास येते हे आपण कधी लक्षात घेणार?

इथे दिग्दर्शक, संगीतकार, गायक यांनाही एक इशारा द्यायला हवा. नाटक, पटकथा, कविता निवडताना त्यांनी आपली वाङ्मयीन अभिरुची जागृत ठेवली पाहिजे. हिणकस, पोकळ, अनुकरणात्मक फॅशनेबल साहित्यकृतींना त्यांनी दिग्दर्शनकौशल्याने व गानकौशल्याने लोकप्रिय केल्यास वाङ्मय क्षेत्रात मूल्यभ्रम आणि अभिरूची भ्रम निर्माण होईल - असे होता कामा नये. ललित कला आणि साहित्यकला यांच्यातील समायोजनाकरिता हे भान आवश्यक आहे.

भ्रमणध्वनी : ९८५०२७०८२३

सण महासरस्वतीचा

शिल्पा दातार-जोशी

साहित्यसंमेलनाबाबत प्रत्येकालाच उत्सुकता असते. कोणाचे कुतूहल मनापासून असते, तर कोणी उपहासाने त्यावर भाष्य करते; पण संमेलनावर भलेबुरे मत निश्‍चित व्यक्त होत असते.

पुण्यातील साहित्यसंमेलनाच्या अध्यक्षपदी ज्येष्ठ समीक्षक डॉ. दभि. कुलकर्णी यांची निवड झाली तेव्हापासून अनेकांच्या मनात अनेक प्रश्न होते. अनेक भावना होत्या; पण त्या नेमक्या कुठे आणि कशा व्यक्त करायच्या हे कळत नव्हते. त्याला 'साप्ताहिक सकाळ'ने व्यासपीठ उपलब्ध करून दिले. दभिंनीही वाचकांच्या प्रश्नांची आपुलकीने उत्तरे दिली.

संमेलनाचे सध्याचे स्वरूप बदलायला हवे, असे आपल्याला वाटते का? अध्यक्षनिवडीची पद्धत योग्य वाटते का? सध्याच्या काळात संमेलनाची काय उपयुक्तता सांगता येईल?

द.भि.कुलकर्णी – अखिल भारतीय मराठी साहित्यसंमेलनाचे स्वरूप विकसित व्हायला हवे, बदलायला नको. इथे 'बदल' हा शब्द मी मुद्दाम वापरत नाही. संमेलनाचे उत्सवी स्वरूप कायम राहावे, ते अधिकाधिक विकसित व्हावे, असे मला वाटते. स्त्रीवादी साहित्य, जनसाहित्य, विद्रोही साहित्य अशा अनेक प्रवृत्ती आणि प्रवाह मराठी साहित्यात आहेत. या प्रवाहांना सध्याच्या प्रवाहात स्थान मिळताना दिसत नाही. ते मिळावे यासाठी त्यांच्या प्रवाहावर व्याख्याने, चर्चासत्रे व्हायला हवीत. त्यांच्या प्रतिनिधींना अखिल भारतीय साहित्यसंमेलनामध्ये स्थान मिळायला हवे. मला वाटते, सांप्रतचे साहित्यसंमेलन हे सर्वसमावेशक झाले पाहिजे. हैद्राबाद, बडोदा, भोपाळ, इंदूर या बृहन्महाराष्ट्रातील साहित्यिक, संशोधक, साहित्यसंस्था चालवणारे कार्यकर्ते यांनाही प्रतिनिधित्व मिळाले पाहिजे.

अखिल भारतीय साहित्यसंमेलन म्हणजे केवळ चर्चासत्र किंवा परिसंवाद नाही, तो साहित्यिकांचा मेळावाही नाही. तो मराठी समाजाचा वाङ्मयीन उत्सव आहे.

विदर्भ, मराठवाडा, खानदेश या तीन उपप्रदेशांमध्ये महालक्ष्मीचा सण असतो. तीन दिवसांचा हा उत्सव म्हणजे दिवाळीच असते. या महालक्ष्मीची स्थापना नक्षत्रांवर होते; स्थापना, भोजन, विसर्जन हा समारंभ मोठ्या घरी असतो. निमंत्रण नसले, अगदी भाऊबंदकी असली, तरी नातेवाईक त्या काळात 'मोठ्या' घरी जमतात. तीन दिवस एकत्र येतात. त्याप्रमाणे अखिल भारतीय मराठी साहित्यसंमेलन हा महासरस्वतीचा सण आहे. साहित्यिकांमध्ये मतभेद असतात, ते असायलाही हवेत; पण महालक्ष्मीच्या उत्सवाप्रमाणे तीन दिवसांपुरते ते मतभेद बाजूला ठेवून आपण साहित्यप्रेमी आहोत, पवित्र सण साजरा करतो आहोत, या जाणिवेने एकत्र आले पाहिजे. त्यामुळे मला वाटते, साहित्यसंमेलनाच्या अध्यक्षपदासाठी उभे असलेले उमेदवार एकमेकांवर आरोप करतात, ते चुकीचे आहे. त्यासाठी निवडणुक रद्द करता येणार नाही, पण ती निर्दोष करण्याचा प्रयत्न झाला पाहिजे. निवडून आला तो ज्येष्ठ आणि नाही आला तो कनिष्ठ ही मानसिकता नको. साहित्यसंमेलनाची मतदानप्रक्रिया समाजापर्यंत पोहोचवली पाहिजे. त्यामध्ये समाजाला सामावून घेतले पाहिजे. मतदानाची पद्धत काय, कोणाला अध्यक्ष होता येते, महामंडळाची रचना काय असते, हे समाजाला सांगितले पाहिजे. मतदानप्रक्रियेतील गोंधळ टाळला पाहिजे. ही प्रक्रिया निर्दोष करण्यासाठी पर्यायी व्यवस्थेबद्दल बोलले पाहिजे. घटनादुरुस्तीबाबतही चर्चा करावी लागेल. त्यासाठी सर्व उमेदवारांनी एकत्र येऊन कोणाला अध्यक्ष करावे, हे ठरवायला हवे. असे प्रयोग करून पाहायला हरकत नाही.

दुसरा पर्याय म्हणजे सर्व उमेदवारांनी वेगवेगळा प्रचार करू नये. सर्व सदस्यांनी मिळून एकच पत्र मतदारांना पाठवावे, त्यातून खर्च कमी होईल आणि एकमेकांवर आरोपही होणार नाहीत. सात राज्यांमध्ये मतदार आहेत त्यामुळे खर्चही परवडला पाहिजे, मते मागण्यासाठी अधिक श्रम व्हायला नकोत.

बरेचदा प्रचार करताना 'मताचा जोगवा मागणे' असे म्हटले जाते. मला तो लोकशाहीचा अपमान वाटतो. मतदार हा राजा आहे. त्याच्याशी संवाद साधणे हे अपमानास्पद कसे? थोडक्यात काय, तर संमेलनाचा विकास व्हायला हवा, निवडणूक पद्धती निर्दोष हवी. साहित्यसंमेलनाला १३० वर्षांची परंपरा आहे. ते महाराष्ट्राचे भूषण आहे. अनेक दिग्गजांनी साहित्यसंमेलनाचे अध्यक्षपद भूषविले आहे. सॅन होजे, दुबईतील मराठी साहित्यसंमेलनाची चर्चा होताना दिसते; पण माझ्या मते, ती विश्वसाहित्यसंमेलने नसून देशांतर संमेलने आहेत. मी त्या साहित्यसंमेलनावर टीका करत नाही. त्यांची संकल्पना स्पष्ट करतो आहे. हे संमेलन खऱ्या अर्थाने 'विश्वसंमेलन' होण्यासाठी विविध देशांतील मराठी भाषिकांच्या संघटना स्थापन केल्या पाहिजेत, त्यांच्या प्रतिनिधींनी एकत्र येऊन विश्वसंमेलन सुरू केले पाहिजे.

महाराष्ट्राला या उत्सवाची गरज आहे. महाराष्ट्रात साहित्य संस्कृती रुजावी, हा साहित्यसंमेलनाचा उद्देश होता. महाराष्ट्रातले पहिले 'ग्रंथकार संमेलन' न्यायमूर्ती महादेव गोविंद रानडे यांच्या अध्यक्षतेखाली झाले. तेव्हा रानडे यांच्या नावावर एकही ग्रंथ नव्हता. साहित्यसंमेलनाची सुरुवात करताना ग्रंथसंस्कृती वाढवावी हाच त्यांचा उद्देश होता.

सध्याच्या मराठी साहित्यसंमेलनांकडून सर्वसामान्य वाचकांनी कोणती अपेक्षा ठेवावी? काही परिसंवाद, चर्चासत्रे, कविसंमेलने अणि विविध प्रकाशकांची पुस्तके मिळण्याचे ठिकाण एवढ्या सीमित परिघात फिरत राहणे, इतकाच या संमेलनांचा उद्देश असू शकतो का? तसे नसेल तर साहित्यसंमेलनांनी सर्वसामान्य वाचकांमध्ये वाङ्मयीन अभिरुची निर्माण करण्यासाठी, निर्माण झालेली अभिरुची वाढीस लागण्यासाठी काय करायला हवे?

द.भि. कुलकर्णी – साहित्यसंमेलन हे एका विशिष्ट परिघात फिरत राहाते, असे मला वाटत नाही. ते मर्यादित दिवसांचे असले तरी त्याची प्रक्रिया वर्षभर सुरू असते. साहित्यसंमेलनात चर्चासत्रे, नाटके, कविसंमेलने होतात. येत्या संमेलनातही हजारोंच्या संख्येने लोक एकत्र येतील ही मोठी गोष्ट आहे. वारकरी दिंडी काढतात, एकत्र येतात, प्रचंड गर्दीतून पंढरपुरात पोहोचतात, तेव्हा काहींना कळसाचे दर्शन झाले तरी विठ्ठलाचे दर्शन घेतल्यासारखे धन्य वाटते. साहित्यप्रेमाने एकत्र येणे, भाषण ऐकणे, पुस्तके पाहाणे – खरेदी करणे, एकमेकांना भेटणे हीच संमेलनातली मोठी गोष्ट आहे. साहित्यिक आणि समाज यांच्या भेटीगाठींचे हे व्यासपीठ आहे. एकत्र प्रवास, भोजन अशा देवाणघेवाणीतूनच वारीची गोडी वाढते; तसेच साहित्यसंमेलनाचे आहे. इथे लोक एकत्र येतात, भोजन करतात, वाङ्मयाची देवाणघेवाण होते, प्रवासही होतो, साहित्यिक सुखदु:खे वाटली जातात.साहित्य अधिक समाजाभिमुख होते. विविध पुस्तकांमुळे वाचकांची अभिरुची वाढीस लागते, असे मला वाटते.

बुद्धिवादी वर्ग संमेलनाकडे तुच्छतेने पाहात असतो, याची कारणे काय असावीत?बुद्धिवाद्यांचा हा तुच्छ दृष्टिकोन बदलण्यासाठी काय करायला हवे? त्यांचा सहभाग कोणत्या उपायांनी वाढवता येईल?

द.भि. कुलकर्णी – बुद्धिवादी समाज या संमेलनांकडे तुच्छतेने पाहतो, या वाक्याशी मी सहमत नाही. मी स्वत: अध्यक्षपदी निवडून आल्यानंतर सोलापूर, सातारा, ठाणे, बदलापूर, नागपूर, औरंगाबाद अशा पंधरा–वीस शहरांतल्या पन्नासहून अधिक संस्थांना भेटी दिल्या. त्यांच्या कार्यकर्त्यांशी चर्चा केली. त्यांची सुखदु:खे समजून घेतली. तेव्हा असे लक्षात आले, या मंडळींचे साहित्यावर अत्यंत प्रेम आहे.

पुणे, मुंबई, नागपूर या मोठ्या शहरांत 'ग्रंथसंस्कृती' नष्ट होण्याचे प्रमाण अंशत: आहे; पण इतर ठिकाणी असे दिसत नाही. बदलापूर इथे एकही माणूस माझ्या ओळखीचा नसताना तिथे 'दभि महोत्सव' साजरा झाला. चर्चासत्रे, व्याख्याने आयोजित करण्यात आली. श्याम जोशी या निवृत्त शिक्षकाने साजरा केलेला हा महोत्सव पाहून मी आश्चर्याने थक्क झालो. या महोत्सवाबाबत ते म्हणाले, 'मी तुमच्या समीक्षेचा फॅन आहे.' यातून त्यांचे निखळ साहित्यप्रेम दिसले. साहित्यावर प्रेम करण्याचे हेच खरे लक्षण असते.

सकस, अभिजात साहित्यनिर्मितीसाठी साहित्यसंमेलनांचा किती उपयोग होऊ शकतो?

द. भि. कुलकर्णी – नक्कीच होतो. साहित्य ही आयुर्वेदिक औषधी आहे. हे औषध हळूहळू पण मूलगामी परिणाम करते. याउलट दृकश्राव्य माध्यमे प्रभावी आहेत, हाच त्यांचा दोष आहे. ती समाजाला बांधून ठेवतात; पण विचार करू देत नाहीत. साहित्य हे सौम्य पेय आहे, ते धुंद करत नाही; विचारजागृती देते. प्रभावशक्ती कमी असल्याने साहित्य नशा आणत नाही. ते सभ्यपणे मित्रासारखे वर्तन करते. वाङ्मयाची मर्यादा हेच त्याचे बळ आहे.

पण मला वाटते, आजच्या मराठी साहित्यात वैचारिकता कमी पडते. नियतकालिके–दैनिकांबद्दलही मी असे म्हणेन की, त्यांनी दृकूश्राव्य माध्यमांशी स्पर्धा न करता ग्रंथांशी स्पर्धा करावी. ग्रंथांमधला विचार समाजापर्यंत पोहोचला पाहिजे. सध्याच्या कविता पोकळ, गुळगुळीत वाटतात; कारण त्यात विचार नाही. मराठी साहित्याचा ज्ञानात्मक कस वाढला पाहिजे. 'संमेलन झाले; पण त्याचा काय फायदा झाला?' असे आपण म्हणू शकत नाही; कारण साहित्यसंमेलनाचे परिणाम सूक्ष्म; पण दीर्घकाळ टिकणारे आहेत. बडोद्यात १९२१ मध्ये झालेल्या साहित्यसंमेलनाचे अध्यक्ष न.चिं.केळकर होते. त्या वेळी त्यांनी 'सविकल्प समाधीचा' सिद्धान्त मांडला होता. त्याची चर्चा आजही सुरू आहे. मीही माझ्या अध्यक्षीय भाषणात 'नवअलौकिकते'चा सिद्धान्त मांडणार आहे.

केवळ तीनच दिवसांचा हा उत्सव संपला, की संमेलनाध्यक्षांपासून सर्वसामान्य वाचकांपर्यंत सर्वांचा उत्साह मावळून जातो. हा उत्साह एका संमेलनापासून दुसऱ्या संमेलनापर्यंत टिकण्यासाठी वर्षभर छोटे–मोठे विविध उपक्रम साहित्यसंमेलनाचाच भाग म्हणून का राबवले जात नाहीत?

द. भि. कुलकर्णी – असे अनेक उपक्रम राबवले जात असतात; पण ते 'जड' पद्धतीने मोजता येत नाहीत. मी स्वत: साहित्यसंमेलनानंतर बृहन्महाराष्ट्राचा

दौरा करणार आहे. विविध वाचनालयांचे सर्वेक्षण करणार आहे, अर्थातच शारीरिक आणि आर्थिक क्षमतेप्रमाणे! साहित्यप्रेमींच्या समस्या समजावून घेण्याला मी प्राधान्य देणार आहे, हे महत्त्वाचे आहे.

मराठी माणूस बऱ्यापैकी वाचतो; हे खरे असले तरी प.बंगालमधील वाचकांच्या तुलनेत हे वाचन काहीच नसते. सामान्य माणसाने जागरूक आणि जाणते वाचक व्हावे यासाठी मराठीत पं.बंगालप्रमाणे वाचक चळवळी का निर्माण होत नाहीत? त्यासाठी संमेलनाचा उपयोग कसा करून घेता येईल?

द.भि.कुलकर्णी – मराठी भाषेच्याही वाचक चळवळी आहेत. ग्रंथाली, प्रास, शब्दवैभव संस्था वाचकांसाठीच आहेत. आपण त्यांच्याकडे लक्ष देत नाही, हा आपला दोष आहे. दक्षिणात्य आणि वंग समाज कलाभिरुचिसंपन्न आहे. प.बंगाल, केरळमधील वाङ्मयीन संस्कृती महाराष्ट्रात नाही हे खरे आहे. कारण महाराष्ट्र हा बुद्धिवादी आणि लढाऊ प्रदेश आहे. त्यांच्या या वैशिष्ट्याला सौंदर्यवृद्धीची जोड हवी. वाचक चळवळ योग्य प्रकारे सुरू राहिल्यास ते शक्य आहे.

आजची मराठी समीक्षा केवळ वरवरची आणि परस्परांच्या आरत्या ओवाळणारी झाली आहे; तिचा आधीचा परखडपणा, सुस्पष्टता, रोखठोकपणा आज कमालीचा कमी झाला आहे. एखादी कलाकृती वाङ्मयीन दृष्टीने निकस असेल, तर तसे स्पष्टपणे म्हटले जात नाही. हितसंबंध जपण्याकडे अधिकाधिक कल दिसतो. नवोदितांना नामोहरम करू नये हे मान्य; पण मुळात 'छटाका'चीच क्षमता असताना 'अर्धा किलोचे' श्रेय देण्याचा प्रघात वाढीस लागला आहे. हे सकस साहित्यनिर्मितीला; तसेच समीक्षेलाही घातक नाही का?

द.भि. कुलकर्णी – हे पूर्वीपासूनच चालते आहे. सर्व क्षेत्रात गटबाजी आहे. तशीच येथेही आहे. मी मात्र कोणत्याही गटाशी संबंधित नाही. आता बऱ्याच ठिकाणी जे छापून येते, तो पुस्तक परिचय असतो; समीक्षा नाही. काही निर्भीड समीक्षकांमध्ये प्रामुख्याने भालचंद्र नेमाडे, कुसुमावती देशपांडे, श्रीकेक्षी, गंगाधर गाडगीळ, विलास सारंग यांची नावे घ्यावी लागतील.

वाचनातून मुलांवर (विशेषत: पाचवी ते सातवी) संस्कार होतील व वाचनाची गोडी निर्माण होईल, अशी काही पुस्तके सांगावीत. नियमित अभ्यासक्रमाव्यतिरिक्त अशी पुरवणी पुस्तके शाळेत लागू करणे आवश्यक वाटते का?

द. भि. कुलकर्णी : पाठ्यपुस्तकांची समीक्षा मराठी समीक्षक करत नाहीत, हा मोठा दोष आहे. साहित्यशास्त्राच्या दृष्टीने हे झाले पाहिजे. पाठ्यपुस्तकात विशिष्ट धडे किंवा कविता असतात, तेच का घेतले किंवा एखादा धडा किंवा कविता का घेतली नाही, याबाबत सविस्तर चर्चा झाली पाहिजे. विद्यार्थ्यांना पाठ्यपुस्तकापलीकडचे वाचन करता यावे म्हणून ग्रामीण भाग, मराठवाडा, विदर्भ, प. महाराष्ट्र येथील संस्कृती दाखवणारी त्या त्या ठिकाणची बोलीभाषा व्यक्त करणारी पुस्तके शिक्षकांनीच निवडली पाहिजेत. दर वेळी त्यांना यासाठी तज्ज्ञ किंवा सरकारवर अवलंबून राहून चालणार नाही. कारण हे प्रयोग त्यांनाच करायचे आहेत.

प्रत्येक तालुक्याच्या ठिकाणी, तसेच काही खेड्यांमध्ये वाचनालये दिसतात. या वाचनालयांतून कशाप्रकारचे साहित्य असावे? तेथील कामकाजाबाबत मार्गदर्शन करणारी एखादी समिती स्थापन करून समितीतील व्यक्तींनी वर्षातून किमान एकदा या वाचनालयांना भेटी देणे, सुधारणा सुचविणे असे उपक्रम हाती घेता येतील का?

द. भि. कुलकर्णी : असे उपक्रम निश्चितच योग्य ठरतील. अगदी छोट्या गावातही ग्रंथालय असावेच; त्यात विविध विषयांवरील पुस्तके असावीत. या वाचनालयांना बळकटी देण्यासाठी तेथील कर्मचाऱ्यांना अधिक सोयीसवलतीही मिळायला हव्यात. आर्थिक बळ द्यायला हवे.

डॉ. दभि.कुलकर्णी अर्थात दभि या दोन अक्षरांनी प्रसिद्ध असलेल्या दभिंनी वामनासारखे मराठी समीक्षाविश्व व्यापले आहे. 'वसुधैव कुटुंबकम्‌चा' ग्लोबल संदेश देणाऱ्या संत ज्ञानेश्वरांना आद्य समीक्षक मानणाऱ्या दभिंनी समीक्षा केवळ साहित्यिकांचे उणे-दुणे काढण्यासाठी केली नाही तर अनेकांना सारस्वत म्हणून ओळख मिळवून देण्यासाठी केली.

अमूर्त हुंकार

मधुसूदन पतकी

संमेलनाध्यक्षाच्या निवडणुकीनंतर दभिंच्या घरी त्यांचे अभिनंदन करण्याचा योग आला. प्रसन्न मुद्रेतले दभि येणाऱ्या-जाणाऱ्यांचे मनापासून स्वागत करत होते. त्यांच्या निवासस्थानाजवळ अनेक मंडळी कौतुकमिश्रित आदराने त्यांचे अभिनंदन करण्यासाठी येत होते. लहान मुलांपासून वयोवृद्ध आजींपर्यंतही सर्व मंडळी दभिंचे अभिनंदन करत होती आणि दभिंही प्रेमाने त्याचा स्वीकार करत होते. अंगणात खुर्च्या आणि एक मोठे टेबल. त्याशेजारी झोपाळा, झोपाळ्यावर दभि मंद,मंद झोके घेत येणाऱ्या-जाणाऱ्यांशी संवाद साधत होते. त्यातच सतत वाजणारा फोन, आमच्याशी त्यांचा होणारा संवाद खंडित करत होता. कोणी तरी सूचनाही केली, 'सर कॉर्डलेस घ्या' त्यावर दभिंनी हसत सांगितले, 'कॉर्डलेस घेतला तर एका जागेवर बसलं जातं. या वयात हिंडले-फिरले पाहिजे. साठीनंतर जेवणासाठी लहान ताटली तर लहान मुलांना मोठे ताट द्यायला पाहिजे, पण आपण नेहमी उलट वागतो. लहानांना लहान, मोठ्यांना मोठं ताट देतो.' या संवादानंतर त्यांनी आमची विचारपूस केली. आग्रहाने पेढे दिले.

यावेळी त्यांच्याबरोबर झालेल्या गप्पांमधून विविध विषय आणि त्यांचे विचार ऐकण्याची मेजवानी मिळाली. ते म्हणाले, 'माझी निवड हा वाचकांचा अदृश्य, अमूर्त हुंकार आहे. कारण मतदान करणाऱ्यांनी मला सगुणरूपात ते केलं होतं. त्यांचं मत दिसणारं होतं, परंतु अनेक वाचकांच्या, हितचिंतकांच्या शुभेच्छा माझ्या पाठीशी होत्या. या सगळ्याचा परिपाक माझ्या निवडीत झाला. त्यामुळे सगुण असणाऱ्या मतांना मी विसरू शकत नाही, तसेच निर्गुण असणाऱ्या हुंकारांनाही मी विसरू शकत नाही. समीक्षेच्या प्रांताला हल्ली चांगले दिवस आले आहेत. विजया राजाध्यक्ष, रा.ग.जाधव, हातकणंगलेकरसर यांच्यानंतर मला मतदारांनी पसंती दिली यातूनही हे सिद्ध होतं. माझ्या आयुष्याच्या प्रवासात मला चांगले लेखक, वाचक आणि विद्यार्थी

मिळाले. त्यांच्या आणि माझ्या मतांमध्ये भिन्नता असायची. परंतु आमचा एकमेकांवरील लोभ आजही कायम आहे. मर्ढेकरांच्या काव्यावर आणि सौंदर्यशास्त्रावर अनेकांशी माझे मतभेद आहेत. परंतु हे मतभेद वैचारिक पातळीवर आहेत. माझ्याशी त्यांचा स्नेहाचा ओलावा आजही कायम आहे. मराठी साहित्यात अनेक दिग्गज लेखक झाले. यामध्ये जीएंनी तर अनेकांना वेड लावले. ते वाचताना वेगळाच आनंद मिळतो.

'सुरेश भट, नारायण सुर्वे आणि बऱ्याच साहित्यिकांनी असा आनंद मला दिला आहे. जीए आणि ग्रेस यांच्या साहित्याने तर अनेकदा अस्वस्थ व्हायला होते. अर्थात जीएंच्या साहित्याने अस्वस्थ होणे वेगळे आणि ग्रेसच्या कवितांनी अस्वस्थ होणे वेगळे. या दोन्ही अस्वस्थ होण्यामध्ये फरक आहे. मानसिकतेशी त्याचा संबंध आहे पण असे अनेक लेखक आणि कवी यांनी मला आनंद मिळवून दिला. मी केलेल्या समीक्षेने काहीजणांना वाईट वाटले असेल, काहीजणांना आनंद वाटला असेल परंतु मी माझे काम करीत राहिलो आणि समीक्षेचे म्हणाल तर माझ्या दृष्टीने मराठी भाषेतील आद्य समीक्षक म्हणजे संत ज्ञानेश्वर महाराज. ज्ञानेश्वरांनी ज्ञानेश्वरी लिहिली याचा अर्थ त्यांनी गीता उलगडून सांगितली एवढाच नाही तर त्याच्या विश्लेषणाबरोबर त्यातील काही बीजेही उलगडून दाखवली. आम्ही त्यामुळे ज्ञानेश्वरांना समीक्षेच्या प्रांताचे आद्य समीक्षक मानतो. साहित्यसंमेलनाचा अध्यक्ष झाल्यामुळे माझ्यावर काही जबाबदारी आहे आणि या अनुषंगाने भाषण करायचे असा विचार आहे. यात मराठी भाषेसंदर्भातील मूलभूत बाबींवर मी प्रकाश टाकणार आहे, तसेच समाजातील प्रश्न, साहित्यशास्त्रातील सिद्धान्त आणि मराठी भाषा शास्त्रीय अर्थाने समृद्ध व्हावी म्हणून चळवळ उभारण्याचे आवाहन मी या भाषणातून करणार आहे, दभिंच्या मनात असणाऱ्या मराठी भाषेबद्दलच्या काही योजनांबद्दल या गप्पांमधून ओझरता उल्लेख आणि झलक पाहायला मिळाली. आता मुख्य भाषणातून त्याची सविस्तर कल्पना येईल. त्यांना शुभेच्छा दिल्यानंतर यशवंत व्हा असा आशीर्वाद त्यांनी दिला तो खरोखरच मोलाचा.

संमेलन : प्रसिद्धी आणि प्रतिष्ठा

सुधीर मोकाशे

संमेलनाचं अध्यक्षपद हा साहित्यक्षेत्रातील सर्वोच्च सन्मान आहे, ही गोष्ट खरीच. तो आपल्याला मिळावा असं प्रत्येक साहित्यिकाला वाटत असतं. (जे साहित्यिक नाहीत त्यांनाही ते वाटत असतं असं मी गमतीने म्हणतो.) तुम्ही लेखक नसाल, पण प्रकाशक, संपादक, ग्रंथपाल किंवा साहित्यव्यवहाराशी संबंधित कोणत्याही घटकाशी निगडीत असाल आणि त्यामध्ये मोलाचं योगदान दिलेलं असेल तर ती व्यक्ती साहित्यसंमेलनाचा अध्यक्ष होऊ शकते अशी माझी भूमिका आहे. अगदी उदाहरणच घ्यायची तर हरिभाऊ मोटे हे प्रकाशक होते. प्रा. श्री.पु.भागवत हेही तसेच व्यासंगी संपादक, प्रकाशक होते. हे दोघंही आज आपल्यात नाहीत. रामदास भटकळ यांच्यासारख्या व्यासंगी संपादक, प्रकाशकाला साहित्यसंमेलनाचं अध्यक्षपद मिळालं तर मला आनंदच होईल. पण हा नुसता सन्मान नाही, हे मला सांगायचं आहे. हे वाङ्‌मयीन विचाराचं व्यासपीठ आहे. माझ्यासारखा समीक्षक गेली पन्नास वर्ष समीक्षा लिहितो आहे. महाकाव्यापासून जीएंच्या महाकथेपर्यंत, केशवसुत, मर्ढेकर, विश्राम बेडेकर, यांच्या साहित्यावर गेली ५० वर्षे मी लेखन केलं आहे, व्याख्याने दिली आहेत. विद्यापीठात, महाविद्यालयातून प्राध्यापक म्हणून हा विषय शिकवला आहे. पण हा समीक्षाविचार मोजक्या व्यक्तींपर्यंतच पोहोचतो. तो संपूर्ण समाजापर्यंत पोहोचत नाही. साहित्यसंमेलनाचं व्यासपीठ असं आहे की तिथे उच्चारलेला शब्द समाजाच्या तळागाळामध्ये, दशदिशांमध्ये जाऊन पोहोचतो. इतकंच नव्हे तर त्याची उलटसुलट चर्चा होते. समाजात वाङ्‌मयीन संस्कृती विकसित होण्यासाठी वाङ्‌मयीन अभिरुची समृद्ध होणं आवश्यक आहे. मतदारांनी मला अध्यक्षपद दिल्याने माझ्या समीक्षेचा शब्द समाजात सर्वदूर पसरून समाजात वाङ्‌मयीन संस्कृती सजग व्हायला मदत होईल असा माझा ठाम विश्वास आहे. सुरेश भटांची एक सुंदर कविता आहे.

‘तू माझ्या गीतांनी डवर दूर, ने माझा घमघमता बहर दूर
बसलो मी जन्माच्या पारावर, भिरभिरते तुजसाठी नजर दूर.’

भटांनी ही कविता वेगळ्या संदर्भात लिहिली असेल. पण मी मात्र समाजाला उद्देशून म्हणतो आहे की हे वाचका, तू कोठेही दूर असलास तरी माझ्या समीक्षेच्या शब्दांनी डवरून जा. मी जन्मभर या पारावर बसलो आहे. ७६ वर्षांचं आयुष्य मिळालं त्यातील ६० वर्षे मी रात्रंदिवस साहित्याच्या पाण्यामध्ये डुंबतो आहे. आयुष्याच्या अखेरीस मावळतीला माझ्याजवळ जे अभिरुचीचं धन आहे ते माझ्या रेशमी पिशवीतून रसिकांसाठी खुलं केलं आहे. रत्नपारख्यांनी त्यातील हिरे, मोती, माणकं, पाचू, पुखराज पारखून घ्यावेत. ते मौल्यवान आहेत असं त्यांनी म्हटलं तर मला आनंदच होईल. पण तसं त्यांना वाटत नाही तरी मी त्यांच्यावर रागावणार नाही.

संमेलनाच्या अध्यक्षपदी समीक्षकांना प्रतिनिधित्व कमी मिळतं का असा प्रश्न अनेकदा उपस्थित केला जातो. प्रा. श्री.के. क्षीरसागर, प्रा. रा.श्री.जोग, प्रा. गं.बा.सरदार, रा.ग.जाधव, म.द हातकणंगलेकर यांच्यासारखे समीक्षक साहित्य-संमेलनाच्या अध्यक्षपदी निवडून आले आहेत. पण, जे कादंबरीकार किंवा कथाकार या संमेलनाचे अध्यक्ष झाले त्यांची व्याख्यानं पाहिली तर त्यामध्ये आत्मनिवेदन आहे, पण समाजाला मार्गदर्शक असा साहित्यविचार सहसा दिसत नाही. उलट न.चिं.केळकर यांनी सविकल्प समाधीचा सिद्धान्त मांडला. प्रा. कृ.पं. कुलकर्णी यांनी प्रत्यभिज्ञादर्शन याच्याशी निगडित असा साहित्यसिद्धान्त मांडला. थोडक्यात समीक्षकांनाही पुरेसं प्रतिनिधित्व मिळालेलं आहे. त्याचं प्रमाण कमी आहे, हे मान्य. कथाकार आणि कादंबरीकार लोकप्रिय असतात कारण त्यांचं लेखन सर्वसामान्य माणूस वाचतो. कथाकार कथाकथनाद्वारे सामान्य लोकांपर्यंत पोहोचतो. काही कादंबऱ्यांवर नाटक, चित्रपटासारख्या कलाकृती निर्माण होतात. कवी व्यवहारातही आपल्याला कविता ऐकवतात. पण समीक्षेचं तसं होत नाही. ती चोखंदळ वाचकांपुरतीच मर्यादित राहाते. त्याचं अभिवाचन होत नाही. त्यामुळे साहित्यक्षेत्रात समीक्षक हा पडद्याआडचा सूत्रधार असतो पण कधीतरी त्याने पडद्याबाहेर येणं आवश्यक असतं. साहित्यसंमेलनाचं व्यासपीठ हे त्यासाठी अतिशय योग्य आहे.

साहित्यसंमेलनाच्या अध्यक्षाला असणाऱ्या अधिकारांबाबतही नेहमीच चर्चा होते. ज्ञानपीठाचा किंवा साहित्य अकादमीचा पुरस्कार हे साहित्यविश्वातील फार मानाचे सन्मान आहेत. ज्यांना ते मिळतात, त्यांना साहित्याच्या उन्नतीसाठी तुम्ही काय करणार, असा प्रश्न कोणी विचारत नाही, पण संमेलनाच्या अध्यक्षाला मात्र हा प्रश्न विचारला जातो. साहित्यसंमेलनाचं अध्यक्षपद हे प्रशासकीय पद नाही. त्याला महामंडळाने कोणतेही स्पष्ट अधिकार दिलेले नाहीत, पण घरातील वडीलधाऱ्या व्यक्तीला एक प्रकारचा नैतिक अधिकार मिळत असतो तसा तो साहित्यसंमेलनाच्या

अध्यक्षालाही मिळतो, असं माझं मत आहे. साहित्यसंमेलनाच्या अध्यक्षाला वडीलकीच्या नात्याने साहित्यक्षेत्रात वजन प्राप्त होतं. त्याचा वापर अध्यक्ष करतात की नाही किंवा कसा करतात, हा वादाचा मुद्दा होऊ शकतो. पण, माझ्यापुरतं सांगायचं तर हा वडीलकीचा अधिकार मी अतिशय वात्सल्याने अमलात आणणार आहे. या पार्श्वभूमीवर एक अतिशय महत्त्वाची गोष्ट माझ्या मनात दीर्घकाळापासून घोळत आहे. आता अध्यक्षपद मिळालं म्हणून नव्हे तर ती आधीपासूनच माझ्या मनात आहे ती म्हणजे मध्यवर्ती महाराष्ट्राचं बृहन्महाराष्ट्राकडे अक्षम्य दुर्लक्ष झालं आहे. हे माझं दु:ख आहे. महाराष्ट्रातील संस्कृती वृद्धिंगत व्हायची असेल तर बृहन्महाराष्ट्राकडे केवळ साहित्यसंमेलनाच्या अध्यक्षांनी नव्हे तर आपण सगळ्यांनीच फारच निगुतीने लक्ष देऊन काम करायला पाहिजे. गोवा, बेळगाव, गुलबर्गा, हैद्राबाद, तंजावर, भोपाळ, इंदौर, ग्वाल्हेर, उज्जैन इतकंच नव्हे तर शांतिनिकेतन, दिल्ली, बडोदा हे महाराष्ट्रापासून जवळ-दूर असणारे जे प्रांत आहेत तेथे मराठी संस्कृतीसंदर्भात कार्य करणारे कार्यकर्ते, संशोधक, साहित्यिक फार तळमळीने मराठीची सेवा करत आहेत. त्यांच्याकडे आपलं अजिबात लक्ष नाही.

हैद्राबादला प्रा. द.पं. जोशी, त्यांच्या पत्नी उषाताई जोशी, डॉ. पद्माकर दादेगावकर आणि त्यांची पत्नी उमाताई किंवा भोपाळ, इंदौरमध्ये पाठक नावाचे अभ्यासक, माधवराव साठे नावेचे साहित्यिक आहेत. शांतिनिकेतनला प्रा. वीणा आलासे, बडोद्याला सुषमा लेले अशी कितीतरी नावं घेता येतील मी स्वत: बनारस हिंदू विश्वविद्यालयात प्राध्यापक होतो. माझी कारकीर्द तेथूनच सुरू झाली. या विद्यापीठात कविभूषण खापर्डे हे पहिले प्राध्यापक होते, डॉ. भी.गो. देशपांडे हे दुसरे आणि मी तिसरा प्राध्यापक होतो. त्याठिकाणी मी मराठीची स्थिती फार जवळून पाहिली. ब्रह्मघाटावर असंख्य मराठी कुटुंब आहेत. त्यांच्या मराठीची आम्ही दखलच घ्यायला तयार नाही. त्यांनी मराठीची जोपासना कशी करावी, त्यांच्या मुलांना मराठीचं बहि:शाल शिक्षण कसं मिळेल या गोष्टींचा आम्ही विचारच करायला तयार नाही. तंजावरलाही तीच अवस्था आहे. तेथे जुनी, दुर्मीळ हस्तलिखितं मराठीत आहेत. 'लक्ष्मीनारायण कल्याण' हे मराठीतील पहिलं नाटक तंजावरच्या राजघराण्यातील पुरुषाने लिहिलेलं आहे. आजही तेथे मराठी बोलणारी माणसं आहेत. त्यांचा आपण गौरव केला पाहिजे. साहित्यसंमेलनासारख्या सोहळ्याला त्यांना आवर्जून बोलावलं पाहिजे. तेथील मराठी समाजाची सांस्कृतिक भूक आपण भागवू शकत नाही ही माझी खंत आहे. तिच्याबद्दल संमेलनाच्या निमित्ताने मी जागृती तर निश्चित करू शकेन. संमेलनाच्या निमित्ताने त्यांना आत्माविष्काराची संधी द्यायला हवी. केवळ संमेलनातच नाही तर नंतरही

त्यांच्या विकासासाठी प्रयत्नशील राहिलं पाहिजे. बृहन्महाराष्ट्राला आपण योग्य स्थान दिलं पाहिजे. मराठीमध्ये हिंदी शब्द खूप आहेत. अतिशय व्यापक पद्धतीनं या मुद्द्याचा विचार मी केलेला आहे.

माझा जन्म आणि अर्ध आयुष्य नागपुरात गेलं. १९५६ पर्यंत नागपूर ही मध्यप्रदेशाची राजधानी होती. विदर्भ हा महाराष्ट्राचा भाग नव्हता. मला येथे कोणताही वाद आणायचा नाही, पण हे ऐतिहासिक सत्य आहे. १९५६ पर्यंत विदर्भ हा बृहन्महाराष्ट्राचाच भाग होता आणि पश्चिम महाराष्ट्र, ज्याला मी उर्वरित महाराष्ट्र म्हणतो याच्यामध्ये सुसंवाद प्रस्थापित झालेला नाही. आजही विदर्भाचा माणूस पुण्या-मुंबईच्या माणसाकडे साशंकतेने पाहतो. पुण्या-मुंबईचा माणूस विदर्भाकडे दूरत्वाने पाहतो हे बरोबर नाही. तुम्हाला सगळा महाराष्ट्र एकत्र हवा आहे तर या महाराष्ट्रात विदर्भ, खानदेश, मराठवाडा, दक्षिण महाराष्ट्र, कोकण आणि गोवासुद्धा इथे मराठीची जी रसाळ प्रादेशिक फळं आहेत त्या फळांचा गौरव आपण केलाच पाहिजे. मग ते फळ हापूसचा आंबा असो किंवा नागपूरची संत्री असोत. कारण त्यामध्ये त्या रसाळतेचं सामर्थ्य आहे. विदर्भामध्ये गूढवादी कवींची परंपराच आहे. ही गूढवादाची परंपरा, प्रसिद्धिपराङ्मुखता का आहे याचा अभ्यास व्हायला हवा. समृद्धी आणि अंतर्मुखता यातून हा गूढवाद आला असावा. तेथे हाव किंवा लसलस नाही. याचा संबंध समृद्धीशी आहे. या वैविध्याचा, वैचित्र्याचा विचार केला नाही तर मराठी साहित्य, संस्कृती संकुचित होत जाईल. विविध भाषांशी मराठीचं आदान-प्रदान व्हायला हवं. इतर भाषांशी संपर्क आल्याने तुमची व्यामिश्रता समृद्ध होईल. साहित्याची भाषा ही विश्वभाषा असते. त्यामध्ये अर्थाचे व्यूह असतात. ते भेदण्यासाठी आदान-प्रदान वाढायला हवं. यासाठी या भाषांना खळखळून वाहू दे! यासंदर्भात एक दार्शनिक उदाहरण द्यावसं वाटतं. एकदा नदी परमेश्वराकडे गेली आणि म्हणाली, "देवा, माझ्या मार्गात इतके अडथळे आले, खडकांवरून, काट्याकुट्यातून मी धावत राहिले, पण अखेर समुद्रापर्यंत पोहोचलेच की नाही?" यावर परमेश्वर मंद हसून म्हणाला, "तू म्हणतेस ते खरं आहे, पण स्वस्थानी राहिली असतीस तर तू स्वत:च समुद्र झाली असतीस" असो!

साहित्यसंमेलनाचा अध्यक्ष हे सन्मानाचं पद आहे यात वादच नाही. कोणताही गौरव हा सन्मानानेच मिळायला हवा. आधी वस्त्रहरण करून नंतर महावस्त्र बहाल करण्यात काहीच अर्थ नाही, पण महामंडळ या संमेलनाचं आयोजन करत. त्यांनी त्यांच्या घटनेत निवडणुकीची तरदूद करून ठेवली आहे. त्यामुळे निवडणुकीवर टीका करण्याऐवजी त्यातील त्रुटींवर बोलायला हवं. त्या कशा कमी करता येतील यावर चर्चा व्हायला हवी. हे पद म्हणजे सत्ता, संपत्तीपेक्षाही मोठा सन्मान असतो. त्यामुळे

साहित्यसंमेलनाला प्रसिद्धी कमी मिळाली तरी चालेल, पण त्याला प्रतिष्ठा जरूर मिळायला हवी. मुख्य संमेलनात शाखासंमेलन भरवून निवडणुकीत दुसऱ्या क्रमांकाची मतं मिळवणाऱ्या साहित्यिकाला त्याचं अध्यक्षपद द्यायला हवं. त्यासाठी त्याला सन्मानाने बोलवायला हवं. अनेकजण पराभव होईल म्हणून अध्यक्षपदाच्या निवडणुकीला उभेच राहात नाहीच. पण, साहित्यिकांनी पराभवाची भीती बाळगू नये. पराभव माणसाला शहाणे करत असतात. कोणत्याही परिस्थितीत हृदयाचा पराभव होऊ देऊ नये, असं उपनिषदातील वचन आहे. ते येथे लक्षात घेतलं पाहिजे.

मिस्टी व्हॅली

सुनील थिगळे

मा. दभिसर,

संमेलनाला उपस्थित राहिल्याबद्दल आभाराचे पत्र लिहिण्याचा विचार होता; परंतु आपल्या आपुलकीने, प्रेमाने, जिव्हाळ्याने ही औपचारिकता केव्हाच गळून गेली. अत्यंत मृदु मुलायम आवाजात लेकरांना मारलेल्या हाकेप्रमाणे मला, सौ. हेमाला हाक मारलीत आणि रेशीमगाठी केव्हा घट्ट झाल्या हे उमजलेच नाही. वडिलकीचा हात प्रेमानं पाठीवर फिरावा आणि त्या स्पर्शाने कृतकृत्य झाल्याचा आत्मिक आनंद मिळावा अशाच भावना आपल्या सानिध्यात, सहवासात वाटत राहिल्या.

हृदयनाथांच्या कार्यक्रमात ज्ञानेश्वरीवरील आपले निरूपण ऐकले आणि भारावून गेलो. 'पैल तोगे...', 'रुणुझुणु रुणुझुणु रे भ्रमरा....' यांच्यातील गूढ खोलीची अकल्पित अनुभूती उलगडत गेली आणि आपल्याला मनोमन वंदन केले. "तुमच्या पुण्यातच नाही तर आमच्या नागपुरातही विद्वान आहे." ह्या हेमाच्या वाक्यावर वाद न घालता मान हालवून मान्य केलं त्या दिवसापासून आपल्या भेटीची, दर्शनाची ओढ मनात होती. संजयने बोलताना त्याची तुमच्याशी असलेली जवळीक सांगितली आणि असाध्य गोष्ट साध्य होऊ शकेल याचा अत्यानंद मला झाला. त्याच्या मागे लागूनच आपल्या घरी आलो.

दारावरची दभि अक्षरे, मंजुळ घंटानाद मनात भरला, पुस्तकांनी भरलेल्या रॅक्स आपल्या विद्वतभांडाराचं, आपल्या ज्ञानसागराचं प्रतीक अचंबित करणारं होतं. आपल्या समोर बसलो ते धैर्यानेच. आपल्याप्रतीच्या आदरयुक्त भीतीने शब्द बाहेर येण्यास धजावत नव्हते. 'मिस्टी व्हॅलीला' यावं असं म्हणालो. तुम्ही होकार दिलात आणि तिथेच या साहित्यसंमेलनाचं बीज रोवलं.

मधला बराच काळ असाच गेला. पुन्हा एकदा संजूला सरांना साईटवर घेऊन जाऊ' म्हणालो. तो म्हणाला, कार्यक्रमाचे आयोजन करू. तारीख ठरवावी म्हणून फोन केला; आपणही त्याच उत्साहात होकार दिल्याने १९ ऑक्टोबरला साहित्यसंमेलन घ्यायचेच हा निर्धार पक्का केला व कामाला सुरुवात केली. थोडेफार वाचण्यापलीकडे व संजय सोनवणी या साहित्यिकाशी असणाऱ्या संबंधांपलीकडे साहित्यविश्व व साहित्यिक यांचा दुरान्वयानेही संबंध नसणाऱ्या मला हे आव्हान होते पण तुमचा होकार हा या आव्हानावर मात करण्यासाठीचे सामर्थ्य देणारा होता. अर्जुनाला धारिष्ट्य देणाऱ्या योगेश्वर कृष्णाच्या रूपात तुम्ही पाठीशी उभे होतात. आपल्या नावामुळे अनेकांनी येण्याची सहमती दर्शवली. आपल्याकडे सौ. हेमास घेऊन आलो आणि आपण तिला भेट म्हणून मॅग्नेट बेल्ट दिलात. चुंबकातील व आपल्यातील साधर्म्याने नातं घट्ट झालं. त्याचवेळी संमेलनाचं नामकरण 'प्रतिभा संमेलन' म्हणून आपण केलंत.

संमेलनाची वेळ, दिवस जवळ येत चालला. सुविधा व्हाव्यात म्हणून बांधकाम सुरू केले पण पावसाला हे होऊ द्यायचं नव्हतं. बरेच व्यत्यय आले. अस्ताव्यस्त साईटवर संमेलन कसं साकारणार याची चिंता होती. संमेलन पुढे ढकलावे का? असाही विचार पुढे आला पण माझ्या जिद्दी स्वभावाने स्पष्ट नकार देऊन 'कामाला लाग' चा इशारा दिला. ४-५ दिवस तिथेच मुक्काम ठोकून तयारी केली. त्याकाळात संजूने व विशेषत: रथाच्या दुसऱ्या चाकाने, सौ. हेमाने समन्वयाची जबाबदारी अत्यंत निर्वेधपणे, चोख पार पाडली.

सकाळी आपले 'मिस्टी व्हॅली'त आगमन झाले. अत्यंत प्रसन्नतेने आपण गाडीतून उतरलात आणि सभोवार पाहून व्यक्त केलेला आनंद मला दिवसभरासाठी आत्मविश्वास देऊन गेला. सर्व साहित्यसंमेलनापासून वेगळेपण राखण्याची माझी धडपड 'शेवटी येण्याची प्रथा' मोडून सर्वात प्रथम अध्यक्षांनी उपस्थिती लावून साकार केली. पुढे दीपप्रज्वलनाऐवजी वृक्षारोपणाने उद्घाटन, पुष्पगुच्छांऐवजी वृक्ष देऊन सत्कार या पारंपरिक प्रथा मोडणाऱ्या व वेगळ्या पदपथावर घेऊन जाणाऱ्या गोष्टी मनाप्रमाणे होत गेल्या. आपण आल्या आल्या कुतूहलाने विचारलेले अनेक प्रश्न आत्मीयता वाढवित गेले. सौ. आईपण कोणत्याही गैरसोयींचा मुलाहिजा न बाळगता स्वगृही वावरल्याने मी तो त्या वात्सल्यमूर्तीचा आशीर्वादच समजलो. कार्यक्रम सुरू झाला. मिस्टी व्हॅलीत प्रतिभावंतांचं येणं हाच सोहळा होता. ज्ञानगंगेचे अभिषेक सुरू झाले. गंगा, सिंधू, यमुना, गोदावरी, सरस्वती साऱ्याजणी आपल्या प्रतिभावंतांच्या रूपानं साकार झाल्या. यज्ञकुंड पेटले. प्रत्येकाने आपापल्या समिधा अर्पण करण्यास

सुरुवात केली. संमेलन बहरत गेले. आपले भाषण सुरू झाले. पहिल्याच वाक्यात आपण सर्वांना जिंकलेत. ''अध्यक्ष मी नाही ही सृष्टी आहे.'' यातून आपल्या मनाचा अथांग आकाशाएवढा मोठेपणा जाणवला. माणसाची विनम्रता किती असावी याची परिमाणं आपल्याशीच ठरवावीत. डॉ. आनंद पाटलांच्या धगधगत्या दहशतवादावरील विचारांना तेवढ्याच संयमाने उत्तर देताना आपण तपश्चर्येने सिद्ध झालेल्या योग्याचं दर्शन घडवलंत. मंजुळ ध्वनी करीत वाहणाऱ्या झऱ्याच्या प्रवाहाप्रमाणे हळूवार पण मनावर ठसत जाणारे शब्द वातावरणात लय व नाद साधून गेले. मर्ढेकरांच्या कवितेला दुरुस्त करीत सृष्टीला दिलेली दाद 'मिस्टी व्हॅली'ला गहिवरून आणत आनंदाश्रूंनी न्हाऊन काढलीत. विचारांची उत्तुंगता आकाशाला भिडवीत, शृंखलेतील एक एक कडी अशी गुंफलीत की त्याचा नेकलेस कसा झाला उमगलेच नाही. कमळाच्या फुलातील तुम्ही मुख्य केसर होतात. सारे भ्रमर फक्त एकाच केसराभोवती मोहित करून संमोहनकलेची प्रचिती दिलीत. विचारांच्या दिशा स्पष्ट करीत वादाचे समूळ उच्चाटन केलेत. त्या प्रतिभेला, त्या ज्ञानाला, त्या संयमाला, त्या सात्त्विकतेला, त्या तेजाला माझा व मिस्टी व्हॅलीसह सर्वांचा त्रिवार सलाम, मुजरा.

मिस्टी व्हॅली पावन झाली. कृतकृत्य झाली ते आपल्या आगमनाने, सहवासाने, सत्संगाने. आपण परतलात पण आपले आभामंडल अजूनही तेथेच रेंगाळतेय. मला वारंवार दिसतेय आपल्या दिव्यत्वाची प्रचिती देत. आपली कृतज्ञता व्यक्त करण्यासाठीच पत्र हे माध्यम. मी व मिस्टी व्हॅलीने ही कृतज्ञता व्यक्त न केल्यास कृतघ्न ठरू म्हणूनच हा पत्रप्रपंच.

आपणास उदंड निरोगी आयुष्य लाभो व मला, कुटुंबियांना व मिस्टी व्हॅलीला जास्तीत जास्त सहवास लाभो हीच ईश्वरचरणी प्रार्थना.

भ्रमणध्वनी : ९४२२५३३७३०

ऐसे हळुवारपण जरी येईल

स्मिता लाळे

आपण नकळत एकाच वेळी साहित्य व संगीत ह्या दोन्हीच्या सान्निध्यात राहात असतो. एखादी लयदार कविता आपल्याला गाणंच ऐकवत असते. त्यातील शब्दातच गेयता, तालबद्धता असते. 'नाच रे मोरा' किंवा 'गोरी गोरी पान' ऐकताना आपल्याला शब्द समजतात; लगेच अर्थही समजतो.

पण काही कवितांमधले शब्द गूढ असतात. जो अर्थ आपल्याला वाटत असतो, तो त्यात नसतोच; शिवाय ती कविता चाल बरोबरही घेऊन येत नाही. तिला 'चाल'- वावी लागते. अशा काही कवितांना पंडितजींनी 'चाल'दिली आहे. ती त्यांनी गाऊन दाखविली आणि ललितांगी समीक्षा लिहिणाऱ्या डॉ. द.भि.कुलकर्णी यांनी त्या कवितेचे लालित्य आपल्या रसाळ वाणीने उलगडून दाखविले तर आपण आपले राहात नाही. इतर कुणाचेही राहात नाही तर फक्त आणि फक्त त्या कवितेचेच होतो. असा हा शब्द-सुरांचा सोहळा २६ फेब्रु.२०१२ च्या रविवारच्या रम्य संध्याकाळी संपन्न झाला. 'ऐसे हळुवारपण' या कार्यक्रमाच्या अंतर्गत शब्द-सुरांचे असे हळुवारपण जपले गेले. त्या संध्येचा श्यामल कोवळा हात आपल्या हातीच धरून ठेवावा, सोडूच नये अशा मंतरलेल्या अवस्थेत श्रोते होते.

पंडित हृदयनाथ मंगेशकरांचे ते भावपूर्ण स्वर आणि डॉ. दभि.कुलकर्णी यांच्या वाणीतून स्रवणारे गद्यकाव्य! एकेक गीत पंडितजी गात होते आणि दभिसर त्यावर अर्थाचे रोपण करीत होते. त्या तिन्हीसांजेचा हात धरत पंडितजींनी 'तिन्हीसांजा सखे मिळाल्या'चे स्वर आळवायला सुरुवात केली. कसलेल्या वादकांनी वाद्यमेळ छान जुळवून आणला. प्रत्येक शब्द, प्रत्येक स्वर खणखणीत लागत होता; आणि इकडे आपल्या मनात एक द्वंद्व सुरू होतं. 'मला त्या काव्यपंक्तीचा जो अर्थ कळालाय तोच अर्थ आहे ना? की वेगळाच आहे?-'अर्थ नवा गीतास मिळाला' असं काहीसं होणार आहे. बघा, अगदी तसंच झालं. पहिलाच शब्द - 'तिन्हीसांजा'- कुणीही

पटकन सांगेल – संध्याकाळ; पण नाहीच मुळी – रात्र. का? सर म्हणाले म्हणून? नाही; सरांनी उलगडून सांगितलं म्हणून. 'संध्याकाळचे तीन प्रहर – पूर्वसंध्या, मध्यसंध्या आणि अंतिम संध्या. या तिन्ही मिळून तिन्हीसांजा – म्हणून ती रात्र. संध्याकाळची वेळ तर अशुभ–प्रदोष समय.

राजकवी भा.रा.तांब्यांचे हे गीत म्हणजे प्रियकरानी प्रेयसीला दिलेले सहजीवनाचे वचन आहे. हे पवित्र वचन प्रदोष समयी दिले जाणार नाहीच. माझ्या जीवापेक्षाही तू मला प्रिय आहेस. सोन्यासारखा दिसणारा मावळता सूर्य, जो सुयश देतो, चक्रवाल (आकाश आणि धरणी यांना जोडणारी क्षितिजरेषा) आणि शांतपणे येणारी ती 'गंभीर' निशा ह्या सर्व अमर गोष्टींना साक्षी धरून 'कर करी धरीला'. अशा भावमधूर कवनातल्या शब्दकळ्या दभिसरांनी उमलाव्यात आणि पंडितजींच्या भारलेल्या स्वरांनी श्रोत्यांचा जन्मच भारलेला व्हावा.

पंडितजींना काव्याची जाण आहे हे जगजाहीरच आहे. तेही काव्याचा आस्वाद घेतात पण समीक्षकाच्या भूमिकेतून नव्हे तर रसिकाच्या भूमिकेतून. दभिसरांची समीक्षा कवितेच्या वाटेवर रसिकतेने विसावते; पण तिथेच न थांबता विदग्ध पण प्रासादिक होत अंतिम ध्येयाकडे जाते. पंडितजी आणि दभिसर दोघेही काव्याच्या प्रवासाला सुरुवात करताना एकत्र जोडीने निघाले तरी रसिकत्वाच्या थांब्यावर क्षणभर विसावतात; पुढे पंडितजींचा गायनाच्या दिशेने प्रवास सुरू होतो, तर सरांचा समीक्षेच्या दिशेने. कार्यक्रम जगताना हे सहजतेने लक्षात येते. दोघेही दीर्घकालीन मित्र आहेत. सरांनी 'अपार्थिवाचे चांदणे' मध्ये 'बैरागी : हृदयनाथ' हा पंडितजींवरील लेख मित्रत्वाच्या नात्यातूनच लिहिला आहे. त्या संध्याकाळची ही जुगलबंदी एकमेकांना उठाव देत होती. तिथे कोणाच्याही मनात विकल्प नव्हता, स्पर्धा नव्हती, इर्ष्याही नव्हती. पंडितजीही मधून मधून आपली प्रतिक्रिया देत होते. संगीत आणि साहित्य हातात हात घालून जाताना एकमेकांचे बळ वाढवीत जात असल्याचा अनुभव श्रोत्यांनाही येत होता. पंडितजींच्या तानेला जशी दाद मिळत होती तशी सरांच्या शाब्दिक कोट्यांना, शाब्दिक लालित्यालाही मिळत होती.

'मावळत्या दिनकरा'मध्ये पंडितजींना जगाबद्दल, जनरीतीबद्दल तक्रार दिसत होती तर दभिसरांना त्यात मावळत्या सूर्याला केलेले वंदन दिसत होते. 'भास्कराने' भास्कराला केलेले वंदन. उगवत्या शक्तीला सामोरे जाण्याची पद्धत आहेच; पण तांबे मावळत्या शक्तीलाही सामोरे जातात. सूर्य सर्वांनाच प्रकाश देतो, भेदाभेद करीत नाही. लोकांनी अशा दिनकरापासून प्रेरणा घ्यावी, असे ते सांगतात.

साखळी जशी एका कडीतून दुसऱ्या कडीत गुंफत तयार होत जाते तसेच पंडितजी तांब्यांच्या एका कडीतून सावरकरांच्या दुसऱ्या कडीकडे वळले. स्वा. सावरकरांच्या 'ने मजसी ने' ह्या काव्याचे गायन पंडितजींनी केले. तब्येतीचा परिणाम पंडितजींच्या देहावर दिसला तरी स्वरांमधून व्यक्त होणाऱ्या भावनेवर दिसला नाही. काव्यामधील शब्दांबरोबरच स्वरांमधून भाव येत होते. वातावरणनिर्मिती होत होती. सरांनीही मग आपोआपच देशभक्तीचा सूर पंडितजींच्या सुरात मिसळला. स्वा. सावरकरांनी 'पानिपत' नावाचे महाकाव्य लिहायला घेतले होते. त्यांनी चार सर्ग लिहिले पण त्यांना देशकार्यातून उसंत न मिळाल्याने ते महाकाव्य अर्धवट राहिले. तरीही त्यांना आधुनिक काळातले महाकवी म्हटले जाते. त्यांचे जीवन इतके कष्टमय, हालअपेष्टांचे गेले तरी मनाच्या खंबीरपणामुळे त्यांचे काव्य ओजस्वी, इतरांना प्रेरणादायी आणि तरीही माधुर्य असलेले ठरते. त्यांनी 'माझी जन्मठेप' लिहितानाही स्वत: भोगलेले दु:ख, हालअपेष्टांना महत्त्व न देता त्यातून देशभक्ती, देशप्रेम ह्या भावना वाचकांच्या मनात कशा निर्माण होतील हेच बघितले. सावरकर व त्यांचे ज्येष्ठ बंधू बाबाराव सावरकर यांची भेट अकस्मातपणे अंदमान कारागृहात झाली. तेथील हालअपेष्टांमुळे तेव्हा बाबारावांची अवस्था अतिशय वाईट झाली होती. ज्येष्ठ बंधूंच्या अकस्मात पण विकल दर्शनाने 'आयुष्यात सुख इतके दु:खद कधीच नव्हते' अशा मनाला चटका लावणाऱ्या वाक्यांमुळे 'माझी जन्मठेप' हे नोबेल पारितोषिक मिळण्याच्या योग्यतेचे पुस्तक आहे असे सरांना वाटते. सागर, आकाश, सृष्टी, भूमाता अशा विराट प्रतिमा सावरकरांच्या काव्यात येताना त्यांची प्रतिभाही विराट करून जातात. प्रसाद, ओज आणि माधुर्य अशा तिन्ही गुणांचा अविष्कार त्यांच्या काव्यात दिसतो.

सावरकरांच्या काव्याचा प्रभाव असलेल्या कुसुमाग्रजांच्या 'सरणार कधी रण' ह्या काव्याकडे सर वळले. मर्ढेकरांइतके नसले तरी कुसुमाग्रजांचे काव्यही सरांना मोहवते. त्यांचे काव्य वाचताना सरांना नागपूरमध्ये असलेल्या बाजीप्रभूंच्या पुतळ्याची आठवण होते. तो पुतळा जसा कुठूनही पाहिला तरी वेधकच दिसतो तसेच कुसुमाग्रजांचे काव्यही कुठूनही वेधकच दिसते. व्यक्तिगत जीवनात ते सात्त्विक प्रवृत्तीचे होते. ते सत्त्व त्यांच्या काव्यात प्रकटतं. त्याबरोबरच प्रखर अशी सामाजिक जाणीवही त्यांच्या काव्यातून प्रकटते.

एकूणच राजकवी तांबे, स्वा. सावरकर व कुसुमाग्रज ह्या तिघांच्याही काव्यात दडलेले सूर पंडितजींना दिसतात तर सरांना ह्या तिन्ही कवींची मुळे भारतीय संस्कृतीत खोल दडलेली दिसतात. त्यामुळेच त्यांच्या काव्यातील प्रतिमाही अस्सल भारतीय असतात.

कुसुमाग्रजांनंतर पंडितजींचे आवडते कवी 'आरती प्रभू' त्यांच्या 'गेले द्यायचे राहून' ह्या काव्याचे गायन झाले. त्या काव्याबद्दल बोलताना सर म्हणाले, कुठलेही चांगले काव्य विशिष्ट अनुभवाला विशिष्टातून मुक्त करते; स्थलकालातीत करते. अनुभव जरी विशिष्टाचा असला तरी त्याचे विश्वात्मक रूप चांगल्या काव्यातच व्यक्त होते. तसे झाले म्हणजे रसिकाला तो अनुभव आपलाच वाटू लागतो व तो त्या काव्याशी तादात्म्य पावतो.

आरती प्रभूंच्या नंतर पंडितजी 'मल्मली तारुण्य माझे' या चिरतरुण काव्याकडे वळले. सुरेश भटांवर दभिसरांनी 'सुरेश भट : नवे आकलन' हे समीक्षात्मक पुस्तकच लिहिले आहे. त्यात भटांच्या अनेक गाण्यांबरोबरच ह्या गाण्याचे 'आकलन'ही आले आहे. ह्या कवितेबद्दल कार्यक्रमामध्ये बोलताना सरांनी स्थलकालाचे भान राखून 'मल्मली तारुण्य माझे'चे शृंगारिक संदर्भ अतिशय मर्यादेने उलगडले.

एकदा नागपूरच्या भूमीत गेल्यावर पंडितजींचे लाडके कवी ग्रेस ह्यांनाही भेटायला हवेच! तेसुद्धा 'घर थकले रे संन्यासी' ह्या गाण्यातूनच. कवी ग्रेस हे दुर्बोध, गूढ लिहिणारे कवी आहेत असे म्हटले जात असले तरी त्यांच्याबद्दल बोलताना दभिसरांना कॉलेजमधले 'विद्यार्थी ग्रेस' (माणिक गोडघाटे) आठवतात. त्यांची पहिली दोन पुस्तके - संध्याकाळच्या कविता आणि चर्चबेल; त्यांना आवडली होती - आवडतात. एखादा अनुभव नेमकेपणाने, अश्लीलता न आणता ग्रेस व्यक्त करतात. फक्त सात-आठ ओळींच्या ह्या काव्यामध्ये बालिका ते तरुणीच्या उमलत जाणाऱ्या तना-मनाचे वर्णन ग्रेसने समर्थपणे केले आहे :

खेळवेडे होते माझे बालपण।पाण्याचे वरण वाढायची।।
माउलींचे नेसू गुंडाळत होती।नाकाहून मोती जड जसा।।
मला आले न्हाण उसवल्या वेशी। झाले विटाळशी जगासाठी।।

प्रकृती नाजूक असूनही ह्या कार्यक्रमाला कवी ग्रेस उपस्थित होते. श्रोते ग्रेसांच्या प्रतिभेने तर सरांच्या वाङ्मयीन उपस्थितीने विस्मित झाले. सुरेश भटांच्या काव्यातील उत्कट प्रणय व ग्रेस यांच्या काव्यातील सुबोधता-दुर्बोधता यांचे सरांनी केलेले विवेचन श्रोत्यांना खूपच भावले. दुर्बोधतेचे विवेचन करताना कूटता, क्लिष्टता, संदिग्धता, गूढता असे दुर्बोधतेचे विविध प्रकार सरांनी श्रोत्यांना उलगडून दाखवले. ग्रेस यांच्या कवितेला अंतर्मन असते. अंतर्मनाने कविता ग्रहण करता येते. मग ती जाणवते, समजतेही. दुर्बोध कवितेचा अर्थ ओढून ताणून काढू नये, ती दुर्बोध का होते हेही समजून घेतले पाहिजे, असे सरांनी आवर्जून सांगीतले.

एकमेकांना आदर देत, एकमेकांचा सन्मान करीत पंडितजी आणि दभिसरांचा कार्यक्रम तीन तास चांगलाच रंगला. विशेष म्हणजे, त्याच दिवशी पंडितजींना डी.लिट्.ही पदवी जाहीर झाली होती. त्याबद्दलही त्यांचा सत्कार करण्यात आला. आजपर्यंत पंडितजींना खूप मानसन्मान मिळाले; परंतु त्याचे श्रेय ते दीदींना आणि आपले पिताजी मा. दीनानाथ यांना देतात. कधीकाळी परिस्थितीमुळे कुटुंबाला उपासही घडले. त्यावेळी ज्या पाच बोटांनी आम्हा सर्वांच्या मुखी घास भरवला त्या दीदींच्या पाच बोटांचा हा सन्मान आहे असे ते सांगतात. इतका विनम्र भाव.

विशेष म्हणजे सरांना ह्या कार्यक्रमात पंडितजी कुठल्या कविता घेणार आहेत, आपल्याला कुठल्या कवितेवर बोलायचे आहे, ह्याची काहीच कल्पना नव्हती. कार्यक्रमाआधी दोघांचीही कुठलीही पूर्वतयारी नव्हती. त्यामुळे त्या दोघांच्याही बोलण्यात –गाण्यात एक प्रकारची उत्स्फूर्तता होती. प्रतिभावंत काय आदल्या दिवशी तयारी करतो? ती तर त्याने आदल्या जन्मापासून सुरू केलेली असते!

गाण्याला वाद्यांची साथ असते. पंडितजींच्या साथीला वाद्ये होतीच पण सरांच्या साथीलाही वाद्ये होती; कोणती? तर सरांची रसिकता, प्रतिभा आणि हळुवारपणा : अशी सचेनत वाद्ये. त्यांच्या आतच. निरंतर, ज्ञानेश्वरांच्या आशीर्वादाने ह्या वाद्यांचा अखंड झंकार : अंतर्मनात.

दीनानाथ मंगेशकर हॉस्पिटल. हॉस्पिटलचे 'सौद बाहवान' सभागृह. गच्च भरलेले. माउलींच्या अभंगानेच कार्यक्रमाची सांगता झाली आणि श्रोतेच नाही तर हॉस्पिटलच्या भिंतीही भारावल्या. कार्यक्रमात व्यापून राहिले ते 'ऐसे हळुवारपण!'

भ्रमणध्वनी : ८८०५५६४७३९

The doyen of litterateurs : Da.Bhi.

Ashok Prabhakar Mote
Wing Commander

NAGPUR is celebrating the 'Amrut Mahotsava' of Dr. D.B. Kulkarni. Dr. Kulkarni becomes seventy five on this Guru Pournima. Popularly and affectionately known as 'DaBhi'. Dr. D.B.Kulkarni is indeed a living legend in the fields of Marathi literature and culture. He is especially well known, even revered as a literary critic par excellence. It all started once upon a time, long long ago in a modest home on Humpyard Road in Ajani of Nagpur. There was this small boy with a creative bug, vivid imagination and big ideas. He was a book warm, who lived in a world of his own. Studious, analytical, hard working, radical and above all a thinker. He then moved on to a 'Modi Lane' one in Sitaburdi closer to Rajaram Library.

What all of us must know is that, at the tender teenage of eighteen one of his short stories had won an international prize. His story was chosen to be the best, amongst stories from all over the world by America's 'New York Herald Tribune'. He wrote some more stories but quintessentially he was a poet. He wrote some excellent poetry but then found out that indeed Litarary appreciation and creative criticism was his true calling and a literary star was born.

This dapper young man with his supperior intellect and exceptional literary brilliance attracted students - both boys and girls towards him as moths towards a bright lamp. They were all deeply impressed by his erudition, panache, range of analytical power and understanding and his absolute grasp the complex realities of Life and literature. As it was bound to happen he married one of his dearest disciples, who was then a pretty damsel and is now, elegant and charming Shivranjani Kulkarni.

As newly married they first moved to Varanasi where Da.Bhi. taught in prestigious Banaras Hindu University. Later life moved on to Nagpur where he rose to become a Professor, Doctor of Literature and the Head of the Department of Marathi in Nagpur University.

The Kulkarni's have a son Abhinandan an Ex- indian Air Force Officer, who has now settled down in civilian life. Daughter in law Seema and grand doughter Neha complete the family. They all have now settled down in DSK-Vishva at Pune. Dr. Da.Bhi. kulkarni's moment of truth and realisation came, when he visited 'The Monolith of Pais' where Sant Dnyaneshwar is believed to have conceived and delivered his timeless classic treatise on Shrimad Bhagwat Geeta called Dnyneshwari.

Well thats a very, if you would permit, divine and a happy coincidence Dr. Da.Bhi. Kulkarni has delved and dived deep into the profound depths of Dnyaneshwari to reach the ecstatic Himalayan heights of literary analysis, interpretation and understanding, bordering on the highest levels of spiritual experiance. He swings with ease between classics like Dnyaneshwari and Amrutanubhav on one end and mokdern poetry of B.S. Mardhekar, G. D. Madgulkar and Suresh Bhat at the other end of the literary spectrum. He admires Vishram Bedekar, P. B. Bhave and G. A. Kulkarni and heartily encourages, young budding authors and poets, both boys and girls from all levels and stratas of the society. More then twenty five young men and women have attained Ph.Ds and more than fifty have got their M.Phils under Dr. Kulkarnis extermely able and capable direction and guidance. They are all professors and heads of the departments, all over India now guiding fresh Ph.Ds and M.Phils. He has delivered thousands of lectures and handreds of exceptionally brilliant discourses on varied and various literary and caltural topics and themes, giving an entirely new perspective and dimension, excellent expression and magnificient new meaning to aesthetics, apperciative and creative literary criticism.

Thousands of his articles and columns have appeared and are still appearing in prestigious literary, journals, popular literary magazines and periodicals. Hundreds of thousands of his readers not only adore and admire him but virtually revere him. Da.Bhi. indeed is the doyen of Marathi litterateurs. They are great friends of their younger days.

Quint essentially both are excellent poets, authors and oartors and as that great historical poet Rajshekhar has said, "Vidarbha is the birth place of goddess Saraswati - Goddess of literatue, learning and culture." Is there any wonder then that this "living legend" belongs to Nagpur and Vidarbha. Lets all be proud of the fact and celebrate it.

Phone No. 0712-2541068

www.ingramcontent.com/pod-product-compliance
Ingram Content Group UK Ltd.
Pitfield, Milton Keynes, MK11 3LW, UK
UKHW021241031026
15588UKWH00001B/196

9 788184 834475